നീലക്കടല്

**neelakkadalu**
(novel)

•

vykkam chandrashekaran nair

•

first chintha edition
october 2014

•

*typesetting*
megha

•

*published*
chintha publishers, thiruvananthapuram

•

*printed*
repro india ltd, mumbai

•

*cover*
swetha

•



---

***വിതരണം***

**ദേശാഭിമാനി ബുക്ക് ഹൗസ്**

H O തിരുവനന്തപുരം–695 035
phone: 0471-2303026, 6063026
www.chinthapublishers.com
chinthapublishers@gmail.com

***ബ്രാഞ്ചുകൾ***

ഹെഡ്ഡാഫീസ് ബ്രാഞ്ച് കുന്നുകുഴി • സ്റ്റാച്യു തിരുവനന്തപുരം • കെ എസ് ആർ ടി സി ബസ് സ്റ്റേഷൻ ആലപ്പുഴ • കെ എസ് ആർ ടി സി ബസ് സ്റ്റേഷൻ എറണാകുളം • ചിറ്റൂർ റോഡ് എറണാകുളം • മച്ചിങ്ങൽ ലെയ്ൻ തൃശൂർ • ഐ ജി റോഡ് കോഴിക്കോട് • മാവൂർ റോഡ് കോഴിക്കോട് • എൻ ജി ഒ യൂണിയൻ ബിൽഡിങ് കണ്ണൂർ • സെൻട്രൽ ബസ് ടെർമിനൽ കോംപ്ലക്സ് താവക്കര കണ്ണൂർ

---

CO - 2114 / 3536

# നീലക്കടല്

(നോവൽ)

**വൈക്കം ചന്ദ്രശേഖരൻ നായർ**

**ചിന്ത പബ്ലിഷേഴ്സ്**
**തിരുവനന്തപുരം-695 035**

## വൈക്കം ചന്ദ്രശേഖരൻ നായർ (1928-2005)

കോട്ടയം ജില്ലയിലെ വൈക്കത്ത് ജനിച്ചു. നോവലിസ്റ്റ്, നാടകകൃത്ത്, മാധ്യമപ്രവർത്തകൻ, പ്രഭാഷകൻ എന്നീ നിലകളിൽ വ്യക്തിമുദ്ര പതിപ്പിച്ചു. കോട്ടയം സി എം എസ് കോളേജിൽ പഠിക്കുമ്പോൾ രാഷ്ട്രീയ പ്രവർത്തകനായി. സാമ്പത്തികക്ലേശം നിമിത്തം പഠനം തുടരാനായില്ല. *കേരളഭൂഷണം, മലയാളമനോരമ, പൗരപ്രഭ, കേരളം* എന്നീ പത്രങ്ങളിൽ പ്രവർത്തിച്ചു. കമ്മ്യൂണിസ്റ്റ് പ്രസ്ഥാനത്തിലും അതിന്റെ സാഹിത്യ-സാംസ്കാരിക വിഭാഗത്തിലും സജീവ പ്രവർത്തകനായി. പാർട്ടി മുഖപത്രമായ *ജനയുഗ*ത്തിന്റെ സ്ഥാപക പത്രാധിപന്മാരിൽ ഒരാൾ. പിന്നീട് *കുങ്കുമം, ചിത്രകാർത്തിക* എന്നീ വാരികകളുടെ പത്രാധിപരായി. പത്രാധിപത്യം വഹിച്ചിരുന്ന പ്രസിദ്ധീകരണങ്ങളിൽ ചിത്രങ്ങളും വരച്ചിരുന്നു. നാടകങ്ങളിലും സിനിമകളിലും അഭിനയിക്കുകയും ചെയ്തിട്ടുണ്ട്.

*ഗോത്രദാഹം, സ്മൃതികാവ്യം, കയീന്റെ വംശം, ഒരു മൃദുസ്പർശം, നഖങ്ങൾ, മാധവിക്കുട്ടി, പാമ്പുകളുടെ മാളം, നീലക്കടമ്പ്, ഉദ്ഘാടനം, ദാഹിക്കുന്നവരുടെ വഴി* തുടങ്ങിയവയാണ് പ്രധാന നോവലുകൾ. *പഞ്ചവൻകാട്, സ്വാതിതിരുനാൾ, മാമാങ്കരാത്രി, വേണാട്ടമ്മ, തെക്കംകൂർ, അടിയാത്തി, നീലക്കടൽ* തുടങ്ങി നിരവധി ചരിത്രാഖ്യായികകളും രചിച്ചു. *അനുഭവങ്ങളേ നന്ദി* എന്ന ആത്മകഥയും, *ബൈബിളിലേക്ക് ഒരു സഞ്ചാരം, മഹാഭാരതത്തിലൂടെ, പ്രാചീന നാടകത്തിലൂടെ ഒരു പര്യടനം* എന്നീ പഠനങ്ങളും *ഡോക്ടർ, തണ്ണീർപ്പന്തൽ, കുറ്റവും ശിക്ഷയും, കടന്നൽക്കൂട്, ഉദ്യോഗപർവം, ജാതുഗൃഹം, കാലൊച്ചകൾ, സ്വീറ്റ്സെവന്റി, വെളിച്ചം കിഴക്കുതന്നെ* തുടങ്ങി നിരവധി നാടകങ്ങളും അദ്ദേഹത്തിന്റേതായുണ്ട്.

കേരള സാഹിത്യ അക്കാദമി അവാർഡ്, കേരള സംസ്ഥാനചലച്ചിത്ര അവാർഡ് എന്നിവയ്ക്ക് പുറമേ നാടകരംഗത്തെ മികച്ച സംഭാവനകൾക്കുള്ള പുരസ്കാരം നൽകി സംസ്ഥാന സർക്കാർ ആദരിച്ചു (1994). 2000 ൽ കേരള സാഹിത്യ അക്കാദമി മലയാള ഭാഷയ്ക്കും സാഹിത്യത്തിനും നൽകിയ സമഗ്ര സംഭാവനയ്ക്കുള്ള പുരസ്കാരം നൽകി ആദരിച്ചു. 1978-81 കാലയളവിൽ കേരള സംഗീത നാടക അക്കാദമി അധ്യക്ഷനായിരുന്നു. 2005 ഏപ്രിൽ 13 ന് തിരുവനന്തപുരത്ത് അന്തരിച്ചു.

# പ്രസാധകക്കുറിപ്പ്

**ച**രിത്രം ഉറങ്ങുന്ന വേണാട്. സ്ഥാണുരവി കുലശേഖരപ്പെരുമാളിന്റെ കാലം. കൊല്ലം ആസ്ഥാനമാക്കി വാണ വേണാട്ടരചന്മാരുടെ വാഴ്ചക്കാലത്ത് ചീനക്കാരും അറബികളും റോമാക്കാരും മലയാളക്കരയുമായി കടൽമാർഗം ബന്ധപ്പെട്ടു. അക്കാലത്തെ ജനജീവിതം പുനഃസൃഷ്ടിക്കുകയാണ് *നീലക്കടല്* എന്ന ഈ നോവലിൽ. ചരിത്രപുരുഷന്മാരും സാങ്കൽപ്പിക കഥാപാത്രങ്ങളും ഇടകലരുന്ന കഥാപരിസരം. ചരിത്രത്തിലെ ഇരുളടഞ്ഞ ഒരു കാലത്തേക്ക് തന്റെ ഭാവനകൊണ്ട് ദീപം ജ്വലിപ്പിക്കുകയാണ് ശ്രീ. വൈക്കം ചന്ദ്രശേഖരൻ നായർ.

അനുവാചക പ്രശംസ ഏറെ നേടിയ *നീലക്കടലി*ന്റെ ചിന്താപതിപ്പ് പുറത്തിറക്കാൻ കഴിഞ്ഞതിൽ ഞങ്ങൾക്ക് ചാരിതാർത്ഥ്യമുണ്ട്.

**ചിന്ത പബ്ലിഷേഴ്സ്**

# 1

**കൊ**ല്ലവർഷം തുടങ്ങി അമ്പതാണ്ടായ കാലത്ത്, ഒരു ഉച്ചനേരത്ത്, വൻതരത്തിൽപ്പെട്ട ഒരു പായ്ക്കപ്പലിൽ ഒരു അറബി വേണാടിന്റെ തലസ്ഥാനമായ കൊല്ലത്ത് വന്നിറങ്ങി; കൂടെ അൻപതാളുകളും. കടലിലും കരയിലും വെളിച്ചം വെട്ടിത്തിളങ്ങുന്ന സമയം. തുറകളിലും തുറമുഖത്തും ആളുകൾ ഉച്ചഭക്ഷണം കഴിഞ്ഞു വിശ്രമിച്ചുകൊണ്ടിരുന്നു. അപ്പോഴാണ്, ആ പായ്ക്കപ്പൽ വന്നടുത്തതും അറബി കരയ്ക്കിറങ്ങിയതും.

വഴിതെറ്റിവന്ന കപ്പലോട്ടക്കാരെപ്പോലെയാണ് അവർ കാണപ്പെട്ടത്. മുമ്പിൽ, ആജാനുബാഹുവായ ആ അറബി നടന്നു. ഭൂമി അളന്നുകുറിക്കുംപോലെ, സാവധാനം അടിവച്ച്, പുറകെ മറ്റുള്ളവരും. സംശയപൂർവമുള്ള നോട്ടം. കരുതലോടെയെന്നു തോന്നിക്കുന്ന നടത്തം. തുറമുഖവളപ്പിന്റെ വാതിൽക്കലേക്കെത്തിയപ്പോൾ അയാൾ ശിരസ്സ് ഒന്നു നിവർത്തി. ആ നാട് ഒന്ന് നിവർന്നുനിന്നു കാണാനെന്നപോലെ.

ആ അറബിക്ക് അസാധാരണമായ ഉയരമുണ്ട്. അമ്പതുവയസു തോന്നിക്കും. അയാളുടെ തലയിൽക്കെട്ടിൽ വെള്ളിക്കസവു മിന്നിയിരുന്നു. കസവിനെ തോൽപ്പിക്കുമാറ് മിനുക്കമുള്ള താടി, നെഞ്ചിലേക്ക് ഇടതൂർന്നിറങ്ങി നിൽക്കുന്നു. നീളൻ കുപ്പായവും അരപ്പട്ടയും വിലപിടിപ്പു തോന്നിക്കുന്ന തുണിത്തരങ്ങൾകൊണ്ടുള്ളതാണ്. മണ്ണിൽപ്പതിക്കുമ്പോൾ ശബ്ദമുണ്ടാക്കുന്ന പാദരക്ഷകൾ വിലകൂടിയവയാണ്. ഇടതുകൈ പുറകിലേക്കുവച്ച്, മെല്ലെ മുമ്പോട്ടു നീങ്ങിയ അയാൾ, തുറമുഖവാതിൽക്കൽ വന്നപ്പോൾ ഒന്നു നിന്നു. അനുയായികളോട് എന്തോ പറഞ്ഞു. അവർ തമ്മിൽത്തമ്മിൽ നോക്കി. അവരിലൊരാൾ തിരിച്ചു നടന്നു. തുറമുഖത്തടുപ്പിച്ചിരുന്ന പായ്ക്കപ്പലിൽ ഒരാൾ, അറബിയേയും അനുയായികളേയും ഉറ്റുനോക്കിക്കൊണ്ടു നിൽപ്പുണ്ട്. അറബിയോട്

ആജ്ഞ സ്വീകരിച്ചു തിരിച്ചുനടന്നയാൾ പാലത്തിനരികിൽ ചെന്ന് കൈ ഉയർത്തി.

കപ്പലിൽ നിന്നയാളും തിരിച്ചു കൈയുയർത്തി.

രണ്ടുപേരും അഭിവാദനം ചെയ്തുകൊണ്ട് നിൽക്കുമ്പോൾ, അറബി തുറമുഖവാതിലിൽ നിൽക്കുന്ന കാവൽക്കാരനോട് എന്തോ ചോദിച്ചു. കാവൽക്കാരൻ മിഴിച്ചുനോക്കി. അറബിയുടെ തലപ്പാവു മുതൽ പാദം വരെ വളഞ്ഞുകൂർത്ത മുനയുള്ള ആ പാദരക്ഷകൾ കാവൽക്കാരന്റെ കണ്ണിൽ കൊണ്ടുകയറിയതുപോലെ തോന്നി. അയാൾ കുറച്ചുനേരം ആ പാദരക്ഷയിൽ മിഴികൾ നട്ടു നിന്നു.

പെട്ടെന്ന് അയാൾ ആ ചോദ്യം ഓർമിച്ചു. വരത്തനായ ആ അറബി, മലയാണ്മക്കാർക്കു മാത്രമറിയാവുന്ന രണ്ടുമൂന്നു വാക്കുകളാണ് പറഞ്ഞത്!

"തുറൈത്തലവൻ ആർ? ചൊല്ല്." എന്ന്!

കാവൽക്കാരൻ ആ പാദരക്ഷയുടെ മുന മനസിൽ കൊണ്ടുകയറിയതുപോലെ മറുപടി പറഞ്ഞു:

"മാളികത്താഴെ പാർക്കും മാരച്ചടയൻതേവർ."

അറബി കിഴക്കോട്ടു നോക്കി. അവിടെ ഓലമേഞ്ഞ ഒരു രണ്ടുനിലക്കെട്ടിടം നിൽപ്പുണ്ട്. അറബിയുടെ ചെറിയ തിളങ്ങുന്ന കണ്ണുകൾ അതിലേക്കു ചെന്നെത്തി. ഒരു അറിവു നൽകിയവനെ ആദരിക്കുന്നതുപോലെ അയാൾ കാവൽക്കാരന്റെ മുമ്പിൽ തലയൊന്നു താഴ്ത്തി. എന്നിട്ടു തിരിഞ്ഞ്, കടലിലേക്കു നോക്കി. പാലത്തിനരികിലേക്കു ചെന്ന അനുയായി, അവിടെത്തന്നെ നിൽപ്പുണ്ട്. ആ കപ്പൽ, സാവധാനം തുറമുഖത്തുനിന്നും പടിഞ്ഞാറു ലക്ഷ്യമാക്കി നീങ്ങിത്തുടങ്ങിയിരുന്നു........

മാരച്ചടയൻ തേവരാണ് കൊല്ലം തുറമുഖത്തെ പ്രധാനി. അത് വേണാട്ടധിപതിയായ അയ്യനടികൾ തിരുവടികൾ കൽപ്പിച്ച് തീട്ടൂരം നൽകി ചെയ്തതാണ്. പാണ്ഡ്യന്മാർ വേണാട് ആക്രമിച്ചപ്പോൾ തടവിൽക്കിട്ടിയ ആളാണ് മാരച്ചടയൻതേവർ. അയാൾ പിന്നീട് അയ്യനടികളുടെ ആത്മമിത്രമായി. അയാൾക്കു പ്രീതിപൂർവം നൽകിയ പദവിയാണ് തുറമുഖത്തലൈവൻ എന്നത്. കടലിലേക്കു നോക്കിനിൽക്കുന്ന ഒരു ഇരുനിലമന്ദിരവും അയാൾക്കായി പണികഴിപ്പിച്ചുകൊടുത്തു.

പക്ഷേ, ആ മാളികയുടെ കീഴിലേ അയാൾ പാർക്കൂ. വേണാട്ടധിപതിയായ തിരുവടികൾക്കും മിതേ പാർക്കാൻ മാരച്ചടയൻ തേവർക്ക് ഇഷ്ടമല്ല.....

അറബി മുന്നോട്ടുനടന്നു. പക്ഷേ, കാവൽക്കാരൻ അയാളെ തടഞ്ഞു.

"കടക്കണത്, കുറിവാങ്ങിയിട്ട്, മൂസാ....." അയാൾ പറഞ്ഞു.

പടിഞ്ഞാറുനിന്ന് വരുന്ന കച്ചവടക്കാരെയെല്ലാം മൂസാ എന്നാണു അയാൾ വിളിക്കുക.

അറബി മുഖം നിവർത്തി ഒന്നു നോക്കി. കാവൽക്കാരന്റെ കണ്ണുകൾ അറബിയുടെ മുഖത്ത് തങ്ങിനിന്നു.

നക്ഷത്രങ്ങളെപ്പോലെ അറബിയുടെ കണ്ണുകൾ ജ്വലിച്ചു. പക്ഷേ, പെട്ടെന്ന് എന്തോ ആലോചിച്ചിട്ടെന്നപോലെ അവ സൗമ്യതയിലേക്കു പിൻവാങ്ങി. കാവൽക്കാരൻ നിശ്ചലനായി നിൽക്കുകയാണ്. അറബിക്കടലിൽനിന്ന് ഒരു കാറ്റ് അടിച്ചുവന്നു. അറബിയുടെ വെളുത്തതാടി ഒന്ന് അനങ്ങി. അയാളുടെ മനസിൽ എന്തോ ചലനമുണ്ടായതു കണക്ക്. തുറമുഖത്തെ ചുറ്റിപ്പറ്റിക്കിടന്ന പത്തേമാരികളുടെയും പായ്തോണികളുടെയും നെയ്മണം അവിടെയാകെ നിറഞ്ഞുനിന്നു.

നീലനിറമുള്ള കടലിൽ പടിഞ്ഞാറോട്ടു ചാഞ്ഞുതുടങ്ങിയ സൂര്യപ്രകാശം ആയിരം കസവുതുണികൾ വിരിക്കുകയും വാരിയെടുക്കുകയും ചെയ്തുകൊണ്ടിരുന്നു. അവയെ മുറിച്ചുകൊണ്ട് ആ പായ്ക്കപ്പൽ ചക്രവാളത്തെ നോക്കി നീങ്ങുകയാണ്. പാലത്തിനരികിൽനിന്ന മനുഷ്യൻ അറബിയുടെ അടുക്കലേക്കു ചെന്നു. എന്തോ അറിയിച്ചു അതു വാക്കുകളായിരുന്നില്ല. അജ്ഞാതമായ സൂചനാശബ്ദമായിരുന്നു.

അറബി താടി തടവി. കാവൽക്കാരന്റെ മുഖത്ത് ഉറ്റുനോക്കി. മെല്ലെ, അരപ്പട്ടയ്ക്കിടയിൽനിന്ന് ഒരു ലക്കോട്ട് വലിച്ചെടുത്തു, അതുനീട്ടി. കാവൽക്കാരൻ അതുവാങ്ങി തുറന്നുനോക്കി. അയാളുടെ മുഖം മാറി, നിൽപ്പു മാറി. ഓടിക്കയറിവന്ന എന്തോ ഒരു ആദരവിന്റെ വേലിയേറ്റത്തിൽ അയാൾ ശിരസ്സു കുനിച്ചു. ലക്കോട്ടു മടക്കി, തിരിച്ചുകൊടുത്തു. അറബി അതുവാങ്ങി അരപ്പട്ടയ്ക്കുള്ളിൽ തിരുകി.

കാവൽക്കാരൻ ഭവ്യതയോടെ അറബിയുടെ മുഖത്തു നോക്കി നിന്നു.

തുറയിലും തുറമുഖത്തുമുള്ള ആളുകൾ പലരും വളപ്പിന്റെ വാതിൽക്കലെത്തി. അവർ അറബിയെയും അനുയായികളെയും ഉറ്റുനോക്കി. കടലുമായി പരിചയമുള്ള അവർ, ആ മനുഷ്യന്റെ തലപ്പാവിൽ, അറേബ്യൻ കടലിലെ ഓളങ്ങൾ ഇളകുകയാണെന്നു കരുതിയിട്ടെന്നോണം ഇമയിളക്കാതെ നോക്കിനിന്നു.

അപ്പോൾ, ആ സംഭവം നടന്നു.

അറബി ഒന്നനങ്ങിയതേ കണ്ടുള്ളൂ. കാവൽക്കാരൻ തുറമുഖവാതിൽക്കലെ വെള്ളമണ്ണിൽ കിടന്നുരുണ്ടു. അറബിയുടെ വലതുകാല് കാവൽക്കാരന്റെ കഴുത്തിൽ അമർന്നുതാഴുന്നത്, ചുറ്റും കൂടിയവർ കണ്ടു. ആരും അനങ്ങിയില്ല. ഭയങ്കരമായ ഒരു ശബ്ദം! കാവൽക്കാരന്റെ കഴുത്ത്, അറബിക്കടലിന്റെ തീരത്തെ ആ ചൊരിമണലിലേക്ക് താണിറങ്ങുന്നതുപോലെ തോന്നി. അപ്പോഴും ആരും മിണ്ടിയില്ല. അവർ അറബിയുടെ പാദരക്ഷകളിലെ മിനുങ്ങുന്ന മുന കണ്ട്, അമ്പരന്നുനിന്നു....

അറബി മുഖമുയർത്തി. കൂടിനിന്ന ജനങ്ങളെ നോക്കി. ഒന്നു പുഞ്ചിരിച്ചു.

അയാൾ കാൽ വലിച്ചെടുത്തു. കാവൽക്കാരന്റെ ചലനം നിലച്ചിരുന്നു.....

അയാൾ തുറമുഖവാതിൽ കടന്ന്, മുമ്പോട്ടു നടന്നു, എന്നിട്ടു നിന്നു. അയാൾ പടിഞ്ഞാറോട്ടു തിരിഞ്ഞപ്പോൾ, ചാഞ്ഞുവീണ ഉച്ചവെയിലിൽ അയാളുടെ മുഖം കത്തിപ്പിടിക്കുന്ന ഒരു സ്വർണച്ചട്ടിപോലെ കാണപ്പെട്ടു.

അയാളുടെ രക്തം കസവുതലപ്പാവും വെള്ളിമുടിയും അലങ്കരിച്ചു നിർത്തിയ ആ മുഖത്തേക്ക് ഓടിക്കയറി നിൽക്കുകയാണെന്നു തോന്നി. ആ കണ്ണുകൾ, കടലിനടിയിലെ തീയുമായി കയറിവന്ന രണ്ടു മുത്തുച്ചിപ്പികൾ പോലിരുന്നു.

ദൂരെ, ആ പായ്ക്കപ്പൽ, സൂര്യന്റെ വെളിച്ചത്തിൽ കുളിച്ചു മുമ്പോട്ടു നീങ്ങുന്നു. അറബിയുടെ കണ്ണുകൾ, ഉലഞ്ഞും ചാഞ്ഞും ചരിഞ്ഞും പോകുന്ന ആ കപ്പലിൽ തറച്ചുനിന്നു. അനുയായികൾ തുറമുഖവാതിൽ കടന്ന്, അറബിയുടെ പിന്നിലെത്തി. അവരിൽ ചിലർ, കാവൽക്കാരന്റെ മലർന്നുകിടക്കുന്ന ശരീരത്തിലേക്ക് മണൽ തട്ടിയിട്ടു. എന്നിട്ടാണു കടന്നുപോന്നത്. നാട്ടുകാർ ആ വിനോദം കണ്ട്, മിഴിച്ചുനിന്നു.

കൊല്ലം തുറമുഖത്തിലെ ജനങ്ങളാകെ, ആ വാതിൽക്കലേക്ക് ഇരച്ചുകയറി വന്നുകൊണ്ടിരുന്നു. അവർക്ക് ഒന്നും മനസിലായില്ല. പല കാലങ്ങളായി പടിഞ്ഞാറുനിന്നു കടന്നുവന്ന കച്ചവടക്കാരെ അവർ കണ്ടിട്ടുണ്ട്. വരത്തന്മാരായ അവർക്ക് വേണാട്ടധിപതിയായ അയ്യനടികൾ തിരുവടികൾ വേണ്ട ഒത്താശകൾ ചെയ്തുകൊടുക്കുന്നുണ്ട്. അറബികൾ മാത്രമല്ല, ചീനക്കാരും, പേരറിയാൻ പാടില്ലാത്ത മറ്റു രാജ്യക്കാരും അവിടെ വന്നിറങ്ങി വാണിഭം നടത്തുന്നുണ്ട്. പക്ഷേ, ഇതുപോലൊരു മനുഷ്യനെ അവരാരും ഇതുവരെ കണ്ടതായി ഓർമ വരുന്നില്ല. തുറമുഖം കാവൽക്കാരന്റെ കൈയിലേക്ക് ഒരു ലക്കോട്ടു കാട്ടിക്കൊടുത്തതും, അയാളതു നോക്കിയിട്ട് അറബിയെ താണുവണങ്ങിയതും നാട്ടുകാർ പലരും കണ്ടതാണ്. അവർ അത് പുറകേ പുറകേ വന്ന ജനങ്ങളോട് കാതിൽ പറഞ്ഞുകൊടുത്തു. തെക്കും വടക്കുമുള്ള തുറകളിൽപ്പോലും അത് ചെന്നെത്തി. അപ്പോൾ ഈ അറബി ആരായിരിക്കും? വേണാട്ടധിപന് അറിവുള്ള ആരെങ്കിലുമായിരിക്കുമോ? നാട്ടുകാർ മുഖത്തോടുമുഖം ചേർത്തുപിടിച്ച് അതെല്ലാം ആലോചിച്ചു.

ഒരു ആലോചനകൂടി അവർക്കുണ്ടായി. മാളികക്കീഴിൽ പാർക്കുന്ന തുറമുഖത്തലവനെയാണ് വന്നിറങ്ങിയപാടെ ഇയാൾ അന്വേഷിച്ചത്. കച്ചവടത്തിനുവരുന്ന വരത്തന്മാരിലൊരാളും അങ്ങനെ അന്വേഷിക്കാറില്ല. അതിനു ധൈര്യം വരാറില്ല. അപ്പോൾ, ഈ അറബി ആരായിരിക്കും? വേണാട്ടധിപന്റെ കൈയാളായ മാരച്ചടയൻതേവരെ തിരക്കുന്നയാൾ സാധാരണക്കാരനായ വിദേശിയാവാൻ വഴിയില്ല.

അറബി കിഴക്കോട്ടു നടന്നു. അനുയായികൾ അയാളെ പിന്തുടർന്നു.

നാട്ടുകാർ നോക്കിനിന്നു. പിന്നെ, അവരിൽ കുറേപ്പേർ, അയാളുടെ പുറകേകൂടി. അയാൾ ഇടയ്ക്കു മുഖമുയർത്തി. കിഴക്കോട്ടു നോക്കി, ഇരുപാർശ്വങ്ങളിലേക്കും നോക്കി. അയാളുടെ കണ്ണുകൾ, ആ ചുറ്റുപാടുകളെ മുഴുവൻ അളക്കുകയും എണ്ണുകയും ചെയ്യുന്നതുപോലെ തോന്നി. അയാളുടെ പാദരക്ഷകളുടെ ശബ്ദം കേട്ടപ്പോൾ; തുറമുഖ വാതിലിലെ മണ്ണിലേക്കമർന്നുഞെരുങ്ങിയ ആ കാവൽക്കാരന്റെ കഴുത്തിനെപ്പറ്റി കൂടെനടന്ന നാട്ടുകാർ ഓർമിച്ചു......

പെട്ടെന്നാണ് അത് സംഭവിച്ചത്.

"അബ്ദുല്ലാ ആയാസ്ഖാൻ!" ഇടിനടുക്കം പോലെ ഒരു ശബ്ദം. കിഴക്കുനിന്ന് ഉയർന്നുകേട്ടു. നാട്ടുകാർ നോക്കി.

കിഴക്കുനിന്ന് ഒരുസംഘം ആളുകൾ വന്നുകൊണ്ടിരുന്നു. അവരിലൊരുത്തനാണ് അതു വിളിച്ചുപറഞ്ഞത്. നാട്ടുകാർ അത് ശ്രദ്ധിച്ചു. അയാൾ അത് ആവർത്തിച്ചു വിളിച്ചുപറയുന്നു.

"അബ്ദുല്ലാ ആയാസ്ഖാൻ!"

അറബി ശിരസുയർത്തി, എതിരെ വരുന്ന സംഘത്തെനോക്കി. അയാളുടെ മിഴികൾ, നൃത്തംചവിട്ടുകയാണോ എന്നു സംശയം. അയാൾ നിന്നു. അനുയായികൾ നിന്നു. ആ സംഘം അടുത്തുവന്നു.

നാട്ടുകാർ, അറബിയുടെ പിന്നിൽ കൂട്ടംകൂടി.

വെളുത്തു മെലിഞ്ഞ്, ഉയരം കൂടിയ ഒരു ചെറുപ്പക്കാരൻ, കിഴക്കുനിന്നു നടന്നുവരുന്ന സംഘത്തിന്റെ മുമ്പിൽ നിന്നിരുന്നു. അയാളാണ്, ആ പേരു വിളിച്ചുപറഞ്ഞത്. അയാളുടെ കറുത്തുചുരുണ്ട മുടിയും ഉയർന്ന നെറ്റിയും ബലിഷ്ഠമായ ശരീരവും ആരേയും ആകർഷിക്കും. അയാൾ അടുത്തേക്കു വന്നപ്പോൾ നാട്ടുകാർ പിൻവാങ്ങി. കാരണം, അയാൾ അവർക്ക് പരിചിതനാണ്. വേണാട്ടധിപതിയുടെ വലംകൈയായി വർത്തിക്കുന്ന മാർത്താണ്ഡനാണ്.

അയാൾ അറബിയുടെ മുമ്പിൽനിന്നു. പിന്നിൽ വന്നവർക്ക് അയാൾ കൈനീട്ടി അറിയിപ്പ് കൊടുത്തു. അവരും നിന്നു. അറബി, മുഖമുയർത്താതെതന്നെ മാർത്താണ്ഡനെ അടിമുടി നോക്കി. മാർത്താണ്ഡൻ നിശ്ചലനായി നിൽക്കുകയാണ്. അയാളുടെ മിഴികൾ അറബിയുടെ മുഖത്ത് ഊന്നിയിരിക്കുകയാണ്. കുറച്ചുനേരം രണ്ടുപേരും മിണ്ടിയില്ല. അറബി, വലതുകൈ നെഞ്ചിൽ, കുപ്പായത്തിന് ഉള്ളിലണച്ചു നിർന്നിമേഷം നോക്കി.

"അബ്ദുല്ലാ ആയാസ്ഖാൻ!" മാർത്താണ്ഡൻ മന്ത്രിച്ചു.

"കാര്യം ചൊല്ലിക്കോളൂ!" അറബിയുടെ സ്വരം ദൃഢമായിരുന്നു.

മാർത്താണ്ഡൻ ഒരക്ഷരം ഉരിയാടാതെ, മടിയിൽനിന്നും ഒരു വാറോല വലിച്ചെടുത്തു. അത് അറബിയുടെ നേർക്കു നീട്ടി.

അയാൾ അതു വാങ്ങി, നാലഞ്ചു നിമിഷങ്ങൾക്കുള്ളിൽ വായിച്ചു തീർത്തു. തുറമുഖത്തിന്റെ മണമുള്ള കാറ്റ് പടിഞ്ഞാറുനിന്ന് ആഞ്ഞടിക്കാൻ തുടങ്ങിയിരുന്നു. കത്തു വായിച്ചുതീർന്നപ്പോൾ അറബി മുഖമുയർത്തി. പരിഹാസത്തിന്റെ അലകളുതിർക്കുന്ന ഒരു നോട്ടം, ആ മനുഷ്യന്റെ കണ്ണുകളെ സജീവങ്ങളാക്കി.

മാർത്താണ്ഡൻ പിന്നെ താമസിച്ചില്ല. കൈയെടുത്ത് പിന്നിൽ നിന്നവരോട് ആംഗ്യം കാട്ടി. അവർ അറബിയെ വളഞ്ഞുപിടിക്കുവാൻ വേണ്ടി അടുത്തു. അയാളുടെ അനുയായികൾ ഒന്നിളകി. ചിലർ ശബ്ദിച്ചു, അയാൾ കൈവീശി. അനുയായികൾക്ക് മുന്നറിയിപ്പ് നൽകി, അനങ്ങരുതെന്ന്. മാർത്താണ്ഡന്റെ ആൾക്കാർ നീണ്ട ചങ്ങലകൊണ്ടു അറബിയുടെ കൈകൾ ബന്ധിച്ചു.

ജനങ്ങൾ വിസ്മയപൂർവം അത് നോക്കിനിന്നു. അനുസരണയുള്ള

ഒരു കുട്ടിയെപ്പോലെ അറബി കൈകൾ നീട്ടി. ആ ചങ്ങലകൊണ്ടുള്ള ബന്ധനത്തിനു വഴങ്ങിയപ്പോൾ, അവർ അർത്ഥം മനസിലാകാതെ പരസ്പരം നോക്കിപ്പോയി. അൽപ്പം മുമ്പ് രാജകീയപ്രൗഢിയോടെ തുറമുഖവളപ്പുകടന്ന വിദേശിയെ അവർ ഓർമിച്ചു. തുറമുഖ വാതിൽക്കൽ കഴുത്തു ഞെരിഞ്ഞുകിടക്കുന്ന കാവൽക്കാരന്റെ രൂപം അവർ വീണ്ടും സ്മരിച്ചു.....

അയാളുടെ അനുയായികൾ അമർഷം അടക്കിപ്പിടിച്ചുകൊണ്ട് പിന്നിൽനിന്നു.....

മാർത്താണ്ഡൻ തന്റെ അനുചരർക്ക് ഒരു സൂചനകൂടി നൽകിയിട്ട് കിഴക്കോട്ടു നടന്നു.

അവർ അയാളെ സാവധാനം മാർത്താണ്ഡന്റെ പിന്നാലെ നടത്തിച്ചു. അനുയായികൾ അയാളുടെ പുറകേ ചെന്നു.

അജയ്യനായ ഏതോ ഒരു യുദ്ധവീരൻ ഒരു ദുർബലവികാരത്തിനടിമപ്പെട്ട് ശത്രുവിന്റെ മുമ്പിൽ കീഴടങ്ങിക്കൊടുത്തതു പോലിരുന്നു ആ രംഗം. ചങ്ങലയിട്ട കൈകൾ, അരപ്പട്ടയോടു ചേർത്തുപിടിച്ച്, ആ ഉന്നതകായനായ മനുഷ്യൻ സാവധാനം നീങ്ങി. തുറമുഖത്തുനിന്നും തുറകളിൽനിന്നും വന്നുകൂടിയ ജനങ്ങൾ ഒരക്ഷരം ഉരിയാടാതെ കൂടെ എത്തി.

ആ ഘോഷയാത്ര നീങ്ങുമ്പോൾ നാട്ടുകാർ പലതും രഹസ്യമായി പറഞ്ഞു. വേണാട്ടരചന്റെ പ്രാഭവത്തെ ആർക്കും ചോദ്യം ചെയ്യാൻ സാധ്യമല്ല; പാണ്ഡ്യരാജാവിൽനിന്ന്, വേൾക്കുലംവാണ കുരുനന്തനെ രക്ഷിച്ച് വിഴിഞ്ഞത്തു പാർപ്പിക്കാൻ കഴിഞ്ഞ രാജസ്ഥാനമാണത്. അയൽനാടുകളെല്ലാം ഈ ഭൂപതിയുടെ കരുത്തും പ്രാബല്യവും കണ്ട് ഉൾക്കിടിലംപൂണ്ടു കഴിയുകയാണ്. ആശ്രയിക്കുന്നോരെ രക്ഷിപ്പാനും അതിക്രമിക്കുന്നോരെ ശിക്ഷിപ്പാനും വേണാട്ടുതിരുവടികൾക്ക് നന്നായറിയാം. ഈ കൊല്ലം നഗരിയിൽത്തന്നെ അൽപ്പംമുമ്പു നാട്ടുകാർ കണ്ടഒന്ന്, അവരോർമിച്ചു. ഈശോദാതവീറെന്ന ഏതോ ഒരു ദേശക്കാരൻ പണികഴിപ്പിച്ച തരിസാപ്പള്ളിക്ക് അഞ്ചു വർണവും പുന്നത്തലപ്പകുതിയും ചേർത്ത് അവകാശങ്ങൾ കൊടുത്തത് മറ്റാരുമല്ല; അയ്യനടികൾ തിരുവടികളാണ്. ഏതു ദേശക്കാരെയും, മിത്രങ്ങളെന്നു കണ്ടാൽ കാരുണ്യപൂർവം കരുതാനുള്ള തിരുവടികളുടെ മനസാണത്. അതേസമയം, കിഴക്കുനിന്നും കടന്നുവന്ന അരാതികളെ അമർച്ച ചെയ്യാൻ കരുതിയപ്പോൾ, കാണിദയവുപോലും വേണാടുരാജസ്ഥാനം കാട്ടിയിട്ടുമില്ല. പാണ്ടിപ്പടയിൽപ്പെട്ടവരെയും അവർക്കു തുണയായിനിന്ന നാട്ടുകാരേയും കൊല്ലം തുറകളിൽത്തന്നെ കൊണ്ടുവന്ന് ശിരസുവെട്ടി നായയ്ക്കിട്ടുകൊടുത്തതും അൽപ്പകാലം മുമ്പാണ്. അങ്ങനെയെല്ലാം പെരുമ നേടിയ വേണാട്ടരചനെ ധിക്കരിക്കാൻ കപ്പലിൽ വന്ന ഏതോ രാജവിരോധിയായിരിക്കുകയില്ലേ ഈ അറബി? അയാൾ സാധാരണക്കാരനായ ഒരു കച്ചവടക്കാരനല്ല. കാഴ്ചയിലും നടത്തയിലും പെരുമാറ്റത്തിലുമെല്ലാം മറ്റൊരു ചേലാണ് കാണുന്നത്! മാർത്താണ്ഡനെ നേരിട്ടയച്ച് വേണാട്ടുതിരുവടികൾ അയാളെ ബന്ധനസ്ഥനാക്കിയ സ്ഥിതിക്ക്, അയാൾ ചില്ലറക്കാരനാവാൻ

ഒരിക്കലുമിടയില്ല.

കൊല്ലം തുറമുഖത്തിൽനിന്ന് അരക്കാതം കിഴക്കുമാറി ഒരു വെളി സ്ഥലം സ്ഥിതിചെയ്യുന്നു. രാജകൊട്ടാരത്തിൽനിന്ന് ഒരു കാതത്തോളം തെക്കുനീങ്ങിയാണിത്. കുറ്റിക്കാടും കുറുനരികളുമായി കിടക്കുന്ന ഈ വെളിയുടെ പടിഞ്ഞാറേ അറ്റത്ത് ഒരു മൺതറ ഉണ്ടാക്കിയിട്ടുണ്ട്. പകലുപോലും സാധാരണയായി ജനങ്ങൾ ഈ വഴിക്കു പോകാറില്ല. വെളിയുടെ പടിഞ്ഞാറേപ്പുറത്ത് വടക്കോട്ടു പോകുന്ന ആ നടപ്പാതയിൽക്കൂടി ആളുകൾ കൂട്ടംകൂടിയേ സഞ്ചരിക്കാറുള്ളൂ. ഒറ്റയ്ക്കുപോയാൽ, അപകടമെന്നാണ് നാട്ടാരുടെ വിശ്വാസം. ഈ വെളിയിൽ കുത്തിപ്പൊക്കിയ മൺതറയിൽ, രാജഭടന്മാർ കൊള്ളക്കാരെയും മോഷ്ടാക്കളെയും കൊലപാതകികളെയും കൊണ്ടുവന്നു നിറുത്തി, നാട്ടുകാരെ കാട്ടിക്കൊടുക്കുന്ന ഒരു പതിവുണ്ടായിരുന്നു അന്ന്. തുറുങ്കിലടയ്ക്കപ്പെടുന്ന ഇത്തരം അക്രമികൾ രക്ഷപ്പെട്ടാൽ അവരെ തിരിച്ചറിഞ്ഞു പിടിച്ചുകൊടുക്കാൻ വേണ്ടിയാണ് ഇങ്ങനെ പ്രദർശനം നടത്തുന്നത്. രാജാധികാരത്തെ എതിർക്കുന്ന കലാപകാരികളെയും ഇങ്ങനെ മൺതറയ്ക്കു മുകളിൽ കയറ്റി നിറുത്തി പ്രദർശിപ്പിക്കാറുണ്ട്. ഇങ്ങനെ പ്രദർശിപ്പിക്കുന്നവർ ഏറ്റവും ഹീനന്മാരെന്നാണ് കരുതപ്പെടുക. പിന്നെ അവർക്കു നാട്ടിലൊരിടത്തും പന്തിയില്ല. മൺതറയിൽ കയറ്റിനിർത്തുന്നവരെ കോപംപൂണ്ട ജനങ്ങൾ പലപ്പോഴും കല്ലും മണ്ണും വാരിയെറിഞ്ഞ്, അവഹേളിക്കാറുണ്ട്. അധികാരികൾ അതിനു തടസം പറയാറില്ല. ഒരിക്കൽ തടവുചാടിയ പലരേയും ഈ വെളിയിലെ തറയിൽ നിറുത്തുകയും നാട്ടാർ അവരെ അവിടെവച്ചുതന്നെ കല്ലെറിഞ്ഞു കൊല്ലുകയും ചെയ്തിട്ടുണ്ട്. മാർത്താണ്ഡൻ ബന്ധനത്തിലാക്കിയ അറബിയെ അയാൾ നേരെ ഈ വെളിയിലേക്കാണു കൊണ്ടുപോയത്. കിഴക്കുനിന്നു മലകടന്നും പടിഞ്ഞാറും കടൽവഴിക്കും വന്നിറങ്ങുന്ന വിദേശികളെ ഇവിടെ കൊണ്ടുവരുന്നത് ജനങ്ങൾക്ക് ഒരു പ്രത്യേകരസമാണ്. അന്ന് കാഴ്ചക്കാർ കൂടിയിരിക്കും. പരദേശികളായതുകൊണ്ടുതന്നെ അവരെ അവമാനിക്കാനും ആക്രമിക്കാനും നാട്ടാർക്ക് സവിശേഷമായ ആഹ്ലാദമാണ്. അറബിയെ വെളിയിലേക്കെത്തിച്ചപ്പോൾ ആയിരം വരുന്ന ജനക്കൂട്ടം അവിടെ തടിച്ചുകൂടി. മാർത്താണ്ഡന്റെ അനുചരരായിവന്ന രാജസേവകർ അയാളെ മൺതറയിലേക്ക് ആനയിച്ചു. ബന്ധിക്കപ്പെട്ട കൈകൾ അരക്കെട്ടിലുറപ്പിച്ച്, അൽപ്പം ശിരസുതാഴ്ത്തി, അറബി ആ തറയിലേക്കു കയറി. അയാൾ അതിന്റെ മധ്യത്തിലെത്തി തിരിഞ്ഞുനോക്കി. മുൻപിൽ കൂടിയിരുന്ന ജനങ്ങളെ, ശിരസുയർത്തി, അക്ഷോഭ്യനായി അയാൾ നിന്നു. ഇമകളിളക്കാതെ, ശരീരം ചലിക്കാതെ, ചുവപ്പും മഞ്ഞയും കലർന്ന സായാഹ്നവെളിച്ചം ആ ഭീമാകാരനായ മനുഷ്യന്റെ മുഖത്തു വീണപ്പോൾ, അതിന്റെ ശോണിമ വർധിച്ചു. ആ വെള്ളത്താടി, വെട്ടിത്തിളങ്ങി. വെള്ളപ്പട്ടുകുപ്പായം മിനുങ്ങി. ജനങ്ങൾ നിശ്ശബ്ദരായി ആ മനുഷ്യനെ നോക്കിനിന്നു. ഒരാൾ ശബ്ദിച്ചില്ല. ഒരു അക്ഷരംപോലും ഒരു നാവിൽനിന്നും പൊഴിഞ്ഞുവീണില്ല. ഒരു കൈപോലും മണ്ണോ കല്ലോ വാരാൻ ചലി

ച്ചില്ല. നിശ്ശബ്ദത! ഒരു ഇല വീണാൽകേൾക്കാംവണ്ണമുള്ള നിശ്ശബ്ദത!........

തറയുടെ വടക്കേ അറ്റത്തുമാറി രാജസേവകരുടെ അകമ്പടിയോടെ നിന്ന മാർത്താണ്ഡൻ അൽപ്പം ഒരു അമ്പരപ്പോടെ ചുറ്റുംനോക്കി. അയാൾ അറബിയെനോക്കി. തീനിറമുള്ള ആ വെയിലിൽ, അറബി വളർന്നു കൊണ്ടിരിക്കുകയാണെന്നുതോന്നി. അയാളുടെ ഭാരം ആ ജനങ്ങളുടെ മേൽ അനുഭവപ്പെടുന്നതുപോലെ, അയാൾ താനൊഴിച്ച് എല്ലാറ്റിനേയും ചെറുതാക്കിക്കളയുന്നതുപോലെ.......

ഒരു പടിഞ്ഞാറൻകാറ്റ് അറബിയുടെ വെള്ളിത്താടിയെ തഴുകിച്ചലിപ്പിച്ചിട്ട്, കടന്നുപോയി.

പെട്ടെന്ന്, അയാൾ ഒന്നനങ്ങി. അയാളുടെ മിഴികൾ ഒന്നു വിടർന്നു. അവ, ഏതോ ഒരു വസ്തുവിൽച്ചെന്നു മുട്ടി, തട്ടിപ്പിടഞ്ഞുണർന്നതായി അനുഭവപ്പെട്ടു. ആളുകൾ അതു ശ്രദ്ധിച്ചു.

വെളിയുടെ വടക്കുപടിഞ്ഞാറേക്കോണിൽ, ഒറ്റയ്ക്കൊരു പെൺകുട്ടി നിൽക്കുന്നു. അറബിയുടെ കണ്ണുകൾ അങ്ങോട്ടാണ് ചെന്നെത്തിയത്. വിഭ്രമം പൂണ്ട ഏതോ ചേതോവികാരത്തിന്റെ അലകളിൽപ്പെട്ട് അയാളുടെ ചുണ്ടുകൾ ഒന്നു വിടർന്നു..........

അവൾ സുന്ദരിയായ ഒരു പെണ്ണായിരുന്നു! അവിടവിടെയായി സ്ത്രീകൾ നിൽപ്പുണ്ട്. അവരുടെകൂടെ നിൽക്കാതെ ഒറ്റപ്പെട്ടു കാണപ്പെട്ട അവളെ എല്ലാവരും നോക്കി. ചുരുണ്ട് ഇടതൂർന്ന് വളർന്ന മുടി അവൾ ഒരുവശത്തു കെട്ടിവച്ചിരിക്കുന്നു. മുലക്കച്ചകെട്ടിയ മാറ്, പ്രായത്തിന്റെ തീക്ഷ്ണവികാരങ്ങളെ ഒതുക്കിപ്പിടിക്കാൻ ശ്രമിച്ചിട്ടും സാധിക്കാതെ വീർപ്പുമുട്ടി നിൽക്കുംപോലെ ഉണ്ട്. കണ്ണുകളിൽ കടലിന്റെ നീലിമ മുഴുവൻ ആവാഹിച്ചെടുത്തുവച്ചിരിക്കുംപോലെ.

അറബി ഒന്നുകൂടി അനങ്ങി. പൊടുന്നനെ അയാൾ മൺതറയിൽ നിന്നു കുതിച്ചു താഴോട്ടിറങ്ങി. മാർത്താണ്ഡൻ എന്തോ ശബ്ദിച്ചു. രാജസേവകരിൽ രണ്ടുപേർ അറബിയെ കടന്നുപിടിച്ചു. അയാൾ അവരെ കുതറിത്തെറിപ്പിച്ചു. എല്ലാം നിശ്ചലമായെന്നു തോന്നി. ആർക്കും അയാളെ തടയാൻ വയ്യാതെ നിന്നു. അയാൾ നടന്നു. ആ പെൺകുട്ടിയെ ലക്ഷ്യമാക്കിക്കൊണ്ട്, രാജസേവകർ അയാളുടെ പുറകെ ചെന്നു.

ജനങ്ങൾ എന്തുകൊണ്ടോ ശ്വാസമടക്കി നിന്നു.

ആ പെൺകുട്ടി എന്തു സംഭവിക്കുന്നുവെന്നറിയാതെ നിൽക്കുകയാണ്.

അയാൾ ചങ്ങലയിട്ട കൈകൾ ഒതുക്കിപ്പിടിച്ച് അവളുടെ അടുക്കലേക്കെത്തി, അപ്പോൾ, അയാളുടെ ദൃഷ്ടികൾ ഏതോ അജ്ഞാതമായ ദാഹത്തോടെ മുമ്പോട്ടു തുടിച്ചു ചെല്ലുകയായിരുന്നു. അയാളുടെ വിശാലമായ മാറിടം ദീർഘമായ ശ്വാസോച്ഛ്വാസം കൊണ്ട് ഉയരുകയും താഴുകയും ചെയ്യുകയായിരുന്നു. അയാളുടെ ചുണ്ടുകൾ എന്തോ പറയാനുള്ള വെമ്പലിൽപ്പെട്ട് വിതുമ്പുകയായിരുന്നു.

അറബി ആ പെൺകുട്ടിയുടെ മുമ്പിലെത്തിയപ്പോൾ, അവൾ

അയാളെ തുറിച്ചുനോക്കി. അവൾ ഭയംകൊണ്ട് ചകിതമായ ദൃഷ്ടികളോടെ പിന്മാറാൻ ഭാവിച്ചു. അയാൾ നിയന്ത്രണം വിട്ടു നടക്കുകയാണെന്നു തോന്നി. ഏതോ വിചാരം, അല്ലെങ്കിൽ വികാരം, അയാളെ കീഴടക്കിയിരിക്കുന്നു. പെട്ടെന്ന്, അയാൾ നിന്നു.

ആ പെൺകുട്ടി അൽപ്പമകലെ നിന്ന സ്ത്രീകൾക്കിടയിലേക്ക് പിൻവാങ്ങി. എല്ലാവരുടെയും ദൃഷ്ടിയിൽ നിന്നു മറഞ്ഞു.

കൈവിട്ടുപോയ ഒന്നിനെക്കുറിച്ച് ഓർമിച്ചു വേദനിക്കുന്നവനെപ്പോലെ ഏതാനും നിമിഷനേരം അറബി ആ നിലയ്ക്കു നിന്നു. രാജഭടന്മാർ അയാളുടെ അടുക്കലെത്തിക്കഴിഞ്ഞിരുന്നു. അവർ അയാളെ കടന്നുപിടിക്കാൻ പോകുന്നുവെന്ന് അയാൾ അറിഞ്ഞില്ല. ആത്മാവിന്റെ അഗാധതയിൽ നിന്നെന്നപോലെ അയാൾ മന്ത്രിച്ചു:

"ഹസ്രാ....."

## 2

**കൊ**ല്ലം നഗരത്തിന്റെ ഹൃദയഭാഗത്ത്, ചിന്നത്തെരുവിൽനിന്ന് കഷ്ടിച്ച് ഇരുന്നൂറുവാര കിഴക്കുനീങ്ങി, വേണാട്ടു മന്നന്റെ കൊട്ടാരം കാണപ്പെടുന്നു. ഉയർന്ന കോട്ടമതിലുകൾക്കു മീതെ, രാജധാനിയുടെ എടുപ്പുകളും മേൽമോന്തായങ്ങളും എത്തിനോക്കി നിൽക്കുന്നു. നാലുപുറത്തും കമാനങ്ങൾ കെട്ടിയ കവാടങ്ങളുണ്ട്. കിഴക്കുപുറത്ത്, പ്രധാന വാതായനത്തോടു ചേർന്ന് മതിൽനായകന്റെ* പാർപ്പിടമുണ്ട്. അവിടെ നിന്ന് അനുവാദം വാങ്ങാതെ ആർക്കും കൊട്ടാരത്തിനുള്ളിലേക്ക് കടക്കാൻ സാധ്യമല്ല.

രാജകൊട്ടാരത്തിനു ചുറ്റുമുള്ള പാതയിൽ, വെട്ടുകല്ല് പാകിയിരിക്കുന്നു. വെടിപ്പുള്ള ആ പാതയിലൂടെ, താണുവണങ്ങി മാത്രമേ നാട്ടാർ നടക്കാറുള്ളൂ. പത്തുവാര അകലത്തിൽ കോട്ടമതിലിന്മേൽ പണിതുവച്ചിട്ടുള്ള മുഴുത്ത കൽവിളക്കുകളിൽ, സന്ധ്യാകാലം തുടങ്ങി രാത്രിയുടെ നാലു യാമങ്ങളിലും എണ്ണത്തിരികൾ കത്തിനിൽപ്പുണ്ടാവും. ഓരോ വിളക്കിനും അരികിൽ, പട്ടാളച്ചട്ടയും തലയിൽ തൊപ്പിയും കൈയിൽ വാളുമായി ഒരു രാജസേവകൻ ഉണ്ടായിരിക്കും. വിളക്കത്തുശേവുകർ എന്നാണ് ഇവരെ വിളിക്കുക പതിവ്.

കിഴക്കുദിക്കും പടിഞ്ഞാറുദിക്കും നോക്കിനിൽക്കുന്ന കൊട്ടാരവാതിലുകൾക്ക് മുമ്പിൽ; സാമാന്യം വീതിയുള്ള രാജപാതകളാണ്. ചിന്നത്തെരുവിലേക്ക് ചെന്നെത്തുന്ന പടിഞ്ഞാറേ രാജപാതയുടെ ഇരുപുറത്തും അഞ്ചുവർണത്തിലും മണിഗ്രാമത്തിലുമുള്ള പ്രമാണിമാർ പാർക്കുന്നു. കൊല്ലം നഗരത്തിലെ തുറമുഖച്ചുങ്കപ്പിരിവു തുടങ്ങി നഗരഭരണംവരെയുള്ള കാര്യങ്ങളിൽ കൈയാളുകളാണ് അഞ്ചുവർണക്കാരും

* മതിൽനായകൻ, കോട്ടയുടെ ചുമതലവഹിക്കുന്ന ആളാണ്.

മണിഗ്രാമക്കാരും. കിഴക്കേത്തെരുവിൽ, നഗരസമിതിയായ അറുന്നൂറ്റു വരിലെ പ്രമാണിമാർ താമസിക്കുന്നു.

തെരുവുകളിൽ എപ്പോഴും ജനബഹളമാണ്. ഹിന്ദുക്കളും ക്രിസ്ത്യാനികളുമാണ് അധികം. ഇടയ്ക്കു ചില യോനകരും. അറബികൾ കൊല്ലം നഗരത്തിലേക്കു വന്നുതുടങ്ങുന്നതേയുള്ളൂ. പിന്നെ, ഈഴവരും അവരിലെ തൊഴിൽക്കാരായ ഈഴക്കയ്യരും വണ്ണാന്മാരുമൊക്കെ, പ്രധാന തെരുവുകളുടെ മൂലകളിൽവരെ വന്ന് മടങ്ങിപ്പോവുകയാണ് പതിവ്. വിദേശത്തുനിന്നു വന്നിറങ്ങുന്ന കച്ചവടക്കാരാണ് തെരുവുകളിൽ എപ്പോഴും കാണപ്പെടുക. ശബ്ദമാണ് സർവത്ര. അർധരാത്രി കഴിഞ്ഞും ശബ്ദങ്ങൾ കൊണ്ട് മുഖരിതമാണ് തെരുവുകളൊക്കെ, തിടുക്കത്തിൽ നടക്കുന്ന വ്യാപാരങ്ങളുടെ ശബ്ദം.

അന്നു സായാഹ്നത്തിലെ ചുവന്ന രശ്മികൾ, കൊട്ടാരത്തലപ്പുകളിലും കോട്ടമതിലുകളിലും തീനിറമുള്ള വെളിച്ചം പകർന്നു നിൽക്കുമ്പോൾ, ബന്ധനസ്ഥനായ അറബിയേയുംകൊണ്ട് മാർത്താണ്ഡനും രാജസേവകരും പുറംവഴികൾ കടന്ന്, കിഴക്കേ കവാടത്തിലെത്തി. കിഴക്കേത്തെരുവിന്റെ ഒരുഭാഗത്ത്, ജനങ്ങൾ ഒതുങ്ങിനിന്നു. മാർത്താണ്ഡൻ കൊട്ടാരവാതിൽക്കൽ വന്നപ്പോൾ, രാജപട്ടാളക്കാർ വണങ്ങി, അയാൾക്ക് വഴി മാറിക്കൊടുത്തു.

അറബി, ശിരസുയർത്തി ചിത്രകമാനമുള്ള ആ കൊട്ടാരവാതിൽ ഒന്നു നോക്കി.

അപ്പോൾ, രാജകൊട്ടാരത്തിന്റെ മുമ്പിലെ തെരുവിൽ ഉയർത്തിക്കെട്ടിയിരുന്ന മണി, അഞ്ചുപ്രാവശ്യം മുഴങ്ങി. നേരമറിയിക്കുന്ന മണിയൊച്ചയാണ്. വേണാടിന്റെ മേൽക്കോയ്മ വഹിക്കുന്ന സാക്ഷാൽ കുലശേഖരപ്പെരുമാളായ സ്ഥാണുരവിയുടെ രാജധാനിയിലും ഇങ്ങനെ സമയമറിയിക്കുന്ന കൂറ്റൻമണികൾ മുഴങ്ങാറുണ്ട്. ആ ചടങ്ങിനെ അനുകരിച്ചാണ് വേണാട്ടു തലസ്ഥാനത്തും ഇത് ഏർപ്പാടാക്കിയിട്ടുള്ളത്.

അറബി കൊട്ടാരവാതിലിലെ പടിയിലേക്കു ചുവടുവച്ചപ്പോൾ, ആരോ തേങ്ങിക്കരയുന്ന ശബ്ദം അകത്തുനിന്നു കേട്ടു. അയാൾ ചെവിയോർത്തു. ഒരു സ്ത്രീയുടെ തേക്കംപോലെ. മാർത്താണ്ഡൻ അകത്തേക്കു കടന്നുകഴിഞ്ഞിരുന്നു. അറബിയുടെ മുഖത്ത്, എന്തോ ഒരു വല്ലായ്മ തുടിച്ചുപൊന്തി. ഏതാനും നിമിഷങ്ങൾ. രണ്ടു രാജസേവകർ, ഒരു സ്ത്രീയെയും പുരുഷനെയും വാതിൽ കടത്തി, പുറത്തേക്കു കൊണ്ടുവരുന്നു. അറബിയുടെ കണ്ണുകൾ, ഒരു സ്വപ്നാടനക്കാരന്റേതുപോലെ ആ സ്ത്രീയുടെ മേൽ അലഞ്ഞുനടന്നു.

മുപ്പത്തഞ്ചുവയസു പ്രായം തോന്നിക്കുന്ന ആ സ്ത്രീ കരയുകയായിരുന്നു. അവരുടെ രണ്ടുപേരുടെയും കഴുത്തിൽ ഒരു കയറുവളച്ചിട്ടിരിക്കുന്നു. കൈകൾ കെട്ടിയിരിക്കുന്നു. പുരുഷൻ തളർന്ന കണ്ണുകളോടെ നടക്കുന്നു. തന്റെ അരികിൽനിന്ന രാജസേവകരോട് അറബി ചോദിച്ചു:

"ഇക്കാണുവർ ആര്?"

രാജസേവകർ ആദ്യം മടിച്ചു.

"ആര്?" അറബി വീണ്ടും ചോദിച്ചു.

"കുറ്റം ചെയ്തവർ." ഒരു സേവകൻ പറഞ്ഞു.

"എന്തുകുറ്റം?" അറബി അന്വേഷിച്ചു.

"അറിവില്ല." മറ്റേ സേവകൻ മറുപടി നൽകി.

"അവർക്ക് എന്തു ശിക്ഷ കൊടുത്തു? കഴുത്തിൽ കയറെന്തിന്?" അറബി ചോദിച്ചു.

"അടിമകളെന്നു വിചാരിക്കണം, ആ കഴുത്തിലിട്ട കയറു കണ്ടാല് അവരെ വേണാട്ടടികൾ, ആർക്കാനും വിറ്റുകഴിഞ്ഞിരിക്കുന്നു." ആദ്യത്തെ സേവകൻ അറിയിച്ചു.

അറബി ആ സേവകരുടെ മുഖങ്ങളിൽ ഉറ്റുനോക്കി. പിന്നെ, കടന്നുപോയ ആ സ്ത്രീയെയും പുരുഷനെയും നോക്കി. അവരെ തെരുവിലൂടെ നടത്തിക്കൊണ്ടുപോവുകയാണ്.

ബന്ധിക്കപ്പെട്ട കൈകൾ മാറിലേക്കു ചേർത്തുപിടിച്ച്, ആ വിദേശി കൊട്ടാരവാതിൽ കടന്നു. ആകെ ഒന്നു നോക്കി. കല്ലുപാകിയ തറയിൽക്കൂടി, മുമ്പോട്ടു നടന്നു.

ഉദ്ദേശം നൂറുവാര ദൂരെയാണ്, കൊട്ടാരമന്ദിരം.

പ്രാചീന ശിൽപ്പ കലാരൂപങ്ങൾ ദൂരെ നിന്നുതന്നെ കാണാൻ കഴിയുന്ന ആ വലിയ മന്ദിരത്തിന്റെ പൂമുഖത്തിനു മുമ്പിൽ, ഇരുവശത്തും പത്തുവാര നീണ്ടുനിൽക്കുന്ന അരമതിലുകളുണ്ട്. അവയിൽ ഇടവിട്ടിടവിട്ട് നിൽക്കുന്ന കൽച്ചട്ടികളിൽ, വിദേശത്തുനിന്നുവന്ന ചെടികൾ വളർന്നു നിൽക്കുന്നു. പലതരം പൂക്കളുള്ള ചെടികൾ. മുറ്റത്ത് രണ്ടുപുറത്തും രണ്ടു ചെമ്പകമരങ്ങൾ നിൽപ്പുണ്ട്. അതിലെ പൂക്കളുടെ ഗന്ധം ആ പ്രദേശമാകെ നിറഞ്ഞുനിൽക്കുന്നു.

മുറ്റത്തു പലയിടത്തും സേവകർ വാളുംപിടിച്ചു നിൽപ്പുണ്ട്. മാർത്താണ്ഡൻ പൂമുഖത്തു കയറി അകത്തേക്കു കടക്കുന്നു. കുടെയുള്ള അനുയായികൾ പിൻവാങ്ങിനിന്നു. നേരത്തെ നിർദേശിച്ചതനുസരിച്ചായിരിക്കണം, രാജസേവകർ അറബിയെ പൂമുഖത്തിന് തൊട്ടു മുമ്പിൽ കൊണ്ടുവന്നു നിറുത്തി. ആ രാജകൊട്ടാരത്തിലാകെ കനത്ത നിശ്ശബ്ദതയാണ്. ഒരു ഈച്ച പോലും പറക്കുന്ന ശബ്ദമില്ല. ആ തൂണുകളും വാതിലുകളുമെല്ലാം രാജാധികാരത്തെ ഭയന്നുനിൽക്കുന്നതുപോലെ.

കൊട്ടാരത്തിനകത്ത്, വിശാലമായ ഒരു മുറിയിൽ ഉയർത്തിക്കെട്ടിയ ഒരു തലത്തിലിട്ട സിംഹാസനത്തിൽ, വേണാട്ടധിപതിയായ അയ്യനടികൾ തിരുവടികൾ ഇരിക്കുകയാണ്. ആ സിംഹാസനം ഒന്നു പ്രത്യേകമാണ്. കേരളത്തിലെ രാജ്യാധിപന്മാർ ഇരിക്കാറുള്ള സാധാരണ സിംഹാസനമല്ല, റോമായിൽനിന്നും നിർമിച്ച്, ഒരു വണിക്ശ്രേഷ്ഠൻ കാഴ്ച വച്ച ഉപഹാരമാണത്. സ്വർണവും വൈരക്കല്ലുകളും കൊണ്ടു പൊതിഞ്ഞ ഉപഹാരം.

അയ്യനടികളുടെ സിംഹാസനത്തിന്റെ കീഴിൽ, ഇരുപാർശ്വങ്ങളിലും ഇരിപ്പിടങ്ങളുണ്ട്. മന്ത്രിമാർക്കും സേനാധിപന്മാർക്കും ഇരിക്കാനുള്ള സ്ഥാനങ്ങൾ.

കുലശേഖരപ്പെരുമാളിന്റെ അന്തസ്സു കാക്കാൻ, ഒരു തൽപ്പം അയ്യനടികളുടെ അടുത്തിട്ടിരുന്നു.

പുറകിലെ ഭിത്തിയിൽ ഒരു വാചകമെഴുതിവച്ചിരുന്നു:

"വേണാട്ടിനു നന്മവളരട്ടെ, വിദേശികൾക്ക് അഭിവൃദ്ധി ഉണ്ടാവട്ടെ."
(വേണാട് വാഴട്ടും നിലമൈ, മറുനാട്ടുകാരർ ചെഴിക്കട്ടും.)

രാജമന്ത്രിമാരുടെ കസാലയിൽ, ആരും ഇരിപ്പില്ല. വേണാട്ടടികൾ ഒറ്റയ്ക്കാണ്. മാർത്താണ്ഡൻ, ആ വലിയ മുറിയുടെ വാതിൽക്കൽ വന്നപ്പോൾ അയ്യനടികൾ ചോദിച്ചു:

"അവര് വന്നോ?"

"വന്നു.'' മാർത്താണ്ഡൻ അറിയിച്ചു.

"ചിന്നയേ...." തിരുവടികൾ വിളിച്ചു.

മാർത്താണ്ഡനെ അയ്യനടികൾ തിരുവടികൾ അങ്ങനെയാണ് വിളിക്കുക. മാർത്താണ്ഡന്റെ പേര് അതാണ്. മാർത്താണ്ഡൻ ചിന്നയ്യൻ.

"എന്തു?" മാർത്താണ്ഡൻ താണുവണങ്ങി. സിംഹാസനത്തിനരുകിൽ നിന്നു.

"മാനടികയെ തുറയിൽ നായകനു വിറ്റു." അയ്യനടികൾ പറഞ്ഞു.

മാർത്താണ്ഡൻ ചിന്നയ്യൻ മിഴിച്ചുനിന്നു. അയാളുടെ ശ്വാസധാര ഒന്നടങ്ങിയതുപോലെ തോന്നി. മാനടികയെ തുറയിൽ നായകനു വിറ്റുവെന്ന വാചകം അയാളെ ജീവച്ഛവമാക്കിയതുപോലെ, അയാൾ അയ്യനടികളെ തുറിച്ചുനോക്കി. സഹിക്കാൻ വയ്യാത്ത ഒന്ന് കേട്ടതുപോലെ.

നിമിഷങ്ങൾ....

മാർത്താണ്ഡൻ ചിന്നയ്യൻ ചോദിച്ചു:

"അത്രയ്ക്കെന്തിന്, തിരുവടികൾ?"

അയ്യനടികൾ ഒന്നു നിവർന്നിരുന്നു എന്നിട്ട് വിശദീകരിച്ചു:

"പുറനാട്ടുകാരെ പോറ്റുക നമ്മുടെ ആവശ്യം തന്നെ. പക്ഷേ, പുറനാട്ടിലെ ഒരാള് വേണാട്ടിന് വിരോധം ചെയ്താൽ, അവനെ സഹായിച്ചതു നമുക്ക് പൊറുക്കാൻ വയ്യ, ചിന്നയാ...."

മാർത്താണ്ഡൻ ചിന്നയ്യൻ ഒന്നും മിണ്ടാതെ അയ്യനടികളെ നോക്കിനിന്നു.

അൽപ്പംമുമ്പ്, രാജകൊട്ടാരത്തിൽനിന്ന് പുറത്തേക്കു കൊണ്ടുപോയ ആ സ്ത്രീയെയും പുരുഷനെയും പറ്റിയാണ്, അയ്യനടികൾ സംസാരിച്ചത്. ആ സ്ത്രീയെക്കുറിച്ചാണ്, മാർത്താണ്ഡൻ ഹൃദയവ്യഥയോടെ ചോദിച്ചത്. വേണാട്ടുരാജസ്ഥാനത്തിന് ദ്രോഹം ചെയ്യുന്ന ഏതോ പുറനാട്ടുകാരനെ, വിദേശിയെ, അവൾ സഹായിച്ചിരിക്കുന്നുവെന്ന്, വേണാട്ടടികൾ മനസിലാക്കിയിരിക്കുന്നു.

അതുകൊണ്ടാണ് അവളെ തുറയിലെ ആർക്കോ വിറ്റത്. അക്കാലത്ത് വേണാട്ടിൽ അടിമക്കച്ചവടമുണ്ടായിരുന്നു. വേണാട്ടു നാടുവാഴിക്ക്, കുറ്റവാളികളെ വിലയ്ക്കു വിൽക്കാനുള്ള അധികാരമുണ്ടായിരുന്നു.

"അവളുടെ കെട്ടിയോനെ എന്തിന്, അടിമക്കൂലിപറ്റി വിറ്റു, തിരുവടികൾ....?" മാർത്താണ്ഡൻ ചോദിച്ചു.

"അവനെ വിറ്റിട്ടില്ല ചിന്നയാ." അയ്യനടികൾ പറഞ്ഞു.

"പിന്നെന്തു ചെയ്തു?" മാർത്താണ്ഡൻ തിരക്കി.

"അവനെ തലവെട്ടി, തിരയിലൊഴുക്കാൻ നമ്മൾ ശാസനമായിരിക്കുന്നു." അയ്യനടികൾ, മാർത്താണ്ഡന്റെ മുഖത്തേക്ക് നോക്കി, അതു പറഞ്ഞു.

മാർത്താണ്ഡൻ സ്തബ്ധനായി കുറച്ചുനേരം നിന്നു. വേദന, അയാളുടെ മുഖത്ത് നിഴലുവീശിയിരുന്നു.

നിമിഷങ്ങളും, അയ്യനടികൾ പറഞ്ഞ ആ ഭയങ്കര വാർത്ത കേട്ട് ഭയന്നുവിറച്ച് കടന്നുപോവുകയായിരുന്നു.

വേണാട്ടു രാജാധിപതി എഴുന്നേറ്റു. സിംഹാസനത്തിൽ വലതുകൈ വച്ച്, മുഖം താഴ്ത്തി, അൽപ്പസമയം നിന്നു.

"അബ്ദുല്ലാ ആയാസ്ഖാൻ കൊല്ലത്തിറങ്ങിക്കഴിഞ്ഞു, തിരുവടികൾ...." മാർത്താണ്ഡൻ ആ നിമിഷങ്ങളുടെ ഭാരം താങ്ങിനിന്നിട്ട് തെര്യപ്പെടുത്തി.

"അങ്ങനെയോ?" അയ്യനടികൾ ഒന്നു മുന്നോട്ടാഞ്ഞു: "ഖാൻ എവിടെ?"

"കൊട്ടാരനടയിൽ നിൽപ്പുണ്ട്." മാർത്താണ്ഡൻ അറിയിച്ചു.

"അതെയോ?" വേണാട്ടധിപൻ തെല്ല് അസ്വസ്ഥനായതുപോലെ തോന്നി: "എങ്കില്, കൊണ്ടുവരാൻ പറഞ്ഞുകൂടെ?"

മാർത്താണ്ഡൻ ഒന്നു പരുങ്ങിനിന്നു. എന്നിട്ടറിയിച്ചു:

"കൈക്ക് ചങ്ങലയിട്ട ഒരു ശത്രുവിനെ, അങ്ങനെ മുമ്പാകെ നേരിട്ടങ്ങു വിളിച്ചുകയറ്റാമോ, തിരുവടികൾ....?" അയാൾ ഒരു സംശയം പ്രകടിപ്പിക്കുകയായിരുന്നു.

"ഖാനെ ബന്ധിച്ചതാര്, ചിന്നയേ....?" ഒരു പുതിയ വാർത്ത കേട്ടതുപോലെയാണ്, തിരുവടികൾ അതു ചോദിച്ചത്.

"ഞാൻ തന്നെ, തിരുവടികൾ." മാർത്താണ്ഡൻ, വിനയസമന്വിതം അക്കാര്യം ബോധിപ്പിച്ചു.

അയ്യനടികൾ മിണ്ടിയില്ല. അദ്ദേഹം സാവധാനം സിംഹാസനത്തിലിരുന്നു. ഇടതുകൈ നെറ്റിയിലർപ്പിച്ച്, മുഖം താഴ്ത്തിയിരുന്ന രാജാവിന്റെ അരികിലേക്ക് മാർത്താണ്ഡൻ ചെന്നു. കുറച്ചു നേരത്തേക്ക് അയാൾ സംസാരിച്ചില്ല. അയ്യനടികൾ അയാൾ അരികത്തു നിൽക്കുന്നതറിഞ്ഞുമില്ല. ഒടുവിൽ, മനസുമുട്ടിയവനെപ്പോലെ മാർത്താണ്ഡൻ ചോദിച്ചു.

"ആയാസ്ഖാനെ ഇങ്ങു തിരുവടികൾ മുമ്പിലേക്കു വിളിക്കാമോ?"

അൽപ്പസമയം കഴിഞ്ഞ് ഒരു വാക്കു മാത്രം അയ്യനടികളിൽ നിന്നു പുറത്തുവന്നു.

"വിളിക്കാമല്ലോ."

ധൃതിപിടിച്ച ശബ്ദങ്ങളും കാലൊച്ചകളും ആ വിശാലമായ മുറിയിൽ കേട്ടു. ശബ്ദങ്ങൾ, മാർത്താണ്ഡന്റെ കൽപ്പനകളായിരുന്നു. കാലൊച്ചകൾ രാജസേവകന്മാരുടേതായിരുന്നു. അവർ അകത്തേക്കും പുറ

ത്തേക്കും ഓടി. അവർ എന്തോ ഒക്കെ അറിയിച്ചു, മാർത്താണ്ഡനോട്. മാർത്താണ്ഡൻ എന്തോ ഒക്കെ അവരോടു പറഞ്ഞു. അവർ വിഷമിച്ചു നിന്നിട്ട് വീണ്ടും പുറത്തേക്കോടി.

"ചിന്നയാ...." വേണാട്ടടികൾ, മുഖമുയർത്തി.

"തിരുവടികൾ!"...... മാർത്താണ്ഡൻ നിശ്ചലനായിനിന്ന്, വിളിച്ചു.

"ഖാൻ എവിടെ?" അദ്ദേഹം ചോദിച്ചു.

മറുപടി പറയാൻ വിഷമിക്കുംപോലെ അയാൾ നിന്നു.

"എവിടെ?" അയ്യനടികളുടെ ശബ്ദം അൽപ്പമുയർന്നു.

വേണാട്ടധിപനെ എന്തു ബോധിപ്പിക്കണമെന്നോർത്തു വിഷമിച്ച്, മാർത്താണ്ഡൻ കുറേ നിമിഷങ്ങൾ കൂടി വീർപ്പുമുട്ടി നിന്നു. ഒടുവിൽ അയാൾ, ആ വസ്തുത അറിയിച്ചു:

"തിരുവടികൾ പൊറുക്കണം. ആയാസ്ഖാൻ തിരുവടികൾ മുമ്പാകെ വരാൻ തയാറില്ലെന്ന് കടുത്തവാക്കു പറയുന്നു."

അൽപ്പമാലോചിച്ചിട്ട്, അയ്യനടികൾ ചോദിച്ചു:

"നമ്മെ കാണാൻ വയ്യെന്നോ?"

"കാണാൻ വയ്യെന്നല്ല." മാർത്താണ്ഡൻ വിശദമാക്കി: "കൊട്ടാരത്തിണ്ണയിൽ കയറണമെങ്കിൽ, തിരുവടികൾ അങ്ങോട്ടുചെന്ന് ആദരിക്കണമെന്ന്."

അത് പുതിയ വാർത്തയായിരുന്നു. വേണാട്ടുരാജ്യത്തിന്റെ അധിപതി ഒരിക്കലും കേൾക്കേണ്ടിവന്നിട്ടില്ലാത്ത വാർത്ത. കുലശേഖരപ്പെരുമാളിന്റെ സാമന്തനെങ്കിലും, സ്ഥാണുരവിചക്രവർത്തി രണ്ടുമുറ കൊല്ലം രാജധാനിയിൽ വന്നപ്പോൾപ്പോലും അയ്യനടികൾ പുറത്തേക്ക് ഓടിച്ചെല്ലുംമുമ്പേ, അകത്തേക്കു കടന്നുവരികയായിരുന്നു ചെയ്തത്. ഇപ്പോൾ, ഇന്നാദ്യമായി, ഒരു വിദേശി താൻ ചെന്ന് ആദരിച്ചാലേ കടന്നുവരൂ, എന്നറിയിച്ചിരിക്കുന്നു?

അതും, വേണാട്ടധികാരത്തിനു വിരോധിയെന്ന് മാർത്താണ്ഡൻ തീരുമാനിച്ച, ബന്ധനസ്ഥനാക്കപ്പെട്ട, ഒരു മറുനാട്ടുകാരൻ അറബി!

അയ്യനടികൾ ആലോചിച്ചു. വലതുകൈ സിംഹാസനത്തിൽ തിരുപ്പിടിച്ചു. പിന്നെ വാളിന്റെ പിടിയിൽ സ്പർശിച്ചു. മാർത്താണ്ഡനെ നോക്കി. എഴുന്നേറ്റു, താഴത്തേക്കിറങ്ങി, മാർത്താണ്ഡൻ അമ്പരന്നു നോക്കിനിന്നു.

"എന്തുനിനച്ചാവോ ഇറങ്ങിയത്?" അയാൾ ശ്വാസധാരയിൽക്കൂടിയാണ് അതു ചോദിച്ചത്.

"ഖാനെ ആദരിപ്പാൻതന്നെ." സ്പഷ്ടമായ ശബ്ദത്തിലാണ് അയ്യനടികൾ മറുപടി കൊടുത്തത്.

അയ്യനടികൾ ആ വിശാലമായ മുറിയുടെ മുൻവാതിൽക്കലേക്ക് നടന്നു.

ഇടയ്ക്കുവച്ച്, അദ്ദേഹം നിന്നു. വാതിൽക്കൽ ഒരാൾ വന്നെത്തിയിരിക്കുന്നു. അയ്യനടികൾ നിന്ന നിലയ്ക്ക് താണുവണങ്ങി. വന്നയാൾ പ്രതിവന്ദനം ചെയ്തു. അത് സ്ഥാണുരവികുലശേഖരപ്പെരുമാളിന്റെ പ്രതിനിധി,

വിജയരാഗദേവനായിരുന്നു. കോയിലധികാരികളാണ് അദ്ദേഹം. വേണാട്ടിലെ ക്ഷേത്രങ്ങളുടെ ഭരണാധികാരിയാണ് നിയമപ്രകാരം. പക്ഷേ വേണാട്ടുഭരണത്തിന്റെ സർവാധികാരവും അദ്ദേഹം ഉപയോഗിച്ചുപോരുന്നു.

അടുത്തുവന്ന് അയ്യനടികളെ ആശ്ലേഷിച്ച്, വിജയരാഗദേവൻ പറഞ്ഞു:

"ആയാസ്ഖാൻ പുറമേ നിൽപ്പുണ്ട്, തിരുവടികൾ."

"അതറിഞ്ഞ്, അങ്ങോട്ടു പോവുകയായിരുന്നു." അയ്യനടികൾ മുഖം താഴ്ത്തി. ഏതോ ഒരു കാര്യം ഓർമിക്കുംപോലെ. അതേപ്പറ്റി ആലോചിക്കുംപോലെ. വിജയരാഗദേവൻ പുറത്തെ വാതിൽക്കലേക്കു നടന്നു.

ഇടയ്ക്കു അദ്ദേഹം തിരിഞ്ഞുനിന്ന് മാർത്താണ്ഡനോട് ചോദിച്ചു. "നമ്മൾ ഒരുമിച്ചു ചെന്ന് സ്വീകരിക്കുകയല്ലേ നന്ന്?" മാർത്താണ്ഡൻ രണ്ടുനിമിഷനേരം വിജയരാഗദേവനെ നോക്കി. പിന്നെ അദ്ദേഹത്തിന്റെ പുറകേ, ആ മുറിക്കു പുറത്തേക്കു പോയി.

അയ്യനടികൾ നോക്കിനിന്നു.

അറബി, കയറിവരുന്നു. അയ്യനടികൾ അയാളെ അടിമുടി നോക്കി. മുകളിൽനിന്ന ശരറാന്തൽവിളക്ക്, അറബിയെ നോക്കുന്നതുപോലെ തോന്നി. പുറത്ത്, കോട്ടമതിലുകളിലെ എല്ലാ വിളക്കുകളും കൂടി അറബിയെ അകത്തേക്കു പറഞ്ഞയച്ചതാണെന്നു തോന്നി. അത്രയ്ക്കു പ്രകാശം അയാളുടെ കണ്ണുകളിലുണ്ട്. അത്രയ്ക്കു ചൈതന്യം അയാളുടെ നെറ്റിയിലും മൂക്കിലും ചുണ്ടുകളിലും വെള്ളിത്താടിയിലുമുണ്ട്.

അയ്യനടികൾ മിഴിച്ചുനിന്നു. വിജയരാഗദേവൻ, വാതിൽ കടന്ന് പുറത്തേക്കു പോയിരിക്കുന്നു.....

അറബി കൈകൾ നീട്ടി. അയ്യനടികൾ അന്തിച്ചുനിന്നു. വിജയരാഗദേവൻ പറഞ്ഞ വാക്കുകൾ ഓർമിച്ചിട്ടെന്നപോലെ വേണാട്ടധിപതി ആയാസ്ഖാന്റെ നേർക്ക് കരങ്ങൾ നീട്ടി. "ആ അറബിയെ നിസ്സാരനായി തള്ളാൻ പാടില്ല. അയാൾ സ്ഥാണുരവിപ്പെരുമാളിന് ഉറ്റവനാണ്. കൈയില് ചങ്ങലയാണ്, തിരുവടികൾ ചെന്നുപിടിപ്പാൻവയ്യ. ക്ഷമിപ്പാൻ മനസുണ്ടാവണം." ആയാസ്ഖാൻ പറഞ്ഞു.

അയാൾ അയ്യനടികളെ ചേർത്തുപിടിച്ചു. അറബിയുടെ കൈകളിലെ ചങ്ങല, അയ്യനടികളുടെ ശരീരത്തെ വലയം ചെയ്തു.....

ഇരുമ്പുചങ്ങലയുടെ തണുപ്പുതട്ടിയപ്പോൾ അയ്യനടികൾ ഒന്നു ചൂളി.

ഇരുമ്പുചങ്ങലയുടെ ശബ്ദം!.....

ഭീമാകായനായ ആ മനുഷ്യന്റെ രൂപവും ഭാവവും അയ്യനടികൾ ശ്രദ്ധിച്ചു. കണ്ടിട്ടില്ല, കേട്ടിട്ടുണ്ട്.

വേണാട്ടധിപതി, ആ മനുഷ്യന്റെ കരവലയത്തിൽനിന്ന് മോചിതനായി. സിംഹാസനത്തിനു നേർക്കു നടന്നു. പടികൾ കയറി. തന്റെ ഇരിപ്പിടത്തിനരികിൽ ചെന്നു തിരിഞ്ഞുനോക്കിയപ്പോൾ, അറബി, താൻ പിരിഞ്ഞുപോന്ന സ്ഥാനത്തു നിൽക്കുന്നു.

"ഇങ്ങോട്ടു വന്നുകൂടെ, ഖാൻ?" അയ്യനടികൾ അറബിയുടെ മുഖത്തേക്ക് ഉറ്റുനോക്കിനിന്ന്, ചോദിച്ചു.

അറബി, അവിടെനിന്ന് തന്റെ മിഴികൾ അയ്യനടികളുടെ നേർക്ക് എറിഞ്ഞു.

"ക്ഷമിക്ക്, തിരുവടികളെ, ചങ്ങലകെട്ടിയ തിരുവടികളുടെ ഉടമ്പിൽ അതു തൊടുവാനിടയാക്കിയല്ലോ, എന്നു ആയാസ്ഖാൻ നെനച്ചു വെഷമിക്കുന്നു." അയാൾ പറഞ്ഞു.

അയ്യനടികൾ താനറിയാതെ ശിരസ്സ് കുനിച്ചുപോയി.

അറബി, ഒന്നു ചലിച്ചു. മുൻപോട്ടുനടന്നു. മുഖം താഴ്ത്തിക്കൊണ്ട്. അയ്യനടികൾ സിംഹാസനത്തിൽ ഇരുന്നില്ല. ഇരുപാട്ടേക്കും കണ്ണോടിച്ചു. സേവകന്മാർ നാലഞ്ചുപേർ വന്നെത്തി.

"ഇരിപ്പാൻ സ്ഥലമുണ്ടിവിടെ." മുഖത്ത് നോക്കിനിന്ന അറബിയോട് അയ്യനടികൾ പറഞ്ഞു.

"ഇരിപ്പാൻ തോന്നുന്നില്ല, തിരുവടികളെ..." അറബി മറുപടി നൽകി.

"എന്ത്?" അയ്യനടികളുടെ മിഴികൾ വിടർന്നു.

"പെണ്ണിനെ വിൽപ്പനനടത്തി കാശ് രാജഭണ്ഡാരത്തിലാക്കുന്ന തിരുവടികളുടെ മുമ്പിൽ ഇരിപ്പത് നന്നല്ല, തിരുവടികളെ..." ആ ദീർഘകായനായ മനുഷ്യൻ ഒന്നുകൂടി താണുവണങ്ങിയതുപോലെ തോന്നി.

അയ്യനടികൾ പ്രഹരമേറ്റകണക്കു നിന്നു.

"വേണാട്ടധിപൻ ഏതു പെണ്ണിനെ വിറ്റുവെന്ന് നമുക്കറിയില്ല." അയ്യനടികളുടെ സ്വരത്തിൽ അസ്വസ്ഥത നിറഞ്ഞുനിന്നു.

"നമ്മെ കൊട്ടാരവാതിൽക്കൽ സ്വീകരിച്ചത് തിരുവടികൾ അല്ല. വേണാട്ട് രാജഭണ്ഡാരത്തിന് കാശൊണ്ടാക്കാൻ കയറുകഴുത്തിലിട്ട് നടന്നുപോയ ഒരു പെണ്ണാണ്, തിരുവടികളെ...."

അറബിയുടെ മുഖം ചുവന്നു.

പരിഹാസത്തിന്റെയും ആക്ഷേപത്തിന്റെയും തീയമ്പുകൊണ്ടവനെപ്പോലെ അയ്യനടികൾ സിംഹാസനത്തിൽ കൈവച്ചുകൊണ്ട്, അറബിയെ നോക്കിനിന്നു.

വേണാട്ടധിപതി സേവകരോട് ആംഗ്യംകാട്ടി. അവർ അറബിയുടെ അടുക്കലേക്കു ചെന്നു. അയാൾ നിർവികാരനായി താടിതടവിക്കൊണ്ടു നിന്നു.

സേവകർ, അറബിയുടെ കൈകളിലെ ചങ്ങല അഴിച്ചുമാറ്റി.

അപ്പോഴും അയാൾ വികാരരഹിതനായിരുന്നു.

അയ്യനടികൾ, പീഠതലത്തിൽനിന്നു കൈനീട്ടി, അറബിയുടെ നേർക്ക്, അറബി കൈകൾ ചേർത്തുപിടിച്ചുനിന്നു.

"എന്ത്, വേണാട്ടധിപതിയുടെ കൈക്ക് വിലയില്ലേ, ആയാസ്ഖാനെ?" അയ്യനടികൾ പുരികം ചുളിച്ചു. അദ്ദേഹത്തിന്റെ മിഴികളിൽ പാരുഷ്യം കലർന്നിരുന്നു.

"അല്ലാ, തിരുവടികളേ! ചങ്ങല നീക്കിയിട്ടും, അത് കിടക്കുന്നുവെന്ന് നെനച്ചുപോയി." അറബിയുടെ കണ്ണുകൾ ആ മങ്ങിയ വെളിച്ചത്തിൽക്കിടന്നു തിളങ്ങി.

അയാൾ കൈ ഉയർത്തി. വേണാട്ടധിപതിയുടെ നേർക്കു നീട്ടി.

ആ കരങ്ങൾ തമ്മിൽ സന്ധിച്ചു.

കുറച്ചു നിമിഷങ്ങൾ!.....

മുൻവശത്തെ വാതിൽകടന്നു വരുന്ന ഒരു കാലൊച്ചകേട്ടാണ് അയ്യനടികൾ മുഖമുയർത്തിയത്. വിജയരാഗദേവനായിരുന്നു അത്.

അറബി തിരിഞ്ഞുനോക്കി. പിന്നെ, അയ്യനടികളെ നോക്കി.

സേവകന്മാർ ശരറാന്തൽ വിളക്കു കൊളുത്തി. ആ വിശാലമായ മുറിയിലെ ഭിത്തികളിലെ വിളക്കുകൾ കൊളുത്തി. അൽപ്പസമയം കൊണ്ട്, ആ മുറി പ്രകാശമാനമായി. അറബി പഴേപടി നിന്നു. അയ്യനടികൾ അനങ്ങിയില്ല. വിജയരാഗദേവൻ അറബിയുടെ അടുക്കൽ നിൽക്കുന്നു. ആ മൂന്നുപേരും അൽപ്പനേരത്തേക്ക് ഒന്നും മിണ്ടിയില്ല.

"തിരുവടികളേ!" വിജയരാഗദേവന്റെ കനത്ത ശബ്ദം ആ മുറിയിൽ മുഴങ്ങി.

അയ്യനടികൾ, കോയിലധികാരികളുടെ നേർക്കു കണ്ണയച്ചു.

"ക്ഷമിപ്പാൻ മനസുണ്ടാവണം. കുലശേഖരപ്പെരുമാളായ സ്ഥാണു രവിവർമ്മൻ ചക്രവർത്തിയുടെ ഉള്ളമറിഞ്ഞ്, നമ്മൾ ഒന്നുചെയ്തു. കുലശേഖരസാമ്രാജ്യത്തിന്റെ തുണയാളും കൂറാളും അബ്ദുല്ലാ ആയാസ്ഖാനെ അവമതിക്കുമാറ് ചങ്ങലക്കിടുകയും തിരുടരെ ഏറ്റി നിറുത്തുന്ന തറയിലേറ്റി നാട്ടാരെ കാട്ടുകയുംചെയ്ത മാർത്താണ്ഡൻ ചിന്നയ്യനെ, കൈയുടെ തുറുങ്കിലടച്ചിരിക്കുന്നു തിരുവടികൾ സമ്മതംചെയ്യണം...."

കനത്ത ആ ശബ്ദം കാതുകളിൽ അടിച്ചുകയറിയതുപോലെ അയ്യനടികൾ ഒന്നുചലിച്ചു. അറബി അതുകേട്ടതായി തോന്നിയില്ല. വിജയരാഗദേവൻ അറബിയുടെ നേർക്ക് കൈനീട്ടി. അപ്പോൾ ചിന്തയിൽനിന്ന് ഉണർന്നതുപോലെ ആയാസ്ഖാൻ തന്റെ കൈകൾ വിജയരാഗദേവന്റെ നേർക്കയച്ച്, അദ്ദേഹത്തിന്റെ കൈകളിൽപ്പിടിച്ചു. അയ്യനടികൾ ഒരു പ്രതിമപോലെ നിന്നു.

# 3

**കി**ഴക്കുമാറി ഒരു ഉത്സവം നടക്കുകയായിരുന്നു, പട്ടിസ്ഥാനത്ത്. കൊല്ലം രാജധാനിയിൽനിന്ന് രണ്ടുകാതം ദൂരമുണ്ട്, അങ്ങോട്ട്. അമ്മയാർകോവിലിലാണ് ഉത്സവം. സന്ധ്യക്കു മുൻപ് ആണുങ്ങളും പെണ്ണുങ്ങളും കോവിൽപ്പുറത്ത് തിങ്ങിക്കൂടിയിരുന്നു. കോവിൽപ്പുറത്ത് തട്ടുകൾ പലതിട്ടിരിക്കുന്നു. വാളേറ്, പരിശമുട്ട്, അമ്മാനക്കളി, കുറവർകളി, പാണ്ടിവാദ്യം തുടങ്ങിയവ നടക്കുന്നുണ്ട്.

ചന്ദ്രനുദിച്ച നേരമാണ്. ആകാശത്തുനിന്ന് കൈതപ്പൂവിന്റെ രസം ഭൂമിയിലേക്കൊഴുക്കുകയാണ്, ചന്ദ്രൻ. ശുഭ്രമായ, സുഗന്ധമുള്ള, രസം. സുഗന്ധം കടൽ കടന്നു വന്നതാണ്, അറേബ്യയിൽനിന്ന്. അറബികളുടെ നാട്ടിലെ മുല്ലപ്പൂവും പിച്ചിപ്പൂവും കൈതപ്പൂവും പിഴിഞ്ഞെടുത്ത് ഭരണികളിലും ചില്ലുകുപ്പികളിലുമാക്കി കപ്പൽത്തട്ടിൽ നിരത്തിവച്ച്,

കടൽക്കാറ്റു തട്ടാതെ മറച്ചുപിടിച്ച് ഇങ്ങോട്ടെത്തിച്ചതാണ് ആ സുഗന്ധ തൈലങ്ങളെന്ന് നാട്ടുകാർ കരുതിപ്പോന്നു.

സ്ത്രീകൾ വച്ചുവാണിഭസ്ഥലങ്ങളിൽ കൂട്ടംകൂടുന്നു. ചീനഭരണി, മുത്തോലക്കുട, തഴപ്പായകൾ, കുണുക്ക്, കുറുമൊഴിപ്പൂ, കുഞ്ചലം, നല്ലെണ്ണ, നെല്ലിക്കാക്കൊട്ട, നാരകം, ആറന്മുളക്കണ്ണാടി, അക്കാനി എല്ലാം വിൽക്കുന്ന ഇടങ്ങളുണ്ടവിടെ. വേണാട്ടുപെണ്ണുങ്ങൾ കൂടി നിൽക്കുന്ന ഇടങ്ങൾ. ഒന്നരയും മുണ്ടുമുടുത്ത് ഒതുങ്ങിനിൽക്കുന്ന പെണ്ണുങ്ങൾ. അവർ പലതും പലതും ചോദിക്കുന്നു; കച്ചവടക്കാരോട്.

അവിടെയാകെ തിരിവിളക്കുകൾ കത്തിനിന്നിരുന്നു. ഓരോ കച്ച വടസ്ഥാനങ്ങളിലും, നിരത്തിൽ ചിന്തും കുങ്കുമപ്പൂവും പൊട്ടുവളയും കരിവളയും കൂന്തലും കുടേശും എല്ലാം വിൽപ്പനയ്ക്ക് വച്ചിട്ടുണ്ട്. കൂട്ട ത്തിൽ മരത്തടിയിലും ലോഹത്തിലും എല്ലാം നിർമിച്ച പാവകൾ, കട ലാസുപൂവുകൾ, വേണാട്ടിലെ ശിൽപ്പവേലകൾ കാട്ടുന്ന പാത്രങ്ങൾ, പ്രതിമകൾ, വീട്ടുപകരണങ്ങൾ, എല്ലാം എല്ലാം.

സന്ധ്യകഴിഞ്ഞ സമയമാണ്. വച്ചുവാണിഭസ്ഥലങ്ങളിലെല്ലാം ആണുങ്ങളും പെണ്ണുങ്ങളും തിങ്ങിക്കൂടി നടക്കുന്നു. തുളുനാട്ടുപുടവ ഉടുത്ത കന്യകമാർ. ഒന്നരയും മുണ്ടുംകെട്ടി ഓണത്തല്ലിനൊരുങ്ങിയ തുപോലെ ഭൂമിയളന്നു നടക്കുന്ന മധ്യവയസ്കകൾ. പോയ കാലത്തിന്റെ ഓർമ ചുണ്ടിന്റെ രണ്ടറ്റത്തും കൂടി ചുവന്ന വേദനപോലെ താംബുല ത്തിലൂടെ ഒഴുക്കുന്ന വൃദ്ധകൾ......

തിരിവിളക്കുകളുടെ മുൻപിൽക്കൂടി വച്ചുവാണിഭക്കാരെ നോക്കി മന്ദ ഹസിച്ചും മധുരഭാഷ ചൊരിഞ്ഞും ആ നാനാപ്രായക്കാരായ സ്ത്രീകൾ നടന്നു.....

മുക്കിനുമുക്കിന് തീവെട്ടികൾപോലെ വെളിച്ചം പകരുന്ന കുന്തവി ളക്കുകൾ നാട്ടിയിരുന്നു. ഓരോ വിളക്കിന്റെയും ചോട്ടിൽ ഓരോ രാജ ഭടന്മാർ നിൽപ്പുണ്ട്. ഇഷ്ടപ്പെടാത്ത ചിലർ അവരെ നോക്കിയിട്ട്, 'ഏ വെളക്കേ!' എന്നു വിളിച്ചിട്ടോടിക്കളയും. അപ്പോൾ ആ രാജഭടന്മാർ ചിരിക്കും. കുട്ടികളാണ് പലപ്പോഴും ഈ കുസൃതി കാട്ടുക. കുട്ടികൾ അങ്ങനെ ഓടുമ്പോൾ, ആ ഭടന്മാരും രസിക്കും. അവർ പറയും: "ഏ, ഓട്ടക്കാറെ, നില്ലപ്പ!"

പാണ്ടിമേളം, അമ്മാനക്കളിക്കാരുടെ വിളി. കുറവരുടെ വിളി. വാളേ റുകാരുടെ വിളി. പരിശമുട്ടുകാരുടെ വിളി.

സർവത്ര വിളികൾ.

അതിനിടയ്ക്കാണ്, അയാൾ ആ ഉത്സവസ്ഥലത്തെ ചിന്തിക്കച്ചവട ക്കാരിയുടെ വാണിഭസ്ഥലത്തേക്കു ചെന്നത്. അറബി, അയാൾ അവിടെ ചെന്നപ്പോൾ കച്ചവടക്കാർ എഴുന്നേറ്റു. അയാൾ നടന്നുവന്ന വീഥിയിലെ എല്ലാ കച്ചവടക്കാരും അറിയാത്ത എന്തോ വിചാരം കൊണ്ടെന്നപോലെ താണുതൊഴുതു. അറബി, കൂർത്ത മുനയുള്ള പാദരക്ഷകൾ അമർത്തി ച്ചവുട്ടി, മുൻപോട്ടു നടന്നു.

അപ്പോൾ, അറബിയെ എല്ലാവരും നോക്കി. അയാളെ സംബന്ധിച്ച

കഥകൾ വേണാട്ടുരാജധാനിയിലാകെ പ്രചരിച്ചിരുന്നു. കള്ളന്മാരെയും കുറ്റവാളികളെയുംപോലെ തറയിൽ കയറ്റിനിറുത്തിയതാണ് ആ അറബിയെ. എന്നിട്ട് അയാളെ ഇപ്പോൾ വേണാട്ടധിപന്റെ രാജധാനിയിൽ ഒരു പ്രത്യേക കെട്ടിടത്തിൽ ഉറ്റവനായും മിത്രമായും പാർപ്പിച്ചിരിക്കുന്നു. നാട്ടാർ, അറബിയെ മാനിക്കാൻ തുടങ്ങിയിരിക്കുന്നു.....

ആ വാർത്ത അറിവുള്ള വച്ചുവാണിഭക്കാരനാണ് അറബിയെ കണ്ടപ്പോൾ എഴുന്നേറ്റത്, ആദരിച്ചത്. ആയാസ്ഖാൻ തലയുയർത്തിപ്പിടിച്ച്, ഇരുവശത്തും നോക്കി നടന്നു. വാണിഭക്കാർ എഴുന്നേറ്റത് അയാൾ ശ്രദ്ധിച്ചില്ല. ആരേയും നോക്കി അയാൾ പരിചയം നടിച്ചില്ല. എല്ലാവരും അയാളെ അറിയുമെന്നു ബോധ്യമുണ്ടായിട്ടും. അയാളുടെകൂടെ അൻപതുപേർ നടന്നിരുന്നു.

അൻപതുപേർ.

ഒരുമാസക്കാലം മുൻപ് കൊല്ലം കടപ്പുറത്ത് കപ്പലിറങ്ങിയപ്പോൾ, വേണാട്ടധിപന്റെ കൽപ്പന പ്രകാരം തുറുങ്കിലടയ്ക്കപ്പെട്ട അനുയായികളാണവർ അൻപതുപേർ. അറബിയുടെ കൈയിലെ ചങ്ങലയഴിക്കുംമുൻപ് അയാൾ വേണാട്ടധിപതിയോട് ഒരു വ്യവസ്ഥ പറഞ്ഞു, തന്റെ അനുയായികളെ മോചിപ്പിച്ചല്ലാതെ തന്റെ കൈയ്ക്കു വിടുതൽ കൊടുത്തിട്ടാവശ്യമില്ലെന്ന്.

വേണാട്ടധിപതിക്ക് വഴങ്ങേണ്ടി വന്നു.

മോചിപ്പിക്കപ്പെട്ട ആ അറബികളാണ് ഇപ്പോൾ ആയാസ്ഖാന്റെ പിറകെ നടക്കുന്നത്.

അമ്മൻകോവിൽത്തെരുവിലെ കാറ്റിന് പനിനീരിന്റേയും കുരുമുളകിന്റേയും കുടേശിന്റേയും കർപ്പൂരത്തിന്റേയും മണമുണ്ട്. ഉത്സവം നടക്കുന്നതുകൊണ്ട്, പലയിടത്തും നിന്ന് വരുന്ന മനുഷ്യരുടെയും ഗന്ധമുണ്ട്. അറബി, മൂക്കിൽ രണ്ടു മൂന്നുതവണ തിരുപ്പിടിച്ചു. ആ വികാരം പകരുന്ന വായു ശ്വസിച്ചു വിഷമിച്ചതുപോലെ. അറബി മൂക്കിൽ തിരുപ്പിടിച്ചതും നാട്ടാർ നോക്കിനിന്നു.

കുന്തവിളക്കുകൾക്കുമുമ്പിൽക്കൂടി അറബി നടന്നു. അപ്പോൾ വിളക്കു കാക്കുന്ന രാജഭടന്മാർ താണുവണങ്ങി. നാട്ടാർ അതും കണ്ടു. വേണാട്ടധിപതിയായ അയ്യനടികൾ തിരുവടികൾ കോവിൽത്തെരുവിൽക്കൂടി നടന്നാൽപ്പോലും ഇത്ര ആദരവ് അവർ കാട്ടാറില്ല. അത്രയ്ക്കു തലതാഴ്ത്തിയും കൈകൾ ചേർത്തുകൂപ്പിയുമാണ് അവർ ആയാസ്ഖാനെ ആദരിച്ചത്. അതിനൊരു കാരണമുണ്ടായിരുന്നു. കൊല്ലം തുറമുഖത്തുവന്നിറങ്ങിയ ഈ അറബിയെ ബന്ധനത്തിലാക്കിയത് വേണാട്ടു സേനാധിപതിയായ മാർത്താണ്ഡനാണ്. പക്ഷേ, മാർത്താണ്ഡൻ തുറുങ്കിലടയ്ക്കപ്പെട്ടിരിക്കുന്നു. അറബിയെ അവമാനിച്ചതിന് മാർത്താണ്ഡനെ ശിക്ഷിച്ചതാണ്. വേണാട്ടധിപതിയല്ല അതു ചെയ്തതെന്ന് ജനങ്ങൾ മനസിലാക്കിയിരിക്കുന്നു. സാക്ഷാൽ കുലശേഖരപ്പെരുമാളായ സ്ഥാണുരവിയുടെ പ്രതിനിധി വിജയരാഗദേവനാണ് അങ്ങനെ ചെയ്തത്. വിജയരാഗദേവനെ നാട്ടാർക്കറിയാം. കൊല്ലത്തു തരിസാപ്പള്ളി പണിയാൻ

അനുവാദം കൊടുക്കണമെന്ന് അയ്യനടികളെ നിർബന്ധിച്ചത് വിജയരാഗദേവനാണ്. അത് സ്ഥാണുരവികുലശേഖരപ്പെരുമാളിന്റെ പ്രത്യേക താൽപ്പര്യമായിരുന്നു. മഹോദയപുരത്തിരിക്കുന്ന കുലശേഖരപ്പെരുമാളിന്, കൊല്ലത്തെപ്പറ്റി എപ്പോഴും ചിന്തയാണെന്ന് ജനങ്ങൾക്കറിയാം. കാരണം, കൊല്ലം വലിയ തുറമുഖമാണ്. നാടിന്റെ സമ്പത്തെല്ലാം ആ തുറമുഖത്തിൽക്കൂടി വരണമെന്നാണ് സ്ഥാണുരവി ആഗ്രഹിച്ചത്. കുരുമുളകും ഇഞ്ചിയും ഏലവുമെല്ലാം ആ സമുദ്രവാതായനത്തിൽക്കൂടി മറുനാട്ടിലേക്ക് കപ്പൽ കയറുമ്പോൾ പൊന്നും വെള്ളിയുമാണ് രാജ്യത്തിന് തിരിച്ചുകിട്ടുന്നത്. കൊല്ലം രാജധാനിക്ക് പൂർണാധികാരങ്ങൾ കുലശേഖരപ്പെരുമാൾ കൊടുത്തിട്ടുണ്ട്. പക്ഷേ, ഒരു പ്രതിനിധിയേയും അവിടെയാക്കിയിരിക്കുന്നു. ഏറ്റവും സമർത്ഥനായ നടത്തിപ്പുകാരനെയാണ് അങ്ങനെ അയച്ചിട്ടുള്ളതും. വിജയരാഗദേവനെ കാണുമ്പോൾ ശത്രുക്കൾപോലും ആദരവുകാട്ടാറുണ്ട്. അദ്ദേഹത്തെപ്പറ്റി പല ഐതിഹ്യങ്ങളുമുണ്ട്. ഒരിക്കൽ, പാണ്ഡ്യന്മാരുമായിട്ടുള്ള ഒരു യുദ്ധസമയത്ത്, വിജയരാഗദേവൻ ചെങ്കോട്ടയിൽ താവളമടിച്ചിരുന്ന ഒരു പാണ്ഡ്യസൈന്യത്തിന്റെ പാളയത്തിൽ കടന്നുചെന്നുവത്രേ. പാണ്ഡ്യസൈനികർ അദ്ദേഹത്തെ വളഞ്ഞു. വിജയരാഗദേവൻ അവർക്ക് കീഴ്വഴങ്ങി. അവർ അദ്ദേഹത്തെ ബന്ധിച്ചു. അവിടെനിന്നുകൊണ്ട് അദ്ദേഹം പറഞ്ഞുവത്രേ: "പാണ്ഡ്യസൈനാധിപാ കൈയിൽ മാത്രം വിലങ്ങുവയ്പതു ഭംഗിയല്ല. കാലിലുംകൂടി വയ്ക്കുക." ഇതെല്ലാം ഇപ്പോൾ നാട്ടിലൊക്കെ പാട്ടാണ്. അങ്ങനെ നയവും ധീരതയും സ്നേഹവും ഒരുമിച്ചു കാട്ടിയിട്ടുള്ള അദ്ദേഹത്തെ ഒരു പുരാണപുരുഷനെപ്പോലെ സ്നേഹമാണ്. അങ്ങനെ ഉള്ള വിജയരാഗദേവൻ മാർത്താണ്ഡനെ തടവിലാക്കിയെന്നു പറഞ്ഞപ്പോൾ അയ്യനടികൾ തിരുവടികൾക്ക് ഒന്നും മിണ്ടാൻ കഴിഞ്ഞില്ല. അതു രണ്ടു താൽപ്പര്യങ്ങളാണെന്നു അയ്യനടികൾക്കറിയാം. മാർത്താണ്ഡൻ വേണാട്ടിലെ താൽപ്പര്യങ്ങളെയാണ് സംരക്ഷിച്ചത്. വേണാട്ടിലെ രാജധാനിയിലേക്ക് കടലുകടന്ന് അങ്ങനെ ഒരു അറബിവരുന്നുണ്ടെന്ന് നേരത്തെ തന്നെ മാർത്താണ്ഡൻ അറിഞ്ഞു. അത് അയ്യനടികളെ അറിയിക്കുകയും ചെയ്തു. അറബിയെ ബന്ധിച്ച് കഴിവോളം അപമാനിച്ച് തന്റെ മുൻപിൽ ഹാജരാക്കുവാൻ വേണാട്ടധിപതി കൽപ്പനയായി. മാർത്താണ്ഡൻ അതു ചെയ്തു. പക്ഷേ, അറബിയെ കുലശേഖരപ്പെരുമാളിന് ആവശ്യമാണ്. എന്തിനെന്ന് അയ്യനടികൾക്ക് ഇപ്പോഴും മനസിലായിട്ടില്ല. അതറിഞ്ഞിട്ടാണ് തന്റെ യജമാനന്റെ ഹൃദയമറിയാവുന്ന വിജയരാഗദേവൻ മാർത്താണ്ഡനെ തുറുങ്കിലാക്കിയതും അറബിയെ മോചിപ്പിച്ചതും. ഇതെല്ലാം ഇന്ന് കൊല്ലത്തെ തെരുവുകൾക്കറിയാം. അടക്കമില്ലാത്ത രാജഭടന്മാർ ജനങ്ങൾക്ക് കൊട്ടാര രഹസ്യം കൊടുക്കുന്ന ദൂതന്മാരാണ്.

അൽപ്പം കഴിഞ്ഞപ്പോൾ, നാട്ടാർ മറ്റൊരു കാര്യം ശ്രദ്ധിച്ചു. ആ വിദേശിയെ അകമ്പടിസേവിച്ചു നടന്ന അൻപതാളുകൾ, നാലും അഞ്ചും പേർ വീതം ആ സംഘത്തിൽനിന്നും മാറിപ്പോയി. അവർ ആൾക്കൂട്ടത്തിനിടയിൽ ലയിച്ചു. അവർ ഏതുവഴിക്ക് എങ്ങോട്ടാണ് നീങ്ങിയതെന്ന്

നിശ്ചയമില്ല. ഉത്സവസ്ഥലത്തെങ്ങും അവരെ കണ്ടില്ല. ഒടുവിൽ അറബിയും അഞ്ചാളുകളും മാത്രം ആ കോവിൽപ്പുറത്തു കിഴക്കേ അറ്റത്തുനിൽക്കുന്നതു കാണായി.

ഭരണിനാളിലെ ഉത്സവമാണ്. നിലാവ് മങ്ങാതെനിന്നു. തെളിഞ്ഞ ആകാശം. നക്ഷത്രങ്ങൾ, ദൂരെ അറബിക്കടലിൽക്കൂടി വിളക്കുകൊളുത്തി നീങ്ങുന്ന വിദേശക്കപ്പലുകൾപോലെ കാണപ്പെട്ടു. ശബ്ദങ്ങൾ വർധിച്ചു. പാണ്ടിയിൽനിന്നു പ്രത്യേകം വന്ന മേളക്കാരുടെ കുഴൽവായനയും തമുക്ക്കൊട്ടും കോവിലിന്റെ മുറ്റത്തുനിന്ന് ഉയർന്നു. ഒരാനയുടെ പുറത്ത് വേണാട്ടുരാജ്യത്തിന്റെ രക്ഷാദേവതമാരിൽ ഒരാളെന്നു കരുതപ്പെടുന്ന അമ്മയെ എഴുന്നള്ളിച്ചു നിർത്തിയിരിക്കുന്നു. മുപ്പതു പെൺകുട്ടികൾ ശുഭ്രമായ വസ്ത്രങ്ങളണിഞ്ഞ് താലങ്ങളിൽ പൂവും ദീപങ്ങളുമായി ഇരുപാർശ്വത്തിലും നിന്നു. പുഷ്പങ്ങളും വിളക്കുകളുംകൊണ്ട് ആ രംഗമാകെ ഒരപൂർവലോകമാക്കപ്പെട്ടിരിക്കുന്നു. പാണ്ടിക്കാരുടെ മേളം, മനുഷ്യമനസുകളെ ഹരം പിടിപ്പിച്ചുനിർത്തിയിരിക്കുകയാണ്. വടക്കുഭാഗത്ത് മുഴുവൻ സ്ത്രീകളാണ്. വേണാട്ടിന്റെ സൗന്ദര്യം മുഴുവൻ കസവും പൂത്താലിയും പാലയ്ക്കാമാലകളും തോടയും ചാർത്തി, കണ്ണെഴുതി കുറിയിട്ട് ഒഴുകിവന്ന് ആ വെളിച്ചത്തിൽ പുഞ്ചിരിച്ചു നിൽക്കുകയാണെന്നു തോന്നി. പങ്കുനിമാസത്തിലെ ആദ്യ രാത്രികളിലൊന്നായ അന്ന്, സുഗന്ധമുള്ള നിലാവും ആ വേണാട്ടങ്കനമാരുംകൂടി കോവിൽപ്പുറത്തു കൂടിയ പുരുഷന്മാരുടെ മനസിനെ ലഹരിപിടിപ്പിച്ചുകൊണ്ടിരിക്കുകയാണ്.

കിഴക്ക് ദൂരെമാറിനിന്ന അറബി ഈ ദൃശ്യമാകെ നോക്കിക്കണ്ടുകൊണ്ടിരുന്നു. ഒരു വിദേശിക്കുണ്ടാവുന്ന വിസ്മയമല്ല, ആ മനുഷ്യന്റെ മുഖത്തു കാണായത്. അപൂർവമായ ഒരു കലാശിൽപ്പം കണ്ടുനിൽക്കുന്ന ദാർശനികന്റെ നിശ്ചലവും അഗാധവുമായ വിചാരസാന്ദ്രതയാണ്. അനുയായികളായ അഞ്ചുപേർ ഒതുങ്ങിനിന്നു. ഇടയ്ക്കിടക്ക് ആയാസ്ഖാന്റെ ദൃഷ്ടികൾ കോവിൽപ്പുറത്തെ ജനക്കൂട്ടത്തിനിടയിൽക്കൂടിയെല്ലാം സഞ്ചരിച്ചു; എന്തോ അന്വേഷിക്കുന്നതുപോലെ. ആരെയോ തേടുന്നതുപോലെ.

കുറച്ചുസമയം, പാണ്ടിക്കാരുടെ മേളം ഗംഭീരമായി നടക്കുകയാണ്. ആകാശത്തിന്റെ ഹൃദയത്തിൽ ആ കുഴലും തമുക്കും ഇലത്താളവുമെല്ലാം നിന്നു തുടിക്കുകയും നുരയിട്ടു പൊന്തുകയും ചെയ്തുകൊണ്ടിരിക്കുന്നു. താലപ്പൊലിയെടുത്ത പെൺകുട്ടികളുടെ മുഖത്ത് വെളിച്ചം തുള്ളിക്കളിക്കുന്നു. അവരുടെ മിഴികൾ എതിരെ നിൽക്കുന്ന ചെറുപ്പക്കാരായ പുരുഷന്മാരുടെ നേർക്ക് ഇടയ്ക്കിടക്ക് ഊളിയിട്ടു ചെല്ലുകയും തിരിച്ചുപോരുകയും ചെയ്തു.

"നിങ്ങൾ നിൽക്കിവിടെ. അരനാഴികനേരം ചെല്ലുമ്പോൾ അവൾ മടങ്ങിവരും." അറബി അനുയായികളുടെ നേർക്ക് തിരിഞ്ഞുപറഞ്ഞു.

അനുയായികൾ ആ നിർദേശം സ്വീകരിച്ചു.

അറബി കിഴക്കോട്ടു നടന്നു.

നടന്നപ്പോൾ, അയാൾ ഇടത്തെ ഒക്കത്തു തിരുകിയിരുന്ന കത്തി

യിൽ ഒന്നു കൈവച്ചു. അയാൾ നടന്നുപോകുന്നത് ആളുകൾ നോക്കി നിന്നു. ആളുകൾ ഇരുവശത്തേക്കും മാറി. അയാൾ എങ്ങോട്ടു പോകുന്നുവെന്ന് പലരും പരസ്പരമന്വേഷിച്ചു. കിഴക്കോട്ട് ഒരു നടപ്പാതയുണ്ട്. അതു ചെന്നെത്തുന്നത് ഒരു കാവൽപ്പുരയിലേക്കാണ്. കൊട്ടാരക്കരയിൽനിന്ന് കുരുമുളകും മലഞ്ചരക്കുകളും കാളവണ്ടികളിൽ വരുമ്പോൾ ഈ കാവൽപ്പുരയിലെ അധികാരി അതു പരിശോധിക്കും. എന്നിട്ടേ കൊല്ലം നഗരത്തിലേക്ക് അതു കടത്തൂ. കുരുമുളക് കള്ളമായി കടത്താതിരിക്കാനുള്ള ഏർപ്പടാണിത്. കാവൽപ്പുരയുടെ അടുക്കൽ രണ്ടുമൂന്ന് വീടുകളുണ്ട്. മലഞ്ചരക്കു വ്യാപാരികളാണ്, അവിടങ്ങളിൽ പാർക്കുന്നത്. അറബി അങ്ങോട്ടെന്തിനു പോകുന്നു?

മുൻപോട്ടൽപ്പം കൂടി ചെന്നപ്പോൾ അറബി അരപ്പട്ടയ്ക്കുള്ളിൽനിന്ന് ഒരു ഓലയെടുത്തു. അതിൽ കുറിച്ചിരുന്ന എന്തോ ചില വാക്കുകൾ, കോവിൽപ്പുറത്തുനിന്നുവരുന്ന വെളിച്ചത്തിൽ വായിച്ചു. അപ്പോൾ ഒരു വാക്ക് ഉച്ചരിച്ചു: "തേവർവീട്ടയ്യൻ."

എന്തോ ഒരു ലക്ഷ്യത്തോടുകൂടിയാണ് അയാൾ കിഴക്കോട്ടുനീങ്ങുന്നതെന്ന് ആ കുറിമാനം വായനകൊണ്ട് വ്യക്തമായിരുന്നു. മുൻപോട്ടു പോകുമ്പോൾ അയാൾ ഇരുപുറത്തും നോക്കി. കുറ്റിക്കാടും വലിയ വൃക്ഷങ്ങളുമാണ് രണ്ടുവശത്തും. പക്ഷേ, നല്ല നടപ്പാതയാണ്. നാലാളുകൾക്ക് നടക്കാൻ കഴിയും. ഏതോ കിളികൾ ചിലച്ചു പറന്നുപോയപ്പോൾ അറബി ഒന്നു തലയുയർത്തി നോക്കി. അയാളുടെ കാലൊച്ച കേട്ടിട്ടാവണം, അവ ഇളകിപ്പറന്നത്.

കുറച്ചുകൂടി ചെന്നപ്പോൾ, അൽപ്പം ദൂരെ ഒരു വെളിച്ചം കണ്ടു. അറബി ഒന്നാലോചിച്ചതുപോലെ തോന്നി. നടപ്പിന്റെ വേഗത അൽപ്പം കൂട്ടി. കാവൽപ്പുരയിലെ വിളക്കാണത്. പടിഞ്ഞാറ് കോവിലിലെ വാദ്യമേളം അപ്പോഴും കേൾക്കാം. ആരുടെയോ ഹൃദയം തുടിക്കുന്നതുപോലെ അവ്യക്തമായിട്ട്, അറബി നേരെ നടന്ന് കാവൽപ്പുരയുടെ മുൻപിലെത്തി. ഒരു ഇരുമ്പുവിളക്ക് അതിന്റെ മുൻപിൽ കത്തിനിൽക്കുന്നു.

"ആരത്?" കാവൽപ്പുരയുടെ പൂമുഖത്തുനിന്ന് ഒരു ചോദ്യം പുറത്തേക്കു വന്നു.

ചുടുകല്ലുകൾ കൊണ്ടു കെട്ടിയ ഒരു ചെറിയ കെട്ടിടമാണത്. ചെറിയ പൂമുഖം. അകത്ത് ഒരു വലിയ മുറിയെ ഉള്ളൂ എന്നു തോന്നുന്നു. പൂമുഖത്തിന്റെ ഒത്തനടുക്കാണ് ഇരുമ്പുവിളക്ക് വച്ചിരിക്കുന്നത്. ആ ചോദ്യം കേൾക്കുംവരെ അവിടെ ആളെ ആരെയും കണ്ടില്ല. അതുകേട്ടപ്പോൾ അറബി ഒന്നുനിന്നു. കണ്ണുകൾകൊണ്ടു പരതിനോക്കി. പൂമുഖത്തിന്റെ തറയിൽ, തെക്കേ മൂലയിൽ ഒരു പായയിൽ ഒരാൾ ഇരിക്കുന്നു.

ആ മങ്ങിയ വെളിച്ചത്തിൽ, ഘനീഭവിച്ച ഒരു നിഴൽപോലിരുന്നു ആ രൂപം.

അറബി മറുപടിയൊന്നും പറഞ്ഞില്ല. അപ്പോൾ അയാൾ വീണ്ടും ചോദിച്ചു:

"ആരത്?"

അറബി മറുപടി നൽകി:
"നമ്മൾതന്നെ."
"ആരെന്നു പറഞ്ഞുകൂടെ?" വീണ്ടും അയാൾ ചോദിച്ചു.
അപ്പോഴും അയാൾ ഇരുന്ന പായയിൽനിന്നും എഴുന്നേറ്റില്ല.
നിശ്ശബ്ദമായ അൽപ്പനിമിഷങ്ങൾ. ആ കാവൽപ്പുരയിലെ മനുഷ്യന്റെ പ്രത്യേകരീതിയിൽ ഉള്ള പെരുമാറ്റം കണ്ടിട്ട് അറബി അയാളെ ശ്രദ്ധിച്ചു. എന്നിട്ടു ചോദിച്ചു:
"ഇങ്ങോട്ടു വന്നുകൂടേ ചങ്ങാതീ?"
പിന്നെയും ഏതാനും നിമിഷങ്ങൾ.
കാവൽക്കാരൻ ഒന്നനങ്ങി. അറബി അതേപടി നിൽക്കുകയാണ്. കാവൽക്കാരൻ മെല്ലെ എഴുന്നേറ്റു. അപ്പോൾ അയാൾ ഇരുട്ടിൽനിന്ന് ഇരുമ്പുവിളക്കിന്റെ പ്രകാശത്തിലേക്കു കടന്നുവന്നു.
അറബിയുടെ കണ്ണുകൾ വിടർന്നു. അയാൾ താടിതടവി. അയാൾ ആ കാവൽക്കാരനെത്തന്നെ ഉറ്റുനോക്കുകയാണ്. ഇരുട്ടിന്റെ നടുക്ക് ആ വെളിച്ചം ഒരു തടാകം സൃഷ്ടിക്കുന്നു. അതിന്റെ ഒരു ഭാഗത്ത് ആ മനുഷ്യൻ നിൽക്കുന്നു. അറബിയുടെ സംശയം വ്യക്തമായി. അയാൾ ഓർമിക്കുകയായിരുന്നു. പിന്നെയും പിന്നെയും. ഓർമയുടെ മണ്ഡലത്തിലേക്ക് ആ രൂപം കടന്നുവന്നു. കൊല്ലം തുറമുഖവാതിലിലെ ആ മനുഷ്യൻ....
അറബി, കാലുകൾക്കിടിയിൽ കഴുത്തുഞെരിച്ചുകൊന്ന ആ മനുഷ്യൻ......
അയാളാണ് കാവൽപ്പുരയുടെ പൂമുഖവെളിച്ചത്തിൽ നിൽക്കുന്നത്.
ഒന്നുകൊണ്ടും ചലിക്കാത്ത ആയാസ്ഖാന്റെ മുഖത്തു നാനാതരം വിചാരങ്ങൾ ഓളംതല്ലുന്നതു കാണാമായിരുന്നു. തുറമുഖവാതിൽക്കൽ ആ ചൊരിമണലിൽ കഴുത്തു ഞെരിഞ്ഞ് അയാൾ മരിച്ചു മരവിച്ചു കിടക്കുന്നത് അയാൾ കണ്ടതാണ്. ഇപ്പോൾ..... ഇപ്പോൾ അതേ മനുഷ്യൻ ഇവിടെ എങ്ങനെ വന്നുവെന്ന്, അയാൾ അത്ഭുതത്തോടെ ആലോചിക്കുകയായിരുന്നിരിക്കും. മരിച്ചവൻ തിരിച്ചുവന്നോ എന്ന് അയാൾ അത്ഭുതപ്പെടുകയായിരിക്കും.
"നിങ്ങൾ?......" ആയാസ്ഖാൻ മന്ത്രിച്ചു.
"കുരുമുളകുകാരനല്ലേ നിങ്ങൾ?" ആ മനുഷ്യൻ ആ ഇരുമ്പുവിളക്കിന്റെ വെളിച്ചത്തിൽക്കൂടി കണ്ണുകൾ മിഴിച്ചുവച്ചുകൊണ്ട് ചോദിക്കുന്നു.
അറബി അൽപ്പനേരം നിന്നിട്ട് ഒരു തീരുമാനംപോലെ പറഞ്ഞു:
"അതെ."
കാവൽക്കാരൻ പൂമുഖത്തിന്റെ മുൻഭാഗത്തേക്കു ചുവടുവച്ചുവന്നു. ആയാസ്ഖാൻ ഇടതുവശത്തു തിരുകിയ കത്തിയിൽ കൈവച്ചും കാവൽക്കാരൻ നടക്കല്ലിലേക്ക് ഇറങ്ങി. അയാളുടെ കണ്ണുകൾ മിഴിച്ചിരിക്കുന്നു. മുടി പാറിപ്പറന്നു കിടന്നു. അയാൾ എന്തുതരം വസ്ത്രം ധരിച്ചിരിക്കുന്നുവെന്ന് വ്യക്തമല്ല. ആരുകണ്ടാലും ഏതോ ലോകത്തിൽനിന്നും ഇറങ്ങിവന്ന ഒരു രൂപത്തെപ്പോലിരിക്കും. പല്ലുകൾ ഉന്തിനിൽക്കുന്നു.
ആയാസ്ഖാൻ അയാളെ അടിമുടി നോക്കി. താൻ ചവിട്ടി ഞെരി

ച്ചുകൊന്ന മനുഷ്യൻതന്നെയാണോ അതെന്ന് ഉറപ്പുവരുത്തുംപോലെ. അതേ, അയാൾതന്നെ. ആ കണ്ണുകൾ, ആ ചുണ്ടുകൾ, അതേ തലമുടി. ഇപ്പോൾ അത് പാറിക്കിടക്കുന്നുവെന്നേ ഉള്ളൂ. രോമം നിറഞ്ഞ അതേ കൈകൾ. തുറമുഖവാതിലിൽ വച്ചുകേട്ട അതേ ശബ്ദംതന്നെ. ഒരു വ്യത്യാസവുമില്ല.....

ആയാസ്ഖാൻ മറ്റൊരാളായി മാറിയതുപോലെ തോന്നി. അയാൾ ആ മനുഷ്യനെ നേരിടാൻ തയാറെടുത്തതുപോലെ. അറബി മുകളിലേക്ക് നോക്കി. വൃക്ഷശിഖരങ്ങളും ഇലപ്പടർപ്പുകളും അയാളുടെ തലയ്ക്കു മീതെ താണിറങ്ങിക്കിടക്കുന്നുണ്ട്. അത് നേരത്തെ അയാൾ കണ്ടില്ല. ഇപ്പോൾ, ഒരു കാട്ടിൽ, ഒരു ഗുഹയിൽ, നിൽക്കുന്നതുപോലെ അയാൾക്കു തോന്നിയോ?

"നിങ്ങൾ ആര്?" പൊടുന്നനെ ആയാസ്ഖാൻ ചോദിച്ചു.

അറബിയെ അടിമുടി നോക്കിയിട്ട് അയാൾ പറഞ്ഞു:

"കാവൽക്കാറര്."

"കുരുമുളക് ഇവിടെയല്ലേ കൂട്ടിയിടുന്നത്?" അറബി അന്വേഷിച്ചു.

കാവൽക്കാരൻ ഒരിക്കൽക്കൂടി മിഴിച്ചുനോക്കി. ഏതോ അത്ഭുതം കേട്ടതുകണക്ക്.

"ഇവിടെ കുരുമുളകില്ല. ഇത് വേണാട്ടുമന്നൻവക തടവുകോട്ടയാണ്." കാവൽക്കാരൻ അറിയിച്ചു.

അറബി കാവൽക്കാരനെ നോക്കിനിന്നു. അയാൾ വിസ്മയം ഭാവിച്ചില്ല.

"ആരെ കാണാൻ വന്നത്?" അറബിയുടെ മുഖത്തുനിന്നു മിഴികൾ പിൻവലിക്കാതെ അയാൾ ചോദിച്ചു.

ആയാസ്ഖാൻ മറുപടി പറയാതെ നിന്നു. പിന്നെ, ആലോചിച്ചിട്ട് പ്രത്യുത്തരം നൽകി.

"നമ്മൾ വേണാട്ടധിപതി അയ്യനടികളുടെ ആത്മസുഹൃത്തുതന്നെ. ഈ സ്ഥാനങ്ങളെല്ലാം കാണാൻതന്നെ വന്നത്. ഇത് കുരുമുളകു കാവൽപ്പുരയെന്നു കരുതിപ്പോയി. തടവുകോട്ടയെന്ന് അറിഞ്ഞില്ല."

അറബി അരക്കെട്ടിലേക്കു വച്ച ആ ഓല വീണ്ടും വലിച്ചെടുത്തു. അത് കാവൽക്കാരന്റെ നേർക്കു നീട്ടി. അയാൾ അതുവാങ്ങി ഇരുമ്പു വിളക്കിനരികിലേക്കു ചെന്നു. അത് ആ വെളിച്ചത്തിൽ നീട്ടിപ്പിടിച്ചു നോക്കി. പെട്ടെന്ന് അയാളുടെ ഭാവമാകെ മാറി. അവിടെനിന്നുതന്നെ അറബിയെ താണുവണങ്ങി. എന്നിട്ട് ആ തിരിയിൽനിന്ന് അൽപ്പം തീയെടുത്ത് കൈയിൽ വച്ചതുപോലെ ആ ഓലയുമായി അറബിയുടെ അടുക്കലെത്തി.

"അകത്തുവന്ന്, കാണേണ്ടവയൊക്കെ കണ്ടാലും." കാവൽക്കാരൻ ആ ഓല മടക്കിക്കൊടുക്കുമ്പോൾ, അറബിയോടു പറഞ്ഞു.

കാവൽക്കാരൻ അകത്തേക്കോടി; ഒരു ഓട്ടുവിളക്കുമായി പുറത്തു വന്നു.

"അകത്തേക്കു പുറപ്പെടാം." അയാൾ വിനയപൂർവം അറിയിച്ചു.

അപ്പോഴെല്ലാം അറബി അയാളെ സൂക്ഷിച്ചുനോക്കുകയായിരുന്നു.

അയാൾ മനുഷ്യനാണോ പ്രേതമാണോ എന്നാലോചിച്ചു തീരുമാനിക്കും പോലെ.

ആയാസ്ഖാൻ ശിരസുയർത്തി മുൻപിൽ നിൽക്കുന്ന ആ മനുഷ്യനെ നോക്കിയിട്ടു പറഞ്ഞു.

"മുമ്പേ നടക്ക്."

കാവൽക്കാരൻ മുമ്പേ നടന്നു. ആയാസ്ഖാൻ അയാളുടെ പുറകെ ചുവടുവയ്ക്കാൻ തുടങ്ങിയപ്പോൾ അരപ്പട്ടയ്ക്കുള്ളിൽ തിരുകിയിരുന്ന കത്തി വലിച്ചൂരി വലതുകൈയിൽ പിന്നിലാക്കിപ്പിടിച്ചു. എന്നിട്ട് ധൈര്യം അവലംബിച്ചവനെപ്പോലെ നടന്നു. കാവൽക്കാരൻ പൂമുഖത്തിനുപിന്നിലെ വാതിലിന്റെ ഓടാമ്പൽ വലിച്ചു തുറന്നു. ആയാസ്ഖാൻ അതിനകത്തേക്കു നോക്കി. അവിടെ മറ്റൊരു വിളക്കു നിന്നുകത്തുന്നു.

അവർ രണ്ടുപേരും ആ മുറിയിലേക്കു കടന്നു.

പിന്നിലെ വാതിൽ തുറക്കപ്പെട്ടു. ആയാസ്ഖാൻ നോക്കി. നീണ്ടുപോകുന്ന ഒരു ഇടനാഴിക.

കാവൽക്കാരൻ മുൻപേ നടന്നു. ആയാസ്ഖാൻ പുറകെയും, കിഴക്കേ അറ്റത്ത് ഒരു വാതിൽക്കൂടി തുറന്നപ്പോൾ, ഇരുട്ടുനിറഞ്ഞ മുറികൾ മുൻപിൽ കണ്ടു. കാവൽക്കാരൻ പറഞ്ഞു:

"തടവുമുറികളാണിത്‌ മൂസാ."

ആയാസ്ഖാൻ ഒന്നു ഞെട്ടിയതുപോലെ തോന്നി. 'മൂസാ.....' അയാൾ മന്ത്രിച്ചു. അയാൾ ഓർക്കുകയായിരുന്നുവെന്ന് തോന്നുന്നു. തുറമുഖവാതിൽക്കൽ അയാൾ കാൽ കൊണ്ടു ഞെരുക്കിക്കൊന്ന ആ മനുഷ്യൻ,"മൂസാ"എന്നാണ്അയാളെവിളിച്ചത്. ഇപ്പോൾ ഈകാവൽക്കാരനും അതാണു വിളിച്ചത്. മരിച്ചുപോയവൻ തിരിച്ചുവന്നിരിക്കുന്നുവെന്ന് അയാൾക്കു തോന്നിക്കാണും. ആയാസ്ഖാൻ കത്തി മുറുകെപ്പിടിച്ചു. കാവൽക്കാരൻ ഓട്ടുവിളക്ക് പൊക്കിക്കാണിച്ചു. അപ്പോൾ, ഇരുമ്പഴികളിട്ട വാതിലുകൾ മുൻപിൽ കണ്ടു. നിരക്കെ വാതിലുകൾ. ഒരറ്റം മുതൽ മറ്റേ അറ്റംവരെ പത്തിരുപത് വാതിലുകൾ. അതിനുള്ളിലെല്ലാം മനുഷ്യരാണ്. വേണാട്ടധിപതി ശിക്ഷിച്ച മനുഷ്യർ. അറബി നീങ്ങിച്ചെന്നു. വിടർന്ന മിഴികളോടെ, എന്തോ കാണാൻ മോഹിക്കുന്നവനെപ്പോലെ.

വെളിച്ചം ഒരു മുറിയിലേക്ക് വീണ് കാവൽക്കാരൻ മുൻപിൽ നിന്നു. അറബി പുറകിലും. അറബി തലതാഴ്ത്തി. ആ മുറിയിൽ ആളില്ല.

"ആരുണ്ടിവിടെ." അറബി ചോദിച്ചു.

കാവൽക്കാരൻ ഓട്ടുവിളക്ക് പൊക്കിപ്പിടിച്ചു നോക്കി. താഴേക്കു കൈചൂണ്ടി പറഞ്ഞു:

"മാപ്പു ചോദിക്കുന്നു, മൂസാ. ആളെക്കൊന്നമുറിയാവിത്."

അറബി, ആ മുറിക്കുള്ളിലേക്കു കണ്ണയച്ചു. അവിടെ ഒരുത്തൻ കിടക്കുന്നു.

"ഇതാര്?" ആയാസ്ഖാൻ ചോദിച്ചു.

"അറിഞ്ഞൂടാ മൂസാ!" കാവൽക്കാരൻ മറുപടി പറഞ്ഞു.

അയാൾ അടുത്തമുറിയുടെ മുൻപിലേക്കു നടന്നു. അവിടെയും വിള

ക്കുകാട്ടി, അറബി നോക്കി, അവിടെ ഒരാൾ നിൽക്കുന്നു. അയാൾ അറബിയെ കണ്ടപ്പോൾ ചിരിച്ചു. അറബിക്ക് ആ ചിരിയുടെ അർഥം മനസിലായില്ല.

"ഇയാൾക്ക് ഭ്രാന്താണോ, ചങ്ങാതീ?" അറബി ചോദിച്ചു.

"അല്ല മൂസാ. ഇയാള്, ആദ്യം ഇവിടെ തൊറമുഖത്ത് വന്നെറങ്ങിയ ആളാണ്." കാവൽക്കാരൻ പറഞ്ഞു.

ആദ്യം ഇറങ്ങിയ ആളെന്നു പറഞ്ഞതുകൊണ്ടാവണം, ആയാസ്ഖാൻ ചോദിച്ചു.

"ആദ്യമെന്നോ ചൊല്ലിയത്?"

"അതെ" കാവൽക്കാരൻ പറഞ്ഞു: "അറബിനാട്ടിലിരുന്ന് ആദ്യം വന്നയാൾ, ഇയാളുതന്നെ."

ആയാസ്ഖാൻ ഒന്നു ഞെട്ടിയതായി തോന്നി. അറബിനാട്ടിൽനിന്ന് ആദ്യം വേണാട്ടിലെത്തിയ ആളെന്നു പറഞ്ഞതുകൊണ്ടാവണം നോക്കി. വീണ്ടും നോക്കി, പെട്ടെന്ന് അവിടെനിന്നു നടന്നു.

പൊടുന്നനെ ഒരോർമവന്നതു കണക്ക് അറബി നിന്നു. വിളക്കു പിടിച്ച കാവൽക്കാരൻ ആ മുറിവാതിൽക്കൽത്തന്നെ നിൽക്കുകയാണ്. അയാൾ നീങ്ങുന്നില്ല. അയാൾക്കു പുറകേനടന്ന അറബി മുൻപിലായിപ്പോയതിൽ വിഷമിക്കുന്നതായി തോന്നി. "നടക്കാത്തതെന്ത്?" അറബി ചോദിച്ചു. അതുകേട്ടുണർന്ന് കാവൽക്കാരൻ ഓടിച്ചെന്നു.

അയാൾ അറബിയുടെ കാൽക്കൽ വീണു. പൊടുന്നനെ ഒരു അചേതനവസ്തു വന്നുവീഴുംപോലെ. അറബി പ്രതിമകണക്കു നിന്നു. അയാൾ പ്രേതംതന്നെയായിരിക്കുമെന്ന് അറബിക്ക് തോന്നിയിരിക്കും.

പക്ഷേ, കാവൽക്കാരൻ പൊട്ടിക്കരഞ്ഞുകൊണ്ട് മുട്ടുകുത്തി എഴുന്നേറ്റു. കൈകൾ കൂപ്പി. എന്നിട്ട് പറഞ്ഞു:

"മൂസാ നിക്ക്! ഇനിയങ്ങോട്ടു പോകാതിരിക്ക്. അടുത്ത മുറിക്കകത്തുകിടക്കുന്നത് എന്റെ കെട്ടിയവളാണ് മൂസാ...."

അറബിയുടെ മിഴികൾ അയാളുടെ മുഖത്തേക്ക് ഓടിച്ചെന്നു.

## 4

**അ**യാൾ പ്രേതമല്ലെന്ന് അറബിക്കു വിശ്വാസം വന്നതുപോലെ ഉണ്ട്. ആ മനുഷ്യൻ കുനിഞ്ഞ് കാവൽക്കാരന്റെ തോളിൽ കൈവച്ചു. എന്നിട്ടു പറഞ്ഞു: "എണീക്ക്...." വിറയ്ക്കുന്ന കൈകൾ കൂട്ടി തൊഴുതുകൊണ്ട് അയാൾ എഴുന്നേറ്റു. താഴെവീണിട്ടും കെടാതെ സൂക്ഷിച്ചിരുന്ന ആ ഓട്ടുവിളക്ക് നിലത്തു കത്തിക്കൊണ്ടിരുന്നു. അതിന്റെ പ്രകാശത്തിൽ കാവൽക്കാരന്റെ മുഖം ഭൂതകാലത്തിലെ ഏതോ വേദന, മിഴിച്ച കണ്ണുകളും വിതുമ്പുന്ന വായുമായി നിൽക്കുന്നതുപോലെ കാണപ്പെട്ടു.

"ചൊല്ല് നിന്റെ സ്ത്രീ ഈ തടവുപാളയത്തിലാവാൻ കാരണമെന്ത്?" അറബി ചോദിച്ചു.

കാവൽക്കാരൻ സാവധാനം വിളക്കു കൈയിലെടുത്തു. "വര് മൂസാ, ഇടനാഴിയിലേക്ക് വര്."

അയാൾ ഇടനാഴിയുടെ വാതിൽക്കലേക്കു നടന്നു. പുറകെ അറബിയും. അയാൾ ആ വാതിൽ കടന്നു നിന്നു. വിളക്ക് പടിയിൽവച്ച് അവർ മുഖത്തോടുമുഖംനോക്കി ഇരുന്നു: ഒരു കഥ കേൾക്കാനുള്ള താൽപ്പര്യത്തോടെയാണ് അറബി ഇരുന്നത്. കാവൽക്കാരൻ കണ്ണുകൾ തുടച്ചു. മനസിനെ ആകെ ഒന്നു നിയന്ത്രിക്കാനെന്ന കണക്ക് കുറച്ചുനേരം മുഖം പൊത്തി ഇരുന്നു. എന്നിട്ട്, സാവധാനം ശിരസുയർത്തി പറയാൻ തുടങ്ങി:

"ഒരുമാസക്കാലംമുമ്പ് കപ്പലിറങ്ങിവന്ന ഏതോ മാപാപി അടിയന്റെ അണ്ണനെ കൊന്നു, മൂസാ..." കാവൽക്കാരൻ അങ്ങനെയാണ് തുടങ്ങിയത്.

അറബി ഒന്നിളകി. ഓർമകൾ വന്നതാണ്. മുമ്പിലിരിക്കുന്ന ആ പാറാവുകാരനെയും തുറമുഖവാതിൽക്കൽ താൻ കൊന്നിട്ട കാവൽക്കാരനെയും പറ്റി. ആ വിചാരം ആ വിദേശിയുടെ മുഖത്തു സ്പഷ്ടമായിരുന്നു.

"അടിയങ്ങൾ ഇരട്ടപെറ്റ പിള്ളകളായിരുന്നു മൂസാ. ഒത്ത് ജീവിച്ചു. അടിയന്റെ അണ്ണനെ, ആ മാപാപി കൊന്നു. അവര് അണ്ണനെ എടുത്ത് കടലിലേക്കെറിഞ്ഞു. പിണംപോലും കാണാഞ്ഞ്, അതൃഷ്ടമൊണ്ടായില്ല അടിയന്."

അറബിക്ക് കാര്യം മനസിലായി. ഇരട്ടപ്പെറ്റവരായതുകൊണ്ടാണ് അവർക്ക് മുഖസാമ്യം തോന്നിയത്. ആയാസ്ഖാന്റെ മുഖത്ത് ഒരു വല്ലായ്മ നിഴലിച്ചു. തന്നെപ്പറ്റിയാണ്, ആ പാറാവുകാരൻ മാപാപിയെന്നു പറഞ്ഞത്. അയാൾ അതറിയുന്നില്ലെന്നു മാത്രം. അക്കാര്യം തുറന്നുപറയാൻ മടിയുള്ള ആളല്ല അറബി. എങ്കിലും പാറാവുകാരൻ ആ കഥ പറയാൻ തുടങ്ങിയിരിക്കുന്നു. അത് തടസപ്പെടുത്തുന്നതൊന്നും പറഞ്ഞുകൂടാ.

"അടിയങ്ങൾ ഒത്തുപാർത്തിരുന്നു. ഇപ്പൊ, അടിയൻ ഒറ്റയ്ക്കായിപ്പോയി മൂസാ. അടിയന്റെ കെട്ടിയവളെ, നേരത്തെ വേണാട്ടുമന്നന്റെ കൽപ്പനപ്രകാരം തടവിലാക്കിയിരുന്നു. അവളെ വധിപ്പാനാണ് ആദ്യം ആജ്ഞയായത്. പിന്നെ കരുണാനിധിയായ മന്നൻ അവളുടെ ജീവൻ രക്ഷിപ്പാൻ മനസുകാട്ടി."

ദൂരെ കോവിൽപ്പുറത്തെ പാണ്ടിമേളത്തിന്റെ ശബ്ദം അവ്യക്തമായി കേട്ടുകൊണ്ടിരുന്നു. തടവുപാളയത്തിലെ ഒരുതരം ഈച്ചകൾ ആ ഓട്ടുവിളക്കിനുമീതെ ചുറ്റിപ്പറന്നു. അപ്പുറത്ത് ഇരുട്ടിലും ഏകാന്തതയിലും കഴിഞ്ഞുകൂടുന്ന ആ നിർഭാഗ്യരായ മനുഷ്യരെപ്പറ്റി ഓർമിച്ചിട്ടാവണം, അറബി ഇടയ്ക്കിടക്ക് ഒളികണ്ണിട്ട് ആ വശത്തേക്കു നോക്കിയിരുന്നു. കുറച്ചു നിമിഷങ്ങളിലേക്ക് അവിടെ നിശ്ശബ്ദത നിറഞ്ഞുനിന്നു.

"അങ്ങനെ വധിപ്പാൻ കൽപ്പനയാവതിന്, നിന്റെ സ്ത്രീ എന്ത് തെറ്റാണ് ചെയ്തുവച്ചത്?" അറബി ആ നിശ്ശബ്ദതയുടെ നടുവിലേക്ക് ഒരു ചോദ്യമെടുത്തിട്ടു.

"അടിയന്റെ കെട്ടിയവള്, തേവടിയാളായിരുന്നു. തേവടിയാളെന്നാല് മൂസാക്കറിയാമോ?" പാറാവുകാരൻ ചോദിച്ചു.

അറബി ചെറിയ കണ്ണുകൾ മിഴിച്ചുവച്ചു നോക്കി. ആ മനുഷ്യന് അതു മനസിലായില്ല.

"തേവടിയാളെന്നാല്, കോവിലിലെ നടനക്കാരി, മൂസാ..."

അറബിക്ക് അപ്പോഴും അത് മനസിലായില്ല.

"നടനക്കാരിയെന്നാല്, പാട്ടുപാടി ചുവടുവയ്ക്കുന്നവളെന്നാണ് മൂസാ...."

അറബി പുരികം പൊക്കി ആലോചിച്ചിരുന്നു. തേവടിയാള്, നടനക്കാരി, പാട്ട്, ചുവടുവയ്പ് എല്ലാം. ആ വിദേശിയുടെ ഉള്ളിൽ എന്തോ പുതിയ ചലനം സൃഷ്ടിച്ചിരിക്കുന്നു. പുതിയ അറിവുകൾക്കുവേണ്ടി ദാഹിക്കുന്ന ഒരാളെപ്പോലെ, ആയാസ്ഖാൻ നോക്കിയിരുന്നു.

"മാവാരത പട്ടത്താന*ത്തോടൊപ്പം വന്നതാണു മൂസാ, അടിയന്റെ തേവടിയാള്."

അറബി വീണ്ടും മനസിലാവാതെ നോക്കിയിരുന്നു.

പാറാവുകാരൻ ഒന്നുകൂടി വിശദമായി പറഞ്ഞു:

"വേണാട്ടുമന്നൻ, സ്ഥാണുരവിപ്പെരുമാളിന്റെ കൽപ്പനയനുസരിച്ച് അമ്പലങ്ങളിൽ മാവാരതം വായിക്കാൻ ആളെ ഏർപ്പെടുത്തിയിരിക്കുന്നു. മൂന്നാണ്ടുകളെ ആയിട്ടൊള്ളൂ, ഇത് ഏർപ്പെടുത്തിയിട്ട്. മാവാരതം വായിപ്പാൻ പട്ടകളെ ഏർപ്പെടുത്തിയിരിക്കുന്നു. അതുകഴിഞ്ഞാണ്, തേവടിയാളുടെ കൂത്ത്. വേണാട്ടുമന്നന്റെ കൃപകൊണ്ട്, അടിയന്റെ കെട്ടിയവള്, ആനന്ദവല്ലി കോവിലിലെ ആദ്യത്തെ തേവടിയാളായി, മൂസാ."

"നിന്റെ കെട്ടിയവള്?" ആയാസ്ഖാൻ ചോദിച്ചു.

"തന്നെ മൂസാ." അയാൾ മറുപടി പറഞ്ഞു.

"അവളുടെ പേര്?" അറബി ഉറ്റുനോക്കിക്കൊണ്ട് പാറാവുകാരനോടു ചോദിച്ചു.

"ചീതമ്മ." പാറാവുകാരൻ മറുപടി പറഞ്ഞു.

അറബി കുറെ നിമിഷങ്ങൾതന്നെ മിണ്ടാതിരുന്നു. അയാൾ വിസ്മൃതിയിലേക്ക് വീണതുപോലെ, ആ പേര്, അയാളുടെ ആത്മാവിന്റെ ഏതോ ഭാഗത്തു ചെന്നുകൊണ്ടതുപോലെ.

"മൂസാ, ആനന്ദവല്ലികോവിൽ കണ്ടിട്ടൊണ്ടോ?" കാവൽക്കാരൻ ചോദിച്ചു.

"ഇല്ല." അറബി അറിയിച്ചു.

"വേണാട്ടുരാജ്യത്തിന്റെ ഭരദേവതയാണ് ആനന്ദവല്ലി." കാവൽക്കാരന്റെ മിഴികൾ, ആ ഭരദൈവത്തിന്റെ നേർക്ക് ഉയർന്നു ചെന്നു.

അൽപ്പസമയം, അയാൾ ആ ധ്യാനത്തിൽനിന്നു തിരിച്ചുവന്നു:

"ആനന്ദവല്ലി കോവിലില്, ഒരു നന്താവെളക്ക് വച്ചത് അടിയന്റെ

---

* *മഹാഭാരതം* വായിച്ച് ഭക്തജനങ്ങളെ കേൾപ്പിക്കുന്ന പരിപാടിയോടൊപ്പം വന്നതാണ് എന്നർഥം.

കെട്ടിയവളാണ്, മൂസാ." അയാൾ എന്തോ ഒരു വലിയ കാര്യം അറിയിക്കുകയായിരുന്നു:

ആ കാവൽക്കാരൻ പറഞ്ഞതു ശരിയാണ്. വേണാട്ടു രാജധാനിയായ കൊല്ലത്ത് ജനങ്ങൾ ഒരിക്കലും മറക്കാത്ത ഒരു നാളിനെപ്പറ്റിയാണ് ആ പാറാവുകാരൻ ഓർമിപ്പിച്ചത്. മൂന്നു സംവത്സരം മുമ്പാണത് നടന്നത്. കൊല്ലം രാജധാനിക്ക് ഒന്നരക്കാതം വടക്കുപടിഞ്ഞാറു മാറി, സാക്ഷാൽ ആനന്ദവല്ലിയുടെ കോവിൽ സ്ഥിതിചെയ്യുന്നു. കന്നിനിലാവു പരന്നൊഴുകിനിന്ന ഒരു സന്ധ്യാവേളയിൽ, ആനന്ദവല്ലി കോവിലിൽ ഒരു അത്ഭുതകരമായ ചടങ്ങു നടന്നു. വേണാട് അന്നുവരെ കണ്ടിട്ടില്ലാത്ത ചടങ്ങ്.

എങ്ങോനിന്ന് അത്ഭുതസുന്ദരിയായ ഒരു നടനക്കാരി വേണാട്ടു രാജധാനിയിൽ വന്നിരിക്കുന്നുവെന്ന്, നഗരത്തിലാകെ പ്രശസ്തിയായിക്കഴിഞ്ഞിരുന്നു. അവൾ ആനന്ദവല്ലി കോവിലിൽ ഒരു നന്താവിളക്ക് അടിയറ വയ്ക്കാൻ പോകുന്നു... അതു കാണാനാണ് നാട്ടാർ തിങ്ങിക്കൂടിയത്. വേണാട്ടിൽ അങ്ങനെയൊരു കാര്യം മുമ്പെങ്ങും നടന്നിട്ടില്ല. നന്താവിളക്കെന്നാൽ എന്തെന്നുപോലും ജനങ്ങൾക്കറിയില്ല. ഒരുപക്ഷേ, അത് ഒരു അത്ഭുതവിളക്കായിരിക്കും. എത്ര തട്ടുകളുണ്ടായിരിക്കും ആ വിളക്കിന്? ആളുകൾ പരസ്പരം ചോദിച്ചു. വീടുകളിൽ, തെരുവുകളിൽ, എല്ലാം ഒടുവിൽ അവരൊരു തീരുമാനത്തിലെത്തി: അതൊരു വലിയ വിളക്കായിരിക്കും. അപ്പോഴാണ്, കന്നിനിലാവു പകർന്നുകൊണ്ട് ചന്ദ്രൻഉദിച്ചുയർന്നത്. അന്നു പകൽ മുഴുവൻ കേട്ട ഒരറിയിപ്പ് അവർ അപ്പോഴും ഓർമിച്ചു:

"തേവടിയാൾ ചീതമ്മ ഒരു തിരുനൻറാവിളക്ക് വൈക്കപ്പോനാൾ, വെളക്ക് വയ്ത്തുതീർന്തതും അവളുടെയനടനം കോവിലുക്കളെള്ള മക്കൾക്കാക അളിപ്പതിർക്ക് വേണാട്ടധിപതി അയ്യനടികൾ തിരുവടികൾ കൽപ്പനൈയായിരിക്കത്." അപ്പോൾ, ആനന്ദവല്ലിയുടെ മുമ്പാകെ വിളക്ക് അടിയറവച്ചതിനുശേഷം ചീതമ്മ നടനമാടാൻ പോകുന്നു! അതിന് വേണാട്ടധിപതി അയ്യനടികൾ തിരുവടികൾ പ്രത്യേകമായി അനുവാദം നൽകിയിരിക്കുന്നു!

പുതിയ ഒരു സംഭവമാണത്.

അതുകൊണ്ടാണ്, അത്രയ്ക്കധികമാളുകൾ അന്ന് കോവിലിൽ തിങ്ങിക്കൂടിയത്.

ആ ചടങ്ങ് കണ്ടപ്പോൾ നാട്ടാർ നിലവിട്ടു തുള്ളിപ്പോയി. ഏഴുതിരികളുള്ള ഏഴുനിലവിളക്ക്, സ്വർണത്തിൽ പണിഞ്ഞതാണ്. ആ നിലവിളക്കിനേക്കാൾ നിറവും അഴകുമുള്ള ചീതമ്മ. തിരികൾ കൊളുത്തിവച്ചപ്പോൾ, നിലവിളക്കിനോ ചീതമ്മയ്ക്കോ കൂടുതൽ പ്രകാശമെന്ന്, കാണികൾക്കു മനസിലായില്ല. കാരണം, ചീതമ്മയുടെ കരിമിഴികൾ ആ വിളക്കിനേക്കാൾ വേഗതയോടെ അവരെ കടാക്ഷിച്ചു: ആ ശരീരം അവരിൽ വികാരമുണർത്തി.

അങ്ങനെയുള്ള ചീതമ്മയാണ് ഇപ്പോൾ അപ്പുറത്ത് തടവുമുറിയിൽ കിടക്കുന്നത്.

കാവൽക്കാരൻ കഥ തുടർന്നു:

"അവളെ കൊണ്ടുവന്നത് അടിയനാണ് മൂസാ. കുലശേഖരപ്പെരുമാളുടെ രാജധാനിയിൽനിന്നാണ് കൊണ്ടുവന്നത്. ഒരു നടനക്കാരിയെ വേണാട്ടുരാജധാനിയിലേക്ക് കൊണ്ടുവരാൻ ആരും തയാറായില്ല. അടിയൻ അതിനു തയാറായി. വേണാട്ടു ഭരദേവതയുടെ കോവിലിൽ ഒരു തേവടിയാള് വേണമെന്ന് കുലശേഖരപ്പെരുമാൾ കൽപ്പിച്ചതാണ്. വേണാട്ടുമന്നന് അതിഷ്ടായില്ല. എന്നാലും അവിടന്നു സമ്മതിച്ചു. അടിയൻ കൊണ്ടുവന്നു."

അയാൾ നിറുത്തി. മൂകനായി അൽപ്പനേരമിരുന്നു. അയാൾ കരയുകയായിരുന്നു. അറബി ഒന്നും മിണ്ടിയില്ല. അയാൾ വീണ്ടും പറഞ്ഞു: "ചീതമ്മയ്ക്ക് എന്നെ ഇഷ്ടായി. എനിക്ക് അവളേയും ഇഷ്ടായി. അതുകൊണ്ട് ഞങ്ങള് ഒത്തുപാർത്തു. അവൾക്ക് അടിയൻ താലികെട്ടി. അവള് രാജധാനിയിലെ ഒന്നാമത്തവളായിത്തീർന്നു. അപ്പളാണ് മൂസാ ആ സംഭവമുണ്ടായത്."

"എന്ത്, എന്താണു ചങ്ങാതീ?" അറബി തിരക്കി.

"അറബിക്കടല് കടന്ന് ഒരു ചെറുപ്പക്കാരൻ വന്നു. അവന്റെ കൂടെ ഒരു പെണ്ണുണ്ടായിരുന്നു. കടലും അക്കരെ ഉള്ള നാടുകളും കടഞ്ഞെടുത്ത അഴകായിരുന്നൂ, മൂസാ ആ പെണ്ണിന്. അന്ന് അവള് വേണാട്ടു രാജധാനീല് വന്നപ്പൊ അറുപതും കഴിഞ്ഞ നരച്ചു വെളുത്ത കെഴവന്മാരുപോലും നാണമില്ലാതെ അവളെ നോക്കിനിന്നുപോയി, മൂസാ. അവളുടെ പേരിലാണു മൂസാ, ചീതമ്മ അപകടത്തിലായത്." പാറാവുകാരൻ ഏതോ വലിയ കാര്യം ചെറിയ വാക്കുകളിലൊതുക്കി അറിയിച്ചു.

അപ്പോഴാണ് കാവൽക്കാരൻ അതു ശ്രദ്ധിച്ചത്. തന്റെ പുരോഭാഗത്തിരിക്കുന്ന ആജാനുബാഹുവായ ആ മനുഷ്യൻ എന്തുകൊണ്ടോ കണ്ണുകൾ മിഴിച്ച്, ചുണ്ടുകൾ അമർത്തിപ്പിടിച്ച്, അയാളെ വിഴുങ്ങുന്ന നോട്ടവുമായി ഇരിക്കുന്നു. അറബിയുടെ നെഞ്ഞ് ഉയരുകയും താഴുകയും ചെയ്യുന്നു. പടിഞ്ഞാറെ കടല് അയാളുടെ ഹൃദയത്തിൽക്കിടന്ന് അലയടിക്കുംപോലെ. അയാളുടെ കണ്ണുകൾ കലങ്ങിയിരുന്നത് ആ ഓട്ടുവിളക്കിന്റെ വെളിച്ചത്തിൽ കാവൽക്കാരൻ കണ്ടു.

"എന്താ മൂസാ, ഒരു സംഭ്രമംപോലെ?" പാറാവുകാരൻ ചോദിച്ചു.

"ഇല്ല, ചങ്ങാതീ, അറിയട്ടെ, കഥയൊന്നറിയട്ടെ." അറബി പെട്ടെന്ന് മനസ്സ് ഒന്നു കുടഞ്ഞു വാരിക്കെട്ടിയതുപോലെ ഉണ്ട്.

പാറാവുകാരനും ഉള്ളിലൊതുക്കിപ്പിടിച്ച വിചാരങ്ങളുടെ കുത്തിമറിച്ചിലിൽപ്പെട്ട് വിവശനായിരുന്നു. അയാൾ അൽപ്പനേരം മുഖം താഴ്ത്തിയിരുന്നു. എന്നിട്ടു പറഞ്ഞു.

"ആ പെണ്ണിനെച്ചൊല്ലി കൊട്ടാരത്തിൽ കലാപമായി മൂസാ. ഒടുവില് അവളെ കൊല്ലാനും ചില കൂട്ടരൊരുങ്ങി. അവളെ രക്ഷിച്ചത്, ചീതമ്മയായിരുന്നു."

ആയാസ്ഖാൻ നിവർന്നിരുന്നു. അയാളുടെ കണ്ണുകൾ ഒന്നുകൂടി വിടർന്നുമിഴിച്ചു. അയാൾ എന്തോ ചോദിക്കുവാൻ വെമ്പി. ചുണ്ടുകൾ വാക്കുകളെ തടഞ്ഞു നിർത്തുകയായിരുന്നുവെന്നു തോന്നി. എങ്കിലും ഒടുവിൽ അതു പുറത്തേക്കു ചാടി.

“എന്നിട്ട്....... എന്നിട്ട് ആ പെണ്ണ് എങ്ങിരിക്കുന്നു? എങ്ങാണ്, അവളെ പാർപ്പിച്ചിരിക്കുന്നത്?”

കാവൽക്കാരൻ, ഭയന്നമിഴികളോടെ, വിക്കിവിക്കി അറിയിച്ചു:

“തെരിഞ്ഞിട്ടില്ല മൂസാ. അവളെ രക്ഷിപ്പാൻ ചീതമ്മയ്ക്കു കഴിഞ്ഞു. പക്ഷേല്, അവളെ രക്ഷിപ്പാൻ പോയതിന് ചീതമ്മയെ തടവിലടച്ചു. അതിനുശേഷം അവളെ കണ്ടിട്ടില്ല മൂസാ. ആ പെണ്ണിനെ കൊണ്ടുവന്നവൻ തന്നെ എങ്ങോ കൊണ്ടുപോയതായി നാട്ടാർ പറയുന്നുണ്ട്.”

“കൊണ്ടുപോയെന്നോ?” ആയാസ്ഖാൻ തിടുക്കത്തിൽ ചോദിച്ചു.

“അതെ മൂസാ മറ്റൊന്നും അടിയങ്ങൾക്കു തെരിഞ്ഞിട്ടില്ല.” പാറാവുകാരൻ അറിയിച്ചു.

അറബി വലതുകൈ നിലത്തുകുത്തി എഴുന്നേറ്റു. കൂടെ കാവൽക്കാരനും. ആ വിദേശിയുടെ മുഖത്തു എന്തോ ഭീകരത പടർന്നുപിടിച്ചത് പാറാവുകാരൻ കണ്ടു. അയാൾ ഓട്ടുവിളക്കും കൈയിലെടുത്തു കൊണ്ടാണ് എഴുന്നേറ്റത്. അയാൾക്കു മിണ്ടാൻ കഴിഞ്ഞില്ല. ഭീതി അയാളെ വലയം ചെയ്തിരിക്കുന്നു.

“നിന്റെ സ്ത്രീയെ നമുക്ക് കാണണം.” അറബി ദൃഢമായ സ്വരത്തിൽ പറഞ്ഞു.

“മൂസാ....!” പാറാവുകാരന്റെ സ്വരം ഭീതിയും വേദനയും കൊണ്ട് ദയനീയമായി തോന്നി.

“കാണിപ്പാൻ തന്നെ പറയുന്നത്....” ആയാസ്ഖാന്റെ ശബ്ദം ഇടനാഴിയിൽക്കിടന്നു മുഴങ്ങി.

ഏതാനും നിമിഷങ്ങൾ പാറാവുകാരൻ കൈയിലിരുന്ന വിറയ്ക്കുന്ന വിളക്കുമായി വാതിൽകടന്നു പുറത്തേക്കിറങ്ങി. അറബി പുറകെ ചെന്നു. ആ തടവുമുറിയുടെ വാതിൽക്കലേക്ക്. പാറാവുകാരൻ അതിന്റെ മുമ്പിലേക്കു ചെന്നില്ല. ഒരുവശത്തു നിന്നുകൊണ്ട്, ഓട്ടുവിളക്ക് നീട്ടിക്കാണിച്ചു. അറബി പിന്നിൽത്തന്നെ നിന്നു. പാറാവുകാരൻ തേങ്ങിക്കരയുന്നതു അറബി കണ്ടു. ദുർബലനായ ആ മനുഷ്യൻ തിരിഞ്ഞ് സ്വരമടക്കി അപേക്ഷിച്ചു:

“കാണ് മൂസാ. അങ്ങോട്ട് നീങ്ങിനിന്ന് കാണ്.”

അറബി രണ്ടുനിമിഷം അതേപടി നിന്നിട്ട്, മുമ്പോട്ടു നീങ്ങി ആ തടവുമുറിയുടെ മുൻപിൽനിന്ന് അകത്തേക്ക് നോക്കി. ഓട്ടുവിളക്കിന്റെ വെളിച്ചം ആ ഇരുണ്ട മുറിയിലേക്കു വീഴുന്നു. കൂടിയാൽ മൂന്നുകോൽ നീളംവീതിയുള്ള മുറിയാണത്. അതിന്റെ ഒരു മൂലയിൽ ഒരു സ്ത്രീ മുട്ടിൽ കൈവച്ച് മുഖമർപ്പിച്ച് ഇരിക്കുന്നു. അവളുടെ കൈത്തണ്ട ആയാസ്ഖാൻ കണ്ടു. അറബിനാട്ടിലെ ഏറ്റവും നല്ല പൊന്നിന്റെ നിറം! അവളുടെ തഴച്ചുവളർന്ന മുടി എണ്ണ കാണാതെ ചെമ്പിച്ചിരിക്കുന്നു.

അറബി രണ്ടു ചുവടുവച്ചു, പാറാവുകാരന്റെ അടുക്കലേക്ക്, പിന്നെ, സാവധാനം പറഞ്ഞു:

"നിന്റെ ദണ്ണം നമുക്ക് മനസിലാകും. പക്ഷേ, നിന്റെ സ്ത്രീയെ ഒന്നുവിളിക്കൂ. അവളെ നേരിട്ട് കാണ്മാൻ നമ്മൾ ആഗ്രഹിക്കുന്നു."

പാറാവുകാരൻ അൽപ്പം മുന്നോട്ടു നീങ്ങിനിന്നു വിളിച്ചു: "ചീതമ്മാ!"

ആദ്യം അവൾ അനങ്ങിയില്ല. രണ്ടാമതും അയാൾ വിളിച്ചു: "ചീതമ്മാ....." അവൾ ഒന്നനങ്ങി. അറബി മുഖമങ്ങോട്ടു തിരിക്കാതെ, അതു കണ്ടു. "ഒന്നെഴുന്നേറ്റു വരൂ ചീതമ്മാ" പാറാവുകാരൻ ദുഃഖമമർത്തിപ്പിടിച്ച് അറിയിച്ചു. അവൾ സാവധാനം എഴുന്നേറ്റ് മുറിയുടെ അഴിവാതിലിനടുക്കലേക്കു ചുവടുവച്ചു. അറബി ഒരു ചുവടു മുൻപോട്ടു ചെന്നു. ആ ഓട്ടുവിളക്കിന്റെ പ്രകാശത്തിൽ ചീതമ്മ തടവുമുറിയുടെ ഇരുമ്പഴികളിൽ പിടിച്ചുകൊണ്ട് നിൽക്കുന്നു.....

അവളുടെ കണ്ണുകൾ നിറഞ്ഞൊഴുകുന്നു. മുടി പാറിപ്പറന്നു കിടക്കുന്നു. ഇരുട്ടിലും ഏകാന്തതയിലും കിടന്നു വാടിയിട്ടും ആ മുഖം അപൂർവ സൗന്ദര്യമുള്ളതായി കാണുന്നു. അറേബ്യയിലെങ്ങും ഇത്ര വടിവൊത്ത ഒരു രൂപം അയാൾ കണ്ടിട്ടില്ല. ഇരുമ്പഴികളെ വലയം ചെയ്തിരിക്കുന്ന അവളുടെ വിരലുകൾ അറബിനാട്ടിലെ പനകളിൽ കുലപൊട്ടിക്കിടക്കുന്ന ഇളംപൂത്തണ്ടുകൾപോലെ അയാൾക്കു തോന്നി. അയാളുടെ കണ്ണുകൾ അവളെ കാണാനും കാണാതിരിക്കാനും ശ്രമിക്കുകയായിരുന്നു.

അറബി അവളോട് ഒന്നും മിണ്ടിയില്ല. പാറാവുകാരനോട് ചോദിച്ചു:

"കാണാതായ ആ പെൺകുട്ടിയെപ്പറ്റി നിനക്കും നിന്റെ സ്ത്രീക്കും ഒന്നും അറിവില്ലെന്നോ?"

"അറിവില്ല മൂസാ. അവളോട് ചോദിക്കാമല്ലോ." പാറാവുകാരൻ അറബിയുടെ നേർക്ക് ദൃഷ്ടിയർപ്പിച്ചുനിന്നു.

"നീ തന്നെ ചോദിക്ക്." അറബി ആവശ്യപ്പെട്ടു.

അയാൾ ചീതമ്മയോട് അതു ചോദിക്കാൻ ഭാവിച്ചു. അറബി അവളെ ശ്രദ്ധിച്ചു. അപ്പോൾ അവളുടെ കണ്ണുകൾ പിന്നെയും നിറഞ്ഞു. ധാരമുറിയാതെ അതു കീഴോട്ടൊഴുകി. പാറാവുകാരനെ ഒന്നു നോക്കിയിട്ട് അവൾ മുഖം താഴ്ത്തിക്കളഞ്ഞു. അയാൾ ഒന്നും ചോദിച്ചില്ല. അറബി തല താഴ്ത്തി. ചീതമ്മ അഴികളിൽനിന്നു കൈയെടുത്തു. അവൾ മുറിയുടെ ഉള്ളിലേക്കു തിരിഞ്ഞുനടന്നു. നിമിഷങ്ങൾ. അവളുടെ ഏങ്ങലടി ഇരുട്ടിനുള്ളിൽനിന്നും ഉയർന്നു വന്നു....

പൊടുന്നനെ, ഇരുമ്പഴികളിൽ ആഞ്ഞടിക്കുന്ന ശബ്ദം. പാറാവുകാരൻ നോക്കി, അറബിയും നോക്കി. അടുത്ത മുറിയിൽ നിന്നാണ്. പാറാവുകാരൻ പെട്ടെന്ന് അങ്ങോട്ടു നടന്നു. അപ്പോൾ ആ മുറിയുടെ അഴികളിൽ ആഞ്ഞടിക്കുന്ന തടവുകാരൻ ഏതോ ഭാഷയിൽ എന്തോ അലറി വിളിച്ചുപറയുന്നു. അറബി അതുകേട്ടു. അയാൾ പെട്ടെന്ന് അങ്ങോട്ടു നടന്നു. കാരണം, തന്റെ ഭാഷയിലാണ് അയാൾ വിളിച്ചുപറയുന്നത്.

അറബി അയാളെ നോക്കി. കുറച്ചുനേരംമുമ്പ് കണ്ട ആ വിദേശി. അറബിനാട്ടിൽനിന്ന് ആദ്യം വന്നിറങ്ങിയവനെന്ന് പാറാവുകാരൻ പറഞ്ഞ ആ മനുഷ്യൻ. അയാളാണ് തടവുമുറിയുടെ വാതിലിൽ ആഞ്ഞടിക്കുന്നത്. അറബിയെ മുൻപിൽ കണ്ടപ്പോൾ അയാൾ പല്ലിളിച്ചു. കുറേക്കൂടി ബലത്തിൽ ആ വാതിലിൽ ആഞ്ഞിടിച്ചു. അയാൾ അറബിഭാഷയിൽ ഇങ്ങനെ വിളിച്ചുപറഞ്ഞു:

"നിങ്ങളാര്? എന്റെ നാട്ടുകാരനല്ലേ? നിങ്ങൾ വേണാട്ടുമന്നന്റെ ആളായിരിക്കുന്നു അല്ലേ? ഞങ്ങൾ ഈ തടവുമുറികൾ പൊളിക്കും! വേണാട്ടധിപതിയെയും അയാളെ സഹായിക്കുന്ന നിങ്ങളെപ്പോലുള്ള ദേശദ്രോഹികളെയും വധിക്കും!"

അയാൾ ആവർത്തിച്ചാവർത്തിച്ച് അലറിവിളിക്കുകയാണ്. അറബി ഒന്നു പുഞ്ചിരിച്ചു. എന്നിട്ട് സാവധാനം ശബ്ദമടക്കി പറഞ്ഞു:

"അടങ്ങ്, അൽപ്പം അടങ്ങിക്കഴിയ്."

ആ തടവുകാരൻ പല്ലിളിച്ചു. അറബി അയാളുടെ നേർക്ക് കൈനീട്ടി. പെട്ടെന്ന് തളർന്നുപോയവനെപ്പോലെ അയാൾ അറബിയെ ക്ഷീണമിഴികളോടെ നോക്കി. പിന്നെ, കൈകൾ പുറത്തേക്ക് നീട്ടി: അറബി ആ കൈകളിൽ പിടിച്ചു. ഒന്ന് അമർത്തി. അതിൽക്കൂടി എന്തോഒക്കെ അയാൾ തടവുകാരനോട് പറഞ്ഞതുപോലെ തോന്നി: അറബി തിരിഞ്ഞു നടന്നു.

ഇടനാഴിയിൽക്കൂടി അയാൾ നടന്നു. പാറാവുകാരൻ മുമ്പിൽ ദീപം കാണിച്ചുകൊണ്ട് നീങ്ങി. അവർ, പൂമുഖത്തു തിരിച്ചുവന്നു. ആ ഇരുമ്പ് വിളക്ക് നിന്നു കത്തുന്നു. അറബി, പൂമുഖത്തിന്റെ അരത്തിണ്ണയിൽ ഇരുന്നു. പാറാവുകാരൻ അടുത്ത് നിന്നു. രാത്രികാലത്തെ കിളികൾ മരങ്ങളിലിരുന്ന് എന്തോ ശബ്ദങ്ങളുണ്ടാക്കി. കോവിൽപ്പുറത്ത് വാദ്യമേളങ്ങൾ കേൾക്കുന്നുണ്ട്. ആളുകളുടെ ആരവംകൂടിയതുപോലെ.

"ആരാണ്, നിന്റെ സ്ത്രീയെ തടവിലാക്കിയത്?" വെള്ളിത്താടി തടവിക്കൊണ്ട്, ആയാസ്ഖാൻ അന്വേഷിച്ചു.

"തീയമാഴവനായ മാർത്താണ്ഡൻ ചിന്നയ്യൻ അധികാരികളാണ്, മൂസാ." പാറാവുകാരൻ വെളിപ്പെടുത്തി.

"തീയമാഴവനോ? അതെന്താ?" അറബിക്ക് അതു മനസിലായില്ല.

"എന്നാൽ, നിയമപാലകരുടെ അധികാരി എന്നാണ് മൂസാ...." പാറാവുകാരൻ വിശദീകരിച്ചു.

അറബി ആലോചിച്ചിരുന്നു. മാർത്താണ്ഡൻ ചിന്നയ്യന്റെ പേരു പറഞ്ഞപ്പോൾ അയാൾക്ക് ആളെ മനസിലായി. തന്നെ, തുറമുഖവാതിൽക്കൽവച്ച് ബന്ധിച്ച ആളാണ്. ആ സംഭവത്തിനുശേഷം അയാളെ തടവിലാക്കി, തന്നെ മോചിപ്പിച്ചു. അതു ചെയ്തത് കുലശേഖരപ്പെരുമാളിന്റെ പ്രതിപുരുഷനായ വിജയരാഗദേവനാണ്. അപ്പോൾ, ചീതമ്മയെ തടവിലാക്കിയതും മാർത്താണ്ഡൻ ചിന്നയ്യനാണ്.

അറബി അൽപ്പസമയം ചിന്തയിൽ മുഴുകിക്കൊണ്ടിരുന്നു. ആ രൂപവതിയായ സ്ത്രീയെപ്പറ്റി അയാൾ ചിന്തിക്കുകയായിരുന്നു. അറേബ്യക്കാരനായ ആ തടവുകാരനെപ്പറ്റിയും. കൊല്ലം നഗരത്തിലും അവിടത്തെ രാജധാനിയിലും അറേബ്യയിൽനിന്ന് അധികംപേർ വന്നിട്ടില്ല. ചുരുക്കം ചില കച്ചവടക്കാരേ ഈ കരയിലിറങ്ങിയിട്ടുള്ളു. മാർത്താണ്ഡൻ ചിന്നയ്യൻ എന്തുകൊണ്ടോ അറബികൾക്കെതിരാണ്. ചീതമ്മയെ തടവിലാക്കിയതുപോലും അതിന്റെ പ്രതിഫലനമല്ലേ?

"നീ എന്നെ അറിയില്ലല്ലോ?" ചിന്തയിൽനിന്ന് ഉണർന്ന് ആയാസ്ഖാൻ ഒരു ചോദ്യം ചോദിച്ചു.

പാറാവുകാരൻ ആ മനുഷ്യനെ തുറിച്ചുനോക്കി.

"കുറിമാനത്തിൽനിന്ന് ഊരുംപേരും വേണാട്ടുകൊട്ടാരത്തിലെ മമതയും ഗ്രഹിപ്പാൻ കഴിഞ്ഞു." അയാൾ സവിനയം അറിയിച്ചു.

"നിന്റെ കൂടെപ്പിറപ്പിനെ കൊന്ന അറബി, നമ്മളാണ്." പൊടുന്നനെ, ആയാസ്ഖാൻ പ്രസ്താവിച്ചു.

പാറാവുകാരൻ മിഴിച്ചുനിന്നു. അയാളുടെ കൈകൾ വിറച്ചു. ചുണ്ടുകൾ വിതുമ്പി. ജീവിതത്തിൽ ഏറ്റവും വെറുക്കുന്ന ഘാതകനെ നോക്കിക്കാണുന്നതുപോലെ.

"നിന്റെ കൂടപ്പിറപ്പിനെപ്പറ്റി ചിലത് നമ്മൾ അറിഞ്ഞിട്ടാണ് ഇക്കരയ്ക്കിറങ്ങിയത്. വിനോദിപ്പാൻവേണ്ടിയല്ല അവനെ കൊന്നത്. ആ പെണ്ണിനെപ്പറ്റി നീയിപ്പോൾ ചൊല്ലിയല്ലോ. അവളെ കടത്തിക്കൊണ്ടുവന്ന വേളയിൽ അവളെ കൊണ്ടുപോന്നവനെ തുണച്ചത് തുറമുഖവാതിൽ കാപ്പവനെന്ന് നമ്മൾ നേരത്തെ അറിഞ്ഞിരുന്നു. അവൻ തടസം ചൊല്ലിയത് വെറുതേയാവുകയില്ലെന്നും നമ്മൾ ഗ്രഹിച്ചിരുന്നു."

പാറാവുകാരൻ സ്തബ്ധനായി നിന്നു. അയാൾ അടിമുടി വിറയ്ക്കുകയാണ്.

"നിന്റെ സ്ത്രീയെ നമ്മൾ തെറ്റായി ധരിക്കുന്നില്ല. അവൾ ആ പെണ്ണിനെ രക്ഷിപ്പാൻ നോക്കിയിരിക്കും. നിന്നെ എനിക്കിനിയും അറിവായിട്ടില്ല. ആ പെണ്ണിനെ തേടിയിറങ്ങിയവനാണ് നമ്മൾ. അതു നീ ആരോടും ചൊല്ലണ്ട. പക്ഷേ, നിനക്കറിയാൻ തരമുള്ളതെല്ലാം നമുക്കുവേണ്ടി തേടിക്കൊള്ളണം. എങ്കിലോ, നിന്റെ സ്ത്രീ ഈ തടവുമുറിയിൽനിന്നു പുറത്തുവരുമെന്നു കരുതിക്കൊള്ളു. ഇതു വീൺവാക്കല്ല."പാറാവുകാരൻ എന്തു പറയണമെന്നറിയാതെ നിന്നു. അറബി എഴുന്നേറ്റു. പൂമുഖത്തുനിന്നും നടന്ന് മുറ്റത്തേക്കിറങ്ങി. അയാൾ ഇരുട്ടിലേക്ക് അടിവച്ചു മറഞ്ഞു. ഏതോ ഭീകരമായ സ്വരൂപം അൽപ്പനേരം തന്റെ മുമ്പിൽ നൃത്തംവച്ചിട്ട്, ആ വൻമരങ്ങളുടെ ഇടയിലേക്ക് കടന്നുപോയ്ക്കളഞ്ഞതായി ആ പാറാവുകാരനു തോന്നി. അയാൾ അപ്പോഴും അടിമുടി വിറച്ചുകൊണ്ടിരുന്നു. കോവിൽപ്പുറത്ത് അപ്പോഴും മേളം നടക്കുകയാണ്.

# 5

**ചെ**ങ്ങമനാട്* കാടുണ്ട്. നങ്ങമ്മക്കാട്. അതിന്റെ പടിഞ്ഞാറെപ്പുറത്തുകൂടി കാളവണ്ടികൾ പോകുന്നു. ഒരു കാളവണ്ടി മാത്രം ഏറ്റവും പുറകിൽ, ഓച്ഛാനിച്ചുനടക്കുന്ന സേവകനെപ്പോലെ, നീങ്ങുന്നു. രാത്രി സമയം, നങ്ങമ്മക്കാട്ടിലെ കിളികൾ മരങ്ങളിലിരുന്ന് കുറുകുന്നു. അവയ്ക്ക് കാളവണ്ടിയുടെ ശബ്ദം പരിചിതമാണ്, നൂറ്റാണ്ടുകളായിട്ട്.

നങ്ങമ്മക്കാടും പരിസരവും പ്രത്യേകത ഉള്ള പ്രദേശമാണ്. അവിടെ കുറിഞ്ഞിനിലവും മുല്ലനിലവും മരുതനിലവുമുണ്ട്. എന്നു വച്ചാൽ കുന്നുകളും മേച്ചിൽസ്ഥലങ്ങളും കുറ്റിക്കാടുകളുമുണ്ട്. ആറുംതോടും വയലുമുണ്ട്. കിഴക്കുഭാഗത്താണ് കാട്. കാടിനോടു ചേർന്നു പാത. പാതയ്ക്കു പടിഞ്ഞാറുപുറത്താണ് നെൽവിളയുന്ന കഴനികൾ. കാട്ടിനകത്തുനിന്ന് ഒരാറ് പടിഞ്ഞാറോട്ടൊഴുകുന്നു.

രാത്രികാലത്ത് ആരും അവിടെക്കൂടെ ഒറ്റയ്ക്ക് പോകാറില്ല. കാട്ടിലെ തിനപ്പുനം കാക്കുന്ന പുനവന്മാർപോലും, പടിഞ്ഞാറ് സൂര്യൻ ചായുമ്പോൾ കഴനികൾക്കരികിലെ കൂരകളിലേക്കു സംഘം ചേർന്നു പിൻവാങ്ങിക്കളയും. പകലൊക്കെ അവർ കാട്ടരികിൽ അലഞ്ഞു നടക്കുന്നതു കാണാം. അപ്പോൾ, തിന തിന്നുന്ന കിളികളെ ആട്ടിപ്പായിക്കാൻ അവർ കൊട്ടുന്ന പറയുടെ ശബ്ദം ആ പ്രദേശത്താകെ മുഴങ്ങിക്കേൾക്കാം.

നങ്ങമ്മക്കാട്ടിന് ഒരു കഥയുണ്ട്. തമിഴ്നാട്ടിലെ കൊല്ലിമലയിലെ പ്രസിദ്ധമായ മോഹിനീവിഗ്രഹം** പോലൊന്ന് നങ്ങമ്മക്കാട്ടിനുള്ളിലും ഇരിപ്പുണ്ടെന്ന് നാട്ടാർ വിശ്വസിച്ചു പോരുന്നു. കൊല്ലിമലയിലെ വിഗ്രഹത്തിന് കൊല്ലിപ്പാവയെന്നായിരുന്നു പേര്. നങ്ങമ്മക്കാട്ടിലെ അജ്ഞാതമായ ആ പ്രതിമയ്ക്ക്, 'നങ്ങമ്മപ്പടിമ' എന്നാണ് പേര് വിളിച്ചിരുന്നത്. അതായത് നങ്ങമ്മയുടെ പ്രതിമ രണ്ടു നൂറ്റാണ്ടുകൾക്കുമുമ്പ് കവിരംമലയിൽനിന്ന് ഓടിക്കയറിവന്ന ആയിക്കൂടി പട ചെങ്ങമനാട്ടെത്തിയപ്പോൾ പുനവപ്പെണ്ണായ നങ്ങ പതിനേഴു തികഞ്ഞു നിൽക്കുകയായിരുന്നു. പുനവന്മാരുടെ തലവന്റെ മകൻ മോഹിച്ചുവച്ചിരുന്ന നങ്ങ ആയിക്കൂടിപ്പടയെ എതിർക്കാൻ കൊടിച്ചികളെ*** അണിനിരത്തി. പക്ഷേ, നങ്ങയെ ആയിക്കൂടി പടയാളികൾ വെട്ടിക്കൊന്ന് കാട്ടിലെറിഞ്ഞിട്ട് കടന്നുകളഞ്ഞു. മറ്റു കൊടിച്ചികളേയും കൊന്നുകളഞ്ഞു. പുനവന്മാരുടെയിടയിലുണ്ടായ ദുഃഖത്തിന് അളവില്ലായിരുന്നു. കുരവക്കൂത്തുപാട്ടിന് ആ പ്രദേശത്തെങ്ങും നങ്ങയെപ്പോലെ സമർഥയായി ഒരു പെണ്ണുണ്ടായിരുന്നില്ല. അതുപോലെ വള്ളിക്കൂത്തിനും. അങ്ങനെ എല്ലാവരും സ്നേഹിച്ച ആ മനോഹരിയായ പുനവപ്പെണ്ണിനെ പുനവന്മാർ ചേർന്ന് മുരശടിച്ചു കീർത്തിച്ചു. അവളുടെ

---

* കൊട്ടാരക്കരപ്രദേശം

** സംഘകാലത്ത് ഔവ്വയാർ ഉൾപ്പെടെയുള്ള കവികൾ കാറ്റിനും മഴയ്ക്കും ഇടിക്കും മിന്നലിനും ഒന്നും നശിപ്പിക്കാൻ കഴിയാത്ത ഈ മോഹിനീപ്രതിമയെപ്പറ്റി വർണിച്ചിട്ടുണ്ട്.

*** കുറവസ്ത്രീകൾ.

സ്മരണയ്ക്കായി ഒരു 'വീരക്കല്ല്' നാട്ടാൻ നിശ്ചയിക്കുകയും ചെയ്തു. അപ്പോഴാണ് ആ അത്ഭുതമുണ്ടായത്. വീരക്കല്ലു നാട്ടാൻ നിശ്ചയിച്ചത് ഒരു പൗർണമിക്കാണ്. അന്ന് സന്ധ്യയായപ്പോൾ, കിഴക്ക് പൂർണചന്ദ്രൻ ഒരു പൊൻതളികപോലെ ഉയർന്നുവന്നു. കീഴിൽ, കാട്ടിൽ അകത്ത്, വേങ്ങമരച്ചില്ലകൾക്കുള്ളിൽ ഒരു വെളിച്ചം! പുനവന്മാരും കൊടിച്ചികളും ഓടിയെത്തി. അവർ ഭയന്നും ഭക്തിപൂർവവും കാട്ടിനുള്ളിലേക്ക് കടന്നു ചെന്നു. അപ്പോൾ അവിടെ ഒരു ദീപം നിന്നെരിയുന്നു. അതിന്റെ പിന്നിൽ, ഒരു കൽപ്രതിമ. നങ്ങയുടെ പ്രതിമ.....

എല്ലാ ലോകങ്ങളും കാത്തുവാഴുന്ന ദൈവം. തൻകരം കൊണ്ടു തന്നെ പുനവർക്കു കൊടുത്ത പ്രതിമ!...... പുനവരും കുറത്തികളും ചേർന്ന് അന്ന് ഇരുട്ടെവെളുക്കെ വള്ളിക്കൂത്താടുകയും വള്ളെപ്പാട്ട് പാടു കയും ചെയ്തു. അനവധി ദിവസക്കാലത്തേക്ക് അത് നീണ്ടുനിന്നു. അപ്പോഴെല്ലാം കാട്ടിൽ അത്ഭുതകരമായ വെളിച്ചമായിരുന്നു. നങ്ങ, നങ്ങമ്മയായി. ആ പ്രതിമ നങ്ങമ്മപ്പടിമയായി. ആ കാട് നങ്ങമ്മക്കാടായി.

ഇതാണ് ഐതിഹ്യം. അപ്പോൾ നങ്ങമ്മക്കാട്ടിനെപ്പറ്റി ഭയം മാത്ര മല്ല, ഭക്തിയുംകൂടി ഉണ്ട്, നാട്ടാർക്ക്. ഇന്നിപ്പോൾ നങ്ങമ്മക്കാട്ടിലെ നങ്ങമ്മപ്പടിമയെപ്പറ്റി ആർക്കും പ്രത്യേകിച്ച് ഒരറിവുമില്ല. ആരും അതു നേരിട്ടു കണ്ടിട്ടില്ല. വളരെക്കാലം കാട്ടിൽനിന്ന്, നങ്ങമ്മ പാടുന്ന വള്ളെ പ്പാട്ടിന്റെ ശബ്ദം വെളുത്തവാവുന്നാളുതോറും കേട്ടിരുന്നുവത്രേ. ഇന്നുള്ളവരിൽ ചിലർ ആ പാട്ടു കേൾക്കുന്നുണ്ടോ എന്നു ചെവി വട്ടം പിടിച്ച് പടിഞ്ഞാറു നീങ്ങി കാത്തിരിക്കാറുണ്ട്.

പക്ഷേ, ആരും ആ പാട്ടു കേൾക്കാറില്ല.....

വേങ്ങമരങ്ങൾ പൂത്തുനിന്നിരുന്നു. വഞ്ചിപ്പൂക്കളും ഉഴിഞ്ഞപ്പൂക്കളും എമ്പാടും നിറഞ്ഞുനിൽപ്പുണ്ട്. എള്ളിന്റേയും ഉഴുന്നിന്റേയും ഗന്ധം പടി ഞ്ഞാറുനിന്ന് അടിച്ചുവന്നിരുന്നു. ഒരു തണുത്ത കാറ്റുവീശി. ആ കാളവ ണ്ടികൾ അപ്പോഴും സാവധാനം നങ്ങമ്മക്കാട്ടിന്റെ പടിഞ്ഞാറുപുറത്തു കൂടി വടക്കോട്ടു നീങ്ങുകയാണ്.

കാട്ടുപന്നികളുടെ ഒരുകൂട്ടം പടിഞ്ഞാറോട്ടു ചാടിയോടിയപ്പോൾ, ആ കാളവണ്ടികൾ ഒന്നു നിന്നു. പന്നികൾ കടന്നുപോകാൻ വേണ്ടി, അമ്പും അരിവാളും കുന്താലിയും മഴുവും വേലുമെല്ലാം കൊണ്ടാണ്, വണ്ടിക്കാർ സഞ്ചരിക്കുക. അതുകൊണ്ട്, അവർക്ക് ഭയമില്ല. നങ്ങമ്മ ക്കാട്ടിനരികിൽ പന്നികൾ ധാരാളവുമാണ്. പക്ഷേ, അവർക്ക് ഭയം ഒന്നി നെയേ ഉള്ളു; കരടികളെ. കരടി വന്നാൽ വിഷമമാണ്.

നിലാവുമങ്ങി. ഒരു മേഘം പടിഞ്ഞാറുനിന്നുയർന്നു വന്നതാണ്. കാളവണ്ടികൾ വീണ്ടും നീങ്ങി. ഏറ്റവും പുറകിൽ പോയ വണ്ടിയും പഴയതുപോലെ ഓച്ഛാനിച്ചു നിന്നിട്ട്, മുൻപോട്ടു നീങ്ങുകയാണ്.

അപ്പോൾ, പടിഞ്ഞാറുനിന്ന് എന്തോ ശബ്ദങ്ങൾ കേട്ടു. കാളവണ്ടി യുടെ കടകടാശബ്ദങ്ങൾക്കിടയ്ക്ക് അതിൽ സഞ്ചരിച്ചിരുന്നവർ അതു ശ്രദ്ധിച്ചില്ലെന്നു തോന്നുന്നു. സാവധാനം അത് ഉയർന്നുവന്നു. ക്രമേണ അതു കുളമ്പടിയൊച്ചകളും ആളുകളുടെ സംസാരവുമാണെന്നു വ്യക്ത

മായി. കാളവണ്ടികളിൽനിന്ന് ആളുകൾ തല വെളിയിലേക്കിട്ടു നോക്കി. പുറകിൽ പോയ വണ്ടി പെട്ടെന്നുനിന്നു.

മങ്ങിയ നിലാവെളിച്ചത്തിൽ മൂന്നു കുതിരക്കാർ കാളവണ്ടികളുടെ അടുക്കലേക്ക് ഓടിയെത്തി. അവർ പടിഞ്ഞാറ് നെല്ലു വിളഞ്ഞുകിടക്കുന്ന കഴനികൾക്കരികിൽക്കൂടി കുതിരയെ ഓടിച്ചു വന്നതായിരിക്കണം. കാള വണ്ടികൾ നിന്നു. കുതിരക്കാർ പാതയിൽ വന്നിറങ്ങി. അവർ കനത്ത പാദരക്ഷകൾ ധരിച്ചിട്ടുണ്ട്. അവർ നീണ്ട വേലുകൾ പിടിച്ചിട്ടുണ്ട്.

ഇതിനിടയ്ക്ക് ഏറ്റവും പുറകിൽനിന്ന കാളവണ്ടി വലതുവശ ത്തേക്ക് തിരിഞ്ഞു. കാട്ടിലേക്ക്, രണ്ടു വൃക്ഷങ്ങൾക്കിടയിൽക്കൂടി വണ്ടി ക്കാരൻ അത് അടിച്ചുകൊണ്ടുപോയി. ഏതാനും നിമിഷങ്ങൾക്കുള്ളിൽ, ആ വണ്ടി, ഇടതൂർന്ന വൃക്ഷങ്ങൾക്കിടയിലേക്കു മറഞ്ഞു.

ആദ്യത്തെ വണ്ടിയുടെ അടുക്കലാണ് കുതിരക്കാർ ഇറങ്ങിയത്. ആ വണ്ടി, അവർ പരിശോധിച്ചു. ധൃതിയിൽ, അടുത്ത വണ്ടിയുടെ അടു ക്കലേക്കു കടന്നുചെന്നു. അതും പരിശോധിച്ചു. മൂന്നാമത്തേത്, നാലാ മത്തേത്, അഞ്ചാമത്തേത്, ആറാമത്തേത്. അങ്ങനെ എല്ലാ വണ്ടികളും പരിശോധിച്ചു. വണ്ടിക്കാർ ഭയന്നു വിറച്ച് താഴെയിറങ്ങി കൈകൂപ്പി നിന്നി രുന്നു.

കുതിരക്കാരുടെ നേതാവെന്നു വിചാരിക്കാവുന്ന ആൾ, വടക്കോട്ടു തിരിഞ്ഞുനിന്ന് വണ്ടിക്കാരോടായി വിളിച്ചുപറഞ്ഞു:

"പോയിന്!"

വണ്ടിക്കാർ വീണ്ടും കയറി. ചക്രങ്ങൾ സാവധാനം തിരിഞ്ഞു. സാവധാനം അവ യാത്ര തുടർന്നു.

കുതിരക്കാർ ചുറ്റും നോക്കി. ഒരുത്തൻ ചോദിച്ചു:

"പുറപ്പെട്ടുപോന്നതുതന്നെയോ അവര്?"

മറ്റൊരാൾ പറഞ്ഞു:

"തന്നെയെന്ന്, നമ്മെ തെറ്റിപ്പാൻ വേണ്ടി പാറാവുകാരൻ ഒന്നും ചൊല്ലുകയില്ല."

മൂന്നാമത്തവൻ കൂട്ടിച്ചേർത്തു.

"എങ്കിൽ അവർ എവിടെയായിരിക്കുമെന്നാണ്?"

അൽപ്പനേരത്തേക്ക് ആരും മിണ്ടിയില്ല. ഏതോ പക്ഷികൾ അപ്പോഴും വൃക്ഷങ്ങളിലിരുന്ന് ശബ്ദങ്ങളുണ്ടാക്കുന്നുണ്ട്. ആ കാട്ടുപ്ര ദേശമാകെ ഒന്നുകൂടി ഇരുണ്ടു. ചന്ദ്രൻ, ഇരുണ്ട ഒരു മേഘത്തിനിടയി ലേക്ക് കയറിയതാണ്. ദൂരെ പന്നികൾ അമറുന്ന ശബ്ദം കേട്ടു. കാട്ടിൽ ക്കൂടി ഏതോ ജന്തുക്കൾ ഓടിപ്പോകുന്ന ശബ്ദവും.

"തമ്പീ, ഇങ്ങു നിൽക്കുന്നതോ, തെക്കോട്ടു കുതിരയെ വിടുന്നതോ നന്ന്?" തലവൻ ചോദിച്ചു.

"ഇങ്ങു നിൽപ്പതുതന്നെ എന്ന് എനിക്കു തോന്നുന്നു." മറ്റൊരുത്തൻ പറഞ്ഞു.

"അങ്ങനെതന്നെ." മൂന്നാമനും അതു ശരിവച്ചു.

അൽപ്പസമയംകൂടി അങ്ങനെ പോയി. കാട്ടിലെ എല്ലാ ശബ്ദങ്ങളും

കുറച്ചുനേരത്തേക്ക് നിലച്ചതുപോലെ. ഭൂമി, നിദ്രയിലേക്ക് ഒന്നുകൂടി ഒരുങ്ങുകയായിരുന്നോ? കുതിരക്കാർ പരസ്പരം ചെവിയിൽ എന്തോ മന്ത്രിച്ചു. മൂന്നുപേരും തലകുലുക്കി. അവർ നിശ്ചയിച്ചതെന്തെന്ന് പെട്ടെന്നു വ്യക്തമായി. കുതിരകളെ മരങ്ങൾക്കിടയിൽനിന്ന് പാതയിലേക്ക് കൊണ്ടുവന്നു. അവർ അശ്വങ്ങളുടെ മുകളിൽക്കയറി വടക്കോട്ടു ഓടിച്ചുപോയി.

അൽപ്പനേരം കൂടി.

കാട്ടിനകത്ത് വണ്ടിച്ചക്രം ഉരുളുന്ന ശബ്ദം കേട്ടുതുടങ്ങി. ചില പക്ഷികൾ കൂടുവിട്ടു പറന്നു. ശബ്ദമുണ്ടാക്കിക്കൊണ്ട് ആ വണ്ടി, മരങ്ങൾക്കിടയിൽനിന്ന് പാതയിലേക്ക് ധൃതിയിൽ ഇറങ്ങി.

നിമിഷങ്ങൾക്കിടയ്ക്കാണ് അതു സംഭവിച്ചത്. ആ കാളവണ്ടി പാതയിൽക്കൂടി വടക്കോട്ടു നീങ്ങിയപ്പോൾ, വടക്കുദിക്കു നോക്കി യാത്ര തിരിച്ച കുതിരക്കാർ, അതിവേഗം പാഞ്ഞുവന്നു. അവർ വണ്ടിയുടെ ഇരുഭാഗത്തും മുൻപിലുമായി കുതിരകളെ നിറുത്തി. എന്നിട്ട് ചാടിയിറങ്ങി. തലവൻ വണ്ടിയുടെ പിൻഭാഗത്തെത്തി, മൂടിയിട്ട തുണി ഉയർത്തിയപ്പോൾ ചന്ദ്രൻ മേഘങ്ങൾക്കിടയിൽനിന്നു പുറത്തുവന്നു.....

ആ വണ്ടിക്കകത്ത് ഒരു പെൺകുട്ടി ഇരിക്കുന്നു. അവളെയാണ് അയാൾ ആദ്യം കണ്ടത്. മറ്റൊരു ചന്ദ്രനും നിലാവും ആ വണ്ടിക്കുള്ളിലിരിക്കുന്നുവെന്നാണ് പെട്ടെന്ന് ആ കുതിരക്കാരന് തോന്നിയത്. അവളുടെ ചുണ്ടുകൾ അയാൾ കണ്ടു, ചുവന്ന ചുണ്ട്. കണ്ണുകൾ അയാൾ കണ്ടു, ഇരുട്ടിന്റെ കറുപ്പുള്ള കണ്ണുകൾ. അവളുടെ കൂട്ടിവച്ച തുടകൾ അയാൾ കണ്ടു, ഹൃദയത്തിൽ ചൂടു പകരുന്ന തുടകൾ.....

അവളെ കാത്തുകൊണ്ട് ചെറിയ വേലുകൾ പിടിച്ച രണ്ടുപേർ ഇരിക്കുന്നു......

അതിനപ്പുറത്ത്, മറ്റൊരുപെണ്ണ്. അവൾ അപ്പുറത്തേക്ക് മുഖം തിരിച്ച് ഇരിക്കുകയാണ്.

മറ്റു രണ്ടു കുതിരക്കാരും വണ്ടിയുടെ പിന്നിലേക്ക് എത്തിയിരുന്നു.

ആ പെൺകുട്ടി മുഖമുയർത്തി അവരെനോക്കി. അവൾക്ക് കാവലിരുന്നവർ കുതിരക്കാരെ തുറിച്ചുനോക്കികൊണ്ട് വേലികളിൽ തിരുപ്പിടിച്ചു. അടുത്തപടിയെന്തെന്ന് ആലോചിക്കുംപോലെ അപ്പുറത്തിരുന്നവൾ, മെല്ലെ മുഖം തിരിച്ചു. ആപത്തിൽപ്പെട്ടിരിക്കുന്നു എന്ന് അവൾക്ക് ബോധ്യം വന്നതുപോലെ, അൽപ്പനേരത്തേക്ക് ആരും മിണ്ടിയില്ല. അനങ്ങിയില്ല.

കുതിരക്കാർ തങ്ങളുടെ ചൂണ്ടിപ്പിടിച്ച വേലുകളോടെ നിന്നു. തലവൻ അകത്തിരുന്ന രണ്ടു പുരുഷന്മാരോടായി പറഞ്ഞു:

"വേല് താഴെ വച്ചോളിൻ. എന്നിട്ട്, പുറത്തിറങ്ങിന്!"

വേൽക്കാർ മിണ്ടിയില്ല. തലവൻ ഒന്നുകൂടി ആവശ്യപ്പെട്ടു: "ചൊല്ലിയത് കേൾപ്പിന്!"

വേലുകൾ വണ്ടിത്തട്ടിൽവച്ച് അവർ താഴെയിറങ്ങി.

കുതിരകൾ പാതവക്കിൽനിന്ന് അമറി.

നിലാവ് തെളിഞ്ഞു വന്നുകൊണ്ടിരുന്നു.

വേൽക്കാർ ഇറങ്ങിയ നിമിഷത്തിൽത്തന്നെ കുതിരക്കാർ തങ്ങളുടെ വേലുകൾ അവരുടെ നെഞ്ചുകളിലേക്ക് ആഞ്ഞുകുത്തിയിറക്കി. നിലാവു പരന്നുവീണ പാതയിൽ ചോര തെറിച്ചുവീണു. ആ ചുവന്ന മണ്ണ്, ചായം തൂവിയതുകണക്ക് അവിടവിടെ നനഞ്ഞു കിടന്നു. ഭീകരമായ വിളിയോടെ അവർ രണ്ടുപേരും മണ്ണിൽ കമഴ്ന്നു കിടന്നു.

“അള്ളാ!” വേൽക്കാരുടെ വിളിയോടൊപ്പം വണ്ടിക്കുള്ളിൽനിന്നും ഒരു ശബ്ദമുയർന്നു. നിലാവിന്റെ ഹൃദയത്തിൽ ഒരു ചിലങ്ക വന്നു വീണതുപോലിരുന്നു ആ സ്വരം. ആ പെൺകുട്ടി മുഖം പൊത്തിക്കളഞ്ഞു....

കൂടെയിരുന്നവൾ ഒന്നനങ്ങി. ഒരു ശബ്ദവും പുറപ്പെടുവിച്ചില്ല.

വേൽക്കാർ മരവിച്ചു കിടന്നു.

ഒരു കുതിരക്കാരൻ വണ്ടിയുടെ മുൻവശത്തേക്കുചെന്നു. വണ്ടിക്കാരൻ തൊഴുതുനടിച്ചു നിൽക്കുകയാണ്. കുതിരക്കാരൻ പറഞ്ഞു.

“ജീവൻ വേണമെങ്കിൽ ഓടിന്....”

രണ്ടാമതു പറയേണ്ടിവന്നില്ല. വണ്ടിക്കാരൻ പടിഞ്ഞാറെ ദിക്കു നോക്കി പാഞ്ഞുപോയി. നെല്ലു വിളഞ്ഞുകിടക്കുന്ന കഴനികളിലേക്ക്.

മൂന്നു കുതിരക്കാരുംക്കൂടി മുൻപിലിരുന്ന ആ പെണ്ണിനെ കടന്നു പിടിച്ചു. അവൾ കുതറി. പിന്നിലിരുന്ന ആ പെൺകുട്ടി ഏതോ ഭാഷയിൽ എന്തോ വിളിച്ചുപറഞ്ഞു. അവൾ, കൂട്ടുകാരിയെ കെട്ടിപ്പിടിച്ചു. വിടാതെ കുതിരക്കാർ രണ്ടുനിമിഷനേരം പിൻവാങ്ങി നിന്നുപോയി.

വണ്ടിക്കുള്ളിൽനിന്ന് ആ പെൺകുട്ടിയുടെ തേങ്ങിക്കരച്ചിൽ കേട്ടു.

നഞ്ഞമ്മഥാട്ടിലെ ചില പക്ഷികൾ ഉണർന്നു ചിലച്ചു.

ഒരുനിമിഷം. ഒരു കുതിരക്കാരൻ മുമ്പിലിരുന്ന പെണ്ണിനെ ആഞ്ഞു പിടിച്ച് വണ്ടിക്കു പുറത്തേക്കു തള്ളി. അൽപ്പസമയം, മറ്റേ രണ്ടു കുതിരക്കാർ വണ്ടിയിൽ ചാടിക്കയറി, മുൻപിലും പിൻപിലും. മുൻപിലിരുന്നവൻ കയറു കൈയിലെടുത്തു. കാളയെ മുൻപോട്ടടിച്ചു. പാതയിലേക്കു വീണ പെണ്ണ് എഴുന്നേറ്റു പാഞ്ഞു വന്നപ്പോഴേക്കും വണ്ടി മുൻപോട്ടു നീങ്ങി. അതിനുള്ളിൽനിന്ന് ആ പെൺകുട്ടിയുടെ കരച്ചിൽ കേട്ടു.

വണ്ടിയുടെ നേർക്ക് പാഞ്ഞവൾ തലവനായ കുതിരക്കാരന്റെ കൈപ്പിടിയിലമർന്നിരുന്നു. അവൾ എല്ലാ ബലവുമുപയോഗിച്ച് കുതറി നോക്കി. ബലിഷ്ഠനായ ആ മനുഷ്യന്റെ പിടിയിൽ, അവളുടെ കൈത്തണ്ടകൾ ഞെരിയുകയായിരുന്നു. അവൾ അയാളുടെ കൈയിൽ കടിച്ചു തൂങ്ങി.....

മരച്ചില്ലകൾ തുരുതുരാക്കിടന്നിളകി.

കാളവണ്ടികൾ വടക്കോട്ടു പാഞ്ഞു പോയി. അതിന്റെ പിന്നിലെ പൊടിപടലം ആ നിലാവിലേക്കു പൊന്തിയുയർന്നു. കുതിരകൾ തുടർച്ചയായി അമറി. ദൂരെ ഒരു ശ്വാനൻ ഇടവിടാതെ കുരച്ചു. തണുത്തകാറ്റ്, അതു നിലാവിന്റെ ആത്മാവിലേക്ക് തുളച്ചുകയറുമ്പോലെ തോന്നി. ആ കുതിരക്കാരൻ ആ പെൺകുട്ടിയെ വലിച്ചിഴച്ചു വേങ്ങമരങ്ങളുടെ ഇടയിലേക്ക്. അവളുടെ മുടിയഴിഞ്ഞ് മണ്ണിൽക്കൂടി ഇഴഞ്ഞു. അത് കുറ്റിച്ചെടികളിൽ വലിഞ്ഞുപൊട്ടി. അവളുടെ മാറുമറച്ച മേൽമുണ്ട് ഒരു ചെടിയിൽ

കോർത്തുകിടന്നു. രണ്ട് വേങ്ങമരങ്ങൾക്കിടയിൽക്കിടന്ന് അവൾ കൈകളും കാലുകളുമിട്ടടിച്ചു. അയാളുടെ കനത്ത, ബലിഷ്ഠമായ ശരീരം അവളുടെ മേൽ ആഞ്ഞുപതിച്ചു. അപ്പോൾ, ദൂരെ മുള്ളുപോലെ കൂർത്ത ചരൽക്കല്ലുകളിൽ ആഞ്ഞടിച്ചുരുളുന്ന ആ വണ്ടിച്ചക്രങ്ങളുടെ ശബ്ദം കേട്ടുകൊണ്ടിരുന്നു.

മരങ്ങൾക്കിടയിൽ പക്ഷികൾ പരിഭ്രമിച്ചു ചുറ്റിപ്പറന്നു. അവയുടെ ചിറകുകൾ ഇലകളിലും ചില്ലകളിലും തട്ടി, കാട് ഇളകിയതുപോലെ. വേങ്ങമരച്ചോട്ടിലെ ചെടികളുടെ മേൽ ഒരു പട്ടുതുണിയുടെ കീറിയ കഷ ണങ്ങൾ പുറകേപുറകേ വന്നുവീണുകൊണ്ടിരുന്നു. ആ പെൺകുട്ടി അവ ളുടെ ഉടുപുടവയ്ക്കുവേണ്ടി പ്രാണനർപ്പിച്ചു യാചനചെയ്യുകയായി രുന്നു....

ഒടുവിൽ, ഒരു വലിയ തുണിക്കീറ് അയാൾ വലിച്ചുമാറ്റിയപ്പോൾ, അവളുടെ തുടയിൽനിന്ന് ചോര പൊടിഞ്ഞൊഴുകുന്നത് വെള്ളച്ചില്ല കൾക്കിടയിൽക്കൂടി അരിച്ചുവീണ നിലാവിൽ തെളിഞ്ഞുകണ്ടു.....

പാതയിൽക്കൂടി തെക്കുനിന്ന് ഒരാൾ കുതിരപ്പുറത്ത് വരുന്നുണ്ട്. പാഞ്ഞുവരുന്ന ആ കുതിരയുടെ കുളമ്പൊച്ച നങ്ങമ്മക്കാടിന്റെ പരിസര ങ്ങളിലേക്ക് തുടിച്ചെത്തി. നിമിഷനേരംകൊണ്ട് അശ്വാരൂഢനായ ആ മനുഷ്യൻ കാടിന്റെ പടിഞ്ഞാറേപ്പുറത്തു വന്നു. അത്, ആയാസ്ഖാനാ യിരുന്നു.

മുമ്പിൽ രണ്ടു മൃതദേഹങ്ങൾ കിടക്കുന്നതുകൊണ്ടാവണം അയാൾ പെട്ടെന്ന് കുതിരയെ വലിച്ചുനിറുത്തി. ആ മൃഗം, ഒന്നു കറങ്ങി തിരി ഞ്ഞു. എന്നിട്ട് നിന്നു. അതിന്റെ ചുറ്റും പൊടി അടിച്ചുപൊങ്ങി. ആയാസ്ഖാൻ മുൻപിൽക്കിടന്ന വേൽക്കാരുടെ മൃതദേഹത്തിലേക്കു നോക്കി.

അയാൾ താഴെയിറങ്ങി. അപ്പോൾ കാട്ടിനുള്ളിൽനിന്ന് ഒരു ഞരക്കം കേട്ടു. അയാൾ ശ്രദ്ധിച്ചു. എന്തോ ഒക്കെ സംശയങ്ങൾ അയാൾക്കു തോന്നിയതുപോലെ ഉണ്ട്. അയാൾ അൽപ്പനേരം ചെവിയോർത്തു നിന്നു. ആ ഞരക്കം ഒരു സ്ത്രീയുടേതാണ്. എന്തോ കനം പേറി ഞെങ്ങി ഞെരുങ്ങിയിട്ടു പുറപ്പെടുവിക്കുന്ന ശബ്ദം പോലെ......

ആയാസ്ഖാൻ വാളൂരിപ്പിടിച്ചു. ആ ശബ്ദംകേട്ട സ്ഥലത്തേക്ക് നടന്നു. നങ്ങമ്മക്കാട് അയാളെ ഉള്ളിലേക്ക് വിളിച്ചതു കണക്ക്, അയാൾ നടന്നു, വേങ്ങമരങ്ങൾക്കിടയിൽക്കൂടി.

രണ്ടു നിമിഷം.

ഭയങ്കരമായ ഒരു കരച്ചിൽ കേട്ടു. ആ കുതിരക്കാരൻ പ്രാണവേദന കൊണ്ട് കരഞ്ഞതാണ്.

പടിഞ്ഞാറെ കഴനികളിൽക്കൂടി ഒരു സംഘം പുനവന്മാർ പാതയി ലേക്ക് ഓടി വരുന്നു. അവരുടെ മുമ്പിൽ ആ വണ്ടിക്കാരനുണ്ട്. അയാൾ ഓടിപ്പോയത് പുനവന്മാരുടെ കൂരകളിലേക്കാണ്. അവിടെ നടന്ന കഥ മുഴുവൻ പറഞ്ഞ് അവരെയുംകൂട്ടി വരികയാണ്. അയാൾ തിടുക്കത്തിൽ പാതയിലേക്കെത്തി. പാതയിലെത്തിയപ്പോൾ, ആയാസ്ഖാൻ കാട്ടിനു

ള്ളിൽനിന്ന് കടന്നു വരുന്നു.

ആയാസ്ഖാൻ നിന്നു.

വണ്ടിക്കാരനും പുനവന്മാരും നിന്നു.

അവർ പരസ്പരം നോക്കി.

"നിങ്ങള് ആര്?" ആയാസ്ഖാൻ ആ നിന്നനിൽപ്പിന് ചോദിച്ചു.

വണ്ടിക്കാരന് എന്തോ ഓർമ്മ വരികയാണ്. അയാൾ ആയാസ്ഖാനെ അടിമുടി നോക്കി. എന്നിട്ട് വിനയപൂർവം അന്വേഷിച്ചു:

"വേണാട്ടധിപതിയുടെ കൊട്ടാരത്തിൽ പാർക്കുന്ന...."

"തന്നെ." ആയാസ്ഖാൻ പെട്ടെന്നു പറഞ്ഞു. താനാരെന്ന് മുൻപിൽ നിൽക്കുന്ന ആ മനുഷ്യൻ മനസിലാക്കിയിരിക്കുന്നുവെന്ന്, അറബിക്കു ബോധ്യം വന്നു.

"അടികളേ, അടിയൻ ഒരു വണ്ടിക്കാരനാണ്. സത്യം ചൊല്ലുന്നതു കേക്കണം. രണ്ടു പെൺകുഞ്ഞുങ്ങളേയുംകൊണ്ട് കൊല്ലത്തു നിന്നു പോന്നു. രണ്ടു വേൽക്കാർ തുണയ്ക്കുണ്ടായിരുന്നു. നോക്ക്.... അവരാണ് ഈ ചത്തുകിടക്കുന്നത്, ഏതോ മഹാപാപികൾ അടിയങ്ങളെ ആക്രമിച്ചു. അവന്മാർ അടിയരെ വിരട്ടിയോടിച്ചു. അടിയൻ ഈ നിൽക്കുന്ന പുനവന്മാരുടെ കൂരകളിൽപ്പോയി അവരെ വിളിച്ചുകൊണ്ടു വരികയാണ്. ആ പെൺകുഞ്ഞുങ്ങളെ അവന്മാര് എവിടെ കൊണ്ടുപോയെന്നറിഞ്ഞുകൂടാ അടികളേ....."

ആയാസ്ഖാൻ വണ്ടിക്കാരനെ സൂക്ഷിച്ചുനോക്കി. ആ മനുഷ്യന്റെ മുഖം ചുവന്നു. കണ്ണുകൾ തുറിച്ചുനിന്നു. അയാളുടെ മനസ്സ് ഉൽക്കണ്ഠയുടെ ഓളപ്പത്തിയിൽ വീണതുപോലെ.

"ആ വണ്ടി എങ്ങോട്ടുപോയി എന്നറിയാമോ?" ആയാസ്ഖാൻ ചോദിച്ചു.

"വടക്കോട്ട്." വണ്ടിക്കാരൻ ആ വഴിക്കു ചൂണ്ടിക്കാട്ടി. എന്നിട്ട് അയാൾ അന്വേഷിച്ചു.

"അടികൾ എങ്ങോട്ടാണാവോ പോകുന്നത്?"

"ആ പെൺകുട്ടികളെ തേടിത്തന്നെ." ആയാസ്ഖാൻ തിടുക്കത്തിൽ പറഞ്ഞു: "അവരിലൊരുത്തിയെ ഞാൻ കണ്ടു."

"കണ്ടോ, അടികൾ, എവിടെ?" വണ്ടിക്കാരൻ അത്ഭുതത്തോടെ ചോദിച്ചു.

"അവൾ, ദാ..... ഇവിടെ കാട്ടിൽ മരിച്ചുകിടക്കുന്നു. നിങ്ങൾ ആ കുട്ടിയുടെ മൃതദേഹം എടുത്തുകൊണ്ടു പോകണം. അവളെ മാന്തിക്കീറിയ ആ മൃഗത്തിനെ നമ്മൾ കൊന്നു. അയാളുടെ പിണവും നിങ്ങൾ സൂക്ഷിക്കുക. അയാൾ ആരെന്നറിഞ്ഞിട്ട്, അതു നശിപ്പിച്ചാൽ മതി."

ഒരു പ്രഹരമേറ്റതുപോലെ വണ്ടിക്കാരൻ നിന്നു. ആ പെൺകുട്ടിയുടെ മരണത്തെപ്പറ്റി കേട്ട് അയാൾ വെറങ്ങലിച്ചു നിൽക്കുകയാണ്. ഹൃദയവേദനയോടെ അയാൾ മേലോട്ട് ആ കാടിന്റെ ശിരസിലേക്ക് നോക്കി പ്രാർഥനാസ്വരത്തിൽ ചോദിച്ചു:

"എന്റെ നങ്ങമ്മപ്പടിമേ! നീയിതൊന്നും കാണുന്നില്ലയോ?"

ആയാസ്ഖാൻ കുതിരപ്പുറത്തു കയറിക്കഴിഞ്ഞിരുന്നു.

"കഴിയുന്നവർ വടക്കോട്ടെത്തിക്കോളിന്ന്!" അയാൾ വിളിച്ചു പറഞ്ഞു. എന്നിട്ട് അതിവേഗം വടക്കുദിക്കു നോക്കി കുതിരയെ ഇളക്കി വിട്ടു. വണ്ടിക്കാരനും പുനവന്മാരും നോക്കി നിന്നു. മങ്ങിക്കിടന്ന നിലാവെളിച്ചത്തിൽ, ചുവന്ന പൊടി അടിച്ചു പറത്തിക്കൊണ്ട് അയാൾ അങ്ങ് ദൂരെ കുതിരയെ പായിച്ചുപോയി.

## 6

പ്രഭാതമാണ്. തേവാരപ്പുരയിൽനിന്നും അയ്യനടികൾ തിരുവടികൾ പ്രാർഥനകഴിഞ്ഞ്, കീഴോട്ടിറങ്ങിവന്നു. രണ്ടാണ്ടുമുമ്പ് പണികഴിപ്പിച്ച 'പുതുമാളിക'യുടെ കീഴേനിലയിലേക്ക് തേവാരപ്പുരയിൽനിന്നും പടവുകളിറങ്ങി വന്നെത്താം. ആ വഴിക്കാണ് ഇപ്പോൾ വേണാട്ടധിപതി ഇറങ്ങിവന്നത്. അതിനു പ്രത്യേക കാരണമുണ്ടായിരുന്നു.

പുലർച്ചയ്ക്കുതന്നെ വിശിഷ്ടനായ ഒരതിഥി വരുമെന്ന് അറിയിച്ചിട്ടുണ്ട്. പ്രഭാതഭക്ഷണം കഴിക്കാൻ നിൽക്കാതെതന്നെ അതിഥിയെ സ്വീകരിക്കാമെന്നുകരുതി. എന്നിട്ട് ആ വിശിഷ്ട പുരുഷൻ പ്രാതൽ കഴിച്ചിട്ടില്ലെങ്കിൽ, അദ്ദേഹത്തെ ഉപചരിച്ചിട്ട് തന്റെ കാര്യം ആലോചിക്കാം. ഇതായിരുന്നു വേണാട്ടുമന്നന്റെ വിചാരം.

തലേന്നുരാത്രി വളരെ വൈകുംവരെ കൊട്ടാരത്തിലെ തെക്കേ കുളത്തിൽവച്ച് അറുനൂറ്റുവരും അഞ്ചുവർണക്കാരും മണിഗ്രാമക്കാരും ചേർന്ന് ധൃതിപിടിച്ച ആലോചന നടക്കുകയായിരുന്നു. അടിയന്തരമായ ചില കാര്യങ്ങൾ വേണാട്ടുരാജസ്ഥാനത്തിന് ആലോചിക്കേണ്ടിവന്നു.

ചേരരാജാവായ കുലശേഖരവർമ്മന്റെ ഭരണം തുടങ്ങിയിട്ട് അഞ്ചു സംവത്സരങ്ങളായിരിക്കുന്നു. പ്രാധാന്യമർഹിക്കുന്ന ചില സംഭവങ്ങൾ ഇതിനിടയ്ക്ക് കൊല്ലം രാജധാനിയിൽ നടന്നു നിനവേ*യിൽനിന്ന് കൊല്ലത്തെത്തിയ മരുവൻസപീർ എന്ന പാതിരിയുടെ നേതൃത്വത്തിൽ കൊല്ലം നഗരത്തിന്റെ വടക്കുപടിഞ്ഞാറുമാറി ഒരു പള്ളി പണി കഴിപ്പിച്ചിട്ട് ഒരു വർഷം തികയുന്നതേ ഉള്ളു. തരിസാപ്പള്ളിയെന്നു സപീർ അതിന് പേരുമിട്ടു. വലിയൊരു സംഭവമായിരുന്നു അത്. വേണാട്ടുകാർ അതുവരെ കണ്ടിട്ടില്ലാത്ത പലതും ആ പള്ളി തുറന്നുവച്ച ദിവസം കണ്ടു. പുതിയ തരം ചുവന്ന കൊടികളും തോരണങ്ങളുമായിരുന്നു പള്ളിവഴിയിൽ മുഴുവനും. കുന്തിരിക്കം പുകയുന്ന തട്ടുകളും തൂങ്ങിക്കിടക്കുന്ന കൊടിക്കൂറകളുമായി സപീറിന്റെ കൂടെ വന്ന വിദേശികൾ രണ്ടുവരിയായിട്ട് ഘോഷയാത്രയായി നീങ്ങി. ഇടയ്ക്കിടക്ക് കതിനാവെടികൾ മുഴങ്ങി. എല്ലാറ്റിനും മുന്നിൽ സ്വർണംകെട്ടിയ ഒരു വലിയ കുരിശ് രണ്ടു പേർ താങ്ങിപ്പിടിച്ചിരുന്നു. അതിനു പിന്നിൽ മരുവൻ സപീർ, പുതിയ നീളൻ കുപ്പായവും ചുവന്ന മേലങ്കിയും ധരിച്ച് കൈയിൽ സ്വർണത്തിലുള്ള ഒരു വൈദിക

* മധ്യേഷ്യയിലെ ഒരു പട്ടണം.

ദണ്ഡ് പിടിച്ച് നടന്നിരുന്നു. അയാൾ എന്തോ ഭാഷയിൽ എന്തോ മന്ത്രം ചൊല്ലിക്കൊടുത്തു. പുറകേ നടന്നവർ അത് ഏറ്റുപറഞ്ഞു. ഏതോ വിദൂരമായ നാട്ടിൽനിന്നു പറന്നുവന്ന പക്ഷികൾ അന്തരീക്ഷത്തിലിരുന്നു കരയുന്നതുപോലെ തോന്നി, ആ മന്ത്രംചൊല്ലൽ. നാട്ടുകാർ ഇരുവശത്തു കൂടിനിന്നു കൊല്ലം രാജധാനിയിലെത്തി. അയ്യനടികൾ തിരുവടികളെയും വിജയരാഗദേവനെയും അഞ്ചുവർണം–മണിഗ്രാമങ്ങളുടെ പ്രതിനിധികളെയും കൊല്ലത്തെ നാട്ടാരുടെ പ്രതിനിധികളായ പുന്നത്തലപ്പതിയെയും പോളക്കുടിപ്പതിയെയും എല്ലാം കണ്ടുവണങ്ങുകയും വേണാട്ടധിപതിക്ക് കടലിൽനിന്ന് മുങ്ങിത്തപ്പിയെടുത്ത ഒരു മുഴുത്ത വലംപിരിശംഖ്, ചുവന്ന പട്ടിൽവച്ച് കാഴ്ച നൽകുകയും ചെയ്തിട്ടാണ് മരുവൻ സപീർ തരിസാപ്പള്ളിയിലേക്കുള്ള ഘോഷയാത്ര ആരംഭിച്ചത്. ഘോഷയാത്ര പള്ളിയങ്കണത്തിലേക്കു കയറിയപ്പോൾ നൂറ്റൊന്ന് വെടികൾ മുഴങ്ങി. പള്ളിയുടെ ചുറ്റും അകത്തും മെഴുകുതിരികൾ കത്തിക്കൊണ്ടിരുന്നു. പള്ളിവകയായി വേണാട്ടധിപതി വിട്ടുകൊടുത്ത തൊഴിൽക്കാരും കച്ചവടക്കാരും പള്ളിയങ്കണത്തിൽ കൂടിയിരുന്നു. മരുവൻ സപീർ പൂജാദികർമങ്ങളോടെ പള്ളി ശുദ്ധംചെയ്തു തുറന്നുവച്ചു.

നാടാകെ ഇതേപ്പറ്റി സംസാരമായി, മരുവൻസപീർ പാതിരിയുടെ തരിസാപ്പള്ളിക്ക് കൈയയച്ചാണ് വേണാട്ടുമന്നൻ തീട്ടൂരമെഴുതിക്കൊടുത്തതെന്ന് നാട്ടാർക്കറിയാം. ഒട്ടേറെ ഭൂമി കൊടുത്തു. ഈഴവരും വണ്ണാന്മാരുമുൾപ്പെട്ട കുറെ കുടുംബങ്ങളെ വിട്ടുകൊടുത്തു. തലൈക്കാണം, എണിക്കാണം, മേനിപ്പൊന്ന്, പൊലിപ്പൊന്ന്, കുടനാഴി തുടങ്ങിയ കരങ്ങളൊന്നും അവർ കൊടുക്കേണ്ട. എല്ലാം പള്ളിയുടെ അധികാരത്തിലാക്കിയിരിക്കുന്നു.

ചിലർ മൂക്കത്തു കൈവച്ചു പറഞ്ഞു:

"ഈ പടിഞ്ഞാറ്റുനിന്നുവന്ന പാതിരി വേണാട്ടുമന്നനെ എന്തു കൂടോത്രം ചെയ്തു മയക്കിക്കളഞ്ഞു!"

കുറച്ചുകൂടി അറിവുള്ളവർ പറഞ്ഞുകൊടുത്തു:

"അതല്ലെന്നു ധരിപ്പിൻ, മരുവൻപാതിരി നല്ലയാൾ. വേണാട്ടുമന്നന് പടിഞ്ഞാറൻ കച്ചോടക്കാരെ കൂറ്റുകാക്കിവെപ്പാൻ ഒരു വിദ്യതന്നെ ഇത്!"

മറ്റു ചിലർ സംശയം പ്രകടിപ്പിച്ചു:

"കച്ചോടം വേണ്ടതുതന്നെ, കൂട്ടെ. പക്ഷേങ്കില്, പള്ളിയെന്നാൽ പടിഞ്ഞാറുനിന്നുള്ള ദൈവത്തെ കുടിയിരുത്തുന്ന സ്ഥാനമാണെന്നോർമിപ്പിൻ!"

ഇതെല്ലാം കഴിഞ്ഞിട്ട് ഒരു സംവത്സരം തികഞ്ഞിട്ടില്ല. അതിനുശേഷവും അയ്യനടികൾ തരിസാപ്പള്ളിക്കാർക്ക് കൂടുതൽ ഒത്താശകൾ ചെയ്തു. തച്ചന്മാരുടെയും വെള്ളാളരുടെയും പുതിയ കുടുംബങ്ങളെ പള്ളിക്കായി വിട്ടുകൊടുത്തു. എന്തിന്, കല്യാണവും മറ്റും നടക്കുമ്പോൾ ആനപ്പുറത്തു മണ്ണും നീരും കൊണ്ടുവരാനുള്ള അവകാശംപോലും ക്രിസ്ത്യാനികൾക്കു നൽകി!

അപ്പോഴാണ് അറേബ്യ എന്ന സ്ഥലത്തുനിന്ന് മൂന്നാളുകൾ കൊല്ലം

തുറമുഖത്തിറങ്ങിയത്. അവരെ തുറയധികാരി കരയ്ക്കിറക്കിയില്ല. അവർ കാവൽക്കാരുമായി മല്ലിനൊരുങ്ങി. രണ്ട് അറബികൾ മരിച്ചു. ഒരുത്തനെ പിടിച്ചുകെട്ടി. അവനെ തുറുങ്കിലടച്ചു. മാസങ്ങൾ ഒന്നുരണ്ടു കഴിഞ്ഞു. അപ്പോൾ, ഒരു അറബിയും അമ്പത് അനുയായികളും വന്നിറങ്ങിയിരിക്കുന്നു......

അയ്യനടികൾ തിരുവടികൾക്ക്, അതത്ര തൃപ്തിയായില്ല. കാരണം, കുലശേഖരപ്പെരുമാളായ സ്ഥാണുരവിയുടെ തീട്ടൂരം വാങ്ങിയാണ് അബ്ദുല്ലാ ആയാസ്ഖാനും സംഘവും കൊല്ലം തുറമുഖത്തു വന്നിറങ്ങിയത്. തുറമുഖവാതിൽക്കൽവച്ചുതന്നെ അറബിയേയും കൂട്ടുകാരേയും ബന്ധനത്തിലാക്കുവാൻ അയ്യനടികൾ മാർത്താണ്ഡൻ ചിന്നയ്യനെ ഭരമേൽപ്പിക്കുകയും ചെയ്തു. അങ്ങനെയാണ് ആയാസ്ഖാനെ ചങ്ങലവച്ച് വേണാട്ടധിപതികളുടെ മുമ്പാകെ ഹാജരാക്കിയത്. പക്ഷേ, കുലശേഖരപ്പെരുമാളിന്റെ കോയിലധികാരിയായ വിജയരാഗദേവൻതന്നെ നേരിട്ടിടപെട്ട് അറബിയെ മോചിപ്പിച്ചു. അയാളെ ബന്ധിച്ച മാർത്താണ്ഡനെ തടവിലാക്കുകയും ചെയ്തു......

അറബികളെ കൊല്ലം തുറമുഖത്തിറക്കിയാൽ ക്രിസ്ത്യാനികൾക്ക് ഇഷ്ടക്കേടുണ്ടാകുമെന്നുള്ള കുറിമാനവുമായി അന്നുതന്നെ വേണാട്ടധിപതി കുലശേഖരപ്പെരുമാളിന് ദൂതനെ അയച്ചു. ശ്രീകോയിലധികാരിയെ എല്ലാം നിർദേശിച്ചയച്ചിട്ടുണ്ടെന്നായിരുന്നു, സ്ഥാണുരവിവർമ്മചക്രവർത്തിയുടെ മറുപടി. അയ്യനടികൾക്ക് ഒന്നും മനസിലായില്ല. തരിസാപ്പള്ളിക്കും മരുവൻ സപീറിനും ഇത്രയേറെ ഒത്താശ ചെയ്യാനനുവദിച്ച് അതിനു സാക്ഷിയായി വിജയരാഗദേവനെയും അയച്ച കുലശേഖരപ്പെരുമാൾ, അറബികളെയും കൊല്ലത്ത് കച്ചവടത്തിനായി സ്വീകരിപ്പാൻ തീരുമാനിച്ചതിന്റെ അർഥം അയ്യനടികൾക്ക് ധരിപ്പാൻ കഴിഞ്ഞില്ല.

എന്നല്ല, കൊല്ലത്തുവന്നിരിക്കുന്ന അറബിയെ മാന്യമായി, കോട്ടവളപ്പിൽത്തന്നെ പാർപ്പിക്കണമെന്നുംകൂടി സ്ഥാണുരവികുലശേഖരപ്പെരുമാൾ നിർദേശിച്ചിരിക്കുന്നു.

വേണാട്ടധിപതി അറുനൂറ്റുവരെ വിവരം ധരിപ്പിച്ചു. അഞ്ചുവർണത്തിന്റെയും മണിഗ്രാമത്തിന്റെയും പ്രതിനിധികളുമായി ആലോചിച്ചു. പുന്നത്തലപ്പതിയേയും പോളക്കുടിപ്പതിയേയും കാര്യമറിയിച്ചു.

ഇതിനിടയ്ക്ക് അയ്യനടികൾ ആയാസ്ഖാനോട് പലതും ചോദിച്ചു. കൊല്ലത്ത് ഒരു സംഘം ആൾക്കാരുമായി വന്നിറങ്ങിയതെന്തിനെന്ന്. കച്ചവടമാണ് ഉള്ളിലിരിപ്പെങ്കിൽ അതിനുള്ള തയാർ എങ്ങനെയെന്ന്. അറബി വന്നിറങ്ങിയിരിക്കുന്നതെന്തിനെന്ന് അറുനൂറ്റുവരെ അറിയിപ്പാൻ താൻ ബാധ്യസ്ഥനാണെന്ന്. ആയാസ്ഖാൻ വ്യക്തമായ മറുപടിയൊന്നും കൊടുത്തില്ല.

അങ്ങനെയാണ്, ഒരുമാസക്കാലം കഴിഞ്ഞ് നാട്ടുകൂട്ടക്കാരെയും കച്ചവടക്കാരെയും ജനപ്രതിനിധികളെയും വേണാട്ടധിപതി തലേന്നു രാത്രിയിൽ വിളിച്ചുകൂട്ടിയത്.

ആയാസ്ഖാന്റെ പെരുമാറ്റങ്ങളെപ്പറ്റി അവർക്കെല്ലാം പലതും

പറയാനുണ്ടായിരുന്നു. വേണാട്ടിന്റെ ചരിത്രത്തിൽ പൊടുന്നനെ വന്നിറങ്ങുന്ന ഒരു വിദേശിയും ഇങ്ങനെ സ്വതന്ത്രനായി സഞ്ചരിച്ചിട്ടില്ല. അയാൾ നഗരത്തിന്റെ മുക്കിലും മൂലയിലും തന്നിഷ്ടംപോലെ കടന്നുചെല്ലുന്നു. അയാൾ ആരെയോതിരക്കുന്നതുപോലെ ഒളിഞ്ഞും മറഞ്ഞും പലയിടത്തും കയറിച്ചെല്ലുന്നു. എന്തിന്, ഒരു രാത്രി അയാൾ കിഴക്കുള്ള തടവു പാളയത്തിലും പെട്ടെന്ന് ചെന്നുകയറി!

അയാൾക്ക് ഇത്ര സ്വാതന്ത്ര്യം നൽകാൻ എന്തേ കാര്യം?

എന്താവാം ഈ വിദേശിയുടെ ഉദ്ദേശ്യം?

അയാളെ സംശയിക്കണം. കുലശേഖരപ്പെരുമാളിനെ തെറ്റിദ്ധരിപ്പിച്ച് കൊല്ലത്തിറങ്ങി വേണാട്ടിനെതിരായി അയാളെന്തോ ചെയ്‌വാൻ നോക്കുകയാണ്......

പലരും ഇങ്ങനെയെല്ലാം പറഞ്ഞു. ഇങ്ങനെയെല്ലാം ചോദിച്ചു. അയ്യനടികൾക്ക് മറുപടി പറയാൻ കഴിഞ്ഞില്ല. രണ്ടുദിവസങ്ങളായി അറബിയെ നഗരത്തിൽ കാണുന്നില്ല. അയാൾ കോട്ടവളപ്പിലുള്ള പാർപ്പിടത്തിലുമില്ല. അയാൾ എവിടെപ്പോയി? പലരും അതന്വേഷിച്ചു. വേണാട്ടധിപതി മൂകനായി ഇരുന്നു. ഒടുവിൽ, ഒരു തീരുമാനം പറഞ്ഞു:

ജനപ്രതിനിധികളായ പുന്നത്തലപ്പതിയും പോളക്കുടിപ്പതിയും മഹോദയപുരത്തേക്ക് പോയി സ്ഥാണുരവികുലശേഖരപ്പെരുമാളിനെ കണ്ട് ഇക്കാര്യം ഉണർത്തിക്കണം. ഒരു പ്രതിവിധിക്കപേക്ഷിക്കണം.

വിജയരാഗദേവൻ മഹോദയപുരത്തുണ്ടുതാനും.

അയ്യനടികൾ തിരുവടികളുടെ മന്ത്രശാലയ്ക്കുതനരെ കീഴിൽ പുതുമാളികയുടെ പുറംവാതിലിൽനിന്നു കയറുന്ന ഇടനാഴിക വന്നെത്തുന്ന ഭാഗത്ത്, വിശാലമായ സ്വീകാരമുറിയിൽ, തെക്കേഭിത്തിയോടു ചേർന്ന് പ്രത്യേകം ഒരുക്കിയിട്ട ഇരിപ്പിടത്തിൽ, ആ അതിഥി ഇരിക്കുന്നു. മഞ്ഞയും ചുവപ്പും ചേർന്ന ഒരു വെണ്ണക്കൽപ്രതിമപോലെ. തലയിൽ കിന്നരി പതിച്ച കറുത്ത വട്ടത്തൊപ്പി. അതിനുകീഴിൽ പ്രായം ചാലുകൾ വരച്ച നെറ്റിയും ഞൊറികൾ തൂക്കിയ കവിളുകളും ചേർന്ന മുഖത്തിന് നൂറ്റാണ്ടുകളുടെ പഴക്കമുള്ളതായി തോന്നി. ചുവന്ന താടിമീശ വെട്ടിയൊരുക്കി നിർത്തിയിരിക്കുന്നു. സമൂലിച്ച ശരീരം, ആ ഇരിപ്പിടത്തിൽ ഒഴുകിക്കിടക്കുന്ന കണക്കാണ്. വെളുത്ത നീളൻ കുപ്പായത്തിനുമീതെ അരയിൽ ചുവന്ന ഒരു പട്ട് ചുറ്റിക്കെട്ടിയിരിക്കുന്നു. കഴുത്തിലിട്ട കറുത്ത മുത്തുമാലയുടെ അറ്റത്തു കോർത്ത കുരിശുരൂപം ആ ചുവന്ന പട്ടിനു മീതെ എത്തിക്കിടക്കുന്നു. ആ നീലച്ച കണ്ണുകളും നീണ്ടുവളഞ്ഞ മൂക്കും തമ്മിൽ അടുത്തെത്തുന്നവരുടെ മനസിനെ എത്തിപ്പിടിക്കാൻ മത്സരിക്കുകയാണെന്നു തോന്നും. നേർത്ത ചുണ്ടുകൾ, ആ ചുവന്ന താടിക്കുള്ളിൽ മന്ത്രമുരുവിട്ട് ധ്യാനനിമഗ്നമായിരിക്കുകയാണ്. പ്രഭാതങ്ങളുടെയും സന്ധ്യകളുടെയും നിറങ്ങൾ പകർന്നെടുത്ത അതിപ്രാചീനമായ ഒരു ശിൽപ്പരൂപംപോലെ, ആ മനുഷ്യൻ നിശ്ചലനായി അവിടെ ഇരുന്നു.

അയ്യനടികളുടെ കൊട്ടാരമുറിയിൽ വന്നെത്തിയിരിക്കുന്ന ആ അതിഥി രണ്ടു വ്യാഴവട്ടക്കാലംമുമ്പ് കൊല്ലം നഗരത്തിലെത്തിയ മരുവൻ

സപീർ ഈശോ എന്ന പാതിരിയാണ്..... എഴുപതിനപ്പുറത്തെത്തിയ ആ നിനവേക്കാരൻ ക്രിസ്തീയസന്യാസി അൽപ്പംമുമ്പാണ് അവിടെ വന്നത്. അദ്ദേഹം അയ്യനടികളുടെ വരവു കാത്തിരിക്കുകയാണ്.

രാജഭടന്മാരും പ്രവേശനദ്വാരത്തിങ്കൽ കാവൽനിന്നിരുന്ന സേവകന്മാരും വേണാട്ടധിപതിയുടെ വരവുംകാത്ത് സ്വീകാര്യമുറിയിലും അകത്തും നിൽപ്പുണ്ട്.

കോണിപ്പടികളിൽ കാലൊച്ച കേട്ടപ്പോൾ സേവകർ താണുവണങ്ങി നിന്നു. മരുവൻ സപീർ പാതിരി സാവധാനം അങ്ങോട്ടു നോക്കി എഴുന്നേറ്റു. ഏതാനും നിമിഷങ്ങൾക്കുള്ളിൽ പ്രഭാതസ്നാനവും ഭസ്മചന്ദനാദിലേപനവും നടത്തിയമട്ടിൽ അയ്യനടികൾ തിരുവടികൾ കോവണി ഇറങ്ങിവന്നു. മാർസപീർ ശിരസുകുനിച്ച് വേണാട്ടധിപതിയെ വണങ്ങി.

അയ്യനടികൾ പ്രതിവന്ദനം നൽകി.

"ഇരുന്നാലും സപീറെ." അയ്യനടികൾ സ്നേഹാദരങ്ങളോടെ പറഞ്ഞു.

"തിരുവടികൾ ഇരുന്നാലും." സപീർ വിനയാന്വിതനായി അറിയിച്ചു.

വേണാട്ടധിപതി ആസനസ്ഥനായി. മരുവൻ സപീറും ഇരുന്നു.

ആ വിശാലമായ മുറിയുടെ ചുമരുകളിൽ റോമാ, ഗ്രീസ്, പേർഷ്യ തുടങ്ങിയ രാജ്യങ്ങളിൽനിന്നു വന്നെത്തിയ ചിത്രങ്ങളും ശിൽപ്പങ്ങളുമിരുന്ന് അഭിവന്ദ്യനായ ആ പുരോഹിതനേയും ചെറുതെങ്കിലും പ്രശസ്തമായ വേണാട്ടിന്റെ ഭാഗ്യാധിപതിയേയും ഉറ്റുനോക്കുന്നുണ്ടായിരുന്നു. മുകളിൽ തൂങ്ങിയ ആയിരം തിരികളുള്ള ശരറാന്തൽവിളക്ക് പ്രഭാതവെളിച്ചത്തിൽ മിന്നിത്തിളങ്ങി.

സേവകന്മാർ രണ്ട് വെള്ളിപ്പാത്രങ്ങളിൽ പാലുമായി കടന്നുവന്നു. അയ്യനടികൾ ആംഗ്യം കാട്ടി. ഒരു സേവകൻ ആ പാനീയവുമായി മരുവൻസപീറിനെ സമീപിച്ചു. മറ്റേയാൾ അയ്യനടികൾക്ക് അതു തട്ടിൽ വച്ചുകൊടുത്തു. മരുവൻ സപീർ പാത്രം വാങ്ങി. അതു കുടിച്ചു. ഒപ്പം അയ്യനടികളും. സേവകർ പാത്രം വാങ്ങി പിൻവാങ്ങി.

"തിരുവുള്ളക്കേടുണ്ടാവരുത് തിരുവടികൾ." സപീർ ശാന്തമായി സംഭാഷണമാരംഭിച്ചു: "ഇവ്വിധം ഇങ്ങുവന്നു മുഖം കാട്ടാൻ ഒരു കാരണമുണ്ട്. ഇന്നലെ സന്ധ്യാസമയത്ത് തരിസാപ്പള്ളിവക പ്രദേശത്ത് അറബികളായ ചിലർ വന്നുചേർന്നു. അവർ വീടുവീടാന്തരം കയറുകയും ഈഴവരെയും വെള്ളാളരെയും അവരുടെ സ്ത്രീകളെയും ശല്യപ്പെടുത്തുകയും ചെയ്തു."

"അറബികളോ?" അയ്യനടികൾ അത്ഭുതത്തോടെയാണ് ആ വൃത്താന്തം കേട്ടത്. "അവർ പള്ളിവക ഭൂമിയിൽ പ്രവേശിച്ചോ."

"അതെ തിരുവടികൾ." സപീർ സാവധാനം മറുപടിപറഞ്ഞു: "അവർ ആരെയോ തിരയുംപോലെയായിരുന്നു വന്നതും പെരുമാറിയതും. കീഴ്പുരോഹിതർ പറഞ്ഞിട്ടും അവർ വകവച്ചില്ല."

"അങ്ങനെയോ?" അയ്യനടികൾ നിവർന്നിരുന്നു.

"അങ്ങനെതന്നെ." സപീർ അറിയിച്ചു.

"ഒടുവിൽ അടിയൻതന്നെ, അങ്ങോട്ടു ചെന്ന് അവരെ പറഞ്ഞയച്ചു."

വേണാട്ടധിപതി ആലോചനയിൽ മുഴുകി. ആയാസ്ഖാന്റെ അനുയായികൾ മാത്രമെ അറബികളായിട്ട് കൊല്ലം നഗരത്തിലുള്ളൂ. അവരായിരിക്കണം തരിസാപ്പള്ളിവക ഭൂമിയിൽ പ്രവേശിച്ചത്. തലേന്നുരാത്രിയിൽ ജനപ്രതിനിധികളും അറുനൂറ്റുവരും പറഞ്ഞ പരാതികൾ അവിടുന്നു ഓർമിച്ചു. ആയാസ്ഖാന്റെ അനുയായികളും ക്രമക്കേടുകൾ കാട്ടിത്തുടങ്ങിയിരിക്കുന്നു......

"ആ ധിക്കാരികളെ കെട്ടി ഇങ്ങു കൊട്ടാരത്തിലേൽപ്പിക്കാമായിരുന്നല്ലോ, സപീറേ?" ഉള്ളിൽത്തോന്നിയ വിഷമം അടക്കിപ്പിടിച്ച് അയ്യനടികൾ ചോദിച്ചു.

"അത് നീതിയായിരിക്കുമെന്നുതോന്നിയില്ല തിരുവടികൾ!" സപീർ സമാധാനം നൽകി. ഒന്നാമത്, അവർ പുതിയതായി കരയ്ക്കിറങ്ങിയ വിദേശികൾ. രണ്ടാമത്, അവർ ചക്രവർത്തിതിരുവടികളുടെ അനുജ്ഞ ഉള്ളവരും തിരുവടികളുടെ തൽക്കാല അന്തേവാസികളും. ആ നിലയ്ക്ക്, പള്ളിഭൂമിയിൽ വച്ച് കൈപ്പാടുവരുവാൻ പാടില്ലല്ലോ."

"അവർ പള്ളിവക ജനങ്ങൾക്ക് ഭയപ്പാടുണ്ടാക്കിയോ?" വേണാട്ടുമന്നന്റെ ചോദ്യത്തിൽ ഉൽക്കണ്ഠ നിഴലിച്ചിരുന്നു.

"അറബികളെ ഭയമാണ് തിരുവടികൾ. അവർ പുത്തൻവരവുകാരല്ലേ? ഏതുതരവും മുറയുമെന്ന് നാട്ടാർക്ക് അറിയില്ലല്ലോ." സപീർ വിശദമാക്കി.

"നാം ക്ഷമ ചോദിപ്പാൻ മടിക്കുന്നില്ല സപീറെ." അയ്യനടികൾ പൊടുന്നനെ പറഞ്ഞു. അദ്ദേഹത്തിന്റെ സ്വരത്തിൽ കുണ്ഠിതം നിറഞ്ഞുനിന്നു.

"ഒരുനാളും ക്ഷമചോദിപ്പാൻ പാടില്ല തിരുവടികൾ." സപീർ മുന്നോട്ടാഞ്ഞ് ശിരസുതാഴ്ത്തി: "വേണാട്ടടികൾ ഒരു സാധുവായ പാതിരി മുമ്പാകെ അത് ചെയ്കപാടില്ല. അറിവിപ്പാനുള്ളത് അറിയിച്ചു എന്നു മാത്രം. അവരുടെ നായകനായി ഒരുവനുണ്ടെന്ന് അടിയൻ കേട്ടു. അയാളെ ഒന്നു നേരിട്ടുകാണ്മാൻ തരപ്പെടുമോ തിരുവടികൾ?"

ആയാസ്ഖാനെപ്പറ്റിയാണ് സപീർ ചോദിച്ചത് എന്ന് അയ്യനടികൾക്കു മനസിലായി. അവിടന്നു പറഞ്ഞു:

"ആയാസ്ഖാനെന്നാണ് അയാളുടെ പേർ. നേരിട്ടു കാണ്മാൻ വിരോധമില്ല. പക്ഷേ, രണ്ടുനാളുകളായി അയാൾ എങ്ങോ പോയതായി കാണുന്നു."

അയ്യനടികൾ വീണ്ടും ചിന്തയിൽ മുഴുകി. സപീർ അദ്ദേഹത്തെ നോക്കിയിരുന്നു. പെട്ടെന്ന് വേണാട്ടധിപതി ശിരസുയർത്തി ഒരു വശത്തേക്കു നോക്കി. അവിടെ രണ്ടുസേവകർ നിന്നിരുന്നു. അവരെ ആംഗ്യം കാട്ടി വിളിച്ചു. അവർ അടുത്തുവന്നു താണുവണങ്ങി. അയ്യനടികൾ എന്തോ രഹസ്യമായി അവരോടു പറഞ്ഞു.

അവർ ധൃതിയിൽ പുറത്തേക്കുപോയി

അയ്യനടികൾ മെല്ലെ എഴുന്നേറ്റു. ഒപ്പം സപീർപാതിരിയും. വേണാട്ടധിപതി, ആ ക്രിസ്തീയവൈദികന്റെ അടുക്കലേക്ക് മെല്ലെ നടന്നുചെന്നു. പാതിരി ശിരസുതാഴ്ത്തി അയ്യനടികളുടെ അടുക്കലേക്കെത്തി. രാജാവ് യാത്രപറയാൻ തുടങ്ങുകയാണെന്ന് സപീറിനുതോന്നി. ആ മനുഷ്യൻ വേണാട്ടരചന്റെ മുൻപിൽ വിടവാങ്ങാൻവേണ്ടി നിന്നു. അപ്പോൾ അവിടുന്നു പറഞ്ഞു:

"സപീറേ, പള്ളിഭൂമിയിൽ കയറുകയും പള്ളിവകജനങ്ങളെ അസഹ്യപ്പെടുത്തുകയും ചെയ്ത അറബികളെ ബന്ധിച്ചു കൊണ്ടുവരുവാൻ നാം ഉത്തരവു നൽകിക്കഴിഞ്ഞു."

സപീർ ശിരസുയർത്തി. രാജാവിനെ നോക്കി. ആ നീലച്ചകണ്ണുകൾ ഒരു അപേക്ഷാഭാവത്തിൽ വേണാട്ടുമന്നന്റെ നേർക്കുചെന്നു.

"തിരുവടികൾ, പാടില്ല. അതുചെയ്യാവതല്ല. തരിസാപ്പള്ളിക്ക് കുലശേഖരപ്പെരുമാളും തിരുവടികളും കനിഞ്ഞുനൽകിയിട്ടുള്ള ഒത്താശകൾക്കൊത്തു പെരുമാറാൻ അറബികൾക്കു മുന്നറിയിപ്പ് നൽകിയാൽ മതിയാവും. വിദേശികൾ തമ്മിൽ കലഹിപ്പാൻ ഇടവരുത്തിയാൽ അതു വേണാട്ടുരാജധാനിക്കും കുലശേഖരചക്രവർത്തിസ്ഥാനത്തിനും ഇന്നുള്ള മഹിമയ്ക്കു ചേർന്നതല്ലാതെ വരും."

അയ്യനടികൾ തിരുവടികൾ പാതിരിയെ ഉറ്റുനോക്കി.

ഒരു സേവകൻ പെട്ടെന്ന് പുറത്തെ വാതിൽക്കൽ വന്നെത്തി. അയാൾ വേണാട്ടുമന്നനെ വണങ്ങി. അവിടന്ന് വിവരമറിയിക്കാൻ വേണ്ടി അയാളെ നോക്കി. സേവകൻ അറിയിച്ചു

"കൊട്ടാരവളപ്പിൽ പാർക്കുന്ന അറബി അടിയന്തരമായി തിരുവടികളെ മുഖം കാട്ടാൻ വന്നുനിൽക്കുന്നു."

സപീർ അതു ശ്രദ്ധിച്ചു. ആ പുരോഹിതന്റെ മിഴികൾ അന്വേഷിച്ചു കഴിഞ്ഞ ഒന്നു കണ്ടെത്തിയ ഉദ്വേഗം പ്രകടിപ്പിച്ചു. അയ്യനടികൾ ഒന്നാലോചിച്ചു.

"കടന്നുവരാൻ പറയൂ." വേണാട്ടുമന്നൻ ഉത്തരവായി.

സേവകൻ ധൃടുതിയിൽ പുറത്തുകടന്നു.

"ഇരുന്നാലും സപീറേ, ആയാസ്ഖാനെ നേരിട്ടു കാണ്മാൻ ഇപ്പോൾ തന്നെ സന്ദർഭമുണ്ടായിരിക്കുന്നു." അയ്യനടികൾ പറഞ്ഞു.

"സന്തോഷമായി തിരുവടികൾ." സപീർ പ്രത്യുത്തരം നൽകി.

അവർ രണ്ടുപേരും വീണ്ടും ഉപവിഷ്ടരായി.

ഏതാനും നിമിഷങ്ങൾ. വേണാട്ടുരാജസന്നിധിയുടെ മഹിമയ്ക്കും അന്തസ്സിനും ചേർന്നപാട് ശിരസ്സ് നമ്രമാക്കി, ദീർഘമായ ശരീരം ഒന്നു മുന്നോട്ടു വളച്ചുവച്ച്, ആജാനുബാഹുവായ ആ അറബി പുറത്തെ വാതിൽ കടന്നുനിന്നു. അയ്യനടികൾ അയാളെ തന്റെ സമീപത്തേക്ക് ക്ഷണിച്ചു. ആയാസ്ഖാൻ വാതിൽക്കലെത്തിയപ്പോൾത്തന്നെ മരുവൻ സപീർ ആ വിശിഷ്ടരൂപിയായ മനുഷ്യനെ ഉറ്റുനോക്കിത്തുടങ്ങി. അറബി അതു ശ്രദ്ധിച്ചിട്ടില്ല.

അറബി സാവധാനം മുൻപോട്ട് ചുവടുവച്ചു. സപീറിന്റെ നീലച്ച

കണ്ണുകൾ അയാളെ തെല്ലിടവിടാതെ നയിക്കുകയാണെന്ന് തോന്നി.

അറബി മുറിയുടെ മധ്യത്തിലെത്തിയപ്പോൾ, ഇടതുവശത്തു കിടന്ന ഇരിപ്പിടത്തിലേക്ക് വേണാട്ടുമന്നൻ കൈചൂണ്ടിക്കാട്ടി.

"അവിടെ ഇരിക്കാം ആയാസ്ഖാൻ." അവിടുന്നു നിർദേശിച്ചു.

"മഹാമനസ്കനായ വേണാട്ടടികളും അഭിവന്ദ്യനായ മരുവൻസപീർ ഈശോഅടികളും കുശലംപറഞ്ഞിരിക്കുന്ന ഈ സ്വീകാരത്തളത്തിൽ അങ്ങുദൂരെ നിന്ന് അവിടുത്തെ കനിവുകൊണ്ട് കരയ്ക്കിറങ്ങിയ അറബി ഇരിപ്പത് യോഗ്യമല്ല തിരുവടികളെ." വിനയത്തിന്റെ അഗാധസ്വരം വീഴ്ത്തുന്ന ഒരു നീർച്ചോലപോലെ അറബിയുടെ ആ വാക്കുകൾ അയ്യനടികളുടെ കാതിലേക്ക് ഒഴുകിച്ചെന്നു.

സപീറിന്റെ മിഴികൾ വിടർന്നു, ആ വൈദികൻ ഒന്നിളകി. അയാളുടെ ദൃഷ്ടികൾ പുതിയ ഒരനുഭവംകൊണ്ടെന്നപോലെ അറബിയുടെ നേർക്ക് തറച്ചുനിന്നു. അയ്യനടികളുടെ ചുണ്ടുകളിൽ ഒരു പുഞ്ചിരി കടന്നുവന്നു മാഞ്ഞുപോയി. മരുവൻ സപീർ തന്റെ ചുവന്ന താടി ഒന്നു തലോടി, അറബി അൽപ്പനിമിഷനേരം ആ നിന്നനിലയ്ക്കുതന്നെ നിന്നു. എന്നിട്ടു രണ്ടു ചുവടു പിൻവാങ്ങി.

അയ്യനടികൾ അത്ഭുതപ്പെട്ടു. മരുവൻ സപീറിനെ അറബി മനസിലാക്കിയിരിക്കുന്നു. അതു പ്രതീക്ഷിച്ചതല്ല. സപീറാകട്ടെ, വിസ്മയംകൊണ്ട് വികസിച്ച കണ്ണുകളുമായി ഇരിക്കുകയാണ്. അറബികളോടു തോന്നിയ എല്ലാ ഈർഷ്യയും രണ്ടുപേരുടെ മനസിൽനിന്നും അലിഞ്ഞൊഴുകി പൊയ്ക്കഴിഞ്ഞിരുന്നു. സപീർ അയ്യനടികളെ നോക്കി; അയ്യനടികൾ സപീറിനെയും.

"ഇത്, അറേബ്യായിൽനിന്ന് നമ്മുടെ നഗരത്തിൽ വന്നിട്ടുള്ള അബ്ദുല്ലാ ആയാസ്ഖാൻ." വേണാട്ടടികൾ സപീറിന് ആയാസ്ഖാനെ പരിചയപ്പെടുത്തി.

സപീർ എഴുന്നേറ്റു മുൻപോട്ടു നടന്നു. ആയാസ്ഖാൻ ആ പാതിരിയെ നോക്കി അയാളും മുൻപോട്ടു ചുവടുവച്ചു. അവർ രണ്ടുപേരും അടുത്തു.

അഭിമുഖമായി നിന്നു. വിദൂരമായ രണ്ടു രാജ്യങ്ങളിലെ മനുഷ്യചൈതന്യങ്ങൾ തമ്മിൽ തന്റെ മുൻപിൽവച്ച് കൂട്ടിമുട്ടുകയാണെന്ന് അയ്യനടികൾക്കു തോന്നി.

ഇരുപത്തഞ്ചോളം വർഷം കൊല്ലംനഗരത്തിൽ പാർത്ത് നാട്ടാരുടെ സ്നേഹാദരങ്ങൾ നേടി മനോഹരമായ ഒരു ദേവാലയം നിർമിച്ച് ക്രിസ്തീയമതാധികാരത്തിന്റെ ചിഹ്നമായിത്തീർന്ന മരുവൻസപീർ ഈശോയും, അജ്ഞാതമായ ഏതോ ഒരു രാജ്യത്തുനിന്ന് വന്ന്, അത്ഭുതവും അമ്പരപ്പുമുണ്ടാക്കുംവിധം പിടികിട്ടാത്ത മനുഷ്യനായിക്കഴിയുന്ന അബ്ദുല്ലാ ആയാസ്ഖാനും, ശിരസുതാഴ്ത്തി പരസ്പരം വന്ദിച്ചു.

"തരിസാപ്പള്ളിയുടെ അധിപതി നീണ്ടനാൾ ജീവിച്ചിരിക്കട്ടെ." ആയാസ്ഖാൻ ആശംസിച്ചു.

"അറേബ്യായും അവിടത്തെ ജനങ്ങളും ഐശ്വര്യമായിരിക്കട്ടെ!"

സപീർ പ്രാർഥിച്ചു.

അവർ കൈകൾ ചേർത്തുപിടിച്ചു. ഏതാനും നിമിഷങ്ങൾ.

അയ്യനടികൾ എന്തോ പ്രത്യേകവികാരംകൊണ്ടെന്നപോലെ നിശ്ചലനായിരുന്നു. അൽപ്പസമയം, മരുവൻ സപീർ ഇരിപ്പിടത്തിലേക്കു നടന്നു. ആയാസ്ഖാൻ രണ്ടു ചുവടു പിൻവാങ്ങിനിന്നു. സപീർ ഇരുന്നില്ല.

ആര് എന്തു പറയണമെന്നറിയാത്തതുപോലെ മൂന്നുപേരും നിശ്ശബ്ദതപാലിച്ചു.

അറബി, ആ മൗനം വലിച്ചുമാറ്റി:

"കൊല്ലം തുറമുഖം വിശാലംതന്നെ തിരുവടികൾ, കൊല്ലം രാജധാനിയിൽ വാണരുളുന്ന വേണാട്ടുമന്നന്റെ ഉള്ളോ അതുപോലെ വിശാലം."

അയ്യനടികൾക്കും മരുവൻ സപീറിനും അറബി എന്താണു പറഞ്ഞുതുടങ്ങുന്നതെന്ന് മനസിലായില്ല.

അയാൾ തുടർന്നു:

"വേണാട്ടിന്റെ വലിപ്പമുള്ള ഉള്ളിനു ചേർന്നവിധം, മധ്യധരണ്യാഴിക്കരയിൽ പിറന്ന് കിഴക്കോട്ടു വളർന്ന ക്രിസ്തീയമതത്തിന്റെ തലമൂത്ത ഒരു നായകൻ കൊല്ലം നഗരിയിൽത്തന്നെ മതാധിപതിയായി എഴുന്നള്ളി പാർക്കുകയും ചെയ്തിരിക്കുന്നു. പക്ഷേ...."

അയാൾ ഒന്നു നിറുത്തി, അയ്യനടികളും സപീറും മിഴിച്ചിരുന്നു.

ഒരു ചെറുപുഞ്ചിരിയോടെ ആയാസ്ഖാൻ തുടർന്നു:

"പക്ഷേ, തിരുവടികൾ ചുട്ടുപഴുത്തമണലിൽ നടക്കുകയും വേല ചെയ്യുകയും കിടന്നുറങ്ങുകയും ചെയ്യുന്ന അറബികളുടെ നാട്ടിൽനിന്നു വരുന്ന അടിയന് പെൺവർഗത്തെ അടിമകളാക്കി വിൽക്കുന്ന വേണാട്ടു നടപ്പു കാൺകെ മനസു ചുട്ടുപൊള്ളുന്നു തിരുവടികൾ."

അയ്യനടികൾ നിവർന്നിരുന്നു. ഉത്തരീയം ഇടതുകൈയാൽ മുറുക്കിയിട്ട്, പൊടുന്നനെ ചോദിച്ചു:

"ആയാസ്ഖാൻ, സന്ധ്യാകാലത്ത്, ഇരുട്ടു വീണതിനുപിമ്പ് നിർദോഷികളായ കയ്യാളരുടെ കുടുംബങ്ങളിൽ കയറി പെൺവർഗത്തെ ശല്യപ്പെടുത്തുന്ന അറബികളുടെ തലവനാണോ, ഇപ്പറയുന്നത്?"

തരിസാപ്പള്ളി പ്രദേശത്ത് അറബികൾ കയറിയതിനെപ്പറ്റിയാണ് അയ്യനടികൾ സൂചിപ്പിച്ചത്. സപീർ എന്തോ പറയാൻ ഭാവിച്ചു. ഒരുപക്ഷേ അറബിയോട് പരുഷമായി ഒന്നും പറയരുതെന്നായിരിക്കും.

ആയാസ്ഖാൻ അയ്യനടികളുടെ ചോദ്യത്തിന് ഉടനെ മറുപടി പറഞ്ഞില്ല. ഒരു അപരാധിയെപ്പോലെ അൽപ്പംകഴിഞ്ഞ് പറഞ്ഞു:

"അടിയൻ ഒരു തെറ്റു കാട്ടിയിട്ടുണ്ട്."

"എന്ത്? എന്താണാവോ?" അയ്യനടികൾ ചോദിച്ചു.

"മൂന്ന് അടിമപ്പെണ്ണുങ്ങളെ അടിയൻ മോചിപ്പിച്ചു." ആയാസ്ഖാൻ അറിയിച്ചു.

"എവിടെന്ന്? ആര്? കച്ചോടം ചെയ്തവർ?" വേണാട്ടധിപതി ഉള്ളിൽ തോന്നിയ വികാരം അടക്കിപ്പിടിച്ചാണ് അത് അന്വേഷിച്ചത്.

"കഷ്ടി ഒരു നാഴിക മാറി. കടൽപ്പായ വിൽക്കുന്ന അങ്ങാടിസ്ഥലത്ത്, പെണ്ണടിമകളെ വിൽക്കുന്ന ചന്തയിൽവച്ച്." അറബി അറിയിച്ചു. "ആര് കച്ചോടംചെയ്യും പെണ്ണടിമകളെന്ന് അറിയില്ല, തിരുവടികൾ."

അയ്യനടികൾ അൽപ്പസമയം മിണ്ടാതിരുന്നു. അറബിയെപ്പറ്റി അറുനൂറ്റുവരും മറ്റും പറഞ്ഞകാര്യങ്ങൾക്കുപുറമേ, അയാൾ നാട്ടുനടപ്പിനെതിരായി മറ്റൊരു കുറ്റം ചെയ്തിരിക്കുകയാണ്. ഒരു വിദേശി ഒരിക്കലും ചെയ്തുകൂടാത്ത കുറ്റം. ഒരുപക്ഷേ, അത് അഞ്ചുവർണക്കാരുടെയോ മണിഗ്രാമക്കാരുടെയോ ശ്രദ്ധയിൽപ്പെടും. അവർ വലിയ പരാതിയുമായി വന്നെത്തും.

"ആയാസ്ഖാൻ...." വേണാട്ടധിപതി വിളിച്ചു: "നാട്ടുനടപ്പുകൾ തടസ്സം ചെയ്വാൻ നിങ്ങൾക്കവകാശമില്ല. അങ്ങനെ തടസപ്പെടുത്തുന്നത് നാട്ടാരായാലും വിദേശികളായാലും കഠിനമായ ശിക്ഷയ്ക്ക് വിധേയരാവണമെന്ന് അറിയുന്നുണ്ടോ?"

ആയാസ്ഖാൻ രാജാവിനെ നോക്കി. അയാളുടെ മുഖം ചുവന്നു. സൂക്ഷിച്ചുനോക്കിയപ്പോൾ അയാളുടെ കണ്ണുകൾ നിറഞ്ഞിരിക്കുന്നതായി കണ്ടു.

സപീറും അതു ശ്രദ്ധിച്ചു.

അയ്യനടികൾ അതു കണ്ടതായി ഭാവിച്ചില്ല.

"നഗരഭരണത്തിലാണ് നിങ്ങൾ ഇടപെട്ടത്." അവിടുന്ന് തുടർന്നു പറഞ്ഞു.

ആയാസ്ഖാൻ മുഖം താഴ്ത്തി. അൽപ്പസമയം കഴിഞ്ഞ് ശിരസുയർത്തിപ്പറഞ്ഞു:

"തിരുവടികൾ, തുറന്നുപറവാൻ മടിയുണ്ട്. ഒരു പെൺകുട്ടിയെ പേർത്ത് ദുഃഖിച്ചുനടക്കുന്ന ഈ അറബി, പെൺവർഗത്തെ തല്ലിനും തായാട്ടിനും ഇരയാക്കുന്ന നഗരത്തിന് തീവെയ്പ്പാനും മടിക്കയില്ല. വേണാട്ടടികൾക്ക് അധികാരമുണ്ട്. കുലശേഖരപ്പെരുമാൾ ഭൂമി വാണരുളുന്ന ചക്രവർത്തിതന്നെ. മരിപ്പാൻ തയാറുള്ള അറബിയെ കൊല്ലുന്നതിലും വിരോധമില്ല."

ദൃഢമായ സ്വരം, മുഴങ്ങുന്ന ശബ്ദം, അറബിയുടെ കണ്ണുകൾ രണ്ടു തീക്കനലുകളായി മാറിയിരുന്നു. അയാളുടെ നെഞ്ച് അസ്വസ്ഥവികാരങ്ങൾകൊണ്ട് ഉയരുകയും താഴുകയും ചെയ്തു. നിമിഷങ്ങൾ. അയാൾ നിയന്ത്രിച്ചു. അയ്യനടികളും സപീറും നിശ്ചലരായി ഇരുന്നു. ഏതോ മാനസികസംഘട്ടനം അറബിയെ ശല്യപ്പെടുത്തുന്നുണ്ടെന്ന് അവർക്ക് മനസിലായി.

അൽപ്പസമയംകൂടി.

"മാപ്പുതരണം, തിരുവടികൾ." ആയാസ്ഖാൻ താടിക്കിടയിൽക്കൂടി നെഞ്ചത്ത് വലതുകൈ ചേർത്തുപിടിച്ചു: "മാപ്പുതരണം, അടിയന്റെ തെറ്റിന്, ശിക്ഷിപ്പാൻ അവിടുത്തേക്ക് അധികാരമുണ്ട്."

വണക്കം ആ വാക്കുകളിൽ നിറഞ്ഞു തുളുമ്പിനിന്നിരുന്നു. അയാൾ അവിടെയും നിറുത്തിയില്ല.

"അടിയന്റെകൂടെ വന്നവരിൽ ചിലർ മറ്റൊരു കുറ്റം കാട്ടിയത് അടിയന് ഗ്രഹിപ്പാൻ കഴിഞ്ഞു. അവരെ കൽപ്പിക്കുന്ന സ്ഥാനത്ത് കൊണ്ടു വരാൻ വേണ്ടി ബന്ധിച്ചുനിർത്തിയിരിക്കുന്നു."

വേണാട്ടുമന്നൻ കാര്യം മനസിലാവാതെ ആയാസ്ഖാനെ നോക്കി. സപീർ താടി തടവി. ആ നീലച്ച കണ്ണുകൾ അറബിയിൽനിന്നു വിട്ടുമാറാതെനിന്നു. ആ മുറിയിലും പുറത്തുമെല്ലാം നിശ്ശബ്ദതയാണ്. വാതിൽക്കൽനിന്ന കാവൽക്കാർ ശ്വാസമടക്കിപ്പിടിച്ചിരിക്കുകയാണെന്നു തോന്നി. കാറ്റുപോലും അങ്ങോട്ടു കടന്നുവന്നില്ല.

"ആയാസ്ഖാൻ നമുക്ക് മനസിലായില്ല." അയ്യനടികൾ പറഞ്ഞു.

സപീർ പാതിരിയുടെ നേർക്ക് ഒന്നുനോക്കിയിട്ട് ആയാസ്ഖാൻ അറിയിച്ചു:

"രണ്ടു നാളുകളായി അടിയൻ സഞ്ചരിക്കുകയായിരുന്നു. ഇന്നലെ പാതിരാനേരത്ത് കോട്ടവളപ്പിലെ പാർപ്പിടത്തിലെത്തിയ നേരം, അഭിവന്ദ്യനായ മരുവൻ സപീർ അടികളുടെ പള്ളിഭൂമിയിൽ അടിയന്റെ കൂട്ടരിൽ നാലുപേർ കടന്നുചെന്നതായി അറിവുകിട്ടി."

അയാൾ പറഞ്ഞതെന്തെന്ന് അയ്യനടികൾക്ക് മനസിലായി. അത് ഗ്രഹിച്ചതുമൂലം സപീർ ഒന്നു മുന്നോട്ടാഞ്ഞിരുന്നു. തന്റെ അനുയായികൾ തരിസാപ്പള്ളി പ്രദേശത്തു കയറി ശല്യം ചെയ്തത് അറബി അറിഞ്ഞിരിക്കുന്നു.

"നാം അതു ഗ്രഹിച്ചിരിക്കുന്നു." അയ്യനടികൾ പറഞ്ഞു.

"അവരെ ശിക്ഷിപ്പാൻ വൈകരുത് തിരുവടികൾ." ആയാസ്ഖാൻ ദൃഢസ്വരത്തിൽ അപേക്ഷിച്ചു.

നേരത്തെ രഹസ്യം പറഞ്ഞയച്ച രണ്ടു സേവകർ പെട്ടെന്ന് വാതിൽക്കൽ വന്നെത്തി. അയ്യനടികൾ നോക്കി. അകത്തേക്കു വരാൻ ആംഗ്യം കാട്ടി. അവർ തൽപ്പത്തിനടുത്ത് ചെന്ന് അയ്യനടികളെ താണുവണങ്ങി, എന്തോ വിവരമറിയിച്ചു. അവർ, ആജ്ഞപ്രകാരം നിഷ്ക്രമിച്ചു.

"നിങ്ങളുടെ അനുയായികൾ എവിടെ?" അയ്യനടികൾ അന്വേഷിച്ചു.

"കൊട്ടാരമുറ്റത്തുതന്നെ...." ആയാസ്ഖാൻ അറിയിച്ചു: "കനിഞ്ഞ് അങ്ങോട്ടു വരണം. അറിവും കുറിയുമില്ലാത്തവർ കയറി ഈ കൊട്ടാരമുറി അശുദ്ധമാക്കാൻ പാടില്ല തിരുവടികളെ."

വേണാട്ടധിപതി സപീറിന്റെ നേർക്കു കണ്ണയച്ചു. അവിടത്തേക്ക് ഒരു സമാധാനം തോന്നി. പരാതിക്കാരനായ ആ വൈദികന്റെ സാന്നിധ്യത്തിൽ, ചെയ്തുപോയ കുറ്റത്തിന് അറബികൾക്കു മുന്നറിയിപ്പു നൽകി, അതവസാനിപ്പിക്കാം. അങ്ങനെ അതു തീർക്കണമെന്ന് ആ വൈദികനും അൽപ്പം മുമ്പു പറഞ്ഞു.

അയ്യനടികൾ എഴുന്നേറ്റു. ഒപ്പം സപീറും. വേണാട്ടുമന്നൻ പുറത്തെ വാതിൽക്കലേക്കു നടന്നു. കൂടെ വൈദികനും. അറബി അവരുടെ പിന്നാലെ നടന്നു. രാജാവ് പുറവാതിൽക്കലെത്തി.

അങ്കണത്തിന്റെ മൂലയിൽ വാകമരത്തിന്റെ ചുവട്ടിൽ നാല് അറബികളെ കൈകാൽ ബന്ധിച്ചു നിർത്തിയിരിക്കുന്നു. അയ്യനടികളും

സപീറും അത്ഭുതത്തോടെ അതു നോക്കിനിന്നു. രാജാവ് മുറ്റത്തേക്കിറങ്ങി നടന്നു, അറബികളുടെ അടുക്കലേക്ക്. രാജഭടന്മാരും സേവകരും അവിടവിടെ ഉറ്റുനോക്കിക്കൊണ്ടിരുന്നു.

അറബികൾ മുഖംതാഴ്ത്തി നിൽക്കുകയാണ്.

ആയാസ്ഖാൻ ഒരുവശത്തുനിന്നു. അയാൾ താണുപറ്റിയ ശിരസോടെ അപേക്ഷിച്ചു.

"കനിഞ്ഞ് ഈ മൃഗങ്ങളെ വധിപ്പാൻ ഉത്തരവുണ്ടാകണം."

സപീർ ഞെട്ടിപ്പോയി, ആ വൈദികൻ ആയാസ്ഖാന്റെ നേർക്കു മുഖം തിരിച്ചു. ആ നീലകണ്ണുകൾ ഉദ്വേഗവും അനുകമ്പയും കൊണ്ടു തിളങ്ങി.

അയ്യനടികൾ അമ്പരന്നുനിന്നു. ആയാസ്ഖാൻ എന്താണു പറഞ്ഞത്?

അറബി, നെഞ്ചിൽ കൈവച്ച് ഒരു ചോദ്യം ചോദിച്ചു:

"പെൺവർഗത്തെ രക്ഷിപ്പാൻ നോക്കിയവനാണ് അടിയൻ. പെൺവർഗത്തെ ശല്യം ചെയ്തവരാണ് ഇവർ. ഇരുകൂട്ടരേയും ശിക്ഷിപ്പാൻ തിരുവടികൾക്ക് അധികാരമുണ്ട്. ഒന്നുകിൽ അടിയനെ അല്ലെങ്കിൽ ഇവരെ കയ്യുടനെ ശിക്ഷിപ്പാൻ തിരുവുള്ളമുണ്ടാവുകയില്ലേ?"

ആയാസ്ഖാൻ ശങ്കിച്ചും വിഷമിച്ചുംനിന്ന വേണാട്ടധിപതിയെ നോക്കിയിട്ട്, മരുവൻ സപീർ ശാന്തമായി വിളിച്ചു: "പെൺവർഗത്തെ രക്ഷിച്ച നിങ്ങളുടെ നടപടിയെപ്പറ്റി വേണാട്ടടികളും നഗരഭരണക്കാരും നിശ്ചയം ചെയ്യട്ടെ. പള്ളിഭൂമിയിൽ കടന്നു ശല്യം ചെയ്തവർക്ക് കഠിനശിക്ഷയൊന്നും നൽകേണ്ടതില്ലെന്ന് അടിയനു തോന്നുന്നു."

"ഒരു സംഗതിയിൽ നിയമം പലതുണ്ടാവാം. പക്ഷേ, നീതി ഒന്നേ ഉള്ളു. മരുവൻ സപീർ, അടികൾ." ആയാസ്ഖാൻ അപ്പോഴും ദൃഢമായിട്ടാണ് അതു പറഞ്ഞത്.

"പക്ഷേ, നാമല്ലേ നിശ്ചയിക്കേണ്ടത്?" അയ്യനടികൾ ചോദിച്ചു.

"തിരുവടികൾതന്നെ, പക്ഷേ, ഇവരെ കഠിനശിക്ഷയ്ക്കു വിധേയരാക്കിയില്ലെങ്കിൽ, നാട്ടാർ അറബികളെ അനീതിക്കാരെന്നു കരുതി, വേണാടിന് വിരോധികളെന്നു വിധിക്കും തിരുവടികളെ..." ആയാസ്ഖാൻ നിശ്ചയവും അപേക്ഷയും കലർന്ന ശബ്ദത്തിൽ പറഞ്ഞു.

അയ്യനടികൾ മൂകനായിനിന്നു. സപീർ മുഖം താഴ്ത്തി. അറബിയുടെ വിചിത്രമായ സ്വഭാവം കണ്ട് അവർ രണ്ടുപേരും അത്ഭുതപ്പെടുകയായിരുന്നു. ഇയാൾ നിസ്സാരനല്ലെന്ന് അയ്യനടികൾക്കു തോന്നി. അയാളുടെ കടുത്ത നീതിവിചാരത്തിന്റെയും വീണ്ടുവിചാരത്തിന്റെയും ആഴം മരുവൻ സപീർ മനസിലാക്കി.

ഒരു കാറ്റുവന്നു. വാകമരച്ചില്ലകൾ ഇളകി. അറബികൾ മുഖം താഴ്ത്തി നിൽക്കുകയാണ്. വേണാട്ടധിപതി സംസാരിച്ചു.

"വിദേശികൾ തെറ്റുകാട്ടിയാൽ, നാം ദയാദാക്ഷിണ്യത്തോടെ അതേപ്പറ്റി വിചാരിക്കും. ആയാസ്ഖാൻ, ഇവരെ മോചിപ്പിക്കാൻ നാം തീരുമാനം ചെയ്യുന്നു." അവിടുന്നു രാജഭടന്മാരുടെ നേർക്ക് തിരിഞ്ഞു. ഉടൻ

"ഇവരെ നാലുപേരെ അവരുടെ പാർപ്പിടങ്ങളിൽ കൊണ്ടുചെന്നാക്കിന്!...."

അവിടുന്ന് സപീറിന്റെ നേർക്ക് തിരിഞ്ഞു കൈയുയർത്തി തൊഴുതു. ദൈവികൻ പ്രതിവന്ദനം ചെയ്തു.

"നാം അൽപ്പം വിശ്രമിക്കട്ടെ, ജോലിത്തിരക്കും കാര്യമായുണ്ട്. സപീർ, ഇനിയും നമ്മെ വന്നു കാണുമല്ലോ?" അയ്യനടികൾ പൊടുന്നനെ പറഞ്ഞു.

സപീർ യാത്രാനുമതി ചോദിച്ചു:

"അടിയൻ വിടകൊള്ളുന്നു."

"അങ്ങിനെതന്നെ." രാജാവ് അനുമതി നൽകി.

അയ്യനടികൾ കൊട്ടാരത്തിലേക്ക് നടക്കുമ്പോൾ ആറു രാജഭടന്മാർ അറബികളെ കെട്ടഴിച്ച് കൊട്ടാരവളപ്പിനു പുറത്തേക്ക് കൊണ്ടുപോയ്ക്കഴിഞ്ഞിരുന്നു. ആയാസ്ഖാൻ ഏതാനും നിമിഷങ്ങൾ അങ്ങനെ നിന്നു. പിന്നെ കൊട്ടാരത്തിലേക്കു നോക്കി. എന്നിട്ട് പ്രധാന കവാടത്തെ ലക്ഷ്യമാക്കി പുറത്തേക്കു നടന്നു.

* * *

പിറ്റേന്നു രാവിലെ ഒരു സേവകൻ വേണാട്ടധിപതി പക്കൽ ഒരു കുറിമാനം കൊണ്ടുവന്നു കൊടുത്തു. അയ്യനടികൾ ആ വാറോല വാങ്ങി നോക്കി. ആയാസ്ഖാന്റേതായിരുന്നു. അതിൽ ഇങ്ങനെ എഴുതിയിരുന്നു:

'തിരുവടികളെ!'

'കുറ്റം ചെയ്ത അടിയന്റെ അറബികളെ അടിയൻ അറബിക്കടലിനു കൊടുത്തു. അവരുടെ വെട്ടിമാറ്റിയ തലകളും ഉടലുകളും ഇപ്പോഴേക്ക് മത്സ്യങ്ങൾ ഭക്ഷിച്ചു കഴിഞ്ഞിരിക്കും. അവരുടെ ചോര വേണാട്ടു കടൽപ്പുറത്തെ മണ്ണിനെ വന്നു തൊടാതിരിപ്പാൻ പടിഞ്ഞാറുനോക്കി പ്രാർഥിക്കുകയും ചെയ്തു. അടിയനോടു ക്ഷമിക്കണം. പെൺവർഗത്തെ അവമാനിപ്പവനും ദുഃഖിപ്പിപ്പവനും കഠിനശിക്ഷ കൊടുക്കാൻ കഴിയാഞ്ഞാൽ, അടിയന്റെ ജീവിതം മരണതുല്യമായിപ്പോകും. അടിയനോടു പൊറുക്കണം. അഭിവന്ദ്യനായ സപീർ അടികളെയും ഇതറിവിപ്പാൻ ദയവുണ്ടാവുക—അവിടുത്തെ നന്ദിയുള്ള, ആയാസ്ഖാൻ.'

# 7

**ന**ങ്ങമ്മക്കാട്ടിൽ പുനവന്മാരും മറ്റാളുകളും കൂടിയിരിക്കുന്നു. കാടിന്റെ ഒരു ഭാഗത്ത് പടിഞ്ഞാറോട്ടൊഴുകുന്ന ആ കൈവഴിയാറിന്റെ കരയിൽ കുറ്റിക്കാടു വെട്ടിത്തെളിച്ചുണ്ടാക്കിയ സ്ഥലത്ത്, ഒരു ശവദാഹം നടക്കുകയാണ്. പുനവന്മാരും കുറത്തികളും മാത്രമല്ല അവിടെ ഉള്ളത്. അഞ്ചാറു രാജഭടന്മാരും സേവകരെന്നു തോന്നിക്കുന്ന ചിലരുമുണ്ട്. നേരം സന്ധ്യയാണ്.

മരങ്ങൾ മുറിച്ചുണ്ടാക്കിയ ചിതയിൽ തലേന്നുരാത്രിയിൽ ഏതോ ഒരു കുതിരക്കാരൻ മൃഗത്തെക്കണക്ക് കടിച്ചുകീറിയ ആ പെൺകുട്ടിയുടെ മൃതദേഹം തഴകൊണ്ടു നെയ്ത് പൂക്കൾവച്ചു പിടിപ്പിച്ച വസ്ത്രം ധരിപ്പിച്ചു കിടത്തിയിരുന്നു.......

ആറൊഴുകുന്ന ശബ്ദമല്ലാതെ മറ്റൊന്നും അവിടെ കേട്ടില്ല.

രഹസ്യമായ ഒരു കഥയുടെ പര്യവസാനമായിരുന്നു അത്. അവിടെ കൂടിയിരിക്കുന്ന പുനവന്മാർക്ക് അതറിയില്ല. പക്ഷേ, രാജഭടന്മാരും സേവകന്മാരും അതറിഞ്ഞിട്ടുണ്ട്. അവരുടെ മുഖങ്ങളിൽ അതിന്റെ ചൂടുമാറാത്ത ദുഃഖം പതഞ്ഞു പൊന്തി നിൽപ്പുണ്ട്. കൊല്ലം രാജധാനിയുടെ ചിത്രപടമുള്ള അധികാരരംഗത്തിനു പിന്നിൽ അയ്യനടികൾ തിരുവടികൾ പോലും അറിയാതെ നടന്ന കഥയാണിത്.

അറബിക്കടൽ പലതും വേണാട്ടിന്റെ തീരങ്ങളിലേക്ക് കൊണ്ടുവന്നെത്തിച്ചിട്ടുണ്ട്. വള്ളത്തിൽ, തോണിയിൽ, ഓടത്തിൽ, പടക്കപ്പലിൽ, മരക്കലത്തിൻ, പത്തേമാരിയിൽ, വഞ്ചിയിൽ, മഞ്ചിയിൽ എല്ലാമെല്ലാം കരയ്ക്കിറങ്ങിയിട്ടുണ്ട്. പക്ഷേ, ഇത്ര വിലപിടിപ്പുള്ള ഒന്ന്, മറുകരയിൽനിന്ന് ഇന്നാട്ടിലേക്ക് വന്നിട്ടില്ല, നിഗൂഢമായ ഒരു വൈശാഖരാത്രിയിൽ അവൾ ഈ കരയ്ക്കിറങ്ങി: അറേബാക്കാരി ഒരു പെൺകുട്ടി.....

ആ കഥ തുടങ്ങിയത് അവിടെയല്ല. അബ്ദുല്ലാ ആയാസ്ഖാൻ കൊല്ലം തുറമുഖത്തിറങ്ങുന്നതിന് സുമാർ പത്തുമാസം മുൻപ്, ഒരു വലിയ ചീനക്കപ്പൽ അവിടെ വന്നെത്തി. ആയിരം ദിനാരം ചുങ്കം കെട്ടിയിട്ട്, ചീനക്കപ്പൽ തുറമുഖത്തിനകത്തേക്ക് കയറി. മൂന്നുദിവസം കഴിഞ്ഞാണ് ആ കപ്പൽ തുറമുഖംവിട്ടത്. അത് അറേബ്യൻ ഉൾക്കടലിലേക്ക് പോവുകയായിരുന്നു. കച്ചവടക്കാരോടൊപ്പം അതിൽ വേണാട്ടുകാരനായ ഒരാൾകൂടി കയറി......

അതു രഹസ്യമായ ഒരു യാത്രയായിരുന്നു. തുറയധികാരി അറിഞ്ഞില്ല. രാജഭടന്മാർ അറിഞ്ഞില്ല. ചുങ്കം പിരിവുകാർ അറിഞ്ഞില്ല. ആയാസ്ഖാന്റെ കാലടിക്കീഴിൽ ഞെരുങ്ങിമരിച്ച ആ വഴികാവൽക്കാരൻ, അയ്യനടികളുടെ പുത്രനായ നന്തൻ ഇളയടികൾ എന്നിവർ ചുരുക്കം ചില രാജഭടന്മാൻ എന്നിവർ അതറിഞ്ഞിട്ടുണ്ട്: ചീനക്കപ്പലിൽ കയറി അറേബ്യാതീരത്തേക്കു പോയത് മാർത്താണ്ഡൻ ചിന്നയ്യന്റെ മകൻ മാതയ്യൻചിന്നയ്യനായിരുന്നു......

നന്തനും മാതയ്യനും ഉറ്റതോഴന്മാരായിരുന്നു. ഒരുമിച്ചു വളർന്നവർ. ഒരുപോലെ രാജകൊട്ടാരത്തിലെ സുഖഭോഗങ്ങളിൽ മുങ്ങിക്കിടന്നു വളർന്നവർ. പക്ഷേ, ആർക്കും അപ്രീതിതോന്നുന്ന ഒന്നും ആ ചെറുപ്പക്കാർ ചെയ്തിട്ടില്ല. നന്തന് ഇരുപത്തിനാലുവയസാണ്, മാതയ്യന് ഇരുപത്തിമൂന്നും. അയ്യനടികൾ തിരുവടികൾ അവർ രണ്ടുപേരെയും സ്വന്തം മക്കളെപ്പോലെ കരുതിപ്പോന്നു.

പുനങ്ങളിൽ ഒരുമിച്ച് വേട്ടയ്ക്കുപോകാറുള്ള അവരെപ്പറ്റി ഒരു കഥമാത്രം കൊട്ടാരത്തിലും നാട്ടിലും പരന്നിരുന്നു. ആരും ഉറക്കെപ്പറയാറുള്ള കഥയല്ല. മലയ്ക്കപ്പുറത്തുനിന്നു വന്ന ചീതമ്മ എന്ന ദേവദാസി

യുടെ സഹോദരി ഒരു പെണ്ണുണ്ട്: നീലമ്മ, അവളും മാതയ്യനും തമ്മിൽ സ്നേഹബദ്ധരായി. കോട്ടവളപ്പിന് ഉള്ളിൽ തെക്കുമാറി ഉള്ള കെട്ടിലാണ് ചീതമ്മയും നീലമ്മയും പാർത്തിരുന്നത്. കെട്ടിന്റെ പിന്നിൽ, തേവടിയാൾക്കുവേണ്ടി നിർമിച്ച ഉദ്യാനത്തിൽവച്ച് നീലമ്മയും മാതയ്യനും തമ്മിൽ നിഗൂഢമായി സന്ധിക്കാറുണ്ട്. പക്ഷേ, ആ ഹൃദയബന്ധം ശരത്ക്കാലത്തെ വേങ്ങമരംപോലെ തളിർത്തും പൂത്തും വളർന്നുകൊണ്ടിരുന്നപ്പോൾ, മറ്റൊരാൾ നീലമ്മയുടെ മെലിഞ്ഞ മെയ്യും വിടർന്ന കണ്ണുകളും മനുഷ്യനെ നിശ്ചലനാക്കി നിറുത്തുന്ന ചുണ്ടുകളും കണ്ട് ഉള്ളുനൊന്ത് കഴിയുകയായിരുന്നു. മറ്റാരുമല്ല മാതയ്യന്റെ ഉറ്റതോഴനായ നന്തൻ....

ഒരുദിവസം, നീലമ്മയും മാതയ്യനുമായുള്ള ബന്ധമറിയാത്ത നന്തൻ തന്റെ ഹൃദയവ്യഥ മാതയ്യനോടുതന്നെ തുറന്നുപറഞ്ഞു.

കൂട്ടുകാരൻ മിണ്ടിയില്ല. അയാളുടെ ഉള്ളിൽ അടക്കാനാവാത്ത വിചാരങ്ങളുടെ കാലവർഷമേഘങ്ങൾ കൂട്ടിമുട്ടുകയായിരുന്നു.

വെള്ളംവീണ കനലിന്റെ ശബ്ദത്തിൽ, മാതയ്യൻ എന്തോ പറഞ്ഞു. തന്റെ സുഹൃത്തിന് ഒരു നൊമ്പരവുമുണ്ടാക്കാതെ, ഒരു സംശയവും ജനിപ്പിക്കാതെ. അല്ല, അയാളുടെ ഹൃദയത്തിനു നേരെ ആശ്വാസമുണ്ടാകുംപോലെ.....

രണ്ടു പകലുകൾ കടന്നുപോയി.

മൂന്നാംരാത്രി, കൊട്ടാരത്തിനു പിന്നിലെ പൊയ്കയിൽ ചക്രവാകപ്പക്ഷികൾ ഹൃദയാസ്വാസ്ഥ്യംകൊണ്ട് ഉണർന്നു കുറുങ്ങിയിരിക്കുന്ന മൂന്നാംയാമത്തിൽ, വാകപൂക്കൾ മഞ്ഞുവീണ് കുളിരോടെ മന്ത്രിച്ചുനിന്ന വേളയിൽ നന്തന്റെ അലങ്കാരം പൂണ്ട കിടപ്പറയുടെ വാതിൽക്കൽ ഒരു ശബ്ദം കേട്ടു. കതകിൽ മുട്ടുംപോലെ. കാൽപ്പെരുമാറ്റങ്ങൾപോലെ, നന്തൻ വാതിൽ തുറന്ന് നോക്കി. മുറിക്കു പുറത്ത്, മാതയ്യൻ നിൽക്കുന്നു. പുറകിൽ, നീലമ്മയും......

നന്തൻ അന്തിച്ചു നിന്നുപോയി.

മാതയ്യൻ നീലമ്മയേയുംകൊണ്ട് കിടക്കറയിലേക്ക് കയറി. മാതയ്യന്റെ മുഖത്തേക്ക് ഉറ്റുനോക്കിനിന്ന നന്തനോട് ആ കൂട്ടുകാരൻ പറഞ്ഞു:

“നന്താ, നീലമ്മയെ നിനക്കു കാഴ്ചവയ്പ്പാൻ ഞാൻ വന്നതാണ്.”

നന്തൻ നടുങ്ങിപ്പോയി. എന്തു മറുപടി കൊടുപ്പാൻ കഴിയുമെന്നറിയാതെ അയാൾ നിന്നുപോയി. അയാളുടെ ചുണ്ടുകൾ നിന്നു വിറച്ചു. കണ്ണുകൾ നിറഞ്ഞു. നന്തൻ ധീരനാണ്. പക്ഷേ, മാതയ്യൻ സാഹസികനാണ്. എന്നും അയാൾ അങ്ങനെയായിരുന്നിട്ടുണ്ട്. അത് നന്തനറിയാം. എന്നിട്ടും, ഈ സാഹസം അയാൾക്കു മനസിലായില്ല. മാതയ്യന്റെ മനോവികാരമെന്തെന്ന് അയാൾക്കു പിടികിട്ടിയില്ല. കാരണം, നീലമ്മയും മാതയ്യനും പ്രണയബദ്ധരാണെന്ന് കഴിഞ്ഞ നാളിൽ അയാൾ അറിഞ്ഞിരുന്നു.

കാവൽക്കാരിലൊരാളാണ് അതു പറഞ്ഞത്. നന്തൻ ചോദിച്ചിട്ടല്ല, കൊട്ടാരത്തിലെ കുശലങ്ങൾ പറഞ്ഞ കൂട്ടത്തിൽ ആ ഭടൻ ഒരു രഹസ്യമറിയിച്ചതാണ്. നന്തൻ ഞെട്ടിപ്പോയി. പക്ഷേ, ആ ഞെട്ടൽ പുറത്തുകാ

ട്ടിയില്ല. ആ നാളുതൊട്ട് നന്തൻ ജീവച്ഛവത്തെപ്പോലെ നടക്കുകയായിരുന്നു. തന്റെ മോഹം മാതയ്യനോടു പറഞ്ഞുപോയതിലുള്ള കുണ്ഠിതം അയാളുടെ മനസിനെ ഒരു തീച്ചുഴിയാക്കി മാറ്റിയിരുന്നു.

അപ്പോഴാണ് മാതയ്യൻ നീലമ്മയേയും കൊണ്ടുവന്നത്. എന്താണതിനർഥം? തനിക്കുവേണ്ടി അവൻ വിചാരിപ്പാനാവാത്ത ഒരു ത്യാഗം സഹിക്കാൻ തയാറായിരിക്കുന്നു. അതു നടന്നാൽ എന്തായിരിക്കും ഫലം? മാതയ്യൻ തന്റെ തോഴനാണ്. ഒരു ഹൃദയവുമായി നടക്കുന്ന ചങ്ങാതികളാണവർ. നീലമ്മയോ? അവൾക്ക് തന്നോടെന്തുബന്ധം? തന്നോട് എന്തു ഹൃദയവികാരം?

നന്തൻ കിടക്കയിൽ കമിഴ്ന്നുകിടന്ന് കരഞ്ഞു. മാതയ്യൻ അയാളെ പറഞ്ഞു ബോധ്യപ്പെടുത്താൻ ശ്രമിച്ചു. നന്തൻ സഹിമുട്ടി അറിയിച്ചു: "എന്നെ കൊല്ലാതിരിപ്പിൻ. കൊല്ലാതിരിപ്പിൻ."

രണ്ടു നാഴികകൾക്കുശേഷം കരഞ്ഞുതളർന്ന നീലമ്മയേയും കൊണ്ട് മാതയ്യൻ അവിടെനിന്നും നിഷ്ക്രമിച്ചു.

ആ നീലമ്മയാണ്, ചങ്ങമനാട്ടെ നങ്ങമ്മക്കാട്ടിൽ ആറ്റുതീരത്ത് തീർത്ത ചിതയുടെ മീതെ ഇന്നു മരവിച്ച മേനിയിൽ തഴപ്പായുമണിഞ്ഞ് കിടക്കുന്നത്.

മാതയ്യൻ നീലമ്മയേയും കൊണ്ട് നന്തന്റെ കിടക്കറയിൽ ചെന്നത് കൊട്ടാരത്തിലാകെ അറിഞ്ഞു. രാജധാനിയിലെ ചുവരുകൾക്ക് ആയിരം കണ്ണുകളാണ്. ആയിരം കാതുകളാണ്. അടക്കിപ്പിടിച്ച ശബ്ദത്തിൽ അതു സംസാരിക്കുന്ന വൃത്താന്തങ്ങൾ നഗരത്തിലെ തെരുവുകളിൽ കടലലകളെപ്പോലെ ചെന്നലയ്ക്കുന്നു. എങ്കിലും ആരും ഉറക്കെപ്പറഞ്ഞില്ല. പിന്നെയും ആ ചങ്ങാതിമാർ കണ്ടുമുട്ടി. ഒരുമിച്ചു നടന്നു. ഒരുമിച്ചു വേട്ടയാടി, ഒരുമിച്ചിരുന്നു രഹസ്യങ്ങൾ പറഞ്ഞു. മാസങ്ങൾ കടന്നുപോയി. അങ്ങനെയിരിക്കുമ്പോഴാണ് ഒരു രാത്രിയിൽ മാതയ്യൻ തന്റെ ഒരു നിശ്ചയം നന്തനെ അറിയിച്ചത്:

"നന്താ, ഒരുനാൾ ഞാൻ കപ്പൽ കയറി ദൂരെ ഏതെങ്കിലുമൊരു രാജ്യത്തേക്ക് പോകും."

നന്തൻ ആദ്യമത് വെറും വാക്കായി കരുതി. പിന്നെ മാതയ്യൻ അതു നിശ്ചയിച്ചിരിക്കുകയാണെന്നു ധരിപ്പാൻ കഴിഞ്ഞു. ദിവസങ്ങൾ കടന്നുപോയി. അപ്പോഴെല്ലാം മാതയ്യൻ അതു പറഞ്ഞുകൊണ്ടിരുന്നു. അത് ഒരു സാധാരണ കാര്യമല്ല. അങ്ങനെ ഒറ്റയ്ക്ക് ആരും കപ്പലിൽ കയറി നാടുവിടാറില്ല. അറബിക്കടലിനെ അത്ഭുതത്തോടും ഭയത്തോടുംകൂടി നോക്കുന്ന നാട്ടാർ, അതുകേട്ടാൽ ഞെട്ടിപ്പോകും. പ്രത്യേകിച്ചും മാതയ്യൻ മാർത്താണ്ഡൻ ചിന്നയ്യന്റെ ഏകപുത്രനാണ്. അയാൾ ഇങ്ങനെയൊരു സാഹസം കാട്ടാൻ പാടില്ല.....

ആ ദിവസങ്ങളിലാണ് ആ വലിയ ചീനക്കപ്പൽ വന്നത്. മാതയ്യൻ കയറിയ ചീനക്കപ്പൽ തുറമുഖംവിട്ട് നാഴികകൾ കഴിഞ്ഞപ്പോഴാണ് നന്തൻ ആ വൃത്താന്തമറിഞ്ഞത്. അയാൾ പകച്ചിരുന്നു. അറബിക്കടലിന്റെ ഹൃദയത്തിലേക്കു പോയ ചങ്ങാതിയെ തിരിച്ചുകൊണ്ടുവരാൻ

എന്താണ് മാർഗം? എത്ര ആലോചിച്ചിട്ടും നന്തന് ഒരുവഴിയും കണ്ടുകിട്ടിയില്ല. അയാൾ ഒറ്റയ്ക്കിരുന്ന് ആ കൂട്ടുകാരനുവേണ്ടി പ്രാർഥിച്ചു.

മാതയ്യന്റെ ശാഠ്യംനിറഞ്ഞ ആ പ്രവൃത്തി ആരും പുറത്തുപറഞ്ഞില്ല. മകനെ കാണാഞ്ഞ് മാർത്താണ്ഡൻ ചിന്നയ്യൻ ദുഃഖിതനായിരുന്നപ്പോൾ നന്തൻ അയാളുടെ അടുക്കൽ ചെന്നു. സത്യം പറഞ്ഞു. തന്നെ ഗ്രഹിപ്പാനനുവദിക്കാതെയാണ് മാതയ്യൻ കപ്പൽ കയറിയതെന്ന് അറിയിച്ചു. മാർത്താണ്ഡൻ ചിന്നയ്യൻ ഒന്നും മിണ്ടിയില്ല. കരുത്തനായതീയമായവനെന്ന് പേരുകേട്ട ആ മനുഷ്യന്റെ കണ്ണുകൾ നനഞ്ഞൊഴുകുന്നത് നന്തൻ കണ്ടു.

ഒരു സംവത്സരക്കാലത്തേക്ക് മാതയ്യനെപ്പറ്റി ഒന്നും കേട്ടില്ല. കൊല്ലം തുറമുഖത്തുവരുന്ന കപ്പലുകളിലെല്ലാം മാർത്താണ്ഡൻ ചിന്നയ്യൻ നാട്ടുകാരുടെ പക്കലും സന്ദേശങ്ങൾ കൊടുത്തയച്ചു. ഫലമുണ്ടായില്ല. ഏകാന്തമായ രാത്രികളും സ്വസ്ഥതയില്ലാത്ത പകലുകളും താണ്ടിക്കടന്നുകൊണ്ടിരുന്നു നന്തൻ. മാതയ്യൻ ഏതോ മറുനാട്ടിൽ നഷ്ടപ്പെട്ടിരിക്കുമെന്ന് അയാൾ കരുതി. വീണ്ടും ഒരു രാത്രി. അന്ന് പൗർണമിയായിരുന്നു. യാമങ്ങൾ ചാകാറായ കുതിരയെപ്പോലെ കിടന്നു വലിക്കുകയാണ്. കൊട്ടാരമുറ്റത്തെ തോട്ടത്തിൽ ഒറ്റയ്ക്കിരുന്ന നന്തനു തോന്നി. അപ്പോഴും അറബിക്കടലിലെ തിരകൾമുറിച്ച് ഓടുന്ന കപ്പലുകളെക്കുറിച്ചാണ് അയാൾ ഓർത്തിരുന്നത്. മാതയ്യൻ പോയിട്ട് ഒരു വർഷം തികഞ്ഞത് അയാൾ ഓർത്തു. പുനങ്ങളിൽ തിനമുറ്റിനിൽക്കുന്ന കാലമാണ്. അക്കാലങ്ങളിൽ മാതയ്യനും താനുംകൂടെ പുനംകാക്കുന്ന പുനവരോട് കളിപറഞ്ഞു കളിക്കാറുണ്ട്. കുറിഞ്ഞിപ്പൂക്കൾ പറിച്ച് പരസ്പരം ശിരസിൽ ചൂടിക്കൊടുക്കാറുണ്ട്. പുനവന്മാർ പറകൊട്ടി പറപ്പിക്കുന്ന കിളികളെ അമ്പെയ്തു വീഴ്ത്താറുണ്ട്. വർഷം വരുമ്പോൾ കിഴക്കുള്ള കുറുംകാടുകളിൽ നനഞ്ഞുകൊണ്ട് ഓടിക്കളിക്കാറുണ്ട്. ഇന്നിപ്പോൾ ഋതുക്കൾക്ക് ഭംഗിയില്ലെന്നും ശബ്ദമില്ലെന്നും നന്തന് അനുഭവപ്പെട്ടിരിക്കുന്നു. ഒരു സംവത്സരക്കാലത്തെ പ്രകൃതി, അയാൾക്ക് നിശ്ചലയായിരുന്നു; നിശ്ശബ്ദയായിരുന്നു.

വെളുപ്പാൻകാലമായി. നന്തൻ ആ തോട്ടത്തിലെ കൽത്തട്ടിൽത്തന്നെ ഇരുന്നു.

അപ്പോഴാണ് കാൽപ്പെരുമാറ്റം കേട്ടത്. നന്തൻ തിരിഞ്ഞുനോക്കി. മാതയ്യൻ മടങ്ങിവന്നിരിക്കുന്നു......

നന്തനു വിശ്വസിക്കാൻ കഴിഞ്ഞില്ല. അയാൾ പിടഞ്ഞെഴുന്നേറ്റു. അവർ ആലിംഗനത്തിൽ മുഴുകി. ഒട്ടുനേരം കഴിഞ്ഞാണ് ആ തോഴന്മാർക്ക് പിടിവിട്ടുമാറാൻ കഴിഞ്ഞത്. ഏതോ അജ്ഞാതലോകത്തു പോയി മടങ്ങിവന്ന ഒരു അപൂർവ മനുഷ്യനെയെന്നപോലെ നന്തൻ മാതയ്യനെ പിന്നെയും പിന്നെയും നോക്കി. തനിക്കുതന്നെ വ്യക്തമല്ലാത്ത എന്തോ ചോദ്യങ്ങളൊക്കെ ചോദിച്ചു.

അരനാഴികനേരം എന്തോ ഒക്കെ പറഞ്ഞു ഒന്നും പറയാതെയും ഇരുന്നശേഷം, മാതയ്യൻ തന്റെ അജ്ഞാതവാസത്തിന്റെ കഥ പറഞ്ഞു:

കൊല്ലം തുറമുഖത്തുനിന്നു കപ്പൽ കയറി ഒന്നരമാസം കഴിഞ്ഞ് അയാൾ അറേബ്യ എന്ന രാജ്യത്തെത്തി. അത് ഒരു അത്ഭുതനാടാണ്. നോക്കെത്താത്ത മണൽപ്പരപ്പുകൾ, വരണ്ടുവരണ്ട് നിൽക്കുന്ന പാറക്കെട്ടുകൾ, ഉണക്കക്കല്ലുകൾ പാകിയ എടുപ്പുകൾ, ചുവന്ന കല്ലും മണ്ണും നിറഞ്ഞ തെരുവുകൾ എല്ലാമാണവിടെ. നിതാന്തദീർഘങ്ങളായ വെളിമ്പറമ്പുകളിൽ, ആകാശത്തിനുകീഴെ തലയഴിച്ചിട്ടു നിൽക്കുന്ന ലക്ഷക്കണക്കിനു പനമരങ്ങൾ. ആ പനകളിൽ യക്ഷികൾ വാഴുന്നതായി അവിടത്തുകാർ വിശ്വസിക്കുന്നില്ല. ആ പനമരങ്ങൾ അവർക്ക് അന്നദാതാവാണ്. അവയിൽ ഈന്തപ്പഴങ്ങൾ വിളയുന്നു. തെരുവുകളിൽ പലതരം പഴങ്ങൾ വിൽക്കുന്നു. മുന്തിരിപ്പഴം, വാഴപ്പഴം, നാരങ്ങ എല്ലാം. അവിടെ മനുഷ്യർക്ക് എന്തൊരു നിറമാണ്! മധുരനാരങ്ങാപോലെ, കാച്ചിയടിച്ച ഇരുമ്പുപോലെ, ചുവന്ന അരളിപ്പൂപോലെ! നെടുങ്കൻ തൂണുകളും നാനാതരം ശിൽപ്പവേലകളും കമാനങ്ങളും സ്തൂപങ്ങളും കുടംപോലുള്ള മേൽക്കൂരകളുമുള്ള ഊക്കൻകൊട്ടാരങ്ങളാണവിടെയുള്ളത്. പിന്നെ, ഭൂമി ഉണ്ടായപ്പോൾ എവിടെനിന്നോ നിരങ്ങിവന്ന് അവിടെയിരുന്നതുപോലെ ചില ദേവാലയങ്ങൾ. അത്ര പഴക്കം തോന്നിക്കും അവയ്ക്ക്. പിന്നെ വേണാട്ടുകൊട്ടാരത്തിലെ വളച്ചുവാതിൽപോലെ മുതുകുന്തിതെന്നിത്തെന്നി നടന്നുനീങ്ങുന്ന ഒട്ടകങ്ങൾ. അവ നീങ്ങുന്നതു കണ്ടാൽ അവയുടെ മുകളിലിരിക്കുന്ന മനുഷ്യർ ഏതോ നാടുപിടിക്കാൻ പോവുകയാണെന്നു തോന്നും. ഒട്ടകങ്ങൾ ഇടയ്ക്ക് കഴുത്തു നീട്ടും. അവ മാനത്തുനിന്ന് എന്തോ കടിച്ചെടുക്കുകയാണെന്നേ വിചാരിപ്പാൻ കഴിയൂ. അവിടെ നടന്നുപോകുന്നവരിൽ പലരും രാജാക്കന്മാരെപ്പോലെയാണ്. കിന്നരി പതിച്ച തൊപ്പികൾ, ഒഴുകിയിറങ്ങുന്ന കുപ്പായങ്ങൾ, കൈയിൽ ആയുധങ്ങൾ. അവർ ഇടപ്രഭുക്കന്മാരെപ്പോലെ തെരുവുകളിൽക്കൂടി നടക്കും. പ്രഭുക്കന്മാരെപ്പോലെയല്ല, രാജാക്കന്മാരെപ്പോലെതന്നെ? ഒട്ടകപ്പാലുകുടിച്ച് സൂര്യനെപ്പോലെ നിറംവന്ന രാജാക്കന്മാരും മനുഷ്യരുമാണവർ. മരുഭൂമികളിൽ പാമ്പുകളുണ്ട്. ഭയങ്കരവിഷമുള്ള പാമ്പുകൾ! കരിഞ്ചാന്തി; മൂർഖൻ എല്ലാം. പക്ഷേ, വേണാട്ടിലുള്ളതുപോലത്തെയല്ല, വ്യത്യസ്തമാണ്. പക്ഷികളുടെ രാജാവിനെ കാണണമെങ്കിൽ, അറേബ്യയിൽ പോകണം. ഒട്ടകപക്ഷികൾ! എന്തൊരു പൊക്കമാണവയ്ക്ക്. ഒരു മനുഷ്യനോളം പൊക്കം! കഴുകന്മാരുണ്ട്, മൂങ്ങകളുണ്ട് പിന്നെ, എന്തോ ഒക്കെ ശബ്ദത്തിൽ കരയുന്ന പക്ഷികൾ......

ഇതെല്ലാം വിവരിച്ചു കേൾപ്പിച്ചപ്പോൾ മാതയ്യന്റെ സ്വരത്തിൽ അത്ഭുതവും സംതൃപ്തിയുമാണ് ധ്വനിച്ചിരുന്നത്. അയാൾ മറ്റു ചിലതുകൂടിപ്പറഞ്ഞു. ആ അജ്ഞാതലോകത്തെപ്പറ്റി. അറേബ്യ നിറയെ സുഗന്ധമാണ്. തെരുവുകളിൽ, വീടുകളിൽ, ദേവാലയങ്ങളിൽ, അങ്ങാടികളിൽ എല്ലാം. സുഗന്ധം വമിക്കുന്ന നീരുറവകൾ അവിടെയെല്ലാം ഉണ്ടെന്നു തോന്നും. എവിടെനിന്നാണ് ഈ നറുമണം ഉത്ഭവിക്കുന്നത്? മാതയ്യൻ പല ദിവസങ്ങളും മാസങ്ങളും അതന്വേഷിച്ചിട്ടുണ്ട്. അറേബ്യാക്കാർ പണ്ടു പുരാതനകാലം മുതൽക്ക് ചെടികളിൽനിന്നും മറ്റു സാധനങ്ങളിൽനിന്നും

ഗന്ധമുള്ള നീരുകൾ ഉണ്ടാക്കിയെടുക്കാറുണ്ട്. അവർ അതു ശരീരത്തിൽ പൂശുന്നു. വീടുകളിൽ സൂക്ഷിക്കുന്നു. ദേവാലയങ്ങളിൽ തളിക്കുന്നു.......

പക്ഷേ, അതു മാത്രമാണോ ആ സുഗന്ധത്തിനടിസ്ഥാനം?

അല്ലെന്ന്, മാതയ്യൻ പറഞ്ഞു. പൗർണമിനിലാവിലേക്ക് ഉറ്റുനോക്കിയിട്ട്, അയാൾ പറഞ്ഞു: "ഈ ചന്ദ്രികയ്ക്ക് നല്ല മണമുണ്ടായാൽ എങ്ങനെയിരിക്കും? എങ്ങനെയിരിക്കും? മനുഷ്യനെ അതു ലഹരിപിടിപ്പിക്കും. നിലാവത്തു മുല്ലപ്പൂമണം വരുമ്പോൾ ഉള്ളിൽ സ്വപ്നങ്ങളുണരും. ചൂടുള്ള സ്വപ്നങ്ങൾ. അറേബ്യയിൽ അതുപോലാണ് സ്ത്രീകൾ......"

നിലാവിന് സുഗന്ധം വന്നതുപോലെ.

വേണാട്ടിലെ കിഴക്കൻ മലകളിൽ കാന്തൾപ്പൂക്കൾപോലെ, അറേബ്യായിലെ പെൺകുട്ടികൾ സുഗന്ധം പരത്തുന്നു. മാതയ്യൻ ആ നറുമണം അനുഭവിച്ചിട്ടുണ്ട്. തങ്കനിറത്തിലുള്ള മേനിയും മഞ്ഞിനുമീതെ സൂര്യപ്രകാശം വീണതുപോലെ സ്വർണവരകളും ചിഹ്നങ്ങളും തുന്നിയ വെളുത്ത വസ്ത്രങ്ങളും അറബിക്കടലിനെക്കാൾ നീലനിറമുള്ള കണ്ണുകളും എല്ലാമുള്ള അറബിപ്പെണ്ണ്, അവിടത്തെ നിലാവിൽക്കുളിച്ച കാന്തൾപ്പൂവാണ്.

ഒരു സംവത്സരത്തിനുശേഷം നന്തന്റെ മനസ്സ് ഉണരുകയായിരുന്നു. തിരിച്ചുവന്ന ചങ്ങാതിയുടെ ഹൃദയത്തിൽ ഊഷ്മളമായ മറ്റൊരു നിലാവ് പകർന്നുകൊടുത്തു. അയാളുടെ മിഴികൾ വിടർന്നു. മാതയ്യൻ വർണിച്ചുകേൾപ്പിച്ച ആ രാജ്യത്തിന്റെ, ആ ലോകത്തിന്റെ, നിറവും ശബ്ദവും ഗന്ധവും അയാളുടെ ആത്മാവിൽ നിറഞ്ഞുനിൽക്കുന്നതായി തോന്നി. ആ ഗന്ധം അയാളുടെ ഞരമ്പുകളിലേക്ക് കയറുംപോലെ.....

അറേബ്യായിലെ പെൺകുട്ടികളുടെ ഗന്ധം....

"നീ നിന്റെ അച്ഛനെ കണ്ടിട്ടോ ഇങ്ങോട്ടു പോന്നത്?" അൽപ്പനേരം മിണ്ടാതിരുന്നിട്ടു നന്തൻ ചോദിച്ചു.

"കണ്ടു, അച്ഛനോടു മാപ്പു പറഞ്ഞിട്ടുതന്നെ." മാതയ്യൻ അറിയിച്ചു. എന്നിട്ട്, താൻ പറഞ്ഞുവന്ന ആ ഉൾച്ചൂടുവിടാതെ അയാൾ പറഞ്ഞു:

"നന്താ, നിനക്കൊരു കാഴ്ചദ്രവ്യവുമായിട്ടാണ്, ആ സുഗന്ധമുള്ള നാട്ടീന്ന് ഞാൻ വന്നിട്ടുള്ളത്."

നന്തൻ മാതയ്യനെ നോക്കി. എന്തായിരിക്കും അയാൾ കൊണ്ടുവന്ന ആ കാഴ്ചദ്രവ്യം?

"എന്തു എന്നു ചൊല്ല്." നന്തൻ അന്വേഷിച്ചു.

മാതയ്യൻ ഒന്നു പുഞ്ചിരിച്ചു. എത്രയോ കാലമായി കാണാതിരുന്ന ആ പുഞ്ചിരിയിൽ, നന്തൻ മതിമയങ്ങി ഇരുന്നു.

"ഇപ്പോൾ ചൊല്ലാൻ നിവർത്തിയില്ല. നീ എന്റെ കൂടെ പുറകെ ചുവടുവച്ചു നടന്നാലും. നിന്നെ ഒരു സ്ഥലത്ത് ഞാൻ കൊണ്ടുപോകും. അവിടെവച്ച് ആ ദ്രവ്യം നീ കാണ്മാൻ പോകുന്നു." മാതയ്യൻ പറഞ്ഞു.

നന്തൻ പലതും ചിന്തിച്ചു. മാതയ്യൻ പറയുന്നതിന്റെ അർഥം മനസിലായില്ല. പലതും ചോദിച്ചു. പക്ഷേ, മാതയ്യൻ മറുപടിയൊന്നും പറ

ഞ്ഞില്ല. അയാൾ നന്തനെ എഴുന്നേൽപ്പിച്ചു, നടന്നു. നന്തൻ അയാളുടെ പിന്നാലെ നടന്നു. കൊട്ടാരത്തിനു പിന്നിലുള്ള പൂന്തോട്ടവഴിയിൽക്കൂടി യാണ് മാതയ്യൻ നടന്നത്. അത് കോട്ടവളപ്പിന്റെ തെക്കേ അറ്റത്തേക്ക് നയിക്കുന്നതാണ്. ഇടയ്ക്ക് കൊട്ടാരവളപ്പു കഴിയുമ്പോൾ ഒരു മതിൽക്കെ ട്ടുണ്ട്. അവിടെ ചെറിയൊരു വാതായനം. അതിന്റെ ഓടാമ്പലെടുത്ത് മാതയ്യൻ തെക്കോട്ടു കടന്നു. നന്തനും അയാളെ അനുഗമിച്ചു. മാതയ്യൻ വീണ്ടും നടന്നു. ഒടുവിൽ, കോട്ടവളപ്പിന്റെ തെക്കേ അറ്റത്ത്, ദേവദാസി യായ ചീതമ്മ പാർക്കുന്ന വസതി കാണായി.

നിലാവിൽ ആ മുറ്റത്തുനിന്ന പ്ലാവും വാഴകളും ഉന്മേഷഭരിതരായി കാണപ്പെട്ടു. ചിത്രങ്ങൾ കൊത്തിവച്ച മുഖപ്പോടുകൂടിയ ആ വീട് ചീതമ്മ യ്ക്കുവേണ്ടി അയ്യനടികൾ തിരുവടികൾ പ്രത്യേകമായി പണികഴിപ്പിച്ച താണ്. അതിന്റെ മുഖപ്പിൽ ശരറാന്തൽ വിളക്ക് കത്തിനിൽക്കുന്നു. അത് ഒരിക്കലും കെടുത്താറില്ല. ആറേഴുമുറികളും ചായ്ച്ചുകെട്ടുകളും എല്ലാ മുള്ള ആ കെട്ട്, ഉറക്കത്തിൽ മുങ്ങിയിരിക്കുന്നു.

മാതയ്യൻ കെട്ടിന്റെ പടിഞ്ഞാറേപ്പുറത്തേക്ക് ചെന്നു. അപ്പോൾ അവിടെ രണ്ടു രാജഭടന്മാർ നിൽക്കുന്നു. നന്തൻ സംശയിച്ചു നോക്കി. നന്തനെ കണ്ട ഉടൻ രാജഭടന്മാർ ഇരുപാർശ്വത്തിലേക്കും നീങ്ങി. പൊടു ന്നനെ അവർ കെട്ടിന്റെ മറുപുറത്തേക്ക് നടന്നു. മാതയ്യൻ പടിഞ്ഞാറു പുറത്തെ വാതിലിൽ മുട്ടി. പെട്ടെന്ന് അതു തുറക്കപ്പെട്ടു. അകത്ത് ഭിത്തി യിലെ കൽവിളക്കുകൾ കത്തിനിന്നിരുന്നു.

മാതയ്യൻ അകത്തേക്കു കയറി. പിന്നെ, എല്ലാം ധൃതിയിൽ നടന്നു. മാതയ്യൻ നന്തനെ അകത്തേക്കു വിളിച്ചു. അകത്തുനിന്ന് നീലമ്മ വെളി യിലേക്കുവന്നു. നന്തൻ അകത്തേക്കു കയറി. ആ മുറിയിൽ മാതയ്യനും താനും മാത്രമേ ഉള്ളൂ എന്ന് ഒരുനിമിഷനേരം നന്തനുതോന്നി. തനിക്കു വേണ്ടി ഒരുക്കിയിരിക്കുന്ന കാഴ്ചദ്രവ്യം കാണാൻ അയാൾ ചുറ്റും കണ്ണോടിച്ചുനോക്കി.

നന്തൻ പകച്ചു നിന്നുപോയി.

മുറിയുടെ തെക്കേ അരികിൽ താണ ഒരു തൽപ്പത്തിൽ, മാതയ്യൻ വർണിച്ച ആ അജ്ഞാതഭൂമിയിലെ സുഗന്ധവാഹിയായ പെൺകുട്ടിയെ പ്പോലെ ഒരുവൾ ഇരിക്കുന്നു.

നന്തൻ മാതയ്യനെ നോക്കി. പിന്നെ പെൺകുട്ടിയെ നോക്കി.

"അറേബ്യായിൽനിന്ന് നിനക്കു കൊണ്ടുവന്ന കാഴ്ചദ്രവ്യംതന്നെ." മാതയ്യൻ ഒരു പുഞ്ചിരിയോടെ പറഞ്ഞു.

നന്തൻ ഒരു പിടിയും കിട്ടാതെ നിന്നു. ആ പെൺകുട്ടി തലവഴി നേർത്ത തുണിയിട്ടിരിക്കുന്നു. അവളുടെ കറുത്ത് തിങ്ങിവളർന്ന മുടി അതിൽക്കൂടി കാണാം. നെറ്റിയിൽ വളഞ്ഞമുടി വീണുകിടക്കുന്നു. പൗർണമിനിലാവിന്റെ നിറമാണവൾക്ക്. ആ ശരീരം മാതയ്യൻ പറഞ്ഞ തുപോലെയാണ്, തങ്കംപോലെ കടഞ്ഞെടുത്ത വെണ്ണപോലെ ചുവന്ന അരളിപ്പൂപോലെ.....

അവൾ അറേബ്യായിലെ പെണ്ണാണ്.

ഓർമിച്ചപ്പോൾ, നന്തൻ ഒന്നു നടുങ്ങി. മാതയ്യൻ ഇവളെ അറേബ്യായിൽനിന്നു കൊണ്ടുവന്നതോ! എങ്കിൽ എങ്ങനെ കൊണ്ടുവന്നു?

അജ്ഞാതമായ ഒരു രാജ്യത്തുനിന്ന് അങ്ങനെ ഒരു പെണ്ണിനെ കൊണ്ടുവരാമോ? അവളെ ഇങ്ങനെ കോട്ടവളപ്പിൽ സൂക്ഷിക്കാമോ?

ആ പെൺകുട്ടി മുഖം താഴ്ത്തിയിരുന്ന് കരയുകയാണ്.....

ഉള്ളിൽ ഒരു ഭീതി, ഒരു സംഭ്രമം....

നന്തൻ പുറത്തേക്കിറങ്ങി. പുറകെ മാതയ്യനും ഇറങ്ങി.

പ്ലാവിൻ ചുവട്ടിൽ നിന്നുകൊണ്ട് നന്തൻ ചോദിച്ചു:

"ഇവൾ അറബിപ്പെണ്ണോ?" അയാളുടെ സ്വരം വിറയ്ക്കുന്നുണ്ടായിരുന്നു.

"തന്നെ നന്താ." മാതയ്യൻ മറുപടി നൽകി.

"ഇവളെ രഹസ്യമായി കപ്പലിൽ കൊണ്ടുവന്നതോ?" നന്തന്റെ കണ്ണുകൾ മാതയ്യന്റെ മുഖത്തു തറച്ചുനിന്നു.

"തന്നെ, നന്താ." മാതയ്യൻ പറഞ്ഞു.

"മറുദേശത്തെ പെണ്ണിനെ തട്ടിക്കൊണ്ടുവന്നതറിഞ്ഞാൽ, അന്നാട്ടുകാരും ഇന്നാട്ടുകാരും നമ്മെ പൊറുപ്പിക്കുമോ, മാതയ്യേ?" നന്തന്റെ മനക്ഷോഭം മുഴുവൻ ആ ചോദ്യത്തിൽ പ്രകടമായിരുന്നു.

കുറച്ചുനേരത്തേക്ക് മാതയ്യൻ ഒന്നും മിണ്ടിയില്ല. ഒരുപക്ഷേ, അയാൾ അപ്പോഴായിരിക്കും അതേക്കുറിച്ചാലോചിച്ചതെന്ന് നന്തനു തോന്നി. അറേബ്യ യുദ്ധവീരന്മാരുടെ നാടാണെന്നു കേട്ടിട്ടുണ്ട്. അവർ ഒരു നൂറുസംവത്സരംകൊണ്ട് ഒരു സാമ്രാജ്യം സ്ഥാപിച്ചവരാണത്രേ. അവർക്ക് അറബിക്കടലിലും വലിയ ശക്തിയാണ്. ഈ ഒരു സംഭവം, അവർ ഗൗരവപൂർവം എടുത്താൽ......

അതുപോകട്ടെ, വേണാട്ടടികളായ തന്റെ പിതാവ് ഈ വസ്തുത അറിയുന്നെങ്കിൽ....

"ഈ പെൺകുട്ടി, ആരാണ് മാതയ്യേ?" നന്തൻ പെട്ടെന്ന് ചോദിച്ചു.

"അറേബ്യായിൽ മെക്കാ എന്ന പ്രദേശത്തുള്ളവൾ." മാതയ്യൻ മറുപടി നൽകി.

"അവളുടെ കുടുംബം ഏത്?"

"മെക്കയിലെ ഫഖാ എന്ന പ്രദേശത്തുള്ള ഒരു കുടുംബം, നന്താ."

"അവൾ ഒരു രാജകുടുംബത്തിൽപ്പെട്ടവളെപ്പോലെയിരിക്കുന്നല്ലോ?"

"അതിലും വിശിഷ്ടമെന്നു കരുതിക്കോളു."

നന്തൻ മാതയ്യനെ ഉറ്റുനോക്കി. അഗാധമായ അസ്വസ്ഥത അയാളുടെ കണ്ണുകളിൽ നിഴലിച്ചിരുന്നു.

മാതയ്യൻ സാവധാനം പറഞ്ഞു:

"അവളുടെ കുടുംബത്തിന് ഒരു കഥയുണ്ട് നന്താ. അറേബ്യാ ഇപ്പോൾ ഭരിക്കുന്നത്, അബാസീദെന്ന ഒരു രാജവംശക്കാരാണ്. ഇപ്പോഴത്തെ രാജാവിന്റെ പേര് ആൽമുതാവാക്കിൽ എന്നാണ്. അബാസീദുവംശക്കാരുടെ തുണയാളുകളായ ഒരു കുടുംബക്കാരാണ് ഇവളുടേത്. രാജാ

ക്കന്മാരുടെ ഉറ്റമിത്രമായ ഒരു നാട്ടുപ്രമാണിയാണ് ഇവളുടെ പിതാവ്."

നന്തൻ മിഴിച്ചുനോക്കി. എന്നിട്ടു ചോദിച്ചു:

"അങ്ങനെ ഉള്ള ഒരു കുടുംബക്കാരിയെയോ നീ തട്ടിക്കൊണ്ടുപോന്നത്.......?"

മാതയ്യൻ ഒന്നു ചിരിച്ചു.

"ഞാൻ തട്ടിക്കൊണ്ടു പോന്നുവെന്നോ?"

"അങ്ങനെയല്ലെന്നോ പറയുന്നത്?" നന്തൻ അയാളുടെ ലാഘവബുദ്ധി ഇഷ്ടപ്പെടാത്തതുപോലെ ചോദിച്ചു.

"അങ്ങനെതന്നെ, നന്താ." മാതയ്യൻ പറഞ്ഞു. "കഥ മുഴുവൻ കേൾക്കുംമുമ്പ് നീ എന്നെ പഴിക്കാൻ തുടങ്ങുന്നു."

മാതയ്യനു എന്തോ പറയാനുണ്ടെന്ന് നന്തനു തോന്നി. അയാൾ ശ്രദ്ധിച്ചു.

"അറേബ്യായുടെ തെക്കുഭാഗത്ത് ഉപ്പളങ്ങളുണ്ട്, നന്താ. അവിടെ ചുരുണ്ട മുടിയും തടിച്ച ചുണ്ടും കറുത്ത നിറവും ഉള്ള കയ്യന്മാരാണ് പണി ചെയ്യുന്നത്. അബാസീദ് രാജാക്കന്മാരുടെ എതിരാളികളായ യാഫുറീദുകൾ ഈ കയ്യന്മാരുമായി ചേർന്ന്, പടയ്ക്കൊരുങ്ങുന്നുണ്ട്. അങ്ങനെ യാഫുറീദുകളും ഉപ്പളത്തിലെ കയ്യന്മാരും കൂടി, രാജപക്ഷക്കാർക്കു തുണനൽകുന്നവരെ കൊല്ലുകയും തട്ടിക്കൊണ്ടുപോവുകയും ചെയ്യുന്നുണ്ട്."

ഒന്നു നിറുത്തിയിട്ട് മാതയ്യൻ കഥ തുടർന്നു.

"ഇവളെ ഞാൻ തട്ടിക്കൊണ്ടുപോന്നതല്ല, നന്താ. ഫറീദുകളും ഉപ്പളത്തിലെ കയ്യന്മാരുംകൂടെ ഒരു സംഘം സ്ത്രീകളെ ഹാജാർ നദിയിൽക്കൂടി കടത്തിക്കൊണ്ടുപോയി. അവർ ഹാജാർ തുറമുഖത്തെത്തിയപ്പോൾ ചീനരുമായി ഒരു കലാപമുണ്ടായി. ഫറീദുകളും കയ്യന്മാരും തോറ്റു. ചീനർ ആ സ്ത്രീകളെ രക്ഷിച്ചു. പക്ഷേ, അവർ ആ സ്ത്രീകളെ തിരിച്ചുകൊണ്ടുചെന്നാക്കിയില്ല. കപ്പലിൽ കൊണ്ടുപോന്നു. പിന്നെ ഉണ്ടായതെല്ലാം മനസിനെ നോവിക്കുന്നതാണ് നന്താ-- പതിനേഴ് സ്ത്രീകളിൽ, ഇവളൊരുവൾ മാത്രമെ രക്ഷപ്പെട്ടുള്ളൂ."

നന്തൻ മാതയ്യന്റെ കഥ കേൾക്കാൻ ജാഗ്രതയോടെ ഇരുന്നു.

"പതിനാറുപേരും കടലിൽ ചാടിയോ, ചീനരുടെ താഡനമേറ്റോ മരിച്ചു."

മാതയ്യൻ നിറുത്തി. അയാളുടെ കണ്ണുകളിൽ നൊമ്പരം നിറഞ്ഞുനിന്നത് ആ നിലാവെളിച്ചത്തിൽ നന്തൻ കണ്ടു.

"ഇവളെ മാത്രം ഞാൻ രക്ഷിച്ചു. ചീനർക്ക് എന്നോടിഷ്ടമായിരുന്നതുകൊണ്ട്, അവർ അതിനനുവദിച്ചു. മറ്റെല്ലാവരും മരിച്ചു കഴിഞ്ഞാണ് ഞാനിവളെ കണ്ടത്. വേണാട്ടധിപതിയുടെ ഉറ്റകുടുംബക്കാരനെന്നതുകൊണ്ട് എന്നെ എതിർപ്പാനും കൊല്ലാനും അവർക്കു കഴിഞ്ഞില്ല." മാതയ്യൻ പറഞ്ഞുനിറുത്തി.

അൽപ്പസമയം നിശ്ശബ്ദത കളിയാടി. ഒരു താരപ്പക്ഷി ഏതോ മരക്കൊമ്പിൽ ഒന്നുണർന്നു കരഞ്ഞു. നന്തൻ ചിന്തയിൽ നിന്നുണർന്നു.

"നീ ചൊല്ലുന്നതു സത്യം തന്നെയോ മാതയ്യേ?" നന്തൻ സാവധാനം ചോദിച്ചു.

"നിന്റെ പക്കൽ, ഞാനൊരിക്കലും കൂറില്ലാതെയും നേരില്ലാതെയും ഒന്നും ചൊല്ലിയിട്ടില്ലെന്ന് ഓർത്തോളൂ." മാതയ്യൻ പറഞ്ഞു.

നന്തൻ മെല്ലെ ആ മുറിക്കുനേർക്കു നടന്നു. അകത്തേക്കു കടന്നു.

വിളക്കു കത്തുന്നു. ആ പെൺകുട്ടി അപ്പോഴും ഇരുന്നു കരയുന്നു. ആരോ അടുത്തു ചെന്നത് അവൾ മനസിലാക്കി.

"ഇവളുടെ പേരെന്ത് മാതയ്യേ?" നന്തൻ ചോദിച്ചു.

"ഹസ്രാ അൽറൂമി ആയാസ്ഖാൻ." മാതയ്യൻ അവളുടെ പേരു പറഞ്ഞുകൊടുത്തു.

നന്തൻ അൽപ്പസമയം അവിടെനിന്നു. പിന്നെ ഇറങ്ങിപ്പോന്നു. അയാൾ തന്റെ കെട്ടിലേക്ക് പോയി

അന്നുമുതൽക്ക് ഒരു ഹൃദയബന്ധം ആരംഭിക്കുകയായിരുന്നു. ഹസ്രാ അൽറൂമിയുടെ വരവും ദേവദാസിയായ ചീതമ്മയുടെ കെട്ടിലെ പാർപ്പും പരമരഹസ്യമായി അവർ സൂക്ഷിച്ചു. ഏറ്റവും വിശ്വസ്തരായ രണ്ടുമൂന്നു രാജഭടന്മാർ മാത്രമാണ് ആ സംഗതി അറിഞ്ഞിരുന്നത്:

രണ്ടുമൂന്നു മാസങ്ങൾ പോയി. പലദിവസവും രാത്രിയിൽ നന്തൻ ചീതമ്മയുടെ കെട്ടിൽ പോകും. ഹസ്രായെ കാണും. തിരിച്ചുവരും. ഇതിനിടയ്ക്ക്, അറബിരാജ്യത്തെ ഭാഷ വശമാക്കിയിരുന്ന മാതയ്യൻ അത് നന്തനെ പഠിപ്പിച്ചുകൊടുത്തു. ഹസ്രായെ വേണാട്ടരുടെ ഭാഷ പരിചയപ്പെടുത്തിക്കൊടുക്കാൻ നീലമ്മ ഉണ്ടായിരുന്നു. ഹസ്രായും നന്തനും ഒന്നും രണ്ടും വാക്കുകൾ കൈമാറി.... കൂടുതൽ വാക്കുകൾ കൈമാറി. അവർ നാവുകൊണ്ട് പരസ്പരമറിഞ്ഞു. പിന്നെ, ഹൃദയംകൊണ്ടും.

കൊട്ടാരവളപ്പിനുള്ളിൽ രഹസ്യങ്ങളില്ല. രഹസ്യങ്ങളെന്നു വെറുതെ കരുതുന്ന കാര്യങ്ങൾ മാത്രമേ ഉള്ളൂ. നന്തൻ ഇളയടികൾ തേവടിയാളായ ചീതമ്മയുടെ കെട്ടിൽ തുടർച്ചയായി പോകുന്നു. അവർ തമ്മിൽ രഹസ്യബന്ധം ഉണ്ടായിരിക്കുന്നു. ഇത് കൊട്ടാരത്തിൽ പതുക്കെ സംസാരമായി. അത് കോട്ടവളപ്പിനുള്ളിൽ വർത്തമാനം ആയി ഇപ്പോൾ അത് പുറത്തേ തെരുവിലേക്ക് ഇറങ്ങിച്ചെന്നു......

നന്തനും മാതയ്യനും ഇതറിഞ്ഞു. അവർക്ക് ആശ്വാസമാണ് തോന്നിയത്. അവർ അറിയരുതെന്നാഗ്രഹിച്ച യഥാർഥ രഹസ്യം പുറത്തുവന്നില്ലല്ലോ. ഈ അപവാദം മറ്റേതിനൊരു മറയാകുമല്ലോ എന്നവർ സന്തോഷിച്ചു. ഒരു ഭീതിമാത്രം അവർക്കുണ്ടായിരുന്നു. വേണാട്ടടികളായ അയ്യനടികൾ തിരുവടികൾ ഈ അപവാദമറിഞ്ഞു. അവിടുന്നു മകനെ ശാസിക്കുകയോ ശിക്ഷിക്കുകയോ ചെയ്യുകയില്ലേ?

ഹസ്രാ അൽറൂമി കൊല്ലത്തിറങ്ങിയിട്ട് ഏഴുമാസക്കാലമായി. ഒരു രാത്രി ചങ്ങമനാട്ടെ കാടുകളിൽ വേങ്ങമരങ്ങൾ പൂത്തുനിൽക്കുന്നു. തിനമുറ്റിയ കാലമാണ്. അറുക്കാറായി. തിനപ്പുറം കാക്കുന്ന പുനവന്മാർ ഉറക്കംപിടിച്ചുകഴിഞ്ഞു. ചന്ദ്രൻ മാനത്തുണ്ട്. തെളിഞ്ഞ നിലാവ്. പുനവത്തിപ്പെൺകിടാങ്ങൾ ഇപ്പോൾ പുനത്തിൽ വരില്ല. കാരണം തിനപ്പുനം

ഇപ്പോൾ ആണുങ്ങളുടെ മേൽനോട്ടത്തിലാണ്. അതുകൊണ്ട് പകൽക്കുറിക്കും ഇരവുകുറിക്കും* ഉള്ള സന്ദർഭമില്ല.

ഒരു കുതിരകെട്ടിയ വണ്ടിയിൽ നന്തനും ഹസ്രാ അൽറൂമിയും മാതയ്യനും അവിടെ വന്നിറങ്ങി. അവർ ആറ്റുതീരത്തേക്കുപോയി. മാതയ്യൻ പാതവക്കിൽ കാത്തിരുന്നു.

പൂന്തൊത്തുകൾ വിരിഞ്ഞുകിടക്കുന്ന രണ്ടു വേങ്ങമരങ്ങളുടെ ചോട്ടിൽ നന്തനും ഹസ്രാ അൽറൂമിയും നിന്നു.

പൗർണമിനാളുകളിലേക്ക് നൃത്തംവച്ചു വരുന്ന വെൺതിങ്കളിന്റെ കീഴിൽ, നങ്ങമ്മപ്പടിമയെ സാക്ഷിയാക്കി, വിവാഹത്തിനുള്ള അവസാന സമ്മതം പറയാൻ അവർ വന്നതായിരുന്നു. വേങ്ങച്ചില്ലകൾ കൈയിലണച്ച് ഹസ്രാ മുഖം താഴ്ത്തിനിന്നു. ഇടതുവശത്തു തൂക്കിയ വാളിൽ പിടിച്ച് നന്തൻ ഇലകൾക്കിടയിൽക്കൂടി വീണ നിലാവുകൊണ്ട് ഒരു ചിത്രപടംപോലെ സുന്ദരിയായിനിന്ന അവളോട് പറഞ്ഞു:

"കാർത്തികമാസത്തിൽ അറേബ്യായിൽനിന്ന് എനിക്കൊരു തങ്കവിഗ്രഹം കിട്ടി."

"നല്ല വാക്കുകൾതന്നെ." നിലാവിലലിഞ്ഞ ഒരു പുഞ്ചിരിയോടെ ഹസ്രാ മറുപടി പറഞ്ഞു.

"വേണാടു കാക്കുന്ന അമ്മ സാക്ഷി, നാടുദേവതയായ നങ്ങമ്മപ്പടിമ സാക്ഷി, നിന്നേ പരിഗ്രഹിപ്പാൻ നിശ്ചയിക്കുന്നു. സമ്മതമോ?" നന്തൻ ചോദിച്ചു.

"സമ്മതംതന്നെ."

വേങ്ങമരച്ചില്ലകൾ പുളകം കൊണ്ടതുപോലെ തോന്നി: ആകാശത്തുനിന്നു ചന്ദ്രൻ ഒന്നുകൂടി മധുരമായി മന്ദഹസിച്ചു. രാക്കാലത്തെ പറവകൾ ചില്ലകൾതോറുമിരുന്ന് കണ്ണുകൾ തുറന്നുനോക്കി. അപ്പോൾ നന്തന്റെ കൈകൾക്കുള്ളിൽ ഹസ്രാ അൽറൂമിയുടെ പൂക്കിലവിരലുകൾ നാണിച്ചിരുന്നു തുടിക്കുകയായിരുന്നു. മുറുകിയ മേൽമീശയ്ക്കുതാഴെ, ചുണ്ടുകളിലേക്ക് ആ താമര ഇതൾപോലുള്ള കൈപ്പത്തി ചെന്നു മുട്ടിയപ്പോൾ അവളുടെ കൈത്തണ്ടയിലെ രോമങ്ങൾ എഴുന്നുനിന്നു.

അവളുടെ മാറിടം അയാളോടു ചേർന്നു......

നേരം പുലർന്നു. കൊല്ലം രാജധാനിയിൽ ഒരു വാർത്ത പരന്നു. തേവടിയാളായ ചീതമ്മയുടെ വീട്ടിൽ, മറുനാട്ടുകാരിയായ ഏതോ ഒരു പെണ്ണിനെ ചില അച്ചിമാർ കണ്ടിരിക്കുന്നു. അവൾ തങ്കംപോലെ നിറമുള്ളവളാണ്. കണ്ടാൽ ഭയം തോന്നുന്ന കണ്ണുകളോടു കൂടിയവളാണ്. അവളുടെ ശബ്ദം! കടലിനടിയിൽ താമസിക്കുന്ന മത്സ്യകന്യകകളുടേതുപോലെയാണ്.

അത് കോട്ടവളപ്പിനു പുറത്തും സംസാരമായി.

എന്തെല്ലാം വൃത്താന്തങ്ങളാണ് പരന്നത്! ഹസ്രാ ദുർമന്ത്രവാദിനിയായ ഏതോ പെണ്ണാണെന്നും വേണാടിനെ മുടിപ്പാൻ ചീതമ്മ അവളെ കൊണ്ടുവന്നു പാർപ്പിച്ചിരിക്കുകയാണെന്നും പലരും പറഞ്ഞു.

---

* പകലും രാത്രിയും കാമുകന്മാരുമായുള്ള സമാഗമം

നന്തൻ ഇതറിഞ്ഞു, മാതയ്യൻ അറിഞ്ഞു. അവർ രണ്ടുപേരും ആലോചിച്ചു. ധീരമായി അതിനെ നേരിടാൻ നിശ്ചയിച്ചു.

വേണാട്ടധിപതിയായ അയ്യനടികൾ തിരുവടികളുടെ കാതിൽ ഇതു ചെന്നുചേർന്നു. അതിനു മുൻപുതന്നെ, അറുനൂറ്റുവരിൽ ചില പ്രമാണിമാരും, അഞ്ചുവർണം മണിഗ്രാമങ്ങളിൽപ്പെട്ടവരും ഇതറിഞ്ഞു. അവർ ഒറ്റക്കൊറ്റയ്ക്ക് അയ്യനടികളുടെ അടുക്കൽച്ചെന്നു. വിവരം ചോദിച്ചു എന്തിന്, പോളക്കുടിപ്പതികൾപോലും കൊട്ടാരത്തിലെത്തി എന്താണ് ഈ കേൾക്കുന്നതെന്ന് ആരാഞ്ഞു.

കൊല്ലം രാജധാനിയിൽ ഒരു കോളിളക്കംതന്നെയായി. അറുനൂറ്റുവരുടേയും അഞ്ചുവർണം മണിഗ്രാമക്കാരുടേയും യോഗം ചേരണമെന്ന് ചിലർ ആവശ്യപ്പെട്ടു. കാരണമുണ്ട്. സത്യസ്ഥിതി ചിലർ അറിഞ്ഞിരുന്നു. തേവടിയാൾ ചീതമ്മയുടെ വീട്ടിൽ താമസിക്കുന്നത് ദുർമന്ത്രവാദിനിയൊന്നുമല്ല. അറേബ്യാക്കാരി ഒരു പെണ്ണാണ്. അവളെ കൊല്ലത്തു കൊണ്ടുവന്നത് മാതയ്യനാണ്. ഏതോ രാജഭടനോ സേവകനോ അതു പുറത്തുവിട്ടിരുന്നു.

നിർബന്ധം കൂടിയപ്പോൾ അയ്യനടികൾ ഒരു തീരുമാനം ചെയ്തു.

അറുനൂറ്റുവരെയും അഞ്ചുവർണം മണിഗ്രാമക്കാരെയും പുന്നത്തലപ്പതിയേയും പോളക്കുടിപ്പതിയേയും വിളിച്ചുകൂട്ടി. കാരണം, പ്രശ്നം ഗുരുതരമാണ്. മറുനാട്ടുകാരിയായ പ്രത്യേകിച്ച് അറേബ്യാക്കാരിയായ ഒരു പെണ്ണിനെ ഒറ്റയ്ക്ക് ഒളിച്ചുകടത്തിക്കൊണ്ടുവന്ന് പാർപ്പിച്ചിരിക്കുന്നു. അത്ഭുതകരമായ ഒരു കുറ്റമാണ്. പിന്നെ അവൾ ഒരു മുസ്ലീംപെണ്ണാണ്. അവളെ പാർപ്പിച്ചത് നാട്ടുനടപ്പിന് ചേരാത്തതാണ്.

അറുനൂറ്റുവരുടെയും മറ്റും സദസിൽ ചീതമ്മയെ ഹാജരാക്കി. തേവടിയാൾക്ക് കൊട്ടാരത്തിലും നാട്ടിലും കിട്ടിയ ഉന്നതപദവിയിൽ അസൂയയും എതിർപ്പും ഉള്ളവർക്ക് അവളെ കൊട്ടാരവളപ്പിനു പുറത്താക്കാൻ ഒന്നാന്തരം അവസരമായിരുന്നു അത്. അയ്യനടികൾ ചീതമ്മയോട് കാര്യം ചോദിച്ചു. അവൾ സത്യം തുറന്നു പറഞ്ഞു: പക്ഷേ, ഒരു കാര്യംകൂടി അവൾ പറഞ്ഞു:

“അടിയന് ഒന്നറിയിപ്പാനുണ്ട്. ഹസ്രാ എന്ന അറബിപ്പെണ്ണാൾ ഇന്ന് അടിയനു പ്രീയപ്പെട്ടവൾ. അടിയനെ ശിക്ഷിപ്പാൻ നിശ്ചയിക്കുന്നെങ്കിൽ സങ്കടമില്ല. ഹസ്രായെ രക്ഷിപ്പാൻ അടിയൻ പ്രാർഥിക്കുന്നു. അവളെ ശിക്ഷിപ്പാനാണ് നിശ്ചയമെങ്കിൽ അടിയന്റെ ജീവൻപോയാലും അത് സമ്മതിപ്പാൻ തയാറില്ല തന്നെ.”

“ധിക്കാരം, ധിക്കാരം!” അറുനൂറ്റുവരിൽ ചിലർ വിളിച്ചുപറഞ്ഞു: അഞ്ചുവർണക്കാരും മണിഗ്രാമക്കാരും പിറുപിറുത്തു. പുന്നത്തലപ്പതിയും പോളക്കുടിപ്പതിയും മിണ്ടാതിരുന്നു. ചർച്ചയായി, ബഹളമായി, രാത്രി വളരെച്ചെല്ലുംവരെ വാദപ്രതിവാദങ്ങൾ നടന്നു, വേണാട്ടധിപതി വിഷമത്തിലായി. ഒടുവിൽ അയ്യനടികൾ തീർപ്പു കൽപ്പിച്ചു.

“നാട്ടുകൂട്ടക്കാരുടെയും കച്ചവടക്കാരുടെയും ആഗ്രഹപ്രകാരവും പുന്നത്തലപ്പതികളുടെയും പോളക്കുടിപ്പതികളുടെയും മിണ്ടാരൂപത്തി

ലുള്ള എതിർപ്പിനെ പരിഗണിച്ചും തേവടിയാളായ ചീതമ്മയെ തുറുങ്കിലടയ്ക്കുവാനും അറബിപ്പെണ്ണായ ഹസ്രാ എന്നവളെ തുറയധികാരികളെ ഏൽപ്പിച്ച് കപ്പൽ കയറ്റി അറേബ്യാ നാട്ടിലേക്ക് അയപ്പാനും നാം തീരുമാനിച്ചുകൊള്ളുന്നു."

ചീതമ്മ നിശ്ചലയായി നിന്നു. അവളുടെ മനസിൽ ഹസ്രായുടെയും നന്തൻ ഇളയടികളുടെയും രൂപങ്ങൾ തെളിഞ്ഞു നിൽക്കുകയായിരുന്നു!

നാട്ടുകൂട്ടക്കാരുടെ യോഗം പിരിഞ്ഞു.

ഉടനെതന്നെ ചീതമ്മയെ രാജഭടന്മാർ ബന്ധിച്ചു. അവളെ കിഴക്ക് പട്ടത്താനത്തിനപ്പുറത്തുള്ള തുറുങ്കിലേക്ക് കൊണ്ടുപോയി.

മറ്റൊരുകൂട്ടം ഭടന്മാർ ചീതമ്മയുടെ കെട്ടിലേക്ക് പോയി. അയ്യനടികൾ ഉറങ്ങിയില്ല. അസ്വസ്ഥനായി തന്റെ മുറിയിൽ ഉലാത്തിക്കൊണ്ടിരുന്നു. അപ്പോൾ ചീതമ്മയുടെ കെട്ടിലേക്കു പോയ ഭടന്മാർ വേവലാതിയോടെ മടങ്ങിവന്ന് താണുതൊഴുത് അറിയിച്ചു:

"അടിയൻ, അറബിപ്പെണ്ണിനെ കാണ്മാനില്ല."

അയ്യനടികൾ മിഴിച്ചുനിന്നു. ഹസ്രായെ കാണ്മാനില്ലേ?

പുതിയ ഉത്തരവുകൾ വന്നു. വേണാട്ടധിപതികളുടെ ആജ്ഞപ്രകാരം രാജഭടന്മാർ നാലുപാടും വിരണ്ടോടി., ഹസ്രായെ തിരയാൻ വേണ്ടി. ഒരിടത്തും അവളെ കണ്ടുകിട്ടിയില്ല......

ഇതിനിടയ്ക്ക് മാർത്താണ്ഡൻ ചിന്നയ്യനെ വിളിച്ച് അയ്യനടികൾ സംസാരിച്ചു. മാതയ്യനെപ്പറ്റി. അവർ ഒരു നിശ്ചയം ചെയ്തു. മാതയ്യനെ രാജസേവകരുടെ അകമ്പടിയോടെ വേണാട്ടിൽനിന്നും കൊണ്ടുപോയി ഓടനാട്ടുരാജധാനിയിൽ പാർപ്പിച്ചു. നീലമ്മയെ ചീതമ്മയുടെ കെട്ടിൽത്തന്നെ വീട്ടുതടങ്കലിലാക്കി. ദുഃഖിതരായ ആ കാമുകിയും കാമുകനും രണ്ടു നാടുകളിൽ വേദനിച്ചു കഴിഞ്ഞു.

പക്ഷേ, നീലമ്മ അടങ്ങിയിരുന്നില്ല. അവൾ തനിക്കു കാവൽനിന്ന രാജസേവകന്മാരുമായി അടുത്തു. അവരുടെ പ്രീതിനേടി. ചില അച്ചിമാരെ പാട്ടിലാക്കി. അവൾക്ക് ഹസ്രായുടെ വിവരമറിയാം. അത് ഒരുവിധത്തിൽ ദുഃഖിതനായ നന്തനെ അറിയിച്ചു. ഒരുദിവസം, രാത്രിയിൽ നീലമ്മ വീട്ടുതടങ്കലിൽനിന്നു പുറത്തുചാടി. കോയിലധികാരി വിജയരാഗദേവന്റെ കൊല്ലത്തെ കൊട്ടാരവീടിന്റെ നിലവറയിൽ പാർത്തിരുന്ന ഹസ്രായെ പുറത്തിറക്കി.

അവർ കച്ചവടക്കാരായ കാളവണ്ടിക്കാരുടെ കൂടെ, ചങ്ങമനാട്ടുവഴി വടക്കോട്ടു യാത്രതിരിച്ചു....

അങ്ങനെയാണ്, ആ സംഭവമുണ്ടായത്. അവരുടെ വണ്ടി, കുതിരക്കാർ ആക്രമിച്ചത്, നീലമ്മയെ കുതിരക്കാരൻ മാന്തിക്കീറി കൊന്നുകളഞ്ഞത്.

അബ്ദുല്ലാ ആയാസ്ഖാൻ കൊല്ലത്തു വന്നിറങ്ങി, ഒന്നര മാസം കഴിഞ്ഞാണ് ഇതുണ്ടായത്.

* * *

നീലമ്മയെ കിടത്തിയ ചിതയിൽ, ഒരു രാജഭടൻ തീകൊളുത്തി. അതു കത്തിപ്പിടിച്ചപ്പോൾ കുറത്തിപ്പെണ്ണുങ്ങൾ കണ്ണുനീർ വാർത്തു. രാജഭടന്മാർ നിശ്ചലരായി നിന്നു. ആറ്റിലെ വെള്ളം എന്തോ മന്ത്രിച്ചു കൊണ്ടു കടന്നുപോയി. അപ്പോൾ, കാടിന്റെ ഒരു ഭാഗത്ത് നിറഞ്ഞ കണ്ണുകൾ തുടച്ചുകൊണ്ട് ഒരാൾ നിന്നു അതു നന്തൻ ഇളയടികളായിരുന്നു.

# 8

**ഓ**ടനാട്ടിലെ രാജധാനിയിൽ ഏറ്റവും ഭംഗിയായി നിർമിച്ച ഒരു കെട്ടിൽ, അകത്തെ തളത്തിൽ, കത്തിച്ചുവച്ച വിളക്കിന്റെ മുൻപിൽ മാർത്താണ്ഡൻചിന്നയ്യന്റെ ഏകസന്താനമായ മാതയ്യൻചിന്നൻ വടക്കോട്ടു നോക്കി ഇരിക്കുന്നു. കൊട്ടാരത്തിലാകെ അടക്കിപ്പിടിച്ച സംഭ്രമമാണ് ദൃശ്യമാകുന്നത്. രാജസേവകന്മാർ കൂട്ടംകൂടിനിന്ന് എന്താക്കെയോ പിറുപിറുക്കുന്നു. ഓടനാട്ടധികാരി പുറൈയ്ൻ, അസ്വസ്ഥരായി കൊട്ടാരത്തിനുള്ളിൽ ഇരിക്കുകയാണ്.

വേണാട്ടധിപതിയും ഓടനാട്ടു രാജകുടുംബവും മിത്രങ്ങളെപ്പോലെ കഴിഞ്ഞുവരുന്നു. അതുകൊണ്ടാണ് മാതയ്യനെ വേണാട്ടിൽനിന്ന് ദൂരെ പാർപ്പിക്കുവാൻ നിശ്ചയിച്ചപ്പോൾ സകലവിധ ഒരുക്കങ്ങളോടുംകൂടി അയാളെ ഓടനാട്ടു രാജധാനിയിലേക്കയച്ചത്. മൂന്നുമാസക്കാലത്തോളം കഴിഞ്ഞിരിക്കുന്നു, അയാൾ ഓടനാട്ടെത്തിയിട്ട്. പക്ഷേ, ഇന്നിപ്പോൾ ഓടനാട്ടുരാജാവിന് താങ്ങാനാവാത്ത ഒരു പ്രശ്നമായിരിക്കുന്നു അത്.

ഓടനാട്ടു മുന്നൂറ്റുവർവരെ ആ വിഷയം ആലോചിച്ച് തീരുമാനത്തിലെത്താതെ കഴിയുന്നു. അവർ അടിയന്തരമായി ഒരാളെ വേണാട്ടുരാജധാനിയിലേക്ക് അയച്ചിരിക്കുകയാണ്.

മാതയ്യൻ വടക്കിരിക്കുകയാണ്. അതായത് ആഹാരമൊന്നും കഴിക്കാതെ വാളുംപിടിച്ച് വടക്കോട്ടു നോക്കിയിരുന്ന് മരണം വരിക്കുന്ന സമ്പ്രദായമാണത്. പൂർവികന്മാർ യുദ്ധത്തിൽ തോൽക്കുമ്പോൾ, യുദ്ധരംഗത്ത് അവമാനം നേരിടുമ്പോൾ അനുഷ്ഠിക്കാറുള്ള ഈ കഠിനകൃത്യം, മാതയ്യൻ അനുഷ്ഠിക്കാൻ ഒരുങ്ങിയതെന്തെന്ന് ഓടനാട്ടധിപതിക്ക് തെല്ലും മനസിലായില്ല. ഒടുവിൽ, മാതയ്യന്റെ മനോഗതി അദ്ദേഹം മനസിലാക്കി. തന്റെ ജീവിതേശ്വരിയായ ഒരു പെണ്ണ്, തന്റെ പിടിപ്പില്ലായ്മകൊണ്ട് മരണമടഞ്ഞിരിക്കുന്നു.......

മാതയ്യൻ ആ ഹൃദയവ്യഥയിൽ ഉപവസിക്കുകയാണ്. മരിക്കാൻ വേണ്ടി പുറൈയൻ കഴിവതെല്ലാം അയാളോടു പറഞ്ഞുനോക്കി. എല്ലാ സാന്ത്വനവചസുകളും ഉപയോഗിച്ചുനോക്കി. ഹൃദയംനൊന്ത് അപേക്ഷിച്ചുനോക്കി, ഒന്നും ഫലിച്ചില്ല. ഒടുവിൽ അദ്ദേഹം ഒരു ന്യായം ചോദിച്ചു:

"മാതയ്യേ, വടക്കിരിപ്പത് യുദ്ധത്തിൽ തോൽക്കുമ്പോഴല്ലേ?"

"യുദ്ധത്തിലും പ്രണയത്തിലും നീതി ഒന്നുതന്നെ പുറൈയനടികൾ." മാതയ്യനറിയിച്ചു.

പിന്നെ, എതിർവാദത്തിന് ഓടനാട്ടധിപതിക്ക് ന്യായംകിട്ടിയില്ല.

ഹസ്രായെയും നീലമ്മയെയും ആക്രമിച്ചതാരെന്ന് എത്ര ആലോചിച്ചിട്ടും മാതയ്യനു പിടികിട്ടിയില്ല. ചങ്ങമനാട്ടുവച്ച് നീലമ്മയെ ഒരു കുതിരക്കാരൻ മാന്തിക്കീറി കൊന്നുവെന്നും, അവളെ നങ്ങമ്മക്കാട്ടിൽക്കൂടി ഒഴുകുന്ന ആറിന്റെ തീരത്ത് ചിത ഉണ്ടാക്കി ദഹിപ്പിച്ചുവെന്നും ഒരു രാജസേവകനാണ് മാതയ്യനെ ഓടനാട്ടുരാജധാനിയിലെത്തി അറിയിച്ചത്. അയാൾ തകർന്നവനെപ്പോലെ ഇരുന്നുപോയി. പിന്നെ അയാൾ മുറിവിട്ട് ഇറങ്ങിയിട്ടില്ല.

നന്തൻ ഇളയടികൾ ചങ്ങമനാട്ടുനിന്ന് തന്റെ കൊട്ടാരക്കെട്ടിലേക്കു പോയി. നീലമ്മയുടെ ഘാതകരെ കണ്ടുപിടിക്കണം. ഹസ്രായെപ്പറ്റിയുള്ള വിവരം അതിൽക്കൂടി ലഭ്യമാകും. നന്തൻ ആറേഴുനാഴികകൾ മാത്രമേ തന്റെ കെട്ടിലിരുന്നുള്ളു. വിശ്വസ്തരായ ഏതാനും രാജഭടന്മാരെ അയാൾ വിളിച്ചുവരുത്തി. അന്നു രാത്രിയിൽത്തന്നെ അവരുമൊത്ത് രാജധാനിയിൽനിന്ന് പുറത്തിറങ്ങി. തന്റെ അന്വേഷണയാത്ര ആരംഭിച്ചു.

ഓടനാട്ടെ തന്റെ കെട്ടിനുള്ളിൽ മാതയ്യൻ രണ്ടുദിവസം ജാലകം വഴി പടിഞ്ഞാറോട്ടു നോക്കിയിരുന്നു. അവിടെ ഒരു പുഴ ഒഴുകിപ്പോകുന്നുണ്ട്. ചങ്ങമനാട്ടെ ആറ്റുതീരത്തെപ്പറ്റി അയാൾ ഓർമിച്ചുകൊണ്ടിരുന്നു. തണുത്തകാറ്റ് തുടർച്ചയായി വീശിക്കൊണ്ടിരുന്നു. അതേറ്റ് എള്ളിൻപൂക്കളും കാന്തൾപ്പൂക്കളും ഉള്ളിൽ നൊമ്പരംകൊണ്ടതുപോലെ ആടിയുലഞ്ഞുകൊണ്ടിരുന്നു. ആ പൂക്കൾ നീലമ്മയ്ക്കിഷ്ടമായിരുന്നു. അവ ചാർത്തിയ തഴയുടയണിഞ്ഞ് അവൾ എത്രകുറി അയാളുടെ മുമ്പിൽ വന്നിരുന്നു.

ആദ്യം അവളെ കണ്ടുമുട്ടിയത്, പനങ്കാവിൽക്കൊട്ടാരത്തിനു പിന്നിലെ പൈഞ്ചുന*ക്കരയിൽവെച്ചാണ്. അന്നു മിണ്ടിയില്ല. വീണ്ടും കണ്ടു, മിണ്ടി. എന്തൊക്കെ പറഞ്ഞു. വാക്കുകൾ കാന്തൾപ്പൂക്കൾ പോലെയാണ് അവളിൽനിന്നു വീണത്. ഹൃദയത്തിലേക്ക്, പിന്നെ അടുത്തു. അവളെ എത്രകുറി ഉടയാടകൾ മാറ്റി, പൂക്കൾ മാത്രമണിയിച്ച് നിലാവത്ത് അരുവിത്തടത്തിൽ കിടത്തി. ചുണ്ടിലെ വാഴപ്പൂന്തേൻ നുകർന്നിട്ടില്ല!

അവൾ ഹൃദയഭാരംകൊണ്ട് മെലിഞ്ഞപ്പോൾ, രാജഭടന്മാർ വേലനെ വിളിച്ചുകൊണ്ടുവന്നു. ഇവൾക്ക് ബാധോപദ്രവമാണെന്നുപറഞ്ഞ്, വേലനെക്കൊണ്ട് ചികിത്സയും വെറിയാട്ടും നടത്തിച്ചില്ലേ? മുരുകന്റെ പൂജാരിയായ വേലൻ ഒരു രാത്രി മുഴുവൻ വേലും കൈയിൽപ്പിടിച്ച് ആടിനെ അറുത്ത് ബലികൊടുത്ത് വെറിയാട്ടു നടത്തി. കുറത്തികൾ വേപ്പിലകളും നീലപ്പൂക്കളും ചൂടി മധുരവാദ്യം മുഴക്കി മുരുകന്റെ കടമ്പിനെയും കളിറ്റിനെയും പറ്റിപ്പാടി, തുള്ളി.....

നീലമ്മയുടെ ഹൃദയം തന്നെ ഓർമിച്ച് വേദനിക്കുകയായിരുന്നു. അവളുടെ കഴുത്തിൽ പ്രാണേശ്വൻ താലികെട്ടാഞ്ഞ്, അവൾ ദാഹിച്ചു കഴിയുകയായിരുന്നു. അതുണ്ടോ രാജഭടന്മാരും വെറിയാട്ടുന്ന വേലനും

* അരുവി.

കടുവിച്ചി*കളും അറിയുന്നു! ഒടുവിൽ ചീതമ്മയ്ക്കാണ് അതു മനസിലായത്. നീലമ്മയുടെ സുഖക്കേട് വെറിയാട്ടിയാൽ മാറുന്നതല്ലെന്ന്, ഹൃദയവതിയായ ആ തേവടിയാൾ മനസിലാക്കി. ഒരുദിവസം ചീതമ്മ മാതയ്യനെ നോക്കി അർഥഗർഭമായി പുഞ്ചിരിച്ചത് അയാൾ ഓർക്കുന്നു.

തന്റെ കെട്ടിനുപുറത്ത് വന്നിരുന്ന് നാരപ്പക്ഷികൾ ദുഃഖാലാപം നടത്തുകയാണെന്ന് അയാൾക്കു തോന്നി. അവളെ വീട്ടുതടങ്കലിലാക്കിയപ്പോൾ പനങ്കാവിൽ കൊട്ടാരമുറ്റത്തു വന്നിരുന്നു ചിലച്ച പക്ഷികൾതന്നെയാണോ ഇതും? ഒരിക്കൽ നീലമ്മ അയാളോടു പാടിയ ആ വരികൾ അയാൾ ഓർമിക്കുന്നു: 'കടലരികിൽനിന്നുവരുന്ന നെയ്തൽപ്പക്ഷികളെപ്പോലെയാണ് എന്റെ ഹൃദയം; അവ വേദനപൂണ്ടു പാടുന്നത് നീ കേൾക്കുന്നില്ലേ?'

നീലമ്മയുടെ ഹൃദയം നാരപ്പക്ഷികളുടെ രൂപത്തിൽ ഈ കെട്ടിനുപുറത്തു വരികയാണോ?

ആരാണ് ഹസ്രായെയും നീലമ്മയെയും വടക്കോട്ടയച്ചത്? മാതയ്യന് അതു മനസിലായില്ല. നന്തനായിരിക്കുമോ? ആയിരിക്കുകയില്ല. അവരെ ഒറ്റയ്ക്കങ്ങനെ വിടാൻ അയാൾ തയാറാവുകയില്ല. അവരെ ചങ്ങമനാട്ടു വച്ച് ആക്രമിച്ചവർ, മനഃപൂർവം അങ്ങനെ ചെയ്തതോ, അതോ ഏതോ രാത്രികാലസഞ്ചാരികളായ കുതിരക്കാർ അപ്പോൾ ചെയ്ത പാതകമോ?

രണ്ടുദിവസം കഴിഞ്ഞ്, മൂന്നാംദിവസമാണ്, മാതയ്യൻ ആ തീരുമാനം കൈക്കൊണ്ടത്. നീലമ്മയെക്കൂടാതെ, വാഴാനും പൊരുളനുഭവിപ്പാനും സാധ്യമല്ല. സമർഥനെന്നും സാഹസികനെന്നും കരുതിയിരുന്നതാണ്. ഓടനാട്ടു കൊട്ടാരത്തിൽ നിസ്സഹായനെപ്പോലെ കുത്തിയിരുന്നത് കഷ്ടമായിപ്പോയി. നിമിഷംതോറും ഒരപരാധബോധം അയാളിൽ വളർന്നുവന്നു. അയാൾ ഉഗ്രമായ ആ പ്രതിജ്ഞയെടുത്തു....

മൂന്നുദിവസമായിരിക്കുന്നു അയാൾ ഉപവാസം തുടങ്ങിയിട്ട്. രണ്ടാം ദിവസം വൈകിട്ട് വേണാട്ടു രാജധാനിയിലേക്ക് വിവരവുമായി ദൂതൻ പോയിട്ടുണ്ട്.

സന്ധ്യകഴിഞ്ഞു. മാതയ്യൻ നിലവിളക്കിനു മുൻപിൽ ഇരിക്കുകയാണ്. രാജസേവകന്മാരും അച്ചികളും ഇടക്കിടയ്ക്ക് അയാളെ വന്നു നോക്കുമായിരുന്നു. അച്ചികൾ കണ്ണുനീരൊഴുക്കിക്കൊണ്ടാണ് അവിടെനിന്നും പോവുക. തേജസുള്ള ആ ചെറുപ്പക്കാരന്റെ ദൃഢവ്രതം അവരിൽ അനുകമ്പ ഉളവാക്കി. സ്നേഹിച്ച പെണ്ണിനുവേണ്ടി മരിക്കാൻ തയാറാവുന്ന ആ യുവാവ്. അവരുടെ ഹൃദയങ്ങളിൽ വല്ലാത്ത ഭാരം സൃഷ്ടിച്ചു.

ഒരു ശബ്ദംകേട്ടു. ആരോ കടന്നു വരുന്നതാണ്. മാതയ്യൻ അനങ്ങിയില്ല. അയാൾ മുറിയിലേക്ക് കടന്നുവന്നു. നന്തൻ ഇളയടികൾ.....

തളർന്നമുഖവും വിഷാദം നിറഞ്ഞ കണ്ണുകളുമായി കടന്നുവന്ന നന്തൻ നെഞ്ചിൽ കൈവച്ചു വിളിച്ചു:

"മാതയ്യേ!....."

---

* തുള്ളുന്ന കുറവസ്ത്രീകൾ

ആ ശബ്ദം മാതയ്യനെ പിടിച്ചു കുലുക്കിയതായി തോന്നി.

അയാൾ മുഖം തിരിച്ചു.

"നന്താ......" മാതയ്യന്റെ സ്വരം ഒരു ഉഷ്ണവാതകംപോലെ വന്ന ലച്ചു:

നന്തൻ മാതയ്യന്റെ അരികത്തു ചെന്ന് അടുത്തിരുന്നു. അയാൾ മാത യ്യന്റെ തോളിൽ കൈവച്ചു, അൽപ്പനേരം മിണ്ടാതിരുന്നു.

"മാതയ്യേ......" നന്തൻ സാവധാനം സംസാരിച്ചു; ''ഇക്കണെക്കൊന്നു വേണ്ടിയിരുന്നോ മാതയ്യേ?"

മാതയ്യൻ നന്തന്റെ മുഖത്തേക്ക് ഉറ്റുനോക്കി.

അയാളുടെ കണ്ണുകൾ നിറഞ്ഞുനിന്നു.

അൽപ്പനേരംകൂടി.

"നന്താ...." ഗുഹയിലൊഴുകിയ അരുവിപോലെ അയാളുടെ സ്വരം നന്തന്റെ കാതിൽ പതിച്ചു: "ഇരിപ്പതും മരിപ്പതും ഒന്നുപോലായാൽ, കുലത്തിൽ ജനിച്ചവൻ എന്തുചെയ്യാനാണ്?"

"എങ്കിലും മാതയ്യേ..... നന്തൻ അവന്റെ തോളിൽ മുറുകെപിടിച്ചു: നിനക്ക് ഉറ്റതോഴനായി ഒരുവനുണ്ടെന്ന് നിനക്കറിയില്ലേ? അവനോട് ഒരു വാക്കു ചൊല്ലിയിട്ട് ഇതാവാമായിരുന്നല്ലോ."

"നിനക്കുകൂടി നൊമ്പരമുണ്ടാക്കുന്നതെന്തിന്? ഞാൻ നിശ്ചയിച്ച തുതന്നെ. ഇതു മാറാൻ നിനച്ചിട്ടില്ലതാനും." മാതയ്യൻ അറിയിച്ചു.

മാതയ്യന്റെ മുഖത്ത് അയാളുടെ ദൃഢനിശ്ചയം പാറയിലെഴുതിയ വാക്കുകൾ കണക്ക് നന്തൻ കണ്ടു. തന്റെ ചങ്ങാതി കൂടുതലൊന്നും അപേക്ഷിക്കരുതെന്ന് അയാളുടെ സ്വരം വ്യക്തമാക്കി. എങ്കിലും നന്തൻ അവിടെവച്ച് മാതയ്യനെ കൈവെടിയാൻ തയാറായില്ല.

"ഇന്നലെ രാത്രിയിലാണ് കൊട്ടാരത്തിൽ ഓടനാട്ടുദൂതൻ വന്നെ ത്തിയത്." നന്തൻ പറഞ്ഞു: നാടാകെ ഓടിത്തളർന്ന് ഞാനവിടെച്ചെന്നു കയറിയനേരം. ഈ വാർത്ത ധരിപ്പാൻ കഴിഞ്ഞപ്പോൾ കൊട്ടാരത്തി ലാകെ സംഭ്രമമായി. നിന്റെ അച്ഛൻ തടവിൽ കിടക്കുന്നു. അദ്ദേഹത്തെ അറിയിപ്പാനും അറിയിപ്പാതിരിപ്പാനും വയ്യാതായി. വേണാട്ടധിപതി എന്തു ചെയ്യണമെന്നാലോചിച്ച് ദുഃഖിതനായിരിക്കുന്നു.

"അവരുടെയെല്ലാം ദുഃഖം എനിക്കു ധരിപ്പാൻ കഴിയും, നന്താ...." മാതയ്യൻ പറഞ്ഞു. "പക്ഷേ, അവരുടെ എല്ലാം ദുഃഖം, നീലമ്മയെ ഇനിയീ ഭൂമിയിലേക്ക് തിരിച്ചുകൊണ്ടുവരുമോ?"

നന്തൻ അൽപ്പസമയത്തേക്കു മിണ്ടിയില്ല. അയാൾ ചിന്തയിലാണ്ട തുപോലെയുണ്ട്. ഒരുവിധവും മാതയ്യൻ അയാളുടെ നിശ്ചയത്തിൽ നിന്നും പിന്മാറുകയില്ലെന്ന് നിമിഷംതോറും അയാൾക്ക് ബോധ്യമായി കൊണ്ടിരുന്നു. പക്ഷേ, ഈ നിലയ്ക്ക് അയാളെ ഉപവസിക്കാൻ അനു വദിക്കാൻ സാധ്യമോ? എങ്ങനെ അയാളെ മറിച്ചൊരു തീരുമാനമെടുപ്പി ക്കാൻ കഴിയും?

നന്തൻ മറ്റൊരു വഴിക്ക് തന്റെ വിചാരങ്ങൾ തിരിച്ചുവിട്ടു.

"മാതയ്യേ." അയാൾ വിളിച്ചു.

"എന്ത്?" മാതയ്യൻ നന്തനെ നോക്കി.

"നീലമ്മയെ പേർത്ത് നീ കരയുന്നു."

"അല്ലാതെ ഞാനെന്തുചെയ്വാൻ?"

"ഹസ്രാ എവിടെയെന്നറിയാമോ?"

"അവൾ ജീവനോടെ ഇരിക്കുന്നുണ്ടോ?"

"അറിഞ്ഞുകൂട, പക്ഷേ, അതറിവാൻ നിനക്കാഗ്രഹമില്ലേ?"

മാതയ്യൻ പെട്ടെന്ന് മിഴിവിടർത്തി. നന്തനെ ഉറ്റുനോക്കി, ഒരുനിമിഷം കഴിഞ്ഞു ചോദിച്ചു:

"ആഗ്രഹമില്ലെന്നോ നിന്റെ വിചാരം?"

"അല്ല."

"പിന്നെന്ത്."

"അറേബ്യായിൽനിന്ന് അവളെ കൊണ്ടുവന്നത് നീയാണ്, മാതയ്യേ."

"അതേ."

"അവളെപ്പറ്റി നിനക്കൊന്നും നിനപ്പാനില്ലേ?"

മാതയ്യൻ നിശ്ശബ്ദനായിരുന്നു. ഹസ്രായുടെ രൂപം അയാളുടെ ഉള്ളിൽ തെളിഞ്ഞുവന്നു.

"അവളെ രക്ഷിപ്പാൻ ഒരു കടമ നിനക്കില്ലേ?" ആ നിശ്ശബ്ദതക്കിടയ്ക്ക് നന്തൻ ചോദിച്ചു.

പിന്നെയും ഏതാനും നിമിഷങ്ങൾകൂടി മാതയ്യൻ മൗനമായിരുന്നു.

"മാതയ്യേ, അവളെ അവർ കൊന്നിരിപ്പാനിടയില്ല. അവൾ എവിടെയോ ഉണ്ടെന്നുതന്നെ, എന്റെ വിചാരം. അവളെ തേടാൻ എനിക്ക് മറ്റാര്? അവൾക്ക് മറ്റാര്? നീയല്ലാതൊരുവൻ എനിക്കുണ്ടോ മാതയ്യേ? വിശ്വസിപ്പാൻ, കൂട്ടായിവരുവാൻ ഹസ്രായെ തിരഞ്ഞു പിടിക്കുന്നതിന് തോളൊത്തു യത്നിപ്പാൻ." നന്തന്റെ സ്വരം ദൃഢമായി:

"നീ ഹസ്രായേയും എന്നേയും ഉപേക്ഷിച്ചിട്ട് പോവാനോ നിശ്ചയിച്ചത്?"

വർധിച്ച മാനസികഭാരംകൊണ്ട് മാതയ്യൻ ശിരസുതാഴ്ത്തി, നന്തനോട് ഒരു മറുപടിയും പറയാൻ അയാൾ കണ്ടില്ല. നീലമ്മയെപ്പറ്റിയുള്ള വികാരം തെല്ലുപോലും തണുപ്പിക്കുവാൻ നന്തന്റെ വാക്കുകൾക്ക് കഴിഞ്ഞില്ല. പുതിയ മറ്റൊരു വികാരം കൂടി ഊതിത്തെളിക്കുവാനേ നന്തന്റെ വാക്കുകൾ ഉപകരിച്ചുള്ളൂ. അയാൾ പറഞ്ഞതു സത്യമാണ്. ഹസ്രായെപ്പറ്റി തനിക്കൊരു കടമയുണ്ട്. താൻ ഉപവസിച്ചു മരിച്ചാൽ നന്തൻ എന്തു ചെയ്യുമെന്ന് നിശ്ചയമില്ല.

നിമിഷങ്ങൾ കൊടുങ്കാറ്റിൽപ്പെട്ട മുളഞ്ചില്ലയിലെ ഇലകൾപോലെ നിന്നുലഞ്ഞു വിറച്ചു. മുൻപിൽ കൊളുത്തിവച്ച വിളക്ക് എന്തോ പറയാൻ വെമ്പുന്നതുപോലെ നിന്നു. എങ്ങും പൂർണനിശ്ശബ്ദതയാണ്. പുറത്ത് വവ്വാലുകൾ പറക്കുന്ന ശബ്ദം ഇടയ്ക്കിടക്ക് കേട്ടിരുന്നു. അവ പടിഞ്ഞാറുപുറത്തു നിൽക്കുന്ന മാവിലും പുന്നമരത്തിലുംനിന്ന് പറന്നിറങ്ങി തിരിച്ചുചെല്ലുന്ന ജോലിയിലാണ്.

താനെന്തു മറുപടി പറയും? മാതയ്യൻ പിന്നെയും ആലോചിച്ചിരുന്നു.

ഒടുവിൽ ഒരു സമാധാനം പറഞ്ഞു:

"വ്രതം മുടക്കാതെ ഭൂമിയുടെ അറ്റംവരെ നിന്റെ കൂടെയെത്തുവാൻ ഞാൻ തയാർ."

എന്താണ് അയാൾ പറഞ്ഞത്? നന്തൻ ആലോചിച്ചു. അയാൾ വ്രതം മുടക്കാൻ തയാറല്ല. ആഹാരം കഴിക്കാതെ, ജലപാനം ചെയ്യാതെ, തന്നോടൊപ്പം ഹസ്രായെ തിരയാൻ വരാമെന്ന്. അത് എത്ര ഭയങ്കരമാണ്. അങ്ങനെയൊരു വ്യവസ്ഥയും വാഗ്ദാനവും മാതയ്യനിൽനിന്ന് അയാൾ പ്രതീക്ഷിച്ചില്ല. അങ്ങനെ അയാളെ കൂടെക്കൊണ്ടുപോവുകയെന്നത് തനിക്കു ചിന്തിക്കാനാവുമോ?

"വ്രതം മുടക്കാതെയോ?" നന്തൻ ചോദിച്ചുപോയി.

"തന്നെ, നന്താ...." മാതയ്യന്റെ സ്വരം ദൃഢമായിരുന്നു.

"അതിനു ഞാൻ സമ്മതിക്കണമെന്നോ....." നന്തൻ അയാളുടെ തോളിൽ വീണ്ടും പിടിച്ചു.

"മറ്റൊന്നും ചിന്തിപ്പാൻ എനിക്കാവില്ല." മാതയ്യൻ തീർത്തു പറഞ്ഞു.

"അങ്ങനെ ചിന്തിപ്പാൻ എനിക്കും വയ്യ." നന്തൻ മറുപടി കൊടുത്തു.

ആ ചങ്ങാതിമാർ കുറച്ചുനേരത്തേക്ക് ഒന്നും മിണ്ടിയില്ല. രണ്ടുപേരും തീവ്രമായ ഹൃദയക്ഷോഭത്തിന്റെ ചുഴികളിൽപ്പെട്ടു വിഷമിക്കുകയായിരുന്നു.

ഒടുവിൽ നന്തൻ പറഞ്ഞു:

"നേരം വെളുക്കുമ്പോൾ ഞാൻ മടങ്ങിവരും."

മാതയ്യൻ പറഞ്ഞു:

"അപ്പോൾ വ്രതം മുടക്കാതെ ഞാൻ നിന്റെ കൂടെ വരും."

നന്തൻ അതിനു മറുപടിയൊന്നും പറഞ്ഞില്ല. അയാൾ മറ്റൊരു പരിഹാരത്തോടെയാണ് തൽക്കാലം വിരമിക്കുവാൻ നിശ്ചയിച്ചത്. നന്തൻ യാത്ര പറഞ്ഞിറങ്ങുമ്പോൾ ആ ചങ്ങാതിമാരുടെ കണ്ണുകൾ നിറഞ്ഞൊഴുകുന്നുണ്ടായിരുന്നു.

രാത്രി കുറേ ചെന്നു. മാതയ്യൻ വടക്കിരിക്കുന്ന തളത്തിലെ വാതിൽ ചാരിയിരുന്നു. രാജസേവകരിൽ ചിലർ അപ്പോഴും ഇടയ്ക്കിടക്ക് വാതിലിനരികിൽ ചെന്നു നിന്നിട്ടു തിരിച്ചുപോന്നു. പാതിരാവായപ്പോൾ കൊട്ടാരപ്പടിക്കൽ ഒരുസംഘം കുതിരക്കാർ വന്നിറങ്ങി. വേണാട്ടുരാജധാനിയിൽ നിന്നു വന്നവരാണ്. അക്കൂട്ടത്തിൽ, ബന്ധനത്തിൽ കിടന്ന മാർത്താണ്ഡൻ ചിന്നയ്യനുമുണ്ടായിരുന്നു.

ഓടനാട്ടുരാജധാനിയിൽ മാതയ്യൻ ഉപവാസമനുഷ്ഠിക്കുന്ന വിവരം പ്രത്യേകമറിയിച്ച്, ഒരു ദയാനടപടിയെന്ന നിലയിൽ മാർത്താണ്ഡൻ ചിന്നയ്യനെ അവിടെ കൊണ്ടുപോകുന്നുവെന്ന് അയ്യനടികൾ തിരുവടികൾ കോയിലധികാരിയായ വിജയരാഗദേവനെ അറിയിച്ചു. വിജയരാഗദേവൻ ആ നടപടിക്ക് അനുമതി നൽകി. സുശക്തമായ ഒരു രാജഭടസംഘത്തോടെ മാർത്താണ്ഡൻ ചിന്നയ്യനെ അയച്ചു.

ഓടനാട്ടധിപതി പുറൈയൻ മാർത്താണ്ഡൻചിന്നയ്യനെ സ്വീകരിച്ചു. പുറൈയന് തെല്ലു മനസമാധാനമായി. ബന്ധനസ്ഥനായ പിതാവിന്റെ

വാക്കുകൾ മാതയ്യനെ ഉപവാസത്തിൽനിന്ന് പിന്തിരിപ്പിക്കാതിരിക്കുകയില്ല. പുറൈയൻ മാർത്താണ്ഡനെ ആ കെട്ടിലേക്ക് നയിച്ചു. രാജഭടന്മാർ കെട്ടിന്റെ ചാരിയിരുന്ന വാതിൽ തുറന്നു. പുറൈയനും മാർത്താണ്ഡൻ ചിന്നയ്യനും അന്തിച്ചുനിന്നു. വിളക്ക് കത്തിനിൽക്കുന്നു. മാതയ്യനെ അവിടെ കാണ്മാനില്ലായിരുന്നു.

* * *

അതേരാത്രിയിൽ, പാതിരാനേരത്ത്, വേണാട്ടെ പനങ്കാവിൽ കൊട്ടാരത്തിന്റെ മന്ത്രാലയത്തിനു പിന്നിലുള്ള അയ്യനടികൾ തിരുവടികളുടെ രഹസ്യമുറിയിൽ മറ്റൊരു സംഭവം നടക്കുകയായിരുന്നു; വേണാട്ടധിപതി ഒരു കസാലയിൽ ഇരിപ്പുണ്ട്. ബന്ധനസ്ഥയായ ഒരു സ്ത്രീ, അഴിഞ്ഞുലഞ്ഞ മുടിയും മുഷിഞ്ഞ വസ്ത്രങ്ങളുമായി അൽപ്പം മാറി നിൽക്കുന്നുണ്ട്. അത് തുറുങ്കിലടയ്ക്കപ്പെട്ട തേവടിയാൾ ചീതമ്മയായിരുന്നു.

"നീ വന്നതു വെറുതെയാവരുത്, ചീതമ്മേ." അയ്യനടികൾ പറഞ്ഞു.

ചീതമ്മ ആ മുറിയിലേക്ക് നയിക്കപ്പെട്ടിട്ട് ഏതാനും നിമിഷങ്ങളേ ആയിട്ടുള്ളു. അയ്യനടികൾ തിരുവടികളുടെ പ്രത്യേക നിർദേശപ്രകാരം ചീതമ്മയെ കിഴക്കുള്ള തടവുപാളയത്തിൽനിന്നു കൊണ്ടു വന്നതാണ്, നിഗൂഢമായിട്ട്.

"അടിയൻ എന്തുചെയ്യണമെന്നു പറഞ്ഞാലും." ചീതമ്മ അപേക്ഷിച്ചു.

അവളുടെ ശബ്ദം ദുഷ്കരമായ ആ ഏകാന്തബന്ധനത്തിന്റെ വേദനയും ഭാരവും മുഴുവൻ ധ്വനിപ്പിച്ചിരുന്നു. ആ തളർന്ന കണ്ണുകളിൽ മുഷിഞ്ഞ വസ്ത്രത്തിൽ, പാറിപ്പറന്ന മുടിയിൽ എല്ലാംകൂടി, അവളുടെ തീക്ഷ്ണവും വശ്യവുമായ സൗന്ദര്യം അപ്പോഴും ദൃശ്യമായിരുന്നു.

"തുറന്നു പറവാനാണ് നിന്നെ വിളിച്ചത്." അയ്യനടികൾ തുടർന്നു.

"തുറന്നു പറയാമോ തിരുവടികൾ?" അവൾ അതു ചോദിച്ചപ്പോൾ ആ തളർന്ന കണ്ണുകൾ ഒന്നു വിടർന്നു.

"മറ്റാരും ഇവിടില്ലെന്നു ധരിച്ചുകൊള്ളൂ." അയ്യനടികൾ പറഞ്ഞു: "അന്ന്, നിന്നെ അറുനൂറ്റുവരുടെയും ജനപ്രതിനിധികളുടെയും അഞ്ചുവർണം മണിഗ്രാമക്കാരുടെയും മുമ്പിൽ ബന്ധിച്ചു നിർത്തിയപ്പോൾ നാം തെല്ലൊന്നു വേദനിച്ചു."

"അടിയന് അതറിയാമായിരുന്നു." ചീതമ്മ മുഖം താഴ്ത്തി.

"നിന്നെ ശിക്ഷിപ്പാൻ നമുക്ക് മനസില്ലായിരുന്നു. പക്ഷേ, നാട്ടുകൂട്ടക്കാരും കച്ചവടക്കാരും ജനപ്രതിനിധികളും പറയുന്നത് ചെയ്യാതിരിപ്പാൻ നമുക്ക് സാധ്യമല്ല." വേണാട്ടധിപതി വിഷമത പ്രകടിപ്പിച്ചു.

"തന്നെ തിരുവടികൾ." ചീതമ്മ മുഖമുയർത്തി ചുറ്റുമൊന്നു നോക്കി. 'മലയ്ക്കപ്പുറത്തുനിന്ന് രാജകന്യകയെപ്പോലെ ആനപ്പുറത്തേറ്റിയല്ലേ തിരുവടികൾ അടിയനെ കൊണ്ടുവന്നത്? വന്നിട്ടോ, അവിടുത്തേക്ക് അടിയൻ തേയിച്ചുതെറുത്തു തന്നില്ലെങ്കിൽ താംബൂലംപോലും പ്രിയമല്ലാ

യിരുന്നല്ലോ. അവിടുത്തേക്ക് അടുത്തെത്തി നോക്കാനിഷ്ടം അടിയന്റെ ശരീരമായിരുന്നല്ലോ. രാജാവെങ്കിലും മനുഷ്യനായതുകൊണ്ടായിരിക്കും അന്ന് അവിടത്തേക്ക് വേദനിച്ചത്."

അയ്യനടികൾ തിരുവടികൾ മുഖം താഴ്ത്തി. അവിടുന്ന് ജാള്യതയും മാനസികവൈഷമ്യവുംകൊണ്ട് തൽപ്പത്തിന്റെ കൈത്തട്ടിൽ തിരുപ്പിടിച്ചിരുന്നു.

"ചീതമ്മേ." അൽപ്പംകഴിഞ്ഞ് അവിടുന്ന് ശിരസുയർത്തി.

"അടിയൻ...." അവളുടെ കണ്ണുകൾ നിറഞ്ഞിരുന്നു.

"നാട്ടുകൂട്ടക്കാർ തെറ്റുകാരിയെന്നു വിധിച്ചാൽ, നാമെന്തു ചെയ്യും?" വേണാട്ടുമന്നൻ ചോദിച്ചു.

"തിരുവടികളേ...." ചീതമ്മ ഒന്ന് ഇളകിനിന്നു: "അടിയൻ കേൾപ്പതു തെറ്റെന്നു വിചാരിക്കാതിരിപ്പാൻ അപേക്ഷ. അടിയൻ ചെയ്ത തെറ്റെന്ത്?"

"വേണാട്ടുമതത്തിന് നിരക്കാത്ത ഒരുവളെ രഹസ്യമായി പാർപ്പിച്ചുവെന്നതുതന്നെ." അയ്യനടികൾ ഗൗരവത്തിൽ പറഞ്ഞു.

"അവളെ വേണാട്ടിലേക്ക് കൊണ്ടുവന്നത് ആരെന്നറിയാമോ?" ചീതമ്മ അയ്യനടികൾ തിടുവടികളെ ഉറ്റുനോക്കി നിന്നു.

"മാതയ്യനെന്നു നാം അറിഞ്ഞു. അവനെ നാം ശിക്ഷിക്കുകയും ചെയ്തു?" അയ്യനടികൾ മറുപടി നൽകി.

"മാതയ്യൻ എങ്ങനെ അവളെ ഇക്കരെക്കിറക്കിയെന്നറിയുമോ?"

"അതു നാം തിരക്കിയിട്ടില്ല."

"വേണാട്ടുമന്നനായ തിരുവടികൾ, അതാണറിയേണ്ടതായിരുന്നോ?"

"കുറ്റം തെളിഞ്ഞു. പിന്നെ, കാര്യം തിരക്കേണ്ടതില്ലല്ലോ."

"രാജസ്ഥാനം തെറ്റും ശരിയുമറിയേണ്ട നീതിസ്ഥാനവും കൂടിയല്ലേ തിരുവടികളേ?"

"വാദിപ്പാനല്ല, നീതി നടത്താനാണ് നാം നാടുവാഴുന്നത്."

ചീതമ്മ ഒന്നു പുഞ്ചിരിച്ചു. അർഥമുള്ള പുഞ്ചിരി. എന്നിട്ട് അവൾ സംസാരിച്ചു.

"തിരുവടികളേ, ശത്രുക്കൾ തട്ടിക്കൊണ്ടു കപ്പലിൽ കടത്തിയ പെണ്ണായിരുന്നു ഹസ്രാ. അവളെ രക്ഷിച്ചത് മാതയ്യനാണ്. ഒരു നന്മചെയ്തുവെന്നു കരുതിത്തന്നെയാണ് മാതയ്യൻ അവളെ ഇക്കരക്കിറക്കിയത്. അനാഥയായ ഒരു പെണ്ണിനെ രക്ഷിപ്പാനാണ് അടിയനും അവളെ കൂടെ പാർപ്പിച്ചത്. ഒരു പെണ്ണിനെ രക്ഷിപ്പത്, വേണാട്ടുരാജസ്ഥാനത്തിനും വേണാട്ടുനടപ്പിനും വിരുദ്ധമെന്നോ തിരുവടികളേ?"

"അവൾ അറബിപ്പെണ്ണാണ്." അയ്യനടികൾ തറപ്പിച്ചു പറഞ്ഞു.

"പെണ്ണാണ് തിരുവടികൾ." ചീതമ്മയുടെ സ്വരം കുറേക്കൂടി ദൃഢമായി: "പെണ്ണാണ്, അവളുടെ മനസിലും മെയ്യിലും പുരുഷനാവശ്യമായ അലിവും അഴകുമുണ്ട് തിരുവടികളെ. ഒരു രാജ്യം കൊടുത്താലും കിട്ടാത്ത മനസുള്ള പെണ്ണായിരുന്നു അവള്."

അയ്യനടികൾ തുരുവടികൾ പെട്ടെന്ന് ഒന്നും പറയാതെ ഇരുന്നു. പിന്നെ അവിടുന്നു സംസാരിച്ചു:

"തർക്കിച്ചിട്ടു കാര്യമില്ല ചീതമ്മേ! നിന്നെ വിളിപ്പിച്ചത് എന്തിനെന്നറിയാമോ?"

"അറിഞ്ഞുകൂടാ, തിരുവടികളേ."

"ഹസ്രായെ കാണ്മാനില്ല. ഒരു വാരക്കാലമായി നീലമ്മയേയും കാണ്മാനില്ല. അവരെ പലയിടത്തും തിരക്കിക്കഴിഞ്ഞു, കണ്ടുകിട്ടിയില്ല. നിനക്ക് എല്ലാമറിയാമെന്ന് നമുക്ക് പലരിൽനിന്നും ബോധ്യംവന്നിരിക്കുന്നു. തുറന്നുപറയ്, അറബിപ്പെണ്ണ് എവിടെയുണ്ട്? നീലമ്മ എവിടെയാണ് പോയത്." അയ്യനടികൾ തിരുവടികൾ നിവർന്നിരുന്നു.

ചീതമ്മ മുഖംതാഴ്ത്തിനിന്നു. ശരറാന്തലിന്റെ വെളിച്ചത്തിൽ, അവളുടെ കാലുകൾക്കു മുമ്പിൽ കണ്ണുനീർത്തുള്ളികൾ അടർന്നുവീഴുന്നത് അയ്യനടികൾ കണ്ടു.

"ചീതമ്മേ......" അവിടുന്നു വിളിച്ചു.

അവൾ തേങ്ങിക്കരയുകയാണെന്ന് അദ്ദേഹം മനസിലാക്കി.

"എന്തിനു കരയുന്നു, ചീതമ്മേ." അയ്യനടികൾ ചോദിച്ചു. അൽപ്പസമയം അവൾ ശിരസുയർത്തി അദ്ദേഹത്തെ നോക്കി, വിങ്ങിപ്പൊട്ടുന്ന സ്വരത്തിൽ അവൾ അറിയിച്ചു:

"നീലമ്മ മരിച്ചു, തിരുവടികളേ."

"നാം അതറിഞ്ഞു." അയ്യനടികൾ സാവധാനം പറഞ്ഞു: "അതാണ് നിന്നെ വിളിപ്പിച്ചത്. നീലമ്മയും ഹസ്രായും ഒരുമിച്ച് കൊല്ലത്തുനിന്ന് പുറപ്പെട്ടുപോയതായും നങ്ങമ്മക്കാട്ടിനടുത്തുവച്ച് നീലമ്മയെ ആരോ കൊന്നതായും നാമറിഞ്ഞു. ഇപ്പോൾ മാതയ്യൻ ഓടനാട്ടുകൊട്ടാരക്കെട്ടിൽ വടക്കിരുന്ന് ഉപവസിക്കുന്നതായി അറിവുകിട്ടി. മാർത്താണ്ഡൻ ചിന്നയ്യേ നാം അവന്റെ അടുക്കലേക്കയച്ചിരിക്കുന്നു."

അൽപ്പസമയം വികാരം നിയന്ത്രിച്ചുകൊണ്ട് ചീതമ്മ ചോദിച്ചു:

"എന്നിട്ട്, അവളെ കൊന്നതാരെന്ന് അവിടുന്ന് അന്വേഷിപ്പാൻ മനസ്സ് കാട്ടിയില്ല."

"അതിനാണ് നിന്നെ വിളിപ്പിച്ചത്." അയ്യനടികൾ ഉത്തരീയം നേരെയിട്ടുകൊണ്ടു പറഞ്ഞു: "നീലമ്മയും ഹസ്രായും രാജധാനിവിട്ടുപോയത് നിനക്കറിവുണ്ടെന്ന് നമുക്ക് ബോധ്യമായിരിക്കുന്നു."

"അവരെ രക്ഷിപ്പാൻ വേണാട്ടടികൾക്ക് കാരുണ്യമില്ലെന്നു കണ്ടപ്പോൾ അവരെ രക്ഷിപ്പാൻ അടിയൻ നിശ്ചയിച്ചു." ചീതമ്മ ഉറച്ച സ്വരത്തിൽ പറഞ്ഞു.

"നീ തന്നെയോ അത് ചെയ്തത്?" അയ്യനടികൾ ക്ഷോഭിച്ചതുപോലെ തോന്നി.

"ഒളിപ്പാനെന്തുണ്ട് തിരുവടികളെ? അടിയന്റെ അറിവോടുകൂടിത്തന്നെ: തടവിൽക്കിടക്കുന്ന അടിയന് എന്തുചെയ്‌വാൻ കഴിയും? അടിയൻ അറിഞ്ഞുവെന്നു മാത്രം."

"ആരാണ് നീലമ്മയേയും ഹസ്രായേയും കൊണ്ടുപോയത്?"

"അവിടുന്ന് ചോദിക്കരുത്."

"ഇല്ല."

"രാജഭടന്മാർതന്നെ."

"അങ്ങനെയോ."

"തന്നെ.... നങ്ങമ്മക്കാട്ടിൽവെച്ച് അവരെ ആക്രമിച്ചതാരെന്ന് അടിയന് അറിഞ്ഞുകൂടാ."

അയ്യനടികൾ ഒന്നാലോചിച്ചു. അദ്ദേഹം അസ്വസ്ഥനായിരുന്നു. രാജഭടന്മാരാണ് ആ പെൺകുട്ടികൾ ഒളിച്ചുകടക്കാൻ കൂട്ടുപോയത്!

"രക്ഷിപ്പാൻ കൂട്ടുപോയവരെപ്പറ്റി അടിയൻ അറിയിച്ചുകഴിഞ്ഞു. അവരെ വധിപ്പാൻ ചെന്നതാരെന്നുകൂടി, തിരുവടികൾ അന്വേഷിക്കുമോ?" ചീതമ്മ ചോദിച്ചു.

അൽപ്പനേരം ചിന്തിച്ചിട്ട് അയ്യനടികൾ തിരുവടികൾ പറഞ്ഞു:

"നാം അതും അന്വേഷിക്കുന്നുണ്ട്."

"തിരുവടികൾ എങ്ങും അന്വേഷിച്ച് ബദ്ധപ്പെടേണ്ട. അടിയനറിയാം."ചീതമ്മ അറിയിച്ചു.

"നിനക്കറിയുമോ?"

"അറിവുണ്ട്."

"ആരാണെന്നു പറയൂ...."

ചീതമ്മ വേണാട്ടധിപതിയെ ഉറ്റുനോക്കിക്കൊണ്ട് പറഞ്ഞു:

"മാർത്താണ്ഡൻ ചിന്നയ്യന്റെ ആൾക്കാരായ കുതിരപ്പടയാളികൾ."

"ഏ.....?" അയ്യനടികൾ മിഴിച്ചിരുന്നു.

"അതേ, തിരുവടികളെ."

അൽപ്പസമയം അവിടെ നിശ്ശബ്ദത വ്യാപിച്ചു.

"നിനക്കെങ്ങനെ അറിയാം ചീതമ്മേ?"

"തടവുപാളയത്തിൽ കിടന്നാണെങ്കിലും, അടിയന്റെ കൂടപ്പിറപ്പിനെ കൊന്നതാരെന്ന് അടിയൻ തിരക്കിയറിഞ്ഞു."

അയ്യനടികൾ ഒന്നു നീട്ടിമൂളി. തടവിൽക്കിടക്കുന്ന ചീതമ്മ ആരോ എല്ലാമായി ബന്ധപ്പെടുന്നുണ്ടെന്ന ഓർമ അദ്ദേഹത്തിന്റെ മനസിൽ തെളിഞ്ഞുവന്നു. പക്ഷേ, പൊടുന്നനെ ആ ചിന്ത പുറത്തുവിട്ടില്ല.

"ഹസ്രാ എവിടെയുണ്ടെന്ന് നിനക്കറിയാമോ?" അദ്ദേഹം ചോദിച്ചു.

"അറിഞ്ഞുകൂടാ, അടിയന് അതറിഞ്ഞുകൂടാ." അവൾ വ്യക്തമാക്കി. എന്നിട്ട് അവൾ തുടർന്നു:

"ഹസ്രായെ അവിടുന്ന് ഉടനെ തേടിപ്പിടിക്കണം. ഇല്ലെങ്കിൽ, മാതയ്യനു പുറകേ, മറ്റൊരു ഹൃദയമുള്ള യുവാവുകൂടി ഉപവസിച്ചെന്നുവരും."

അയ്യനടികൾ സംശയദൃഷ്ടികളോടെ അവളെ നോക്കി. എന്താണവൾ പറഞ്ഞത്? ആരെക്കുറിച്ചാണ്, അവൾ സൂചിപ്പിച്ചത്?

"ആര്?" അയ്യനടികൾ തിരക്കി.

"വേണാട്ടുരാജകുടുംബത്തിലൊരാൾ." അവൾ തുറന്നുപറയാൻ മടിച്ചതുപോലെ പറഞ്ഞു.

"ആരെന്നു പറയൂ." വേണാട്ടധിപതി ധൃതിപ്പെട്ടു.

"തിരുവടികളുടെ മകൻ."

അയ്യനടികൾ തുറിച്ച കണ്ണുകളോടെ അവളെ നോക്കി.

"നമ്മുടെ മകനോ? നന്തനോ!"

കരുതലോടെ രാജാവിനെ നോക്കിയിട്ട് അനുനയസ്വരത്തിൽ അവൾ അറിയിച്ചു:

"തിരുവടികളെ, അടിയനായിട്ട് അതു പറവാൻ ആഗ്രഹിച്ചതല്ല. എങ്കിലും ഹസ്രായെ കാണ്മാനില്ലാത്തതുകൊണ്ട് അടിയന്റെ മനസിലെ ഭീതി കാരണം പറഞ്ഞുപോവുകയാണ്. നന്തൻ ഇളയടികളുടെ ഹൃദയം ഹസ്രായ്ക്ക് സമർപ്പിച്ചുകഴിഞ്ഞിരിക്കുന്നു. അവളെ കാണാതായപ്പോൾ മുതൽ ഇളയടികൾക്ക് ഊണും ഉറക്കവുമില്ല. അവളെ തേടിപ്പിടിപ്പാൻ ഇനി ഒട്ടും വൈകിക്കൂടാ തിരുവടികളെ."

ഒരു പ്രഹരമേറ്റതുപോലെ അയ്യനടികൾ തിരുവടികൾ ഇരുന്നു. പനങ്ങാട്ടുകൊട്ടാരത്തിന്റെ മുറ്റത്തും വവ്വാലുകൾ ചിറകിട്ടടിച്ചുപറന്നുകൊണ്ടിരുന്നു.

## 9

**ഓ**ടനാട്ടിന്റെ അതിർത്തിയിലെ ഒരു സങ്കേതം. വേണാട്ടുരാജ്യം വടക്കുകിഴക്ക് ഓടനാടിനെ സ്പർശിക്കുന്ന പ്രദേശമാണത്. ഇലുപ്പ, കഴഞ്ചി, അരത്ത മുതലായ വൃക്ഷങ്ങളും ചെടികളും നിറഞ്ഞു വളരുന്ന ഇടമാണ്. വെളുക്കാൻ ഇനി അഞ്ചാറുനാഴിക നേരമേ ഉള്ളൂ. ഇലുപ്പപ്പൂക്കൾ എങ്ങുമെങ്ങും വെളുത്തമുഖം കാട്ടിനിൽക്കുന്നത് കാണുവാൻ തക്ക വെളിച്ചം ഇപ്പോഴുണ്ട്.

ഏകാന്തമായ ഈ കാട്ടുപ്രദേശത്ത് ഒരു പഴയ കൊട്ടിൽ കാണാം. പണ്ടെങ്ങോ അതിർത്തി കാക്കാനോ മറ്റോ കെട്ടിയ ഒരു കരിങ്കൽക്കെട്ടിടമാണത്. രണ്ടുമുറികളാണ് അതിനുള്ളത്. പിന്നിൽ രണ്ടു ചെറിയ ജാലകങ്ങളും. വടക്കുപുറത്ത് ഒരു വാതിലേ ഉള്ളൂ. അതിൽക്കൂടി കടന്നാൽ കിഴക്കേമുറിയിലേക്ക് കയറാം. ആ മുറിയുടെ ചുമരിലുള്ള ഇരുമ്പാണികൾ, അത് ആയുധംതൂക്കുന്ന പുരയാണെന്ന് തെളിയിക്കുന്നു.

ഈ കരിങ്കല്ലുകൊണ്ടു കെട്ടിയ കാവൽപ്പുരയുടെ കിഴക്കേമുറിയിൽ, ഹസ്രാ അൽറൂമി എന്ന പെൺകുട്ടി നിലത്തുവിരിച്ച ഒരു തഴപ്പായയിൽ ഇരിപ്പുണ്ട്. അവളുടെ കണ്ണുകൾ താനനുഭവിക്കുന്ന വേദനയും കഷ്ടപ്പാടും വെളിവാക്കുന്നുണ്ട്. ശരീരം മെലിഞ്ഞു. വസ്ത്രങ്ങൾ മുഷിഞ്ഞു. അവളുടെ ശരീരം മീനമാസത്തിലെ പങ്കുനിവിഴാകഴിഞ്ഞ് വാടിയ പൂക്കളും വെളിച്ചമില്ലാത്ത വിളക്കുകളുമായി കിടക്കുന്ന വിഴാക്കളം പോലായിരിക്കുന്നു.

പുറത്ത് ശബ്ദങ്ങൾ കേട്ടുതുടങ്ങി. അവളുടെ അടഞ്ഞ കണ്ണുകൾ തെല്ലൊന്നു വിടർന്നു. അവൾ ശ്രദ്ധിച്ചു. ആളുകൾ ആ കാവൽപ്പുരയെ സമീപിക്കുന്ന കാൽപ്പെരുമാറ്റങ്ങളാണ്. അവൾ സാവധാനം എഴുന്നേറ്റു. ഒരറ്റത്തു പലകത്തട്ടിൽ കയറി ജാലകം വഴി പുറത്തേക്ക് നോക്കി. ആ വഴിക്ക് ആരെയും കാണുന്നില്ല.

ഒരുസംഘം രാജഭടന്മാർ വടക്കുപുറത്തുകൂടി ആ കാവൽപ്പുരയെ സമീപിക്കുകയാണ്. അവരുടെ കൈയിൽ വാൾ, വേല്, അമ്പ്, വില്ല് തുടങ്ങിയ ആയുധങ്ങളുണ്ട്. അവർ പത്തുനാൽപ്പതാൾ വരും. അവർ കരുതലോടെയാണ് ആ കാവൽപ്പുരയുടെ നേർക്ക് നടക്കുന്നത്. മുൻവശത്തെ വാതിൽക്കൽ രണ്ടു പാറാവുകാർ ഉറങ്ങിക്കിടപ്പുണ്ട്. അവരെ നോക്കി, ഉന്നംപിടിച്ചാണ് ഭടന്മാർ വരുന്നത്.

അവർ കാവൽപ്പുരയുടെ വാതിൽക്കൽ വന്നു. രണ്ടു വേൽക്കാർ, വേൽചൂണ്ടിപ്പിടിച്ചുകൊണ്ട് പാറാവുകാരെ വിളിച്ചു:

"ഹേയ്, എണീക്കിന്!"

അവർ ഒന്നു ഞരങ്ങി.

"എണീക്കിന്!" വീണ്ടും ഭടന്മാർ പറഞ്ഞു.

പാറാവുകാർ ഉണർന്നു. കണ്ണുംതിരുമ്മി എഴുന്നേറ്റിരുന്നു. അവർ നിലാവത്തിറങ്ങിയ കോഴികളെപ്പോലെ, ഭടന്മാരെനോക്കി. അവർ ഭയന്ന്, മിഴിച്ചിരുന്നു.

"ഭയപ്പാടുവേണ്ട. ഞങ്ങൾ ഉറ്റവർ തന്നെ." രാജഭടന്മാർ അറിയിച്ചു.

"നിങ്ങൾ എവിടെനിന്ന്?" ഒരു പാറാവുകാരൻ ചോദിച്ചു.

"കണ്ടാലറിയുകില്ല, കൂട്ടേ?" ഒരു രാജഭടൻ ചോദിച്ചു: "വേണാട്ടധിപതിയുടെ കൊട്ടാരത്തിൽനിന്നു വരുന്നവർ തന്നെ ഞങ്ങൾ."

പാറാവുകാർ പൊടുന്നനെ എഴുന്നേറ്റു. ഭടന്മാരുടെ നായകനാണ് സംസാരിച്ചതെന്ന് അവർക്കു മനസിലായി.

"ഈ അസമയത്ത് വന്നതെന്ത്?" ഒരു പാറാവുകാരൻ ഭവ്യതയോടെ അന്വേഷിച്ചു.

"വേണാട്ടുമന്നൻ കൽപ്പിച്ചിട്ടുതന്നെ."

പാറാവുകാർ തങ്ങളുടെ മുമ്പിൽ കൂടിനിന്ന രാജഭടന്മാരെ ആകെ ഒന്നുനോക്കി. വേണാട്ടുരാജാവിന്റെ ആൾക്കാർതന്നെ എന്ന് അവർക്ക് ഉറപ്പായി. അവർ തിണ്ണയിൽനിന്ന് മുറ്റത്തേക്കിറങ്ങി. ഭടന്മാരുടെ നായകനെ ഒന്നു താണുതൊഴുതു. എന്നിട്ട്, തിണ്ണയിലേക്ക് കയറാൻ അപേക്ഷിച്ചു. നായകൻ ഒരു കാര്യം ചോദിച്ചു:

"ആ അറബിപ്പെണ്ണിനെപാർപ്പിച്ചിരിക്കുന്ന താവളംതന്നെയല്ലേ?"

"തന്നെ." പാറാവുകാരൻ മറുപടി നൽകി.

നായകൻ തിരിഞ്ഞ് തന്റെ അനുയായികളെ നോക്കി. എന്നിട്ട് ഒരു ആജ്ഞ നൽകി:

"നിങ്ങൾ ഇവിടെ നിൽപ്പിന്!"

അയാൾ തിണ്ണയിലേക്കു കയറി.

"വാതിലു തുറപ്പിന്." അയാൾ പാറാവുകാരനോട് ആവശ്യപ്പെട്ടു.

പാറാവുകാരൻ വാതിൽപ്പൂട്ടിൽ താക്കോലിട്ടു തിരിച്ചു. അതു തുറന്നു.

നായകൻ അകത്തേക്കു ചുവടുവച്ചു.

പുറത്തുകേട്ട സംസാരവും വാതിലിന്റെ ശബ്ദവും ഹസ്രാ ശ്രദ്ധിക്കുകയായിരുന്നു. ഈ രാജഭടന്മാർ പ്രത്യേകമായ ഒരു ദൗത്യവുമായിട്ടാണ് ഓടനാട്ടതിർത്തിയിലുള്ള ഈ കാട്ടിലെത്തിയിരിക്കുന്നത്. മകനെ

കാത്ത് ചോദിച്ചും വ്യസനിച്ചും ഇരുന്ന വേണാട്ടധിപനായ അയ്യനടികൾ തിരുവടികളുടെ അടുക്കലേക്ക് പിറ്റേന്ന് രാവിലെ മാർത്താണ്ഡൻ ചിന്നയ്യൻ ആനയിക്കപ്പെട്ടു. പ്രതീക്ഷിക്കാത്ത ഒരു വാർത്തയാണ് അയാൾ അയ്യനടികളെ ധരിപ്പിച്ചത്: ഓടനാട്ടുകൊട്ടാരത്തിൽനിന്ന് മാതയ്യൻ ഒളിച്ചുപോയിരിക്കുന്നു.

അയ്യനടികൾ സ്തബ്ധനായി ഇരുന്നുപോയി. പെട്ടെന്നു മനസിലുണ്ടായതു മറ്റൊരു വിചാരമാണ്. രണ്ടുമൂന്നു നാളുകളായി നന്തനെ കാണ്മാനില്ല. നന്തനും മാതയ്യനും തമ്മിലുള്ള ഹൃദയബന്ധം അയ്യനടികൾ തിരുവടികൾക്കറിയാം. ഒരുപക്ഷേ, നന്തൻ മാതയ്യനെ സന്ധിച്ചു കാണും. രഹസ്യമായിട്ട്, രഹസ്യമായിട്ടുതന്നെ അവർ ഓടനാട്ടുകൊട്ടാരത്തിൽ നിന്നു ഒളിച്ചുപോയിക്കാണും.....

ആ വിചാരം അയ്യനടികളെ കൂടുതൽ ക്ഷോഭിപ്പിച്ചു. പൊടുന്നനെ മാർത്താണ്ഡൻ ചിന്നയ്യനോട് അവിടുന്ന് ആവശ്യപ്പെട്ടു.

“ചിന്നയ്യേ, ഹസ്രായെ പാർപ്പിച്ചിരിക്കുന്നത് എവിടെയെന്ന് നമുക്കറിയണം. ഉടൻ ധരിപ്പിച്ചുകൊള്ളൂ. നിന്റെ ഭടന്മാർതന്നെ അവളെ എങ്ങോ പാർപ്പിച്ചിരിക്കുന്നതെന്നു നമുക്കറിവുണ്ട്.”

മാർത്താണ്ഡൻചിന്നയ്യൻ മടിച്ചില്ല. ഹസ്രായെ പാർപ്പിച്ചിരിക്കുന്ന ഓടനാട്ടതിർത്തിയിലെ കാടിനെയും കാവൽപ്പുരയെയും സംബന്ധിച്ച വിവരങ്ങൾ അയാൾ വേണാട്ടധിപതിക്ക് നൽകി. അയ്യനടികൾ സശ്രദ്ധം അതു കേട്ടുകൊണ്ടിരുന്നു. ഹസ്രായെ സംബന്ധിച്ച വിവരം ലഭിച്ചതിൽ അദ്ദേഹം മനസുകൊണ്ടു സന്തോഷിക്കുകയായിരുന്നു. തന്റെ തീരുമാനം നടപ്പാക്കാനുള്ള മാർഗം തെളിഞ്ഞിരിക്കുന്നു.....

വിവരങ്ങൾ നൽകിയശേഷം മാർത്താണ്ഡൻ ചിന്നയ്യൻ ഇത്രയും കൂടി അറിയിച്ചു.

“അടിയൻ ചൊല്ലുന്നത് ഇഷ്ടക്കേടാകരുത്. ഹസ്രാ അൽറൂമിയെ എന്തിന് നാടുകടത്തിയെന്ന് അവിടുന്നു ഗ്രഹിപ്പാൻ ദയവുണ്ടാകണം. അബ്ദുല്ലാ ആയാസ്ഖാനെ തടവിലാക്കുവാൻ അടിയൻ അപേക്ഷിച്ചതുതന്നെ കാരണം. വേണാട്ടധിപതി ക്രിസ്ത്യാനികളെ വേണ്ടവിധം സ്നേഹിച്ചും പരിചരിച്ചും വരികയാണ്. അവർ നമുക്ക് നല്ല കച്ചവടക്കാർതന്നെ. എന്നാൽ അറബികൾ പെരിയ കച്ചവടക്കാരെന്നു കേൾവിയുണ്ട്. അറബികളെ കൊല്ലം തുറമുഖത്തിറക്കാൻ സ്ഥാണുരവി പെരുമാൾ ഉദ്ദേശിക്കുന്നു. വേണാട്ടുരാജസ്ഥാനം അതനുവദിച്ചുകൂടെന്ന് അടിയനു അഭിപ്രായമുണ്ട്. ഇപ്പോൾ ഹസ്രായെ ഇവിടെ കൊണ്ടുവന്നിറക്കിയിരിക്കുന്നു. അതു ചെയ്തതാരെന്ന് അടിയനറിവുകിട്ടി. അത് വേണ്ട സമയം അടിയൻ ഇവിടെ തെര്യപ്പെടുത്തുകയും ചെയ്തു. മാതയ്യനെ ഓടനാട്ടയപ്പാൻ അടിയനല്ലേ തിരുവടിയോട് അപേക്ഷിച്ചത്? ഹസ്രായെ രഹസ്യസ്ഥാനത്തു പാർപ്പിച്ചത് ചീതമ്മയും നീലമ്മയും ചില രാജഭടന്മാരും ഒത്തുചേർന്നിട്ടാണ്. അവിടെനിന്നും നീലമ്മയും ഹസ്രായുംകൂടി പുറപ്പെട്ട് വടക്കോട്ടുപോയത്, അടിയന്റെ ചാരന്മാർ അറിയിച്ചതിനു പുറമെയാണ്, അടിയൻ കുതിരക്കാരെ വിട്ടത്. നീലമ്മ ജീവിച്ചിരിപ്പാൻ പാടി

ല്ലെന്ന് അടിയൻതന്നെയാണ് അവർക്കു നിർദേശം കൊടുത്തത്. ഇതൊക്കെ, വേണാട്ടുരാജസ്ഥാനത്തിനും വേണാട്ടിനും വേണ്ടിത്തന്നെ അടിയൻ ചെയ്തത്. ഇനി ആ അറബിപ്പെണ്ണിനെ തിരിച്ചുകൊണ്ടുവരാനോ, ഈ കൊട്ടാരത്തിൽ പാർപ്പിക്കാനോ തിരുവടികളുടെ തീരുമാനം?"

മാർത്താണ്ഡൻ മിഴിച്ച കണ്ണുകളുമായി വേണാട്ടധിപതിയെ നോക്കി നിന്നു, ഒരു മറുപടികിട്ടാൻവേണ്ടി. വേണാട്ടടികൾ മാർത്താണ്ഡനെ ഉറ്റു നോക്കി ഇരുന്നു, ആലോചനയിൽ മുഴുകിയതുപോലെ, അൽപ്പസമയം. അവിടുന്നു പറഞ്ഞു:

"നാം ചിലതു നിശ്ചയിച്ചിട്ടുണ്ട് ചിന്നയ്യേ."

"അടിയനു ഒന്നപേക്ഷിപ്പാനുള്ളത് കേൾക്കണം." മാർത്താണ്ഡൻ അപേക്ഷിച്ചു.

"ചൊല്ലിക്കൊള്ളൂ." അയ്യനടികൾ ശ്രദ്ധയോടെ ഇരുന്നു.

"ഹസ്ര വേണാട്ടിൽ ജീവിപ്പാൻ പാടില്ല." മാർത്താണ്ഡൻ പറഞ്ഞു.

"അവളെ എന്തുചെയ്യണമെന്നു നാം തീരുമാനിച്ചു കഴിഞ്ഞു." അയ്യനടികൾ പറഞ്ഞു.

മാർത്താണ്ഡൻചിന്നയ്യൻ വീണ്ടും വീണ്ടും അയ്യനടികളെ നോക്കി. അയാളുടെ കണ്ണുകൾ രാജസ്ഥാനത്തുനിന്നു എന്തുചെയ്വാൻ തീരുമാനിച്ചിരിക്കുന്നുവെന്നറിയാൻ വെമ്പിക്കൊണ്ടിരുന്നു. അയ്യനടികൾ അതു ശ്രദ്ധിക്കാത്തമട്ടിൽ, പുറത്തു മുറ്റത്തേക്കു നോക്കിക്കൊണ്ടിരുന്നു. മാർത്താണ്ഡൻ ചിന്നയ്യനെ കാവലാക്കിക്കൊണ്ടുവന്ന രാജഭടന്മാർ പുറത്തെ വാതിൽക്കൽ നിൽപ്പുണ്ട്.

"അടിയൻ കൂടുതൽ ചോദിപ്പതു തെറ്റായിരിക്കും." മാർത്താണ്ഡൻ ചിന്നയ്യൻ തന്റെ ഉദ്വേഗം വെളിപ്പെടുത്തുവാൻതന്നെ തീരുമാനിച്ചു.

"ചിന്നയ്യേ...." വേണാട്ടടികൾ വിളിച്ചു. "നിന്റെ വിചാരം നമുക്ക് ഗ്രഹിപ്പാൻ കഴിയുന്നുണ്ട്. നാം നിശ്ചയിച്ചതെന്തെന്ന് രഹസ്യമായി അറിയിപ്പാൻ വിഷമമില്ല. ഹസ്രാ ഒരിടത്തും ജീവിച്ചിരിപ്പാൻ പാടില്ല. ജീവിച്ചിരുന്നാൽ നന്തൻ നമുക്ക് നഷ്ടമായതുതന്നെ."

മാർത്താണ്ഡന്റെ മുഖം തെളിഞ്ഞു. അയ്യനടികൾ തിരുവടികളുടെ മുഖത്ത് ഉഗ്രമായ ഒരു തീരുമാനത്തിന്റെ ഗൗരവം നിഴലിച്ചിരുന്നു. മാർത്താണ്ഡൻ വിടചോദിച്ചു.

"അടിയനു സമാധാനമായി. അടിയനെ തിരിച്ചയച്ചാലും." അയാൾ പറഞ്ഞു.

അയ്യനടികൾ തിരുവടികൾ ആംഗ്യം കാട്ടി. ഭടന്മാർ മാർത്താണ്ഡൻ ചിന്നയ്യനെ പുറത്തേക്കു കൊണ്ടുപോയി.

വേണാട്ടധിപതി ചിന്തയിൽ മുഴുകി.

അങ്ങനെയാണ് രാജഭടന്മാർ ഓടനാട്ടതിർത്തിയിൽ വെളുത്ത ഇലുപ്പപ്പൂക്കൾ നിറഞ്ഞ ആ കാട്ടിലെ കാവൽപ്പുരയിലേക്ക് കടന്നുവന്നിട്ടുള്ളത്. പാറാവുകാർ പിന്നിൽ നിന്നു. അവർക്കു രാജഭടന്മാരുടെ വരവിന്റെ ഉദ്ദേശ്യമറിഞ്ഞുകൂടാ. നായകൻ മുറിക്കകത്തു കയറി ഇടത്തേ വാതിൽക്കൽക്കൂടി കിഴക്കേമുറിയിലേക്ക് കടന്നു. ഒരു വിളക്കുകൊളുത്താൻ

അയാൾ പാറാവുകാരനോട് ആജ്ഞാപിച്ചു.

അവർ വിളക്കു കൊളുത്തി.

മുറിയുടെ കിഴക്കേ അരികിൽ ഹസ്ര അൽറൂമി മുഖംതാഴ്ത്തി നിന്നു.

നിശ്ശബ്ദത.

നായകൻ, അവളെ നോക്കി, അടിമുടി നോക്കി. അയാളുടെ ഗൗരവം നിറഞ്ഞ മുഖത്ത്, മനുഷ്യ സഹജമായ ആകർഷണത്തിന്റെ അലകൾ ഇളകിവരുന്നത് കാണാമായിരുന്നു.

ഇലുപ്പമരങ്ങളിലും കഴഞ്ചിയിലും ചേമന്തിയിലും ഒരു തണുത്ത കാറ്റു വീശി. അത് ആ ജാലകത്തിൽക്കൂടി ആ മുറിക്കുള്ളിലേക്ക് കടന്നു വന്നു.

എണ്ണകാണാതെ ചെമ്പിച്ച ഹസ്രായുടെ മുടി അവളുടെ മുഖത്തേക്കു പാറിപ്പറന്നു കിടക്കുന്നത് നായകൻ കണ്ടു. മുഖംകുനിച്ചു നിന്ന അവളുടെ മൂക്ക്, ഏതോ പൂവുപോലെ നിൽക്കുന്നത് അയാൾ കണ്ടു. മുഷിഞ്ഞ മേലങ്കിക്കടിയിൽ അവളുടെ താമരയിതൾ നിറമുള്ള മാറ് അതിവേഗം ഉയരുകയും താഴുകയും ചെയ്യുന്നത് അയാൾ കണ്ടു. അവളുടെ പാദങ്ങൾ, പൊടിപറ്റിയ തങ്കംപോലെ അയാൾ കണ്ടു.....

പൊടുന്നനേ പുറത്ത് ഒരു നിലവിളി!

നായകൻ ഞെട്ടി, പാറാവുകാർ നടുങ്ങി. പുറത്തേക്കു നോക്കി. രാജഭടന്മാരിൽ ഒരാളുടെ നിലവിളിയാണ്.

"അവിടെ എന്തു നടന്നുവെന്ന് തിരക്കിന്!" നായകൻ പാറാവുകാർക്ക് ആജ്ഞ നൽകി.

അവർ പുറത്തുചെന്നു. അവിടെ ഒരു ബഹളം. മുറ്റത്ത് രണ്ടു മൂന്നു പേർ വെട്ടേറ്റു കിടക്കുന്നു.

അവർ തിരക്കി, വീണുകിടക്കുന്നവരുടെ അടുക്കലേക്ക് വിളക്കുകാട്ടി. ഒരു രാജഭടൻ സൂക്ഷിച്ചുനോക്കിയിട്ടു പറഞ്ഞു:

"ഇത്, ഓടനാട്ടുകാരനായ ഭടന്മാർ തന്നെ. മാറിൽ കെട്ടിയിരിക്കുന്ന മുദ്ര നോക്കിൻ."

എല്ലാവരും ഉറ്റുനോക്കി. അപ്പോഴേക്കും നായകൻ മുറ്റത്തേക്കിറങ്ങി വന്നു.

തങ്ങളുടെ പിന്നിൽ അപരിചിതരായ മൂന്നുപേർ വന്നുവെന്നും, അവരെ വെട്ടിവീഴ്ത്തിയെന്നും ഭടന്മാർ നായകനെ അറിയിച്ചു. അയാൾ സൂക്ഷിച്ചുനോക്കി. ഓടനാട്ടു രാജഭടന്മാരെന്ന് അയാൾക്കും ബോധ്യമായി. അയാൾ ആലോചിച്ചു. ഒരു ചിന്ത അയാൾക്കുണ്ടായി. ഹസ്രായെ രക്ഷിപ്പാൻ മാതയ്യനും നന്ദനും ചേർന്ന് ഓടനാട്ടുനിന്ന് ഒളിച്ചു പുറപ്പെട്ടിട്ടുണ്ടാവുമെന്ന് താൻ പോരുംമുമ്പ് വേണാട്ടടികൾ രഹസ്യമായി പറഞ്ഞിരുന്നു.........

വെട്ടേറ്റ് കിടന്ന മൂന്ന് ഓടനാട്ടു ഭടന്മാരെ, നായകന്റെ ആജ്ഞ പ്രകാരം വേണാട്ടുരാജഭടന്മാർ കാട്ടിലേക്ക് വലിച്ചിഴച്ചു കൊണ്ടുപോയി.

നായകൻ ധൃതിയിൽ മറ്റു രാജഭടന്മാർക്ക് ആജ്ഞ കൊടുത്തു:

"എല്ലാം ഉടനെ ചെയ്വിന്, ഇനിയും വൈകേണ്ട. കാവൽപ്പുരയുടെ വാതിൽ ബന്ധിച്ചിട്ട്, ഇത് ഇടിച്ചുനിരത്തുവിൻ. വേണാട്ടധിപതിയുടെ കൽപ്പന അതുതന്നെ. വാളോ വേലോ ഉപയോഗിച്ച് അവളെ കൊലപ്പെടുത്തരുതെന്ന് വേണാട്ടടികൾ പ്രത്യേകം ആജ്ഞ നൽകിയിരിക്കുന്നു. ഈ കരിങ്കല്ലുകൾക്കിടയിൽ കിടന്ന് അവൾ മരിച്ചുകൊള്ളും."

അയ്യനടികൾ തിരുവടികളുടെ നിർദേശമായിരുന്നു അത്.

നായകൻ അൽപ്പം മാറിനിന്നു. രാജശാസനംകേട്ട പാറാവുകാർ മിഴിച്ചുനിന്നു. പ്രഹരമേറ്റവരെപ്പോലെ.....

നാലഞ്ചുഭടന്മാർ കാവൽപ്പുരയുടെ പിന്നിലേക്കോടി. മഴുവും കോടാലിയും കൂന്താലിയുമായിട്ട് കുറച്ചുപേർ കിഴക്കുവശത്തേക്കു ചെന്നു. ആ കൃത്യം വീക്ഷിക്കുവാൻതക്കവണ്ണം ഇരിക്കാൻ അകത്തു കിടന്ന മരത്തട്ട് പാറാവുകാർ പുറത്തുകൊണ്ടുവന്നിട്ടു. പുരയുടെ വാതിൽ ബന്ധിക്കപ്പെട്ടു. പുരയുടെ പിന്നിൽ മഴുവും കോടാലിയും കൂന്താലിയും ആഞ്ഞു പതിക്കാൻ തുടങ്ങി.

രാജഭടന്മാർ ആകെ ആ കൽക്കെട്ടുകൾ ഇടിച്ചുപൊളിച്ചു തുടങ്ങി. നായകൻ അത് ഉറ്റുനോക്കിയിരുന്നു. അൽപ്പം കഴിഞ്ഞപ്പോൾ, അകത്തു നിന്ന് വികൃതമായ, ഭീകരമായ ഒരു കരച്ചിൽ കേട്ടു......

കൂന്താലികളുടെയും കോടാലികളുടെയും മഴുകളുടെയും തുടർച്ചയായ ശബ്ദംകൊണ്ട് അവിടം മുഖരിതമായി. കരിങ്കല്ലുകൾ തുടരെത്തുടരെ ഇടിഞ്ഞു താഴെ വീണുകൊണ്ടിരുന്നു...

ഒരുനാഴികനേരം.

പുലർച്ചയുടെ വെളിച്ചം ഇലുപ്പപ്പൂക്കളുടെ വെളുത്തമുഖത്ത് ചുവപ്പുരേഖകൾ വീശിത്തുടങ്ങി.

പ്രഭാതം, ഓടനാട്ടതിർത്തിയിലെ ആ കാട്ടിലേക്ക് കടന്നുവന്നപ്പോൾ, ആ കാവൽപ്പുര കരിങ്കല്ലുകളുടെ ഒരു കൂനയായി കാണപ്പെട്ടു. വെളിച്ചം ആ തകർന്നും പൊടിഞ്ഞും വീണ കല്ലുകളുടെ മീതെ വീണു. ഇലുപ്പയും കഴഞ്ചിയും ചേമന്തിയും ചുറ്റും നിന്ന് അതിലേക്ക് നോക്കി. അതിനുള്ളിൽ മറഞ്ഞുപോയ ഒരാത്മാവിനെ നനഞ്ഞ കണ്ണുകളോടെ തിരക്കും പോലെ......

* * *

നായകന്റെ നേതൃത്വത്തിൽ രാജഭടന്മാർ പുലർന്ന് കുറേ നാഴികയായപ്പോൾ വേണാട്ടുകൊട്ടാരത്തിലെത്തി. തലേന്നു വെളുപ്പിനു ഓടനാട്ടതിർത്തിയിൽ നടന്ന ഭീകരമായ ആ കൃത്യം കാലേക്കൂട്ടി അറിഞ്ഞതുപോലെ പനങ്കാവിൽ കൊട്ടാരത്തിലെ കവാടവും തൂണുകളും വാതിലുകളും അടക്കിപ്പിടിച്ച വായുക്കളുമായി നിന്നു. കൊട്ടാരം സേവകന്മാർ, രാജഭടന്മാരെക്കണ്ട് മൂകരായി നിലകൊണ്ടു.

നായകൻ, നേരെ കൊട്ടാരത്തിനകത്തേക്ക് പോയി. അയ്യനടികൾ തിരുവടികൾ ഇരുന്നരുളുന്ന മന്ത്രശാലയിലേക്ക് അനുവാദം ചോദിച്ച് കടന്നുചെന്നു. അപ്പോൾ, സിംഹാസനത്തിലിരിക്കുന്ന വേണാട്ടധിപതി

യുടെ മുൻപിൽ അബ്ദുല്ലാ ആയാസ്ഖാൻ നിൽക്കുന്നു. അയാളുടെ മുഖം എപ്പോഴെത്തേയുംപോലെ സൗമ്യമാണ്. ഗൗരവംനിറഞ്ഞ സൗമ്യത.

അയ്യനടികൾ, നായകനെ കണ്ടയുടൻ ചോദിച്ചു:

"ഓടനാട്ടതിർത്തിയെല്ലാം ഭദ്രമായി കാപ്പാൻ വേണ്ടതു ചെയ്തോ?"

"അടിയൻ, എല്ലാം ഭംഗിയായി നിർവഹിച്ചു." നായകൻ അറിയിച്ചു.

ആയാസ്ഖാന് കാര്യം മനസിലാകാത്ത ചോദ്യമാണ് അയ്യനടികൾ ചോദിച്ചത്. അതേപടിയുള്ള മറുപടിയാണ് നായകൻ കൊടുത്തത്. ആ മറുപടി കേട്ടപ്പോൾ അയ്യനടികളുടെ മുഖത്ത് ഒരേസമയം ഭീതിയും സംതൃപ്തിയും തെളിഞ്ഞുവന്നു. അദ്ദേഹം നായകനോട് പിൻവാങ്ങുവാൻ നിർദേശം നൽകി. അയാൾ പോയി. അയ്യനടികൾ അഗാധമായ ചിന്തയിൽ മുഴുകിയിരുന്നു.

അറബി നിശ്ശബ്ദനായി നിൽക്കുകയാണ്.

അൽപ്പസമയം കഴിഞ്ഞ് അയ്യനടികൾ ചിന്തയിൽനിന്നും ഉണർന്നു. എന്നിട്ട്, അവർ സംസാരിച്ചുകൊണ്ടിരുന്നതിന്റെ ബാക്കിയായി ചോദിച്ചു:

"കൊട്ടാരത്തിൽപ്പോലും നമ്മെപ്പറ്റി സംശയങ്ങൾ വർധിച്ചുവരുന്നു. നാം എന്തിന് നിങ്ങളെ ഇവിടെവച്ചു പോറ്റുന്നുവെന്ന്. കുലശേഖരപ്പെരുമാളിന് പ്രീതിയും വിശ്വാസവുമുള്ള ആൾതന്നെ നിങ്ങൾ. പക്ഷേ, നമ്മുടെ സേവകരോടും ജനപ്രതിനിധികളോടും കച്ചവടക്കാരോടും പ്രജകളോടും സമാധാനം പറയേണ്ടത് നാം തന്നെയാണെന്ന് ഓർമിക്കണം. അങ്ങനെയല്ലേ?"

ആയാസ്ഖാൻ മുഖം ഒന്നുയർത്തി. അയാൾ സാവധാനം അറിയിച്ചു.

"അടിയൻ വേണാട്ടിനു പുറത്തുപോകാൻ തയാറാണ്, അടികൾ."

"അതുകൊണ്ടായില്ല, ഇവിടെ വരാൻ കാരണമെന്ത്, ഇവിടെ എന്തെല്ലാം ചെയ്തിരിക്കുന്നു, എന്ന് ജനപ്രതിനിധികളെ അറിയിപ്പാൻ നമുക്ക് ബാധ്യതയുണ്ട്." അയ്യനടികൾ പറഞ്ഞു.

"അടിയൻ വേണാട്ടിനു ശത്രുവല്ല, തിരുവടികൾ." അയാൾ രാജാവിനെ നോക്കി.

"വേണാട്ടിനു വിരോധമുള്ള പലതും നിങ്ങൾ ചെയ്വാനൊരുങ്ങി." അയ്യനടികൾ സിംഹാസനത്തിലേക്കു ചാഞ്ഞിരുന്നു: "തുറമുഖത്തിറങ്ങിയ പാടെ കാവൽക്കാരനെ കഴുത്തുഞെരിച്ചുകൊന്നു. അനുവാദം ചോദിക്കാതെ കിഴക്കേ തടവുപാളയത്തിൽപോയി. നിങ്ങളുടെ അനുചരർ തരിസാപ്പള്ളി പ്രദേശത്തു കയറി. മൂന്ന് അടിമപ്പെണ്ണുങ്ങളെ നിങ്ങൾ ബലമായി പിടിച്ചു മോചിപ്പിച്ചു."

ആയാസ്ഖാൻ ഒന്നു പുഞ്ചിരിച്ചു.

"ഇല്ലേ?" അയ്യനടികൾ ചോദിച്ചു

"ഇഷ്ടക്കേടു തോന്നരുത് തിരുവടികൾ." അതേ പുഞ്ചിരിയോടെ ആയാസ്ഖാൻ പറഞ്ഞു: "അടിയൻ ചെയ്തതെല്ലാം അവിടുന്നറിഞ്ഞിട്ടില്ല."

"എന്ത്?" ആ പുഞ്ചിരിയും പ്രസ്താവനയും വേണാട്ടധിപതിക്ക് രുചിച്ചില്ല.

"അങ്ങനെതന്നെ." അറബി ഒന്നിളകി: "അങ്ങനെതന്നെ, അടിയൻ ഒരു കുതിരക്കാരനെ കൊന്നിട്ടുണ്ട്."

"കുതിരക്കാരനെയോ." അയ്യനടികളുടെ മുഖം ചുവന്നു.

"തന്നെ. കുതിരക്കാരനെ." അറബി അറിയിച്ചു.

"എവിടെവച്ച്?" അയ്യനടികൾ ചോദിച്ചു.

"നങ്ങമ്മക്കാട്ടിൽ വച്ച്."

"എന്ന്."

"കുറച്ചു ദിവസങ്ങൾക്കു മുമ്പ്."

"എന്തിന്."

"ഒരു കൊച്ചുപെൺകുട്ടിയെ വെറിപിടിച്ച് മാന്തിക്കീറിയതിന്."

അയ്യനടികൾ പെട്ടെന്ന് ആലോചനയിലേക്ക് വീണു.

"ഏതു പെൺകുട്ടിയെ?" അവിടുന്ന് അന്വേഷിച്ചു.

"നീലമ്മയെ, തേവടിയാളായ ചീതമ്മയുടെ അനിയത്തിയെ." അറബിയുടെ ശബ്ദം ഗൗരവമുള്ളതായി.

അയ്യനടികൾ രണ്ടുനിമിഷനേരം മിണ്ടിയില്ല. പിന്നെ, ചോദിച്ചു.

"നിങ്ങൾ എങ്ങനെ അവിടെ എത്തി."

"ആ വഴിക്കുപോയപ്പോൾ." അറബി ഹൃദയഭാരം പ്രകടമാക്കുമാറു തുടർന്നു: "തിരുവടികളേ, ഒരു അറബിപ്പെണ്ണിനേയും നീലമ്മയേയും മാർത്താണ്ഡൻചിന്നയ്യന്റെ അനുയായികൾ വടക്കോട്ടു കൊണ്ടുപോയിരിക്കുന്നു എന്നറിഞ്ഞതുകൊണ്ടുതന്നെ ആ വഴിക്കു പോയത്."

"അതെങ്ങനെ നിങ്ങൾക്കറിവുകിട്ടി?"

"തിരുവടികളെ...." ആയാസ്ഖാൻ സൗമ്യമായി പറഞ്ഞു: "ഒളിപ്പാൻ ഒന്നുമില്ല. അടിയനറിഞ്ഞത്, തേവടിയാളായ ചീതമ്മയിൽനിന്നു തന്നെ."

"അവളെ നിങ്ങൾ കാണ്മാൻ പോകാറുണ്ടോ?"

"ഉണ്ട്, തിരുവടികൾ."

അയ്യനടികളുടെ മുഖത്ത് പടിഞ്ഞാറെക്കടലുപോലെ ക്ഷോഭം അലച്ചുകയറി.

"അവളെ സന്ധിപ്പാൻ നിങ്ങൾക്കെന്തവകാശം, ആയാസ്ഖാൻ?" അവിടുത്തെ ശബ്ദം മന്ത്രശാലയിൽക്കിടന്നു മുഴങ്ങി.

"അവകാശമോ തിരുവടികൾ?" ആയാസ്ഖാൻ ഭവ്യത വിടാതെ തന്നെ, ഉണ്ടായ ക്ഷോഭം മുഴുവൻ പുറത്തുവിടാതെതന്നെ, ഒരു ചുവടു മുൻപോട്ടുവച്ചു: "അവകാശം അടിയനു തോന്നി. എല്ലാം അവിടുത്തെ അറിയിപ്പാൻ ആഗ്രഹമുണ്ട് തിരുവടികൾ. രഹസ്യമായി പാർക്കാനും രഹസ്യമായി സഞ്ചരിപ്പാനും കുലശേഖരപ്പെരുമാളിന്റെ അനുവാദം വാങ്ങിയാണ് അടിയൻ കൊല്ലത്തിറങ്ങിയത്."

"അങ്ങനെയോ?" അയ്യനടികൾക്കു നീരസവും അത്ഭുതവും തോന്നി.

"അങ്ങനെതന്നെ. അടിയൻ കച്ചവടക്കാരനല്ല. അറേബ്യയിൽ അധികാരിയല്ല. പ്രഭുകുടുംബത്തിലെ അംഗവുമല്ല. പക്ഷേ, രാജഭക്തിയും രാജ്യസ്നേഹവും എന്തെന്ന് അടിയനുമറിയാം. ഒരു രാജ്യത്തെ സേവിച്ചതിന് ഒരു ജീവിതകാലം മുഴുവൻ കഷ്ടപ്പാടും ദുഃഖവും അനുഭവിച്ചവനാണ് ഈ അറബി. ആ കഷ്ടപ്പാടിന്റെ ഫലമായിട്ടാണ് അടിയൻ വിദൂരമായ വേണാട്ടിന്റെ ഈ കരയിലെത്തിയത്."

വേണാട്ടധിപതിയുടെ തിളച്ചുപൊന്തിയ രോഷം അൽപ്പമൊന്നു കെട്ടടങ്ങിയതായി തോന്നി. അദ്ദേഹത്തിന്റെ കണ്ണുകൾ അറിയാനുള്ള ആഗ്രഹം പ്രകടിപ്പിച്ചു.

അറബി തുടർന്നു:

"അതാണ് ആർക്കും ശല്യമുണ്ടാക്കാത്ത ഒരു രഹസ്യജീവിതവുമായി അടിയൻ ഇവിടെ കഴിഞ്ഞുകൂടിയത്. അറുനൂറ്റവർക്കും ഗ്രാമക്കാർക്കും അടിയനെ ഇഷ്ടമല്ല. അവർ ദേശം ഭരിക്കുന്നവരാണ്, കച്ചവടക്കാരാണ്. അടിയൻ അതല്ല. ഹൃദയവേദനയുമായി അലഞ്ഞുതിരിയുന്ന ഒരറബിയാണ്. ഒരു പാവപ്പെട്ട അറബി. പക്ഷേ, സത്യത്തിനുവേണ്ടി മരിപ്പാൻ തയാറുള്ള അറബി."

ആ അവസാനത്തെ വാചകം ശബ്ദം നിയന്ത്രിക്കപ്പെട്ട ഒരിടിമുഴക്കമാണെന്നു തോന്നി. വേണാട്ടധിപതിയായ അയ്യനടികൾ ആ അസാധാരണ മനുഷ്യനിൽ വീണ്ടും ആകൃഷ്ടനായതുപോലെ ഇരുന്നു.

"ചൊല്ലിക്കോളൂ, നാം വിവരങ്ങൾ അറിയട്ടെ." കൂടുതൽ സംസാരിക്കാൻ വേണാട്ടധിപതി അയ്യനടികൾ അറബിയെ ക്ഷണിച്ചു.

"അടിയൻ ചീതമ്മയെ കണ്ടു. അത് വേണാട്ടടികൾക്കെതിരായ ഒരു ഗൂഢോദ്ദേശ്യത്തോടുമായിരുന്നില്ല തിരുവടികൾ." അറബി വീണ്ടും സംസാരിച്ചുതുടങ്ങി.

"പിന്നെയെന്തിന് ആയാസ്ഖാൻ?" തിരുവടികൾ അന്വേഷിച്ചു.

"മാർത്താണ്ഡൻചിന്നയ്യന്റെ മകൻ മാതയ്യൻ ചിന്നയ്യൻ മറുനാട്ടിൽപ്പോയി മടങ്ങിവന്നില്ലേ തിരുവടികൾ?"

"അതെ, അതു നാം അറിഞ്ഞു." അയ്യനടികൾ പറഞ്ഞു.

"മാതയ്യനെപ്പറ്റി, അറേബ്യായിൽ ഇപ്പോൾ ഭരിക്കുന്ന അബാസീദ് വംശരാജാവായ ആൽമുതാവാക്കിൽ അയച്ച ഒരു കുറിപ്പ്. അവിടുന്ന് പരിശോധിച്ചാലും."

അബ്ദുല്ലാ ആയാസ്ഖാൻ തന്റെ അരപ്പട്ടയ്ക്ക് ഉള്ളിൽനിന്ന് ഒരു വാറോല വലിച്ചെടുത്ത് അതു തുറന്നു. അയ്യനടികൾ തിരുവടികൾ അതിൽ സൂക്ഷിച്ചു നോക്കിക്കൊണ്ടിരുന്നു. ആയാസ്ഖാൻ ആ ലക്കോട്ട് വേണാട്ടധിപതിയുടെ കൈകളിലേക്കു നീട്ടി. അവിടുന്ന് മുൻപോട്ടാഞ്ഞ് ആ കുറിമാനം കൈനീട്ടി വാങ്ങി.

അവിടുന്നു അതു തുറന്നു വായിച്ചു. അറേബ്യായിലെ ആ രാജാവിന്റെ കത്തിന്റെ പകർപ്പാണത്: പക്ഷേ, അത് സംബോധന ചെയ്തിരിക്കുന്നത് തനിക്കല്ല. കുലശേഖരപ്പെരുമാളിനാണ്. അതിന്റെ പകർപ്പാണത്.

"വിശ്വപ്രസിദ്ധി നേടിയ ചേരരാജവംശത്തിനും അതിന്റെ മഹിമ നിലനിർത്തുന്ന കുലശേഖരപ്പെരുമാളിനും കീർത്തിയും ആരോഗ്യവും അഭിവൃദ്ധിയും നേർന്നുകൊണ്ട് അവിടുത്തെ വിശ്വസ്തനും എന്നാൽ അന്യനാട്ടുവാസിയും അവിടുത്തെപ്പോലെ ഒരു രാജസ്ഥാനത്തിന്റെ ഭരണഭാരം വഹിക്കുന്ന ആളും ആയ ആൽമുതാവാക്കിൽ എഴുതുന്നതാണിത്:

അവിടുത്തെ രാജ്യം ഐശ്വര്യസമൃദ്ധമായിരിക്കട്ടെ, അവിടുത്തെ രാജ്യം പ്രജകളുടെ പ്രീതിയും അവരുടെ ധർമബോധവും ഉള്ളതായിരിക്കട്ടെ. ലോകമാകെ വ്യാപിച്ചിരിക്കുന്ന ഈശ്വരൻ, എനിക്കു നൽകുന്നതെല്ലാം അവിടുത്തേക്കും, അവിടുത്തേക്കു നൽകുന്നതെല്ലാം എനിക്കും തരുമാറാകട്ടെ.

അവിടുത്തെ രാജധാനിയുമായി ബന്ധപ്പെട്ട ഒരാൾ, നമ്മുടെ അറബിരാജ്യത്ത് കാലുകുത്തുവാനും മൂന്നുമാസക്കാലം പാർക്കുവാനും ദയവുകാട്ടിയെന്ന് ഞാൻ, ആ ബന്ധു എന്റെ രാജ്യത്തുനിന്നു കപ്പലിൽക്കയറി പുറത്തുപോയി പതിനഞ്ചുനാൾ കഴിഞ്ഞ് അറിയാൻ ഇടയായി....

അവിടുത്തെ രാജധാനിയുമായി ബന്ധപ്പെട്ട ആ ആളുടെ പേര് മാതയ്യൻ ചിന്നയ്യൻ എന്നാണെന്ന് എനിക്ക് അറിവുകിട്ടി. ആ മാതയ്യൻ ചിന്നയ്യൻ ചൈനാക്കാരുടെ ഒരു കപ്പലിലാണ് ഇവിടെനിന്നു പുറത്തുപോയത്. മാതയ്യന്റെകൂടെ ഒരു പെൺകുട്ടിയും ഉണ്ടായിരുന്നു. ഹസ്രാ എന്നാണവളുടെ പേര്.

ഹസ്രാ എന്ന പെൺകുട്ടി, നമ്മുടെ രാജവംശത്തിനുവേണ്ടി എക്കാലത്തും പടവെട്ടിയിട്ടുള്ള ഒരു കുടുംബത്തിലെ അംഗമാണ്. അവളെ തട്ടിക്കൊണ്ടുപോയത് രാജ്യദ്രോഹമാണ്.

അവളെ കൊണ്ടുപോയത്, അവിടുത്തെ രാജധാനിയുമായി ബന്ധപ്പെട്ട ഒരാളായ മാതയ്യനാണ്. അതുകൊണ്ട്, മെക്കായുടെയും മെദീനായുടെയും പേരിൽ അറബിപ്പട്ടാളം, ഹസ്രായെ മോചിപ്പിക്കാൻ, കൊല്ലം തുറമുഖത്തിറങ്ങും."

സ്നേഹാദരവും വിനയവും വേണാട്ടിനോട് അടുപ്പവും പ്രസ്താവിച്ചുകൊണ്ട്,

പ്രവാചകന്റെ പേരിൽ
ആൽമുതാവാക്കിൽ"

പ്രത്യേക അറിയിപ്പ്:

"വേണാട്ടടികൾക്ക് ഇതിൻപകർപ്പ്."

അയ്യനടികൾ തിരുവടികൾ സ്തബ്ധനായി ഇരുന്നു.

അദ്ദേഹം ആ വാറോല മടക്കി.

"ആയാസ്ഖാൻ...." അവിടുന്ന് വിളിച്ചു.

ആയാസ്ഖാൻ ഒരു ചുവടുകൂടി മുൻപോട്ടു നീങ്ങിനിന്നു. എന്നിട്ടു പറഞ്ഞു:

"അറേബ്യാ വേണാട്ടിനെ ആക്രമിക്കുകയില്ല തിരുവടികൾ."

അയ്യനടികൾ തുറിച്ചുനോക്കി.

"ഇല്ല, തിരുവടികൾ." ആയാസ്ഖാൻ സമാധാനിപ്പിക്കുംപോലെ പറഞ്ഞു:

"അടിയൻ, അങ്ങോട്ടു മറുകുറി എഴുതിയിട്ടുണ്ട്." ആയാസ്ഖാൻ, അൽപ്പനേരം കഴിഞ്ഞ് അറിയിച്ചു.

"ഉണ്ടോ?" അയ്യനടികൾ ചോദിച്ചു.

"ഉണ്ട് തിരുവടികൾ." ആയാസ്ഖാൻ ഗൗരവത്തിന്റെ തിരശ്ശീല മാറ്റി.

അയ്യനടികൾക്ക് പെട്ടെന്ന് ഒരു സമാധാനം തോന്നിയതായി, അദ്ദേഹത്തിന്റെ മുഖത്തുനിന്ന് ആയാസ്ഖാനു മനസിലായി.

"പക്ഷേ," ആയാസ്ഖാൻ തുടർന്നു: "ഹസ്രായെ കണ്ടെത്താൻ അവിടുന്ന് ഒത്താശ ചെയ്യണം."

അയ്യനടികൾ നോക്കി ആയാസ്ഖാന്റെ മുഖത്തേക്ക്.

"ഒത്താശ ചെയ്യണം." അയാൾ ഒന്നുകൂടി പറഞ്ഞു.

"സാധ്യമല്ല, ആയാസ്ഖാൻ." അയ്യനടികളുടെ സ്വരം പെട്ടെന്ന്; പൊട്ടിത്തെറിച്ചുവീണ പാറക്കഷണങ്ങൾപോലെയായി.

"എന്ത്, തിരുവടികളെ?" ആയാസ്ഖാൻ ഒരു ചുവടുകൂടി മുൻപോട്ടുവച്ചു.

"സാധ്യമല്ല, ആയാസ്ഖാൻ." അയ്യനടികളുടെ സ്വരം പൊട്ടിത്തെറിക്കുകയായിരുന്നു.

"എന്ത് തിരുവടികളെ?" അയാൾ ചോദിച്ചു.

അയ്യനടികൾ മിണ്ടിയില്ല. അവിടുന്ന് സിംഹാസനത്തിന്റെ കൈയിൽ, വലതുകൈകൊണ്ടു തിരുപ്പിടിക്കുകയായിരുന്നു.

"എന്ത് തിരുവടികളേ?" വീണ്ടും അയാൾ ചോദിച്ചു.

"ഹസ്രാ!" ആയാസ്ഖാൻ ആ പദം ഉച്ചരിച്ചു: ഹസ്രാ എന്റെ മകളായതുകൊണ്ട്." അയാൾ തകർന്നവനെപ്പോലെ മുഖം താഴ്ത്തി.

അയ്യനടികൾ മുൻപോട്ടാഞ്ഞു, മുൻപോട്ട്. അവിടുത്തെ കഴുത്തിലെ ഞരമ്പുകൾ വലിഞ്ഞുപൊട്ടുംപോലെ നിന്നു. കണ്ണുകൾ തുറിച്ചിരുന്നു. അദ്ദേഹത്തിന്റെ ഹൃദയം മന്ത്രിച്ചു: "ഹസ്രാ — ഹസ്രാ നിങ്ങളുടെ, നിങ്ങളുടെ മകളോ."

## 10

**സാ**യാഹ്നമാണ്. ഓടനാട്ടതിർത്തിയിലെ ഇടിഞ്ഞുപൊളിഞ്ഞു കിടക്കുന്ന കാവൽപ്പുരയുടെ ചുറ്റും കുറേപ്പേർ നിൽപ്പുണ്ട്. പതിനഞ്ചോളം പേർ. അവർ ഓടനാട്ടുകൊട്ടാരത്തിലുള്ളവരാണ്. അവർ ഭീതിനിറഞ്ഞ മുഖങ്ങളുമായിട്ടാണു നിൽക്കുന്നത്. തലേന്നു നടന്ന ആ സംഭവം കണ്ടിട്ടാവണം. വെളുപ്പിനേ അങ്ങോട്ടെത്തിയ തങ്ങളുടെ കൂട്ടുകാരിൽ മൂന്നുപേരെ കൊന്നിട്ടിരിക്കുന്നതു അവർ കണ്ടു.

"ഇവിടെ അധികനേരം നിൽപ്പതു നല്ലതല്ല ചങ്ങാതീ......" ഭടന്മാരിൽ ഒരാൾ പറഞ്ഞു:

"തന്നെ." മറ്റൊരാൾ പറഞ്ഞു: "വേണാട്ടിലാരാനും കണ്ടാൽ, അതു പനങ്കാവിൽകൊട്ടാരംവരെ അറിവാനിടയുണ്ട്. അങ്ങനെ അറിഞ്ഞാൽ അത് ഓടനാട്ടുകൊട്ടാരത്തിലും അറിവാനിടയുണ്ട്."

അവർ പ്രതീക്ഷാപൂർവം വടക്കോട്ടുനോക്കി, കാട്ടിലൂടെയുള്ള പാത വഴിക്കാണ് അവരുടെ കണ്ണുകൾ ചെന്നെത്തിയത്. അവർ ഒരാളെ പ്രതീക്ഷിക്കുന്നു. മറ്റാരെയുമല്ല മാതയ്യനെ. മാതയ്യനാണ് അവരെ ഓടനാട്ടതിർത്തിയിലേക്ക് നയിച്ചിരിക്കുന്നത്. നന്തൻ അയാളെ സന്ധിച്ചുപിരിഞ്ഞ ആ രാത്രിതന്നെ, അയാൾ പതിനഞ്ചു പേരുമായി പുറപ്പെട്ടതാണ്.

ഉഗ്രമായ മറ്റൊരു ശപഥത്തോടെയാണ് അയാൾ ഇറങ്ങിയിരിക്കുന്നത്. തന്റെ ഉപവാസം മുടക്കുകയില്ല. ഏതുനാടുവരെ ചെന്നെത്തിയാലും ഹസ്രായെ കണ്ടുപിടിച്ച് നന്തനെ ഏൽപ്പിക്കും. ഓടനാട്ടുരാജധാനിയിലെ ഏറ്റവുമടുപ്പമുള്ള ചില രാജഭടന്മാരെ കണ്ടു. അവരോട് ആ കഥ മുഴുവൻ പറഞ്ഞു. നന്തന്റെ ഹൃദയവേദന അറിയിച്ചു. ആ ഭടന്മാർ നിശ്ശബ്ദരായി നിന്നു.

പിന്നെ, അവർ കൂടിയാലോചിച്ചു. രാജകൽപ്പനയില്ലാതെ അങ്ങനെ രഹസ്യമായി ഇറങ്ങിത്തിരിച്ചാൽ തങ്ങൾ കുറ്റവാളികളാകും. അതിന്റെ അനന്തരഫലമനുഭവിക്കാൻ തയാറുണ്ടെങ്കിലേ ഈ കൃത്യം ഏറ്റെടുക്കാവൂ. അവർ അവസാനം തീരുമാനം ചെയ്തു. മാതയ്യനെ അനുഗമിക്കുവാൻ, അതുമൂലം എന്തുണ്ടായാലും സഹിപ്പാൻ.

മാതയ്യനെ അവർക്ക് അത്രകണ്ടു സ്നേഹമായിരുന്നു. പ്രത്യേകിച്ചും വേണാട്ടധിപതിയുടെ പുത്രനായ നന്തൻ ഇളയടികളുടെ ദുഃഖം അവരുടെ ഹൃദയത്തെ സ്പർശിച്ചു.

അങ്ങനെയാണ് മാതയ്യൻ ആ രാജഭടന്മാരുമായി രഹസ്യമായിട്ട് കൊട്ടാരം വിട്ടിറങ്ങിയത്.

അൽപ്പസമയം വടക്കുനിന്ന് കാട്ടിലെ വഴിയിൽക്കൂടി മൂന്നു കുതിരക്കാർ വരുന്നതു കണ്ടപ്പോൾ രാജഭടന്മാർക്ക് ഒരാശ്വാസം തോന്നി. മാതയ്യനും അനുചരരുമാണ്. അയാൾ കാവൽപ്പുരയുടെ അടുക്കലേക്കെത്തി. മാതയ്യൻ ക്ഷീണിതനാണ്. ഒരു വാരത്തിലധികമായുള്ള ആഹാരമില്ലായ്മ അയാളെ ശാരീരികമായി ദുർബലനാക്കിയിരിക്കുന്നു.

അയാൾ കുതിരപ്പുറത്തുനിന്നിറങ്ങി. തകർന്നുകിടക്കുന്ന കാവൽപ്പുരയുടെ അവശിഷ്ടങ്ങൾ അയാൾ കണ്ടു. ഭടന്മാർ സ്തബ്ധരായി നിൽക്കുന്നത്, അയാൾ ശ്രദ്ധിച്ചു. അയാളുടെ കണ്ണുകൾ ഇടിച്ചിട്ട ആ കല്ലുകളിൽ തങ്ങിനിന്നു. നിമിഷം പ്രതി ആ മിഴികൾ വിടർന്നു വന്നു. വൈകുന്നേരത്തെ വെളിച്ചത്തിൽ അവ കിടന്നു തിളങ്ങി. ഭീകരമായ എന്തോ സംഭവിച്ചിരിക്കുന്നുവെന്ന ബോധം അയാളിലുണരുകയാണ്......

അയാൾ തന്റെ സംഘവുമായി ഓടനാട്ടതിർത്തിയിലേക്കു വന്നത് വെറുതേയല്ല. ഒരു പ്രത്യേക വിചാരം കൊണ്ടാണ് നീലമ്മയും നങ്ങമ്മക്കാട്ടിൽ വച്ചാണ് കൊല്ലപ്പെട്ടത്. ചങ്ങമനാട്ടുകൂടിയുള്ള ആ വഴി നേരെ വടക്കോട്ടു വന്നാൽ, ഓടനാട്ടെ ഈ അതിർത്തിയിലെത്തും. ഹസ്രായെ തട്ടിക്കൊണ്ടുപോയവർ ആ വഴിക്കാണ് പോയതെന്ന് അയാൾക്ക് അറിവു

കിട്ടിയിട്ടുണ്ട്. ആരായിരിക്കും നീലമ്മയെ കൊന്നത്? ആരാണ് ഹസ്രായെ തട്ടിക്കൊണ്ടു പോയത്?

മാതയ്യന് അതിനെപ്പറ്റി ഒരു രൂപമുണ്ട്. രൂപമല്ല, നിശ്ചയമുണ്ട്. നീലമ്മയെ കൊന്നതും ഹസ്രായെ തട്ടിക്കൊണ്ടുപോയതും തന്റെ പിതാവിന്റെ സംഘമാണ്. മാർത്താണ്ഡൻ ചിന്നയ്യന്റെ അനുചരസംഘം......

പണ്ടും അച്ഛൻ ഇതു ചെയ്തിട്ടുണ്ട്. ഒരിക്കൽ ഒരു സ്ത്രീയെ രക്ഷിക്കാനും മറ്റു ചിലരെ ശിക്ഷിക്കാനും അദ്ദേഹം തെരഞ്ഞെടുത്ത സങ്കേതം ഓടനാട്ടതിർത്തിയിലെ കാവൽപ്പുരയാണ്. നീലമ്മ മരിച്ച വിവരമറിഞ്ഞപ്പോൾ തന്നെ അയാൾ അതെല്ലാമാലോചിച്ചു. തന്നെ വേണാട്ടുകൊട്ടാരത്തിൽനിന്നും ഓടനാട്ടേക്കയക്കുന്നതിന്റെ തലേന്നുരാത്രിയിൽ അയാൾ നീലമ്മയെ സന്ധിച്ചു. അവളേയും ഹസ്രാ അൽറൂമിയേയുംകൂട്ടി ഒളിച്ചോടിയാലെന്തെന്ന് ആലോചിച്ചതാണ്. പക്ഷേ, മാർഗം കണ്ടില്ല. അത്ര കരുതലോടെയാണ് കാവൽക്കാരെ നിർത്തിയിരുന്നത്. തന്നോടു വളരെ സ്നേഹമുള്ള രാജഭടന്മാർപോലും കഷ്ടിച്ച് നീലമ്മയെ കാണുവാൻ മാത്രമേ സമ്മതിച്ചുള്ളു. അന്നു പിരിഞ്ഞുപോരുംമുമ്പ് ഒരു കാര്യം മാതയ്യൻ നീലമ്മയോടു പറഞ്ഞു. സൗകര്യം പാർത്ത് ഹസ്രായേയും കൂട്ടി ഒളിച്ച് ഓടനാട്ടെത്തണമെന്ന്....

ഹസ്രായെ താനാണ് ഒളിവിൽ പാർപ്പിച്ചിരിക്കുന്നത്. വളരെ ക്ലേശിച്ചാണ് അതു സാധിച്ചത്. രാജഭടന്മാരുടെ കണ്ണിൽപ്പെടാതെ അവളെ സൂക്ഷിക്കാൻ എന്തു ബദ്ധപ്പെടേണ്ടിവന്നു! എല്ലാ വിഷമതയും സഹിച്ച് നീലമ്മ തന്നോട് ചെയ്ത പ്രതിജ്ഞ നടപ്പാക്കി, ഹസ്രായേയുംകൊണ്ട് ഒളിച്ചോടി. അത് ആരെങ്കിലും അറിഞ്ഞിരിക്കും.

ആരെങ്കിലുമല്ല, തന്റെ പിതാവിന്റെ ആൾക്കാർ അറിഞ്ഞിരിക്കും.

ആ വിശ്വാസത്തിലാണ് മാതയ്യൻ ഓടനാട്ടുകൊട്ടാരത്തിലെ ഭടന്മാരുമായി അതിർത്തിയിലെ ആ കാവൽപ്പുരയിലേക്കുതന്നെ വന്നത്. വെളുപ്പിനേ മൂന്നുപേർ അവിടെ കടന്നുചെന്നു. അവർ കൊല്ലപ്പെട്ടു. ഭടന്മാർ മുൻപോട്ടുപോയതിനിടയ്ക്ക് അയാൾ ഒരിടത്തു തളർന്നുവീണു. എന്നാലും അവർ തനിക്കുവേണ്ടി കാത്തുനിൽക്കരുതെന്നും തുണയ്ക്ക് രണ്ടാളുകൾ മതിയെന്നും മാതയ്യൻ ശഠിച്ചു. അവർ അതംഗീകരിച്ചു.

അപ്പോൾ, ആ കാവൽപ്പുര ഇടിച്ചു തകർത്തത് തന്റെ അച്ഛന്റെ ആൾക്കാരായിരിക്കണമെന്ന് മാതയ്യനു നിശ്ചയമായി.

എങ്കിൽ, ഹസ്രായ്ക്ക് എന്തു സംഭവിച്ചുകാണും?

മാതയ്യൻ നടുങ്ങിപ്പോയി. അതാണ് അയാൾ തുറിച്ച കണ്ണുകളുമായി അങ്ങനെ നിന്നത്. ചുറ്റുപാടും അയാൾ നോക്കി. പുല്ലുകൾ മനുഷ്യരുടെ ചവിട്ടുകൊണ്ട് അമർന്നിരിക്കുന്നു. ഒരു കൂന്താലി ഒരിടത്തുകിടക്കുന്നു. മറ്റു രേഖയും ഒന്നും കാണ്മാനില്ല. അയാൾ തെക്കോട്ടു നോക്കി. ഇലുപ്പയുടെയും കഴഞ്ചിയുടെയും ചില്ലകൾ വാളുകൊണ്ട് വെട്ടിമാറ്റിയാണ് തലേന്ന് ആളുകൾ അങ്ങോട്ടു കടന്നുവന്നിരിക്കുന്നത്?

പെട്ടെന്ന് ഉള്ളിൽ ഒരു ചിന്ത. ഇടിച്ചിട്ട കല്ലുകളിലേക്ക് അയാൾ നോക്കി. എന്നിട്ട് ഭടന്മാരോടു പറഞ്ഞു:

"നമുക്ക് ഈ കല്ലുകൾ പെറുക്കി മാറ്റണം."

അതിനിടയിൽ ഹസ്സായുടെ ജഡം ഉണ്ടാവുമെന്ന് അയാൾക്ക് ബോധ്യമായിരുന്നു.

മാതയ്യൻതന്നെ, ഉത്തരീയം അഴിച്ച്, വാൾ അരക്കെട്ടിൽ നിന്നെടുത്ത് ദൂരെ മാറ്റിവച്ചു. എന്നിട്ട്, കല്ലുകൾ ഓരോന്നായി എടുത്തുമാറ്റാൻ തുടങ്ങി. ഓടനാട്ടുഭടന്മാർ നിമിഷം കളയാതെ മാതയ്യന്റെ നിർദേശം അനുസരിച്ചു. കല്ലുകൾ തമ്മിൽ മുട്ടുകയും ഭൂമിയിലേക്കു വീഴുകയും ചെയ്യുന്ന ശബ്ദം തുടരെ കേട്ടു. മാതയ്യന്റെ നെറ്റിയും ശരീരമാകെയും വിയർത്തൊഴുകി. ഭടന്മാരുടെ ശ്വാസധാര ഒരു കാട്ടരുവിയുടെ ഒഴുക്കുപോലെ കേട്ടു.

കുറച്ചുസമയം

അൽപ്പമകലെ ഒരു കാട്ടുമൃഗത്തിന്റെ ഭയങ്കരമായ അലർച്ച. മാതയ്യൻ ശ്രദ്ധിച്ചു. ഭടന്മാർ ശ്രദ്ധിച്ചു. തുടർന്ന്, മനുഷ്യരുടെ ശബ്ദം. ആരോ എന്തോ പറയുന്നു. ആ മൃഗം ആർത്തുവിളിക്കുന്നു. കാട്ടുപന്നിയായിരിക്കണം. അത് തങ്ങൾ നിൽക്കുന്നതിനടുത്തേക്ക് ഓടിവരികയാണ്. മാതയ്യൻ വാളെടുത്തു. ഭടന്മാരും വാളെടുത്തു. മാതയ്യൻ പറഞ്ഞു:

"കരുതലോടെ നിൽപ്പിന്."

ഒരു കാട്ടുപന്നി ഓടിവന്നു. കാട്ടിനടിയിൽക്കൂടി, അതിന്റെ കഴുത്തിൽ ഒരു അമ്പ് തറഞ്ഞുകയറിനിന്നിരുന്നു. ആരോ അതിനെ അമ്പെയ്തതാണ്. അപ്പോഴും തെക്കുനിന്ന് ആളുകളുടെ ശബ്ദം കേൾക്കുന്നു. ആ പന്നി നിലത്തുവീണു, കാടെങ്ങും കേൾക്കുന്ന അലർച്ചയോടെ.

മാതയ്യൻ പറഞ്ഞു:

"നമുക്ക് കാട്ടിലേക്ക് ഒളിച്ചിരിക്കാം—മിത്രങ്ങളോ ശത്രുക്കളോ എന്നറിയട്ടെ."

രാജഭടന്മാരെ അയാൾ കാട്ടിനകത്തേക്ക് അയച്ചു. പുറകേ അയാളും അങ്ങോട്ടു കയറി. ഇടതൂർന്ന് നിൽക്കുന്ന വൃക്ഷങ്ങളുടെ മറവിൽ ഒളിച്ചു.

കുറെ സമയം,

ഇടയ്ക്ക് തെക്കുനിന്ന് ശബ്ദമൊന്നും കേട്ടില്ല. മാതയ്യൻ ചെവി വട്ടം പിടിച്ചിരുന്നു, വീണ്ടും സംസാരം. അവർ കുറേക്കൂടി അടുത്തുവന്നിരിക്കുന്നു. ആ കാട്ടുപന്നി കിടന്നു ഞെരങ്ങുന്നു.

അൽപ്പസമയം, പാദരക്ഷകൾ നിലത്തുപതിക്കുന്ന ശബ്ദം അടുത്തടുത്തുവന്നു. മാതയ്യൻ ശ്രദ്ധയോടെ ഇരുന്നു. തെക്കുനിന്നു വരുന്ന പാത അയാൾക്കു കാണാം. ഭടന്മാർ ശ്വാസം പിടിച്ചിരിക്കുകയാണ്. അപ്പോൾ, മൂന്നാലുപേർ ഇടിച്ചിട്ട ആ കാവൽപ്പുരയുടെ സമീപത്തേക്ക് വരുന്നു. മാതയ്യന്റെ മിഴികൾ വീണ്ടും വിടർന്നു. അയാൾ പരതി നോക്കി. മാതയ്യൻ അന്തിച്ചിരുന്നു. വിശ്വസിക്കാൻ തോന്നിയില്ല. മുൻപേ നടക്കുന്നത് വേണാട്ടധിപതി അയ്യനടികളാണ്.

പ്രതീക്ഷിക്കാത്ത, ആ കാഴ്ച കണ്ട്, മാതയ്യന്റെ ഇമകൾ തുടരെ ചിമ്മി. അതെ, വേണാട്ടുമന്നൻതന്നെ. നന്തന്റെ പിതാവ്. എന്തിനദ്ദേഹം ഇവിടെ കടന്നുവന്നു? ഒരുപക്ഷേ, അതിർത്തിയിൽ നടന്ന ഈ ഭീകരമായ സംഭവം അദ്ദേഹം അറിഞ്ഞുകാണും. നേരിട്ടു കാണ്മാനായിരിക്കും.

അന്വേഷിക്കാനായിരിക്കും. അന്വേഷിച്ച് അതു ചെയ്തവരെ ശിക്ഷിക്കാനായിരിക്കും.........

അപ്പോൾ, മറ്റൊരു കാഴ്ചകൂടി. വേണാട്ടധിപതിയുടെ പിന്നിൽ, തൊട്ടുപിന്നിൽ, കൊല്ലം കോട്ടയ്ക്കകത്തെ പുറംകെട്ടിൽ പാർക്കുന്ന ആ അറബി, അബ്ദുല്ലാ ആയാസ്ഖാൻ.....

ആയാസ്ഖാനെ മാതയ്യൻ സൂക്ഷിച്ചുനോക്കി. ആ വിദേശിയായ മനുഷ്യനെ മാതയ്യൻ പലവുരു കണ്ടിട്ടുണ്ട്. പക്ഷേ, ഒരിക്കലും അയാളുമായി പരിചയപ്പെട്ടിട്ടില്ല. നന്തനുമായി പലപ്പോഴും അയാളെപ്പറ്റി സംസാരിച്ചിട്ടുണ്ട്. അയാളുമായി പരിചയപ്പെടുവാൻ മാതയ്യന് മടിയായിരുന്നു. അല്ല, തെല്ലും സംശയമായിരുന്നു. കാരണം, അയാൾ അറേബ്യാക്കാരനാണ്. താൻ വേണാട്ടേക്കു കൊണ്ടുവന്ന പെൺകുട്ടി, അറേബ്യാക്കാരിയാണ്....

സന്ധ്യയുടെ ചുവപ്പ് ആ ദിക്കെങ്ങും വ്യാപിച്ചുകൊണ്ടിരുന്നു. ഇലുപ്പപ്പൂക്കളുടെ വെളുത്ത മുഖംപോലും ആ ശോണിമ പകർന്നു വാങ്ങിനിന്നു. ആ കല്ലുകളിൽ ചോരപുരണ്ടിരിക്കുന്നതുപോലെ മാതയ്യന്റെ ഹൃദയം ഉറക്കെത്തുടിച്ചു. അത്, അരികത്തു വന്നുനിൽക്കുന്ന വേണാട്ടധിപതി കേൾക്കുമോ?

അറേബ്യാക്കാരനായ ആ വിദേശി ശ്രദ്ധിച്ചേക്കുമോ?

മാതയ്യൻ ഒന്നുകൂടി ഒതുങ്ങിയിരുന്നു.

വേണാട്ടധിപതി, കൂനകൂടിക്കിടക്കുന്ന ആ കല്ലുകളുടെ അടുത്തുനിന്നു. പടിഞ്ഞാറോട്ട് അഭിമുഖമായിട്ട്, അവിടത്തെ തങ്കം പോലുള്ള മുഖം തീയിൽ വച്ചതുപോലെ കാണപ്പെട്ടു. ഓടനാട്ടതിർത്തിയിലെ കാറ്റ് ആ തീയിൽ ഉലയൂതിക്കൊണ്ടിരിക്കുകയാണെന്ന് അവിടുത്തെ മുഖത്തു സ്ഫുരിച്ച ഭാവഭേദംകൊണ്ട് വ്യക്തമായി. അറബിയുടെ താടിയും മുഖവും മരവിച്ചിരിക്കുകയാണെന്നു തോന്നി.

അറബി തെക്കുപുറത്തുനിന്നു, ആ കല്ലുകളിലേക്ക് നോക്കിക്കൊണ്ട്.

പുറകെ പുറകേ പത്തിരുപത് ഭടന്മാർ അങ്ങോട്ടു കടന്നുവന്നു.

അയ്യനടികൾ തിരുവടികൾ മുഖംതാഴ്ത്തി, ആത്മാവിലെ ഗദ്ഗദം അടക്കിപ്പിടിക്കാൻ ശ്രമിക്കുന്നതുപോലുള്ള സ്വരത്തിൽ ചോദിച്ചു: "ഈ കല്ലുകൾ പെറുക്കിമാറ്റട്ടെ?"

അറബി ശിരസുയർത്തി വേണാട്ടധിപതിയെ നോക്കി. അപ്പോൾ അയാളുടെ ദൃഷ്ടികൾ ഒന്നുകൂടി മരവിച്ചതുപോലെ തോന്നി.

"നമ്മുടെ ഭടന്മാരോട് നിർദേശിക്കട്ടെയോ?" അവിടുന്ന് ചോദിച്ചു.

അപ്പോഴും അറബി തിരുവടികളുടെ മുഖത്തുനോക്കി നിന്നതേയുള്ളു.

അയ്യനടികൾ രാജഭടന്മാരോട് ആംഗ്യംകാട്ടി. അവർ പെട്ടെന്ന് കൂനകൂടിക്കിടന്ന കല്ലുകളുടെ ചുറ്റുംനിന്നു. അതു പെറുക്കിമാറ്റാൻ തുടങ്ങി.

അയ്യനടികൾ അതുനോക്കി നിന്നു.

ഏതാനും നിമിഷങ്ങൾ. ആയാസ്ഖാൻ മുഖംതാഴ്ത്തി. പെട്ടെന്ന് ആ ദീർഘകായനായ മനുഷ്യൻ ഒന്നിളകി. എന്തോ അയാൾ കണ്ടു.

അൽപ്പസമയം നോക്കിനിന്നിട്ട് അയാൾ കുനിഞ്ഞ് അതു കൈയിലെടുത്തു. മാതയ്യൻ ഉത്തരീയവും വാളും അഴിച്ചുവച്ചപ്പോൾ, മണ്ണിൽ വീണുപോയ ഒരു കുറിമാനമായിരുന്നു അത്.

അറബി അതു കൈയിലെടുക്കുന്നത് മാതയ്യൻ കണ്ടു. അയാൾ ഉള്ളുകൊണ്ട് ഒന്നു നടുങ്ങി. ആ കുറിമാനം, ഒരു അറേബ്യാക്കാരന്റെ കൈയിൽ ചെന്നുപെട്ടിരിക്കുന്നു........

അയ്യനടികൾ അറബിയെ ശ്രദ്ധിച്ചില്ല. അവിടുത്തെ കണ്ണുകൾ, ആ കല്ലുകളിലായിരുന്നു.

ഭടന്മാർ ധൃതിയിൽ അവയെടുത്തു മാറ്റിക്കൊണ്ടിരുന്നു.

നിമിഷങ്ങൾ ഓരോന്നും ആകാവൽപ്പുരയെപ്പോലെ തകർന്നു വീഴുകയാണെന്ന് തോന്നി, അയ്യനടികൾക്ക്. ഏതോ യന്ത്രങ്ങൾ പ്രവർത്തിക്കുന്നതുകണക്കാണ് രാജഭടന്മാർ ചലിച്ചത്. കുറച്ചുസമയം ആ കല്ലുകൾ മറ്റൊരു ഭാഗത്തേക്കു വീണുകൊണ്ടിരുന്നു. അയ്യനടികളുടെയും ആയാസ്ഖാന്റെയും ദൃഷ്ടികൾ തുറിച്ചുവന്നു. കല്ലുകൾ പറന്നുപോകുന്നു.

ആ കാവൽപ്പുരയുടെ അടിത്തറ കാണാവുന്ന മട്ടിലാവുന്നു.

അയ്യനടികൾ ആ സന്ധ്യാവെളിച്ചത്തിൽ നിശ്ചലനായി താണിറങ്ങുകയാണെന്നു തോന്നി.

അറബി ഓടനാട്ടതിർത്തിയിൽ യുഗങ്ങളായി നിൽക്കുന്ന ഒരു പ്രതിമ കണക്ക് കാണപ്പെടുന്നു.

മാതയ്യൻ ശ്വാസംപിടിച്ചു. അയാളുടെ കണ്ണുകളും ആ തറയിലാണ്.

കല്ലുകൾ വീണ്ടും പറന്നുമാറുന്നു. രാജഭടന്മാരുടെ വേഗത കൂടുന്നു.

നിമിഷങ്ങൾ പാറക്കല്ലുകളെപ്പോലെ മുട്ടിത്തകരുകയായിരുന്നു.

ഒടുവിൽ, കാവൽപ്പുരയുടെ തറ, ശൂന്യമായ മേൽത്തലംകാട്ടികിടന്നു. അതിൽ നിറച്ചു ചോര പറ്റിക്കിടക്കുന്നതായി അയ്യനടികൾക്കു തോന്നി. ആയാസ്ഖാനു തോന്നി. പക്ഷേ, കരിങ്കല്ലിന്റെ നിറം. അതിന്റെ മീതെ ചുവന്നു ചുവന്ന സന്ധ്യാപ്രകാശം വീഴുകയാണ്. അയ്യനടികൾ രണ്ടു ചുവടുവച്ചു. നോക്കി. ആയാസ്ഖാന്റെ കണ്ണുകൾ തറച്ചുനിന്നു. ഇല്ല, അവിടെ മനുഷ്യശരീരത്തിന്റെ അവശിഷ്ടങ്ങളില്ല.....

ശൂന്യമായ ഒരു തറ മാത്രം.

വേണാട്ടധിപതി മുഖമുയർത്തി. ആയാസ്ഖാനും. അവരുടെ ദൃഷ്ടികൾ തമ്മിലിടഞ്ഞു. മരിച്ച ഒരാത്മാവിന്റെ ഭൗതികാവശിഷ്ടംപോലും കാണാത്ത വേദന, അവർ പരസ്പരം കൈമാറുകയായിരുന്നു.....

മരത്തിനു പിന്നിൽനിന്ന് മാതയ്യൻ ആ ശൂന്യമായ കൽത്തറയിൽ മിഴിച്ചുനോക്കിയിരുന്നു. അയാളുടെ മനസിൽ അത്ഭുതമാണ്, സംശയമാണ്, ആശങ്കയാണ്. ഹസ്രാ അൽറൂമിയുടെ ഭൗതികാവശിഷ്ടങ്ങൾ ആ കല്ലുകൾക്കിടയിലില്ലേ? അയാൾ കണ്ണുകൾ പിൻവലിച്ചില്ല. അൽപ്പനേരംകൂടി. അയ്യനടികൾ ആയാസ്ഖാന്റെ അടുക്കലേക്കു നടക്കുന്നത് അയാൾ കണ്ടു.

"ആയാസ്ഖാനേ!" വിഷാദവും തോൽവിയും നിറഞ്ഞ ഒരു സ്വരത്തിലാണ് അയ്യനടികൾ അറബിയെ വിളിച്ചത്.

അറബി ദൃഷ്ടികൾകൊണ്ടാണ് വിളികേട്ടത്.

"ഒരുപക്ഷേ, നിങ്ങളുടെ മകൾ, അത്ഭുതപ്പെട്ട ഒരു പെൺകുട്ടിയായിരുന്നിരിക്കുമോ?" അയ്യനടികളുടെ ശബ്ദം ഒരു പ്രേതത്തിന്റെ മുഖത്തുനിന്നെന്നപോലെ വന്നു.

അറബി നിശ്ചലനായി നിന്നു.

"ഒരുപക്ഷേ, അതുകൊണ്ടായിരിക്കുമോ അവൾ കടലുകൾ കടന്ന് ഇവിടെയെത്തിയത്?" വേണാട്ടധിപതികളുടെ ചുണ്ടുകൾ വിറയ്ക്കുന്നുണ്ടായിരുന്നു.

അറബി അതേപടി നിൽക്കുകയാണ്.

"നമ്മുടെ ഭടന്മാർ വിശ്വസ്തരാണ്. അവർ നമ്മെ വഞ്ചിക്കുകയില്ല." അയ്യനടികൾ പിന്നെയും അതേ സ്വരത്തിൽ പറഞ്ഞു.

മാതയ്യൻ കണ്ണും കാതും തുറന്നുവച്ച്, അതു കേട്ടു.

"നമ്മുടെ ആജ്ഞകൾ അവർ ശിരസാവഹിക്കും. അവ കൃത്യമായി നിർവഹിക്കപ്പെടും. പക്ഷേ, നമുക്ക് മനസിലാകുന്നില്ല ആയാസ്ഖാൻ. ഹസ്രായുടെ അവശിഷ്ടത്തിനുവേണ്ടി വന്ന നിങ്ങളെ, അതു കാട്ടിത്തരാൻ നമുക്ക് കഴിയുന്നില്ല. അവൾ മരിച്ചതിനുശേഷം എവിടെപ്പോയെന്ന് നമുക്ക് മനസിലാകുന്നില്ല. നാം നിങ്ങളുടെ മുൻപിൽ എങ്ങനെ നിൽക്കുമെന്ന്, നമുക്കറിഞ്ഞുകൂടാ!"വേണാട്ടധിപതിയുടെ സ്വരം തകർന്നുപോയി.

ശിലായുഗത്തിൽനിന്നു കയറിവന്ന ഒരു അത്ഭുതസൃഷ്ടിയെപ്പോലെ അറബി നിന്നു. ചുവപ്പും ഇരുൾച്ചയും ചേർന്ന വെളിച്ചത്തിൽ അയാളുടെ വെള്ളത്താടിയും ചുളിവീണ മുഖവും കണ്ടപ്പോൾ അയ്യനടികൾ കാലുകൾ സ്തംഭിച്ചവനെപ്പോലെ നിന്നുപോയി.

മാതയ്യൻ കിതയ്ക്കുന്ന ആത്മാവുമായി അയ്യനടികളെ നോക്കുകയാണ്. എന്താണ് അവിടുന്ന് പറഞ്ഞത്? ഹസ്രായെ കൊല്ലാൻ താനാണ് ആജ്ഞകൊടുത്തതെന്നല്ലേ? അപ്പോൾ മാർത്താണ്ഡൻ ചിന്നയ്യനല്ലേ, അതു ചെയ്യിച്ചത്? സാക്ഷാൽ വേണാട്ടധിപതിതന്നെയാണോ? ആ പെൺകുട്ടിയുടെ ഭൗതികാവശിഷ്ടം കാണാനാണ് ആയാസ്ഖാൻ ആഗ്രഹിച്ചതെന്നു വ്യക്തമായി. അറബിപ്പെണ്ണായതുകൊണ്ടാണോ?

ആ നിമിഷങ്ങളിൽ, മാതയ്യൻ എല്ലാമെല്ലാം ഓർമിച്ചുപോയി. സാഹസികനായ താൻ കപ്പൽകയറിയതുമുതൽ, ഹസ്രാ അൽറൂമിയേയും കൊണ്ട് കൊല്ലത്തു വന്നിറങ്ങിയതുവരെ ഈ സംഭവങ്ങൾക്കൊക്കെ കാരണക്കാരൻ അയാളാണ്. ഇതെല്ലാം ഇവിടെ വച്ചവസാനിക്കുകയില്ല. ഒരറബിപ്പെണ്ണിന്റെ മരണം, ആയാസ്ഖാനെന്ന അറബി അറിഞ്ഞിരിക്കുന്നതുകൊണ്ട്, അത് ഇവിടെ അവസാനിക്കുകയില്ല.

പെട്ടെന്ന് അയ്യനടികൾ ഓർമിച്ചു. ആ തകർന്ന കാവൽപ്പുരയിൽ ഹസ്രാ ഉണ്ടായിരുന്നു. വേണാട്ടധിപതിയുടെ വരവുകൊണ്ടും വാക്കുകൾകൊണ്ടും അതു തെളിയുന്നു. പക്ഷേ, അവളുടെ അവശിഷ്ടം അവിടെയല്ല, പിന്നെ അവൾക്കെന്തുപറ്റി. രാജഭടന്മാർ ഒരിക്കലും വേണാട്ടധിപതിയുടെ ആജ്ഞയെ ലംഘിക്കുകയില്ല. പിന്നെ അവൾക്ക് എന്തുസംഭവിച്ചു?

അഗാധമായ ഒരു വികാരം മാതയ്യന്റെ മനസിൽ പൊടുന്നനെ ഒരിളക്കം സൃഷ്ടിച്ചു. അയാൾ നിവർന്നെഴുന്നേറ്റു. മരങ്ങൾക്കു പിന്നിലൊളിച്ച ഓടനാട്ടുഭടന്മാർ അയാളെ നോക്കി. വേണാട്ടധിപതിയെപ്പറ്റിയുള്ള രോഷം മാതയ്യന്റെ ഉള്ളിൽത്തട്ടിപ്പിടഞ്ഞുണരുകയാണ്. ഹസ്രായെ വധിപ്പാൻ കൽപ്പിച്ചത് അയ്യനടികൾതിരുവടികളാണ്. നന്തന്റെ അച്ഛൻ, തന്റെ അച്ഛന്റെയും തന്റെയും രാജാവ്, വേണാട്ടിന്റെ രാജാവ്.....

ആ രാജാവിന് എങ്ങനെ ഈ കൃത്യം ചെയ്‌വാൻ തോന്നി?

അയാൾ വാളിൽ തിരുപ്പിടിച്ചു. എന്തുകൊണ്ട് നേരിട്ട് അങ്ങോട്ടു കടന്നുചെന്നുകൂടാ? ഹസ്രായെ വധിപ്പാൻ കൽപ്പിച്ച ആ മനുഷ്യനെ നേരിട്ടുകൂടാ?

പെട്ടെന്ന്, നന്തന്റെ മുഖം മാതയ്യന്റെ മനസിൽ തെളിഞ്ഞുവന്നു. അയാൾ വാൾപ്പിടിയിൽനിന്ന് കൈ പിൻവലിച്ചു. രാജഭടന്മാർ നിശ്ചലരായി നിൽക്കുന്നു. അയ്യനടികളും അറബിയും പരസ്പരം മുഖത്തുനോക്കാൻ വയ്യാതെ നിൽക്കുന്നു.

ഓടനാട്ടതിർത്തിയിലെ കാടിന്റെ ഏതോ ഭാഗത്തുനിന്നും ആകാശത്തിലേക്ക് ഊളിയിട്ടുയരുന്ന ഒരു കരച്ചിൽ കേട്ടു. അതു മനുഷ്യശബ്ദമായി തോന്നിയില്ല. കാട്ടുമൃഗങ്ങളുടെ കരച്ചിൽ ഒരിക്കലും ഇങ്ങനെ കേട്ടിട്ടില്ല. അയ്യനടികൾ ഞെട്ടി. ആയാസ്ഖാൻ ശിരസുയർത്തി നോക്കി. രാജഭടന്മാർ ഭീതിതരായി, മാതയ്യൻ ശ്രദ്ധിച്ചു. ഓടനാട്ടുഭടന്മാരും ഒളിവിൽനിന്ന് സംഭ്രമിച്ച് പകച്ചുനോക്കി.

ഒഴുകിമറയുംപോലെ ആ ശബ്ദം താണുപോയി.

വേണാട്ടുഭടന്മാർ പന്തങ്ങൾ കൊളുത്തി.

അയ്യനടികൾ പറഞ്ഞു:

"ആയാസ്ഖാൻ, നമുക്കു തിരിച്ചുപോകാമോ?"

ആയാസ്ഖാൻ മിണ്ടിയില്ല. അയാൾ തിരിച്ചുനടന്നു. അയ്യനടികൾ പുറകെ നീങ്ങി. ഭടന്മാർ പന്തവെളിച്ചം കാട്ടിക്കൊണ്ടു മുൻപും പുറകും നടന്നു.

അവർ പൊയ്ക്കഴിഞ്ഞപ്പോൾ മാതയ്യൻ കാട്ടിനു പുറത്തേക്കു വന്നു. അയാൾ തന്റെ അനുചരരോടു പറഞ്ഞു:

"നമുക്ക് വടക്കുള്ള താവളത്തിലേക്കു പോകാം."

അവർ അയാളുടെ പിന്നാലെ വടക്കോട്ടുള്ള പാതയിൽക്കൂടി നടന്ന് കാട്ടിൽ മറഞ്ഞു.

* * *

പനങ്കാവിൽക്കൊട്ടാരത്തിന്റെ അകത്തെ രഹസ്യമുറി. വെളിച്ചം ഇപ്പോഴും കാണ്മാനുണ്ട്. അവിടെ വേണാട്ടുമന്നനായ അയ്യനടികൾ തിരുവടികൾ ഒരു കട്ടിലിൽ ചാരിക്കിടക്കുന്നു. അർധരാത്രിസമയമാവും. ഓടനാട്ടതിർത്തിയിൽ ആയാസ്ഖാനുമായി പോയ്‌വന്നതിന്റെ മൂന്നാംദിവസം. കൊട്ടാരമാകെ നിശ്ശബ്ദത.

അപ്പോൾ ചിലമ്പുപോലെ ഒന്നു കിലുങ്ങുന്ന ശബ്ദം

അയ്യനടികൾ ശിരസുയർത്തിനോക്കി. വാതിൽ അടച്ചിരിക്കുകയാണ്. ആ സമയത്ത്, അങ്ങനെ ഒരു ശബ്ദം കേൾക്കാൻ കാരണം?

അവിടുന്ന് എഴുന്നേറ്റു.

ഓടനാട്ടതിർത്തിയിൽ കേട്ട ആ ഭയങ്കരമായ കരച്ചിൽ അദ്ദേഹം ഓർമിച്ചു. ആ കരച്ചിൽ ഇപ്പോഴും മനസിൽ പല വിചാരങ്ങളും ഉണർത്തിയിരുന്നു. അപ്പോൾമുതൽക്ക് ഹസ്രാ അൽറൂമി എന്ന ആ പെണ്ണിനെപ്പറ്റി ഉള്ള ഓർമയാണ്. അവളെ അദ്ദേഹം കണ്ടിട്ടില്ല. എങ്കിലും അവളുടെ ഒരുരൂപം അദ്ദേഹത്തിന്റെ മനസിനെ അലട്ടിക്കൊണ്ടിരിക്കുന്നു.

അപ്പോഴാണ്, ഈ ശബ്ദം. അത് ഒരു ചിലമ്പിന്റെ ശബ്ദമാണോ?

വാൾ കൈയിലെടുത്ത് കരുതലോടെ അവിടുന്ന് വാതിലിനടുത്തെത്തി. അതു മെല്ലെ തുറന്നു. പുറത്തെ ഭിത്തികളിൽ കൽവിളക്കുകൾ എരിയുന്നുണ്ട്. അവിടുന്നു നോക്കി. ചുറ്റും നോക്കി. ആരേയും കണ്ടില്ല. അവിടുത്തെ ഉള്ളിൽ എന്തോ ഒരു സംശയം. ഒരു സ്ത്രീയുടെ ചിലമ്പൊച്ച ഇപ്പോൾ കേൾക്കാൻ എന്തുന്യായം?

കരുതലോടുകൂടിത്തന്നെ അവിടുന്നു വീണ്ടും മുറിയിൽ പ്രവേശിച്ചു. വാതിൽ ചാരി. ഒരു കാറ്റേറ്റ് അങ്ങു പുറത്തുള്ള മരച്ചില്ലകൾ ഇളകുന്നത് അവിടുന്നു ശ്രദ്ധിച്ചു. ഒരുപക്ഷേ, ആ ചിലമ്പൊച്ച കേട്ടതായി തോന്നിയതാണോ? മറ്റെന്തോശബ്ദം അതായി തന്റെ മനസ്സ് വ്യാഖ്യാനിച്ചതാണോ? അവിടുന്നു വാൾ അടുത്തുവച്ചിട്ട് കട്ടിലിൽ വീണ്ടും ഇരുന്നു, ചെവിയോർത്തുകൊണ്ട്.

അൽപ്പനേരത്തേക്ക് അനക്കമൊന്നും തോന്നിയില്ല.

വലതുവശത്ത് അൽപ്പം പിന്നിലേക്ക് മാറ്റിവച്ചിരുന്ന തന്റെ വാള് അൽപ്പമൊന്നനങ്ങിയതായി അയ്യനടികൾ തിരുവടികൾക്കു തോന്നി. അവിടുന്ന് പെട്ടെന്ന് അതു സൂക്ഷിച്ചുനോക്കി. ശരിതന്നെ. താൻ വച്ചിരുന്നിടത്തുനിന്ന് അത് അൽപ്പംകൂടി പിന്നോട്ടു നീങ്ങിയിരിക്കുന്നു. പൊടുന്നനെ അവിടുത്തേക്ക് സംശയം വർധിച്ചു. അധൈര്യപ്പെട്ടില്ല, അവിടുന്ന് ആ വാൾ എടുത്തു, ആകെ പരിശോധിച്ചു.

അതിന്റെ പിടിക്കു താഴെനിന്ന് ഒരു പട്ടുനൂൽ താഴോട്ടു കിടക്കുന്നു. അതു വാളിൽ മുറുകെ കെട്ടിയിരിക്കുകയാണ്. ആ നൂൽ അവിടുന്ന് കൈയിലെടുത്തു. അത് നിലത്തുകൂടി പുറകിലത്തെ ജാലകത്തിലേക്ക് കിടക്കുകയാണെന്ന് അവിടുന്ന് കണ്ടു. ആ നൂൽ ജാലകത്തിനു പുറത്തേക്ക് പോകുന്നു. പെട്ടെന്ന് അവിടുത്തേക്ക് മനസിലായി. അതിന്റെ അറ്റം പുറത്ത് ആരോ പിടിച്ചുവലിക്കുകയാണ്.

ആപൽശ്ശങ്ക പൊടുന്നനെ വേണാട്ടധിപതിയുടെ മനസിലുദിച്ചു. ആ ചിലമ്പിന്റെ ശബ്ദം. ഈ വാളിൽ കെട്ടിയ പട്ടുനൂൽ. ആരോ സമർഥമായി തനിക്കെതിരെ എന്തോ ഉന്നം വച്ചിരിക്കുന്നു. ആരായിരിക്കാം? ആരായിരുന്നാലും അവർ ഇപ്പോൾ ഈ രഹസ്യമുറിയുടെ സമീപത്തുണ്ട്. ഒരാളായിരിക്കുമോ? ആയിരിക്കുകയില്ല. കാവൽക്കാർ അങ്ങു പുറത്താണ്. അവരെ താനാണു ദൂരെ പറഞ്ഞയച്ചത്.

എന്തുചെയ്യണമെന്ന് ഏതാനും നിമിഷനേരംകൊണ്ട് അവിടുന്ന് ആലോചിച്ചു. മുൻവശത്തെ വാതിൽ ബന്ധിക്കാൻ നിശ്ചയിച്ചു. ഒറ്റയ്ക്കു പുറത്തേക്ക് പോകുന്നത് ബുദ്ധിയല്ല. അവിടുന്ന് വാളിലെ നൂൽ സാവധാനം അഴിച്ചു. എന്നിട്ട്, വാതിലിനു നേർക്ക് തിരിഞ്ഞുനടന്നു. വാൾപിടിച്ചുകൊണ്ട്. അപ്പോൾ, ആ കതക് പെട്ടെന്ന് തുറക്കപ്പെട്ടു.

വികൃതരൂപിയായ ഒരു മനുഷ്യൻ ഓങ്ങിപ്പിടിച്ച ഒരു വാളുമായി നിൽക്കുന്നു. ഭയങ്കരമായ, ശബ്ദമില്ലാത്ത ഒരു ചിരിയോടെ. അയാളെ അവിടുന്നു സൂക്ഷിച്ചുനോക്കി. കിഴക്കേ തടവുപാളയത്തിലിട്ടിരുന്ന ആ അറബിയാണത്. കൊല്ലത്ത് ആദ്യമായി വന്ന അറേബ്യാക്കാരൻ.

"നീയോ?" അയ്യനടികൾ പകച്ചുനിന്നു. "എങ്ങനെ തടവുപാളയത്തിനു പുറത്തിറങ്ങി?"

അയാൾ അതേ ചിരിയോടെനിന്നു. അയ്യനടികൾ ശ്രദ്ധിച്ചു. അയാളുടെ ഒരു കൈയിൽ ഒരു ചങ്ങല തൂങ്ങി നിലംപറ്റിക്കിടക്കുന്നു. അതിന്റെ ശബ്ദമാണ് താൻ കേട്ടത്.

"എങ്ങനെ പുറത്തിറങ്ങി?" ഉന്നംനോക്കിനിന്നുകൊണ്ട് അയ്യനടികൾ വീണ്ടും ചോദിച്ചു.

"ഞാൻ.... ഞാൻ മാത്രമല്ല, ആ തടവുപാളയത്തിൽ കിടന്ന എല്ലാവരും പുറത്തിറങ്ങി?" അയാൾ കിതച്ചുകൊണ്ട് പറഞ്ഞു.

അയ്യനടികൾ ഒന്നുനടുങ്ങി. എല്ലാവരും പുറത്തിറങ്ങിയോ? ചീതമ്മയെപ്പറ്റി അവിടുന്ന് ഓർമിച്ചു. അവളും അവിടെയായിരുന്നു. തടവുകാർ പാളയം പൊളിച്ചോ? അതോ ആരെങ്കിലും അവരെ തുറന്നുവിട്ടോ?

"എല്ലാവരും പുറത്തിറങ്ങി?" അവിടുന്നു മന്ത്രിച്ചു.

"എല്ലാം ചെയ്തതു ഞാൻതന്നെ. നിങ്ങൾ ഒരു അറബിപ്പെണ്ണിനെ വധിപ്പിച്ചുവെന്നു ഞാനറിഞ്ഞപ്പോൾമുതൽ, തടവുപാളയം പൊളിപ്പാനായിരുന്നു എന്റെ ശ്രമം. അതു പൊളിച്ചു. അറബിയെ തൊട്ടുകളിക്കരുത്! നിങ്ങളുടെ ആ കൂട്ടുകാരൻ എവിടെ? നിങ്ങളുടെ ആ കൂട്ടുകാരനെവിടെ? ആ നാണംകെട്ട അറേബ്യാക്കാരനെവിടെ? ആയാസ്ഖാനെന്ന ആ രാജ്യദ്രോഹി എവിടെ? നിങ്ങളെയും അയാളെയും വധിപ്പാനാണ് ഞാനിറങ്ങിയത്?"

പാറത്തുണ്ടുകൾ വാരിയെറിയുന്ന ശബ്ദത്തിലാണ് അയാൾ അത്രയും പറഞ്ഞത്. അയാളുടെ കൈകാലുകൾ വിറച്ചുകൊണ്ടിരുന്നു. കണ്ണുകൾ പുറത്തേക്ക് തള്ളിനിന്നു. നെഞ്ച് ഉയരുകയും താഴുകയും ചെയ്തു. അയാൾ അടുത്ത നിമിഷത്തിൽ തന്റെനേരെ വാൾ വീശുമെന്ന് അയ്യനടികൾക്കു ബോധ്യമായി. അതിനുമുമ്പ് അയാളുടെ വയറ്റിലേക്ക് തന്റെ വാൾ കുത്തിയിറക്കുവാൻ നിമിഷങ്ങൾക്കിടയിൽ അവിടുന്നു ഉന്നം പാർത്തു.

ഒരു ശബ്ദം, ഒരലർച്ച, വാതിൽക്കൽനിന്ന അറബി കമിഴ്ന്നുവീഴുന്നതും അയാളുടെ കൈയിലെ വാള് തെറിച്ചു ദൂരെപ്പോകുന്നതും അയ്യനടികൾ ഒരു മിന്നൽപോലെ കണ്ടു. അവിടുന്ന് അന്തിച്ചുനോക്കി.

അപ്പോൾ, അറബിയുടെ വലതുകൈയിൽ കാല് അമർത്തിപ്പിടിച്ചുകൊണ്ട് അബ്ദുല്ലാ ആയാസ്ഖാൻ നിൽക്കുന്നു.....

"അടിയൻ ഉറങ്ങാതെ കഴിഞ്ഞുകൂടുന്നത് അവിടുത്തേക്കു നല്ലതു തന്നെ, തിരുവടികൾ." ആയാസ്ഖാൻ താഴ്ന്ന സ്വരത്തിൽ പറഞ്ഞു.

കുറേ നിമഷങ്ങൾകൊണ്ടേ അയ്യനടികൾക്ക് ആ നടുക്കത്തിൽ നിന്നും മോചനം നേടാൻ കഴിഞ്ഞുള്ളു.

"ആയാസ്ഖാൻ." അയ്യനടികൾ അത്ഭുതംകൊണ്ട് മന്ത്രിച്ചു.

"അടിയൻ." ആയാസ്ഖാൻ പറഞ്ഞു: "ആരോ ഒരുവൻ രഹസ്യമായി കൊട്ടാരത്തിലേക്കും പിന്നെ ഇങ്ങോട്ടും കടന്നുവരുന്നതു അടിയൻ കണ്ടു."

അയ്യനടികൾ നിശ്ചലനായി നിന്നിട്ട് പറഞ്ഞു: "ഇവന് തുണയായി ആരോകൂടി ഉണ്ടായിരുന്നു, ആയാസ്ഖാൻ."

"അതേ തിരുവടികൾ." ആയാസ്ഖാൻ അറിയിച്ചു: "രാജാവിന് ബന്ധുക്കൾ പലവഴിക്കു പലർ കാണും. അതുപോലെ ശത്രുക്കളും പല വഴിക്ക് പലരുണ്ടായിരിക്കും."

അയ്യനടികൾ ആയാസ്ഖാന്റെ മുഖത്ത് ഉറ്റുനോക്കി.

"തിരുവടികൾ, സേവകരെ വിളിച്ചാലും." അറബി അപേക്ഷിച്ചു.

അവിടുന്ന്, വാതിൽക്കലേക്കു കടന്നുനിന്ന് ഭടന്മാരെ വിളിച്ചു.

ആയാസ്ഖാൻ കുനിഞ്ഞു, കമിഴ്ന്നു കിടക്കുന്ന ആ അറബിയെ പൊക്കിയെടുത്തു. അയാൾ ആയാസ്ഖാന്റെ പിടിയിൽ അമർന്നു ഞെരിയുന്നതുപോലെ ഉണ്ട്. അപ്പോഴും അയാളുടെ കണ്ണുകൾ തുറിച്ചിരുന്നു.

"തിരുവടികൾ." ആയാസ്ഖാൻ വിളിച്ചു: "ഈ അറബിയെ അടിയനു വിട്ടുതരിക. ഇവൻ ഇനി വേണാട്ടുരാജസ്ഥാനത്തെ ദ്രോഹിക്കുകയില്ല."

"ഇവനെ വധിപ്പാൻ നിങ്ങൾക്കധികാരമില്ല." അയ്യനടികൾ പഴയ ഓർമവച്ചുകൊണ്ട്, ദൃഢസ്വരത്തിൽ പറഞ്ഞു.

"ഇവനെ വധിപ്പാൻ അവിടുത്തേക്കും അവകാശമില്ല. തിരുവടികൾ." ബലിഷ്ഠമായ സ്വരത്തിൽ ആയാസ്ഖാൻ മറുപടി നൽകി.

അയ്യനടികൾ പകച്ചുനിന്നുപോയി.

"അറബികൾ പ്രതികാരബുദ്ധികളാണ്. അടച്ചിട്ട കാരാഗൃഹങ്ങൾ പൊളിക്കുവാൻ അവരെ പഠിപ്പിച്ചിട്ടുണ്ട്. എന്നെങ്കിലും ഒരു അറബിയുടെ കൈകൊണ്ട് അവിടുത്തെ ജീവൻ നഷ്ടപ്പെടുന്നത്, അടിയനിഷ്ടമല്ല, തിരുവടികൾ."

അയ്യനടികൾ മുഖംതാഴ്ത്തി. കഠിനമായ ജാള്യതയോടെ.

ആയാസ്ഖാൻ ആ അറബിയെ പിടിച്ചുവലിച്ചു. അയാൾ ആ പ്രാകൃതനായ മനുഷ്യനെ തൂക്കിയെടുത്തു തോളിലിട്ടു. അറബിയുടെ ബലവത്തായ കാലടിയൊച്ച ധൃതിയിൽ അകന്നകന്നു പോകുന്നത്, ആ രാത്രിയുടെ ഓരോ മൂലയിലും ധ്വനിക്കുന്നതായി തോന്നി.

# 11

**പ**നങ്കാവിൽ കൊട്ടാരത്തിന്റെ തെക്കുപുറത്തെ വിശാലമായ കളത്തിൽ, അന്നുസന്ധ്യാനേരത്ത് ദീപങ്ങൾ തെളിഞ്ഞിരിക്കുന്നു. ജനപ്രതിനിധികളുടെയും അറുനൂറ്റുവരുടെയും യോഗമുള്ളപ്പോഴാണ് ഇങ്ങനെ സന്ധ്യക്കുതന്നെ വിളക്കുകൊളുത്തുന്നത്. ഇന്നാകട്ടെ, എന്തോ സവിശേഷതയുള്ള യോഗമാണെന്നു തോന്നുന്നു. കാരണം, ഇന്ന് കളത്തിനു ചുറ്റുമുള്ള എല്ലാ കൽവിളക്കുകളും കൊളുത്തിയിട്ടുണ്ട്......

മാത്രമല്ല, കളത്തിന്റെ പടിഞ്ഞാറെ അറ്റത്ത്, ഒരു പന്തലിട്ടിരിക്കുന്നു. അത് വാഴക്കുലകളും കുരുത്തോലകളുംകൊണ്ട് അലങ്കരിച്ചിട്ടുണ്ട്. പന്തൽക്കാലുകളിൽ പ്രത്യേക വിളക്കുകളുമുണ്ട്. പന്തലിനുള്ളിൽ പരവതാനി വിരിച്ചിരിക്കുന്നു. അതിൽ ഗംഭീരങ്ങളായ മൂന്ന് ഇരിപ്പിടങ്ങൾ ഒരുക്കിയിരിക്കുന്നു. പന്തലിലേക്കു നടന്നുചെല്ലാൻ, കിഴക്കുനിന്ന് പടിഞ്ഞാറുവരെ, കളത്തിന്റെ നടുവിൽ ഒരു ചുവന്ന വിരിപ്പ് നിവർത്തിയിട്ടിരിക്കുന്നു. ആകെക്കൂടി ആർഭാടപൂർവമായ ഒരുക്കങ്ങൾ.

സമയം ഏഴുമണിയായപ്പോൾ, അറുനൂറ്റുവർ അങ്കണത്തിൽ വന്നുകഴിഞ്ഞിരുന്നു. അവർ തങ്ങളുടെ സ്ഥാനങ്ങളിൽ ഇരുന്നു. അഞ്ചുവർണക്കാരും മണിഗ്രാമക്കാരും പുറകെ വന്നു. അവരെല്ലാം പരസ്പരം അടക്കിപ്പിടിച്ച് എന്തൊക്കെയോ സംസാരിച്ചുകൊണ്ടിരുന്നു. അവരുടെ കണ്ണുകൾ ഇടയ്ക്കിടക്ക് കൊട്ടാരത്തിന്റെ നേർക്ക് ചെന്നെത്തി. എന്തോ ഗൗരവമുള്ള ഒരു സംഗതിയെപ്പറ്റി തീരുമാനമെടുക്കാൻ പോകുന്നത് എല്ലാവർക്കുമറിയാമായിരുന്നു.

കൊട്ടാരത്തിലും കനത്ത നിശ്ശബ്ദതയാണ്. പതിവില്ലാത്തതുപോലെ രാജഭടന്മാരും സേവകന്മാരും പ്രത്യേക സ്ഥാനങ്ങളിൽ കാവൽ നിൽക്കുന്നു. രാജഭടന്മാർ, അന്ന് ഒരു പ്രത്യേകചിഹ്നം കൂടി അവരുടെ കൈക്കെട്ടുകളിൽ ചാർത്തിയിട്ടുണ്ട്. കുലശേഖരപ്പെരുമാളിന്റെ അധികാരവാഴ്ചയെ സൂചിപ്പിക്കുന്ന പ്രത്യേക ചിഹ്നമാണത്. ചില സേവകർ ധൃതിപിടിച്ച് കൊട്ടാരമുറ്റത്തുകൂടിയും ഇടനാഴികളിൽക്കൂടിയും അങ്ങോട്ടുമിങ്ങോട്ടും നടക്കുന്നുണ്ട്.

ഏഴരമണി നേരമായി. ചന്ദ്രൻ ഉദിച്ചുവന്നിരുന്നു. ഒരുസംഘം രാജഭടന്മാർ തെക്കേക്കളത്തിലേക്ക് വരിനിരന്നു വന്നു. അറുനൂറ്റുവരും അഞ്ചുവർണക്കാരും മണിഗ്രാമക്കാരും എഴുന്നേറ്റുനിന്നു. രാജഭടന്മാർ നേരെ നടന്ന് പടിഞ്ഞാറേ പന്തലിലെത്തി ഇരുഭാഗങ്ങളിലായി നിന്നു. കളത്തിലാകെ കർപ്പൂരത്തിന്റെയും സുഗന്ധതൈലങ്ങളുടെയും മണംപരന്നു. നാലുചുറ്റും നിന്ന വിളക്കുകൾപോലും ഏതോ വിശിഷ്ടാതിഥിയുടെ ആഗമനം പ്രതീക്ഷിച്ച് ഇമചിമ്മാതെ കാത്തുനിൽക്കുന്നതുപോലെ തോന്നി. അപ്പോൾ കളത്തിലാകെ ഒരു ചലനം......

കൊട്ടാരത്തിന്റെ പടവുകളിറങ്ങി അവർ വരുന്നു. സർവാംഗവിഭൂഷിതയായ, അപൂർവസുന്ദരിയായ, ഒരു സ്ത്രീ ഏറ്റവും മുമ്പിൽ നട

ക്കുന്നു. അതിനു തൊട്ടുപുറകിൽ വേണാട്ടധിപതിയായ അയ്യനടികൾ തിരുവടികൾ. അദ്ദേഹത്തോടൊപ്പംതന്നെ സ്ഥാണുരവികുലശേഖരപ്പെരുമാളിന്റെ പ്രതിനിധിയും കോവിലധികാരികളുമായ വിജയരാഗദേവൻ, അവർ, രാജഭടന്മാരാൽ അനുഗതരായി കളത്തിലേക്ക് നടന്നുപ്രവേശിച്ചു. അവരുടെ പുറകെ പുന്നത്തലപ്പതികളും പോളക്കുടിപ്പതികളുമുണ്ട്. കേരളചക്രവർത്തിയായ സ്ഥാണുരവികുലശേഖരപ്പെരുമാളിന്റെ മകൾ കീഴാനടികളാണ് മുമ്പിൽ നടക്കുന്ന ആ സ്ത്രീ. വിജയരാഗദേവന്റെ പത്നി. അറുനൂറ്റുവരും അഞ്ചുവർണക്കാരും മണിഗ്രാമക്കാരുമെല്ലാം അവരെ താണുവണങ്ങി. അവർ നാട്ടുപ്രതിനിധികളെയും കച്ചവടക്കാരെയും പ്രതിവന്ദനം ചെയ്തു. അവർ മുമ്പോട്ടു നടന്നു. പടിഞ്ഞാറേയറ്റത്തെ പന്തലിലെത്തി. അയ്യനടികൾ തിരുവടികൾ കീഴാനടികളെ സ്വീകരിച്ച് നടുക്കിട്ട ഇരിപ്പിടത്തിലിരുത്തി. പിന്നെ വിജയരാഗദേവനെ അവരുടെ സമീപമിരുത്തി.

കീഴാനടികൾ സദസിനെയാകെ താണുവണങ്ങിയിട്ടാണ് ഇരുന്നത്. വിജയരാഗദേവനും അങ്ങനെതന്നെ. അയ്യനടികൾ തിരുവടികൾ ജനപ്രതിനിധികളെ നോക്കിപ്പറഞ്ഞു:

"സ്ഥാണുരവികുലശേഖരപ്പെരുമാൾ തിരുവടികളുടെ മകൾ കീഴാനടികൾ തേവിയാർ ഇന്നു വേണാട്ടു രാജധാനി സന്ദർശിക്കാനെത്തിയത് നമ്മുടെ മഹാഭാഗ്യമായിരിക്കുന്നു. ആ തേവിയാർക്കും അവരുടെ ഭർത്താവും കോയിലധികാരികളുമായ വിജയരാഗദേവർക്കും നാം മംഗളങ്ങൾ നേരുന്നു."

സദസ്സ് താണുവന്ദിച്ച് ആ പ്രസ്താവനയെ സ്വാഗതം ചെയ്തു.

അറുനൂറ്റുവരും അഞ്ചുവർണക്കാരും മണിഗ്രാമക്കാരും മറ്റെല്ലാവരും കുലശേഖരപ്പെരുമാളിന്റെ പുത്രിയായ കീഴാനടികൾ തേവിയാരെ ഇമയിളക്കാതെ നോക്കിയിരിക്കുകയായിരുന്നു. അവരുടെ ശിരസിൽ മുമ്പോട്ടു പതിച്ചിട്ട നെറ്റിപ്പട്ടത്തിലും മൂക്കുത്തിയിലും കാതിൽപ്പൂവിലും മുത്താരത്തിലും വളയിലും ഒഢ്യാണത്തിലും ചിലമ്പുകളിലും ഉള്ള വൈരങ്ങൾ നാലുപാടുമുള്ള വിളക്കുകളിലെ വെളിച്ചംവീണ് കാന്തിചിതറി. അതിനുള്ളിൽക്കൂടിയാണ് ആ രാജകുമാരിയുടെ അഴക് അവർ ദർശിച്ചത്. ഇരുണ്ട മുടി ഓളം വെട്ടിത്തിളങ്ങി. ആ പരിവേഷത്തിനു നടുക്ക്, കൈതപ്പൂനിറമുള്ള അവരുടെ മുഖം അത്ഭുതതേജസ് വിതറി.

അവരുടെ ചുവന്ന ചുണ്ടുകൾ ചലിക്കുമ്പോൾ സദസിന്റെ ആത്മാവ് തുള്ളിവിറയ്ക്കുകയായിരുന്നുവെന്ന് തോന്നി. രാജകുമാരിയുടെ പാദങ്ങളിൽ പോളക്കുടിപ്പതികളുടെയും പുന്നത്തലപ്പതികളുടെയും ദൃഷ്ടികൾ താണുപ്രണാമംചെയ്തു കിടക്കുകയായിരുന്നു.

അയ്യനടികൾ തിരുവടികൾ കീഴാനടികളെയും വിജയരാഗദേവനെയും സ്വാഗതംചെയ്തു. ഉടനെ, രാജകുമാരി ഗൗരവപൂർവം സദസിനോടായി സംസാരിച്ചു:

"സ്ഥാണുരവികുലശേഖരപ്പെരുമാളിന്റെ കൽപ്പനപ്രകാരമാണ് നാം ഇന്നു വേണാട്ടുരാജധാനി സന്ദർശിച്ചതും, ജനപ്രതിനിധികളായ നിങ്ങ

ളെയെല്ലാം ഇവിടെ സന്ധിക്കുന്നതും. ചേരരാജ്യചക്രവർത്തിയുടെയും ചേരസാമ്രാജ്യത്തിന്റെയും പൊതുതാൽപ്പര്യങ്ങൾക്ക് വിരുദ്ധമായി ചില സംഭവങ്ങൾ വേണാട്ടു രാജധാനിയുമായി നടന്നതായി കുലശേഖരപ്പെരുമാളിന് അറിവു ലഭിച്ചിരിക്കുകമൂലം നമ്മെ ആ തിരുവടികൾ ഇങ്ങോട്ടയച്ചതാണ്. കോയിലധികാരികൾ നേരിട്ടിടപെടുന്നതു ശരിയല്ലെന്നുകണ്ട്, നമ്മെ അയച്ചതാണ്."

കീഴാനടികൾ പറഞ്ഞുനിർത്തി. അയ്യനടികൾ അവരുടെ വാക്കുകൾ ശ്രദ്ധിച്ചുകൊണ്ടിരുന്നു. വിജയരാഗദേവൻ നിർമലനായ ഒരു മനുഷ്യനെപ്പോലെ ഉത്തരീയത്തിന് ഉള്ളിലേക്കു വലതുകൈ കടത്തി മുഖം താഴ്ത്തി ഇരുന്നു. അൽപ്പസമയം നിശ്ശബ്ദത നിറഞ്ഞുനിന്നു. അപ്പോൾ, തന്റെ തിളങ്ങുന്ന പട്ടുടയാടയുടെ അറ്റമെടുത്ത് കവിളുകൾ രണ്ടും ഒന്നൊപ്പിയിട്ട് കീഴാനടികൾ വീണ്ടും സംസാരം തുടർന്നു:

"നാം സംഗതി അറിവാക്കാം. ജനപ്രതിനിധികളും നഗരഭരണക്കാരുമായ നിങ്ങൾ നിങ്ങളുടെ അനുമതി തിരിച്ചറിവാക്കുകയും വേണം. കുലശേഖരചക്രവർത്തി സ്ഥാണുരവിവർമ്മപ്പെരുമാളിന്റെ ആജ്ഞ നടപ്പാക്കുക മാത്രമാണ്, നമ്മുടെ കർത്തവ്യം." ആ നിശ്ശബ്ദതയിലേക്കു മണികിലുക്കംപോലെ ആ ശബ്ദം വീണ്ടും വന്നുവീണു: "അറേബ്യാനാട്ടിൽനിന്ന് ഇവിടെ വന്ന ഹസ്രാ അൽറൂമി എന്ന പെൺകുട്ടിയെ വേണാട്ടുഭടന്മാർ വധിച്ചിരിക്കുന്നു."

കീഴാനടികൾ ഒന്നു നിറുത്തി. ആ വാചകം പറഞ്ഞപ്പോൾ അവരുടെ തൊണ്ട ഒന്നിടറിയതുപോലെയുണ്ട്. അവർ തുടർന്നു പറഞ്ഞു: "വേണാട്ടടികളായ അയ്യനടികൾ തിരുവടികളുടെ ആജ്ഞപ്രകാരം, സമ്മതപ്രകാരം, ആണ് ആ വധം നടന്നതെങ്കിലും ആ കൽപ്പനയ്ക്ക് ഉത്തരവാദി, രക്ഷാസേനാധികാരിയായിരുന്ന ആളും ഇപ്പോൾ വേണാട്ടു തടവിൽ കിടക്കുന്നയാളുമായ മാർത്താണ്ഡൻ ചിന്നയ്യനാണ്. ഇതേക്കുറിച്ച് കുലശേഖരപ്പെരുമാൾ എല്ലാ അന്വേഷണവും നടത്തിയിരിക്കുന്നു. മാതയ്യൻ ചിന്നയ്യന്റെ മകൻ മാർത്താണ്ഡൻ ചിന്നയ്യനാണ് വശാൽ ഹസ്രാ എന്ന അറേബ്യാക്കാരി പെൺകുട്ടിയെ വേണാട്ടിലേക്കു കൊണ്ടുവന്നത്. അറേബ്യാക്കാരായ ആളുകളെ വേണാട്ടുകടൽത്തീരത്തു കടത്തരുതെന്ന് നിർബന്ധമുള്ള ആളാണ് മാർത്താണ്ഡൻ ചിന്നയ്യൻ ഹസ്രായെപ്പറ്റി വിവരം ലഭിച്ചപ്പോൾ തുടങ്ങി അവളെ നശിപ്പിക്കാൻ തടവിൽക്കിടന്നുകൊണ്ടായാലും മാർത്താണ്ഡൻചിന്നയ്യൻ രഹസ്യമായി കരുനീക്കിയിരുന്നു. വേണാട്ടധിപതിയെത്തന്നെ അക്കാര്യത്തിൽ സ്വാധീനിക്കുകയും ചെയ്തു. അറബികൾ കൊല്ലം തുറമുഖത്തു വന്നാൽ ശല്യപ്പെടുത്തരുതെന്നു സ്ഥാണുരവിപ്പെരുമാൾ പ്രത്യേകമായി അറിവുകൊടുത്തിരുന്നെങ്കിലും, അതിനു വിപരീതമായി പ്രവർത്തിപ്പാൻ കാരണമാക്കിയത്, മാർത്താണ്ഡൻചിന്നയ്യനാണ്. കുറച്ചുമാസങ്ങൾക്കുമുമ്പ്, കുലശേഖരപ്പെരുമാളിന്റെ അനുമതിപ്രകാരം കൊല്ലം തുറമുഖത്തിറങ്ങിയ അറബിയായ അബ്ദുല്ലാ ആയാസ്ഖാനെ ബന്ധിച്ചത് മാർത്താണ്ഡൻചിന്നയ്യനാണ്. അതേത്തുടർന്നാണ്, അയാളെ തടവിലാക്കുവാൻ കോയിലധി

കാരികൾക്ക് കുലശേഖരചക്രവർത്തി കൽപ്പനകൊടുത്തത്. ഹസ്രായെ രക്ഷിപ്പാൻ ശ്രമിച്ചപ്പോൾ തന്റെ അനുയായികളെ രഹസ്യമായി വിട്ട് അവളെ ഓടനാട്ടതിർത്തിയിലാക്കിച്ചതും ഈ മാർത്താണ്ഡൻതന്നെ. ഹസ്രാ അൽറൂമിയെ വധിപ്പാൻ വേണാട്ടധിപതിയെ പ്രേരിപ്പിച്ചതും അയാൾതന്നെയെന്ന് അയ്യനടികൾ തിരുവടികൾക്ക് അയാൾ കൊടുത്തയച്ച ഒരു കത്ത് കോയിലധികാരികൾ കണ്ടെടുത്തതിൽനിന്നും തെളിഞ്ഞിരിക്കുന്നു. വേണാട്ടധിപതിയുടെ പുത്രൻ നന്തൻ ഇളയടികളും ഹസ്രായുമായി രഹസ്യബന്ധമുണ്ടെന്ന കാരണത്തിൽ, അവൾ ജീവിക്കാൻ പാടില്ലെന്ന ന്യായം പറഞ്ഞാണ്, അയാൾ അയ്യനടികൾ തിരുവടികളുടെ ദുർബലമായ മനോവികാരങ്ങൾ ഇളക്കിവിട്ടത്. ഇതൊന്നും സദുദ്ദേശ്യത്തോടെ ചെയ്തതല്ലെന്നുള്ളതിനു കുലശേഖരപ്പെരുമാളിന് തെളിവുകൾ കിട്ടിയിട്ടുണ്ട്. ഒന്നാമത്, നല്ലവരായ ക്രിസ്ത്യാനികളുമായി അയാൾ ബന്ധം പുലർത്തിയതായും കൊല്ലം തുറമുഖത്തിൽ മറ്റു രാജ്യക്കാരെ കടത്താതിരിക്കാൻ കോഴവാങ്ങിയതായും രേഖകളുണ്ട്. രണ്ടാമത്, വേണാട്ടധിപതിയും ശുദ്ധഹൃദയനുമായ അയ്യനടികൾ തിരുവടികളെ കൊലപ്പെടുത്തി, അധികാരം പിടിച്ചെടുക്കുവാൻ അയാൾ ശ്രമിച്ചതായും തെളിഞ്ഞിരിക്കുന്നു. വേണാട്ടു രാജസ്ഥാനം വകയായ ആ തടവുപാളയം തകർക്കുവാനും അവിടെ സൂക്ഷിച്ചിരുന്ന തടവുകാരെ വിടുതൽ ചെയ്യുവാനും രഹസ്യമായി ഏർപ്പാടുചെയ്തത് മാർത്താണ്ഡൻചിന്നയ്യനാണ്; അവിടെ പാർപ്പിച്ചിരുന്ന അറബിയെ കത്തിയും കൊടുത്ത് അയ്യനടികൾ തിരുവടികളുടെ രഹസ്യ മുറിയിലേക്ക് വിട്ടതും അയാൾതന്നെ."

കീഴാനടികൾ നിറുത്തി. ജനപ്രതിനിധികൾ അന്തിച്ച് മിഴികൾ വിടർത്തി ഇരുന്നു. അവസാനത്തെ ആ വാചകങ്ങൾ കേട്ടപ്പോൾ വേണാട്ടധിപതി സ്തബ്ധനായി ഇരുന്നുപോയി. തലേന്നു രാത്രിയിൽ പനങ്കാവിൽ കൊട്ടാരത്തിലെത്തിയ കുലശേഖരപ്പെരുമാളിന്റെ പുത്രി ആ പറഞ്ഞ വിവരങ്ങൾ അവിടുത്തെ അറിയിച്ചിരുന്നില്ല. ഇപ്പോൾ അറുനൂറ്റുവരുടെയും ജനപ്രതിനിധികളുടെയും മുമ്പാകെ പറഞ്ഞിരിക്കുന്നു. തന്നെ ദീർഘനാളായി സേവിക്കുന്ന മാർത്താണ്ഡൻചിന്നയ്യൻ ഇത്ര ഹൃദയശൂന്യമായി പെരുമാറുമോ?

കീഴാനടികൾ എഴുന്നേറ്റു. സാവധാനം അയ്യനടികൾ തിരുവടികളെ ഒന്നുനോക്കി. എന്നിട്ടു പറഞ്ഞു:

"വേണാട്ടധിപതിയായ തിരുവടികളേ, ഹൃദയശാലിയായ അവിടുന്നു ക്ഷമിപ്പാൻ പ്രാർഥിക്കുന്നു." അവർ സദസിന്റെ നേർക്കു തിരിഞ്ഞു. "വേണാട്ടധിപതി, സ്ഥാണുരവി കുലശേഖരപ്പെരുമാളിന്റെ ഉറ്റചങ്ങാതിയും സാമന്തനുമാകുന്നു. ആ തിരുവടികൾക്കെതിരായി ചെയ്യുന്ന എന്തും കുലശേഖരപ്പെരുമാളിന്റെ അധികാരത്തിനെതിരായി ചെയ്യുന്നു. അതുകൊണ്ട്, മേൽപ്പറഞ്ഞ കുറ്റങ്ങൾക്ക് മാർത്താണ്ഡൻ ചിന്നയ്യന് മൂന്നുദിവസം തറയിൽ നിറുത്തി, ജനങ്ങളെ കാട്ടി, ശിരസ്സു ഛേദിച്ചു വധിപ്പാൻ സ്ഥാണുരവികുലശേഖരപ്പെരുമാൾ കൽപ്പിച്ചിരിക്കുന്നു. ഇനിയൊരു വിചാരണ കൂടാതെ ഇതംഗീകരിപ്പാൻ നാം അഭ്യർഥിച്ചുകൊള്ളുന്നു."

കീഴാനടികൾ ഇരുന്നു. സദസ്സ് ഒരു ശിലാമേഖലപോലെ നിശ്ശബ്ദമായിരുന്നു. നാലുപാടും നിന്ന വിളക്കുകൾപോലും അതുകേട്ട് നിശ്ചലമായിപ്പോയി. വിജയരാഗദേവൻ അപ്പോഴും മുഖംതാഴ്ത്തി ഇരിക്കുകയാണ്.

കീഴാനടികൾ സദസിലേക്കു നോക്കി ഇരുന്നു. ഏതാനും നിമിഷങ്ങൾ കഴിഞ്ഞാണ് അറുനൂറ്റുവരും അഞ്ചുവർണ മണിഗ്രാമക്കാരുമെല്ലാം ഉണർന്നത്. അവർ കൈകൾ കൂട്ടിയടിച്ചു കുലശേഖരപ്പെരുമാളായ സ്ഥാണുരവിവർമ്മയുടെ ആജ്ഞ സ്വീകരിച്ചു.

രാജകുമാരി വീണ്ടും എഴുന്നേറ്റു.

"കുലശേഖരപ്പെരുമാളിനുവേണ്ടി നാം നന്ദിരേഖപ്പെടുത്തിക്കൊള്ളുന്നു. ഇനി മറ്റൊന്നുകൂടി...." അവർ രണ്ടു നിമിഷം നിറുത്തിയിട്ട് തുടർന്നു: "അറേബ്യാക്കാരനായ അബ്ദുല്ലാ ആയാസ്ഖാനെ നിങ്ങൾ എല്ലാവരും അറിയും. അദ്ദേഹത്തിന്റെ ഏകസന്താനമായിരുന്നു, ഹസ്രാ അൽറൂമി. അദ്ദേഹത്തിനു വന്ന നഷ്ടം പരിഹരിക്കാവതല്ല. എങ്കിലും അദ്ദേഹം മടങ്ങിപ്പോകുമ്പോൾ പതിനായിരം സ്വർണക്കാശുകൊടുത്തു യാത്ര അയക്കണമെന്ന് സ്ഥാണുരവികുലശേഖരപ്പെരുമാൾ നിശ്ചയിച്ചിരിക്കുന്നു.

അയ്യനടികൾ തിരുവടികൾ രാജകുമാരിയെ നോക്കി. പതിനായിരം സ്വർണക്കാശ് ആയാസ്ഖാന് കൊടുക്കുവാനുള്ള തീരുമാനം കേട്ട്, അവിടുന്ന് അമ്പരന്നുപോയി. വേണാട്ട് ഭണ്ഡാരത്തിൽനിന്നാണോ ഇത് കൊടുക്കേണ്ടിവരിക? ആലോചിച്ചിരുന്നതിനിടയ്ക്ക് കീഴാനടികൾ വീണ്ടും സംസാരിച്ചു:

"ഒരു കാര്യത്തിൽക്കൂടി ഒരു തീർപ്പ്, കുലശേഖരപ്പെരുമാൾ അറിയിപ്പാൻ നിർദേശിച്ചിട്ടുണ്ട്. ഹസ്രാ അൽറൂമിയെ സംരക്ഷിച്ചതിന് ഒരു സ്ത്രീയെ ശിക്ഷിച്ചിട്ടുണ്ട്. തമിഴ്നാട്ടിൽ നിന്ന് വേണാട്ടുരാജധാനിയിലെ തേവടിയാളായി നിയമിച്ചിരുന്ന ചീതമ്മയാണ്, അത്. ഹസ്രായെ വധിച്ചവർക്കെതിരായി നടപടി കൈക്കൊള്ളുമ്പോൾ, ചീതമ്മയെ, മോചിപ്പിക്കാതിരിക്കുന്നതു ശരിയല്ല. കിഴക്കേ തടവുപാളയം തകർത്തപ്പോൾ അവൾ മോചിതയായി. പക്ഷേ, ചീതമ്മ ഒളിച്ചോടിപ്പോയില്ല. കൊല്ലത്തുണ്ട്, അവളെ നാം കൂട്ടിക്കൊണ്ടു പോകുന്നു."

കീഴാനടികൾ വീണ്ടും ഇരുന്നു. താൻ പറഞ്ഞ കാര്യങ്ങൾക്ക് അനുമതി പ്രതീക്ഷിച്ചുകൊണ്ട് അവർ സദസിനെ നോക്കി. അറുനൂറ്റുവരും ഗ്രാമക്കാരും ജനപ്രതിനിധികളും ഒന്നും പറയാനാവാതിരിക്കുകയാണ്. അവർ അങ്ങനെ ഒരു മാസ്മരലഹരിയിൽപ്പെട്ടതുപോലെയാണ്. രാജകുമാരിയുടെ ഗൗരവപൂർണമായ മുഖവും സ്വരവും അവരെ നിശ്ചലരാക്കിയിരിക്കുന്നു. അവരെ അനുസരിക്കുന്നത് ഒരു കടമയായി സദസിനു തോന്നിപ്പോയി.

അയ്യനടികൾ തിരുവടികൾക്ക് ഒരുകാര്യം ജനപ്രതിനിധികളെയും കച്ചവടക്കാരെയും അറിയിക്കണമെന്നുതോന്നി, ഹസ്രാ അൽറൂമിയെപ്പറ്റിയാണ്. അവളുടെ വധസ്ഥലത്തേക്ക് താനും ആയാസ്ഖാനുംകൂടി

പോയതാണ്. ആ കല്ലുകൾ മാറ്റിനോക്കി. പക്ഷേ, അവളുടെ അവശിഷ്ടങ്ങളൊന്നും കണ്ടില്ല. അവൾ മരിച്ചില്ലേ? അങ്ങനെ വരില്ല. രാജഭടന്മാർ കൃത്യമായി തങ്ങളുടെ കൃത്യം നിർവഹിച്ചതാണ്. എന്നിട്ട്, എന്തു സംഭവിച്ചു? അതോർമിക്കുമ്പോൾ ഭയമാണ്. അവളുടെ ജഡം എവിടെപ്പോയി? അറേബ്യാക്കാർ വലിയ മന്ത്രവാദികളാണെന്നു കേട്ടിട്ടുണ്ട്. ആയാസ്ഖാന്റെ കൺകെട്ടുവിദ്യയായിരിക്കുമോ അത്?

അറബികൾ പ്രത്യേക മതവിശ്വാസക്കാരാണ്. ആ മതത്തെപ്പറ്റി ചിലർ പറഞ്ഞിട്ടുള്ള കഥകൾ ഭയപ്പെടുത്തുന്നവയാണ്. മരിച്ച അവൾ, ഏതെങ്കിലും പ്രേതരൂപം കൈക്കൊണ്ടതാണോ?

അൽപ്പനേരം കഴിഞ്ഞ് അയ്യനടികൾ തിരുവടികൾ എഴുന്നേറ്റു. തന്നെ ഭയപ്പെടുത്തുന്ന ആ വസ്തുത, അവരെ അറിയിക്കാതെ തരമില്ല. ആയാസ്ഖാനെ കരുതലോടെ കൈകാര്യം ചെയ്യണമെന്നുള്ളത് അവരെ ഓർമിപ്പിക്കാതെ വയ്യ.

"ഒരു സംഗതി നമ്മുടെ രാജകുമാരി കീഴാനടിതേവിയാരേയും നമ്മുടെ പ്രജകളുടെ പ്രതിനിധികളായ നിങ്ങളെയും അറിയിപ്പാൻ നാം ആഗ്രഹിക്കുന്നു. ഹസ്രായെ വധിച്ചത് ഓടനാട്ടതിർത്തിയിലെ കാവൽപ്പുരയിൽ വച്ചാണ്. ആയാസ്ഖാന്റെ പുത്രിയാണ് അവളെന്നറിഞ്ഞശേഷം ആയാസ്ഖാനും നാമുംകൂടി അവിടെച്ചെന്ന് കാവൽപ്പുരയുടെ കല്ലുകൾ മാറ്റി നോക്കി. അവളുടെ ജഡം അവിടെ കണ്ടില്ല. എന്നല്ല, അതിന്റെ രേഖപോലുമില്ല. എന്തോ അത്ഭുതം സംഭവിച്ചിരിക്കുന്നുവെന്നാണ്, നമ്മുടെ വിചാരം."

കീഴാനടികൾ അയ്യനടികളെ നോക്കി. അവരുടെ മിഴികൾ വിടർന്നുനിന്നു. വിജയരാഗദേവൻ, ചിന്തയിൽനിന്നുണർന്നതുപോലെ വേണാട്ടധിപതിയുടെ നേർക്ക് ദൃഷ്ടികളയച്ചു. സദസിലിരുന്നവരുടെയെല്ലാം മുഖങ്ങൾ വക്രിച്ചുകാണപ്പെട്ടു. അയ്യനടികൾ ഇത്രയുംകൂടി കൂട്ടിച്ചേർത്തു:

"എന്തോ സംഭവിച്ചിരിക്കണം. അറബികൾ മന്ത്രവാദികളാണ്. അവരുടെ നാട്ടിൽ പല അത്ഭുതങ്ങളും നടക്കുന്നതായി കേട്ടിട്ടുണ്ട്. അവളുടെ പ്രേതത്തെപ്പറ്റി എന്തോ ഒരു ഭയം നമുക്കുപോലും പലപ്പോഴും തോന്നാറുണ്ട്."

അതുവരെയില്ലാത്ത കനം അപ്പോഴത്തെ നിശ്ശബ്ദതയ്ക്കുണ്ടെന്നു തോന്നി. ഭയം നിറഞ്ഞുനിൽക്കുന്ന മുഖങ്ങൾ. ഒരു കാറ്റുവീശി. അതിന്റെ ശബ്ദംകേട്ട് അറുനൂറ്റുവരും അഞ്ചുവർണക്കാരും ജനപ്രതിനിധികളും ഞെട്ടിയതുപോലെ. ചില്ലകൾ ഇളകിയപ്പോൾ, പ്രേതങ്ങളുടെ കാൽപ്പെരുമാറ്റമാണെന്ന് അവർക്ക് തോന്നിയതുപോലെ കീഴാനടികൾ സദസിനെ നോക്കി. അവരുടെ ഭയം മനസിലാക്കി. അവർ വിജയരാഗദേവനെ നോക്കി. അദ്ദേഹം അവരേയും.

പോളക്കുടിപ്പതികൾ എഴുന്നേറ്റു. അദ്ദേഹത്തിന്റെ മുഖം ചുവന്നിരുന്നു.

"കുലശേഖരപ്പെരുമാളായ സ്ഥാണുരവിചക്രവർത്തി നീണാൾ വാഴ

ട്ടെ...." പോളക്കുടിപ്പതികൾ സാവധാനം പറഞ്ഞു: "ആ ചക്രവർത്തി തിരുവടികളുടെ പുത്രി, രാജകുമാരി കീഴാനടികൾ തേവിയാരും കോയിലധികാരികൾ വിജയരാഗദേവൻ തിരുവടികളും നീണാൾ വാഴട്ടെ! അടിയനും ഒന്നറിവിപ്പാനുണ്ട്. ആ അറബിപ്പെണ്ണിനെ വധിച്ച വിവരം വേണാട്ടു മന്നൻ അടിയനെ അറിയിച്ചശേഷം, മൂന്നുകുറി, രാത്രിയിൽ വെളുത്ത ഒരു രൂപം അടിയന്റെ മുറ്റത്തു വന്നിട്ടു തിരിച്ചു പോവതായി, കണ്ടു."

പോളക്കുടിപ്പതികളുടെ കൈകളും ചുണ്ടുകളും വിറയ്ക്കുന്നുണ്ടായിരുന്നു, അദ്ദേഹം ഇരുന്നു.

പുന്നത്തലപ്പതി എഴുന്നേറ്റു.

"കുലശേഖരപ്പെരുമാളായ സ്ഥാണുരവിതിരുവടികളും കീഴാനടികൾ തേവിയാരും കോയിലധികാരികൾ വിജയരാഗദേവൻ തിരുവടികളും നീണാൾ വാഴട്ടെ." വൃദ്ധനായ പുന്നത്തലപ്പതി പറഞ്ഞു: "അടിയന് മറ്റൊരനുഭവമുണ്ടായി. രണ്ടുദിവസംമുൻപ്, അർധരാത്രിയിൽ അടിയൻ ഉറങ്ങിക്കിടക്കുമ്പോൾ പുറത്ത് ഒരു വിളി കേട്ടു. പെണ്ണിന്റെ ശബ്ദമായിരുന്നു. അച്ചിയെന്നു കരുതി അടിയൻ വാതിൽ തുറന്ന് മുറ്റത്തിറങ്ങുമ്പോൾ, ഇരുട്ടിൽനിന്ന്, 'വരൂ, വരൂ!' എന്ന് വിളിക്കുന്നു. ആളെ കണ്ടില്ല."

മണിഗ്രാമക്കാരനായ ഒരു കച്ചവടക്കാരൻ എഴുന്നേറ്റ് താണുവണങ്ങി. എന്നിട്ട്, ഇപ്രകാരമറിയിച്ചു:

"അടിയനും അറിവിപ്പാനുണ്ട്, ഒരു സംഗതി. ആ അറബിപ്പെണ്ണ് മരിച്ചുവെന്നു കേട്ട ദിവസം മുതൽക്ക് അടിയന്റെ മകൾ എന്തോ ഒരു ഭ്രമംപിടിച്ചതുപോലെ കരയുകയും ചിരിക്കുകയും ചെയ്യുന്നു. അവൾ എന്തോ ഒരു ഭാഷയിലാണ് പിച്ചുംപേയും പറയുന്നത്. അത് ഒരു അന്യനാട്ടുഭാഷയാണെന്ന് അടിയനു തീർച്ചയാണ്."

തുറയധികാരിയാണ് പിന്നീട് സംസാരിച്ചത്. അയാൾ അടിമുടി വിറച്ചുകൊണ്ടിരുന്നു. അയാൾ എന്തോ പറയാൻ തുടങ്ങി, പിന്നെ നിറുത്തി. വീണ്ടും പറയാൻ ശ്രമിച്ചു. തടഞ്ഞുവെച്ചതുപോലെ നിന്നു. പിന്നെ ഒരു വിധത്തിൽ ഇത്രയുമറിയിച്ചു:

"അടിയൻ ചൊല്ലുന്നതു ശ്രദ്ധിച്ചു കേൾപ്പാൻ അപേക്ഷയുണ്ട്. കാരണം, കൊല്ലം തുറമുഖത്ത് എന്തോ സംഭവിക്കുന്നുണ്ട്. ആ അറബിപെണ്ണിന്റെ കൊലയ്ക്കുശേഷം, അടിയൻ തുറയിലെ മാളികയിലിരുന്ന് രാത്രികാലത്തു പടിഞ്ഞാറോട്ടു നോക്കുമ്പോൾ, കടലിൽക്കൂടി അങ്ങു പടിഞ്ഞാറുനിന്ന് ആയിരക്കണക്കിനു വെളുത്ത രൂപങ്ങൾ നീന്തി വരുന്നതു കാണുന്നു. അടിയൻ കണ്ണടച്ചിരുന്നുകളയും. പിന്നെ നോക്കുമ്പോൾ ആ രൂപങ്ങൾ തുറയിലേക്ക് നീന്തിക്കയറുന്നതു കാണാം. പിന്നെ അവിടെയൊക്കെ പൊട്ടിച്ചിരിക്കുന്ന ശബ്ദങ്ങളാണ്. ഇടയ്ക്ക് തുറയിൽനിന്നെല്ലാം തീപ്പൊരി പൊങ്ങുന്നതുപോലെ കാണാം."

അയാൾ ഇരുന്നു. പിന്നെ ആരും എഴുന്നേറ്റില്ല. കീഴാനടികളും വിജയരാഗദേവനും നിശ്ചലരായി ഇരിക്കുകയാണ്. അയ്യനടികൾ തിരുവടികൾ അഗാധമായ ഒരു ഭയം ബാധിച്ച് വിദൂരതയിലേക്ക് നോക്കി.

അപ്പോൾ, കളത്തിന്റെ കിഴക്കേ അറ്റത്ത് രണ്ടു രാജഭടന്മാരാൽ

അനുഗതനായി ഒരാൾ വന്നു. അയ്യനടികളുടെ ദൃഷ്ടികൾ അങ്ങോട്ടു ചെന്നുപറ്റി. രാജഭടന്മാരെ അയച്ച് അയ്യനടികൾ വിവരം അന്വേഷിപ്പിച്ചു. അവർ തിരിച്ചുവന്ന് വിവരമറിയിച്ചു. അയ്യനടികൾ മിഴിച്ചിരുന്നുപോയി. അവിടുന്ന് എഴുന്നേറ്റു. കീഴാനടികളെ നോക്കി, സദസിനെ അറിയിച്ചു:

"തരിസാപ്പള്ളിയുടെ പുറത്ത് അകാരണമായി ഒരു തീ ഉണ്ടായിരുന്നു."

ആ കളത്തിനാകെ പൊടുന്നനെ തീ പിടിച്ചതുപോലെയാണ് എല്ലാവർക്കുമനുഭവപ്പെട്ടത്. കീഴാനടികളും വിജയരാഗദേവനുപോലും ഏതോ വിചിത്രമായ ചേതോവികാരത്തോടെ പരസ്പരം ഉറ്റുനോക്കിയിരുന്നുപോയി. ഭീതി. ഭീതി എല്ലാവരുടെയും സിരകളിൽക്കൂടി അരിച്ചുകയറുകയായിരുന്നു. പുന്നത്തലപ്പതികളും പോളക്കുടിപ്പതികളും കൈകൾ കൂപ്പി മേലോട്ടു നോക്കിയിരുന്നു. വീണ്ടും ഒരു കാറ്റ്. അതിനു ചൂടുള്ളതുപോലെ. ആ കാറ്റിനു തീയുടെ ചൂടുണ്ടോ?

മരിച്ചുപോയ ആ അറബിപ്പെണ്ണ് കൊല്ലംനഗരത്തിലാകെ പ്രേതമായി മടങ്ങിവന്ന് സഞ്ചരിക്കുന്നതായി അറുനൂറ്റുവർക്കും ഗ്രാമക്കാർക്കും ജനപ്രതിനിധികൾക്കും തോന്നി.......

അവളുടെ ആ പ്രേതം, ഇപ്പോൾ, ഈ കളത്തിലേക്കു കയറിവന്നുകളയുമോ?

ആരും ആരുടേയും മുഖത്തുനോക്കാതെ ഇരുന്നു. ഹസ്രാ അൽറൂമിയെ അവർ കണ്ടിട്ടില്ല. ആയാസ്ഖാനെ മിക്കവരും കണ്ടിട്ടുമുണ്ട്. അവരുടെ ഹൃദയങ്ങളിൽ പ്രേതസൗന്ദര്യത്തിന്റെ ഭീകരമുഖവുമായി ഒരു പെൺകുട്ടിയെ സങ്കൽപ്പിച്ചു. അതുപോലെ ദീർഘകായനായ, തങ്കനിറവും വെള്ളിത്താടിയുമുള്ള, ആയാസ്ഖാനെ അവർ ഓർമിച്ചു. അയാൾ എന്തോ അത്ഭുതശക്തി ഉള്ള ഒരുവനാണെന്ന് ഒരു തോന്നൽ വളർന്നുവരുന്നു......

കീഴാനടികൾ എഴുന്നേറ്റു. നിറഞ്ഞുനിന്ന ആ ഭീതിയിൽനിന്നും ആളുകളെ മോചിപ്പിക്കണമെന്ന് അവർക്കു തോന്നിക്കാണണം.

"വേണാട്ടിന്റെയും ചേരസാമ്രാജ്യത്തിന്റെയും പരദൈവങ്ങളെ മനസിൽ പ്രാർഥിച്ചുകൊണ്ട് നിങ്ങൾ തരിസാപ്പള്ളിയിലേക്കു പോകണം. ഭയം നമ്മളെ രക്ഷിക്കുകയില്ല." കീഴാനടികൾ ദൃഢമായ സ്വരത്തിൽ പറഞ്ഞു.

അതുവരെ മിണ്ടാതിരുന്ന വിജയരാഗദേവൻ അപ്പോൾ എഴുന്നേറ്റു. അവിടെയിരുന്നവരുടെയെല്ലാം ശ്രദ്ധ അദ്ദേഹത്തിലായി. സൗമ്യത നിറഞ്ഞുനിൽക്കുന്ന ആ മനുഷ്യൻ, സാവധാനം അവരോടു പറഞ്ഞു:

"മന്ത്രവിദ്യകൊണ്ട് ആർക്കും ഒരു രാജ്യത്തെയും നശിപ്പിക്കാൻ കഴിഞ്ഞതായിട്ട് നാം കേട്ടിട്ടില്ല. വേണാട്ടിനു കരുത്തുണ്ട്. ചേരസാമ്രാജ്യത്തിനും കരുത്തുണ്ട്. നമ്മെ കാക്കുന്ന പരദൈവങ്ങളെ മുൻനിറുത്തി, എന്തിനെയും നമ്മൾ നേരിടണം. ക്രിസ്ത്യാനികൾക്ക് നമ്മുടെ അനുമതിപ്രകാരം പണിഞ്ഞതാണ് തരിസാപ്പള്ളി. നാം അവർക്ക് അവകാശങ്ങളും കൊടുത്തു. ആളുകളെ കൊടുത്തു. അവർക്ക് ആപത്തു വരു

മ്പോൾ അവരെ സംരക്ഷിക്കേണ്ട ചുമതല നമുക്കുണ്ട്."

കാൽനാഴികയ്ക്കുള്ളിൽ ഒരു വലിയ സംഘം രാജഭടന്മാർ പനങ്കാവിൽക്കൊട്ടാരത്തിന്റെ അങ്കണത്തിൽ നിരന്നു. വിജയരാഗദേവനും അയ്യനടികൾ തിരുവടികളും കുതിരപ്പുറത്തുകയറി. പുറകേ പുന്നത്തലപ്പതികളും പോളക്കുടിപ്പതികളും തയാറായി. രാജഭടന്മാരും കൂടെ തിരിച്ചു. അവർ തരിസാപ്പള്ളിയിലേക്കുള്ള വഴിയേ മുൻപോട്ടു നീങ്ങി. ആരും മിണ്ടിയില്ല. അവർ അതിവേഗം പള്ളിയുടെ മുൻപിലെത്തി.

തരിസാപ്പള്ളി പ്രദേശത്തെ പാർപ്പുകാർ ഭയന്ന് കുടിലുകളുടെയും വീടുകളുടെയും മുൻപിൽ ഉറ്റുനോക്കി നിന്നിരുന്നു. പള്ളിയുടെ അങ്കണത്തിൽ വൈദികരും മറ്റുള്ളവരും നിൽക്കുന്നു. വിജയരാഗദേവനാണ് ആദ്യം കുതിരയെ ഓടിച്ചു പള്ളിമുറ്റത്തെത്തിയത്. അവിടെ പള്ളിവാതിലിനു മുൻപിൽ തീ കത്തുന്നുണ്ട്. അതു കെടാറായിരിക്കുന്നു. വിജയരാഗദേവൻ അയ്യനടികൾ തിരുവടികളോടു പറഞ്ഞു:

"തിരുവടികൾ ഇവിടെ നിൽക്കൂ. നാംതന്നെ അതെന്തെന്നു പരിശോധിപ്പാൻ പോകുന്നു."

കോയിലധികാരികൾ കുതിരയെ വേഗം നടത്തിച്ച് മുൻപോട്ടു ചെന്നു. രാജഭടന്മാർ പെട്ടെന്ന് അദ്ദേഹത്തെ അനുഗമിച്ചു. വൈദികരും മറ്റും പള്ളിപ്പടിയിലെത്തി വിജയരാഗദേവനേയും അയ്യനടികൾ തിരുവടികളേയും വന്ദിച്ചു. വിജയരാഗദേവൻ ആ തീയുടെ അടുക്കൽ ചെന്നപ്പോൾ, രാജഭടന്മാർ അദ്ദേഹത്തിന്റെ ഇരുപുറത്തും കാവലായിനിന്നു. അപ്പോഴേക്കും മരുവൻ സപീർ പാതിരി, അകത്തുനിന്നും ധൃതിയിൽ പള്ളിവാതിൽക്കലെത്തി, കോയിലധികാരികളെയും വേണാട്ടുമന്നനെയും താണുവണങ്ങി.

വിജയരാഗദേവൻ കുതിരപ്പുറത്തുനിന്നിറങ്ങി. ഊരിപ്പിടിച്ച വാളുമായി അദ്ദേഹം ആ തീക്കുണ്ഠത്തിനടുത്തുചെന്നു. അൽപ്പനേരം നോക്കിനിന്നു.

"ബഹുമാനപ്പെട്ട സപീർ...." വിജയരാഗദേവൻ ഒരു പുഞ്ചിരിയോടുകൂടി വിളിച്ചു. "ഇത് തീതന്നെയാണ്."

മരുവൻസപീർ കോയിലധികാരിയെ നോക്കി. അദ്ദേഹം പറഞ്ഞതിന്റെ അർത്ഥം മനസിലാകാതെ നിന്നു.

"അടിയന്, അപ്പറഞ്ഞതിന്റെ പൊരുൾ മനസിലായില്ല, തിരുവടികൾ." സപീർ അറിയിച്ചു.

വിജയരാഗദേവൻ ഒന്നുകൂടി പുഞ്ചിരിച്ചു. എന്നിട്ടു മറുപടി നൽകി.

"സപീർ നോക്കൂ. എണ്ണയിൽ കുതിർത്ത തുണിക്കെട്ടിൽ തീ കൊളുത്തിയതാണ്. ആരോ ചെയ്ത ഒരു വികൃതിത്തരംമാത്രം. ഭയപ്പെടാൻ ഇതിലൊന്നുമില്ല സപീറേ."

കോയിലധികാരി രാജഭടന്മാർക്ക് ആജ്ഞ നൽകി. അവർ പെട്ടെന്ന് കുന്തങ്ങൾകൊണ്ട് ആ തീക്കുണ്ഠം ചിക്കിയിളക്കി.

അപ്പോൾ രാജഭടന്മാർ പെട്ടെന്ന് തീക്കുണ്ഠത്തിലേക്കു തുറിച്ചുനോക്കി.

വിജയരാഗദേവൻ നോക്കി, സപീറും പാതിരിമാരും അയ്യനടികളും നോക്കി.

കുന്തം എന്തോ വസ്തുവിൽ തറച്ചുകൊണ്ടു. ഒരു ഭടൻ, പെട്ടെന്ന് അതു താഴെ ഇട്ടുകളഞ്ഞു.

ആ എണ്ണനനഞ്ഞ തുണിക്കെട്ടിൽ ഒരു മൃതശരീരമുണ്ട്......

എല്ലാവരും തുറിച്ചുനോക്കി. കോയിലധികാരികളുടെ നിർദേശമനുസരിച്ച് പെട്ടെന്ന് രാജഭടന്മാർ കുടങ്ങളിൽ വെള്ളം കൊണ്ടുവന്ന് തീയിലൊഴിച്ച് അത് കെടുത്തി. കരിഞ്ഞ കൈകാലുകൾ തുണിക്കെട്ടിൽനിന്നു പുറത്തേക്ക് കിടക്കുന്നു......

നിമിഷങ്ങൾകൊണ്ട് രാജഭടന്മാർ വരിഞ്ഞുകെട്ടിയിരുന്ന ആ തുണിക്കെട്ട് വലിച്ചുകീറി. കോയിലധികാരികളും അയ്യനടികൾ തിരുവടികളും ആ മൃതദേഹം നോക്കി. അവർക്ക് മനസിലായി, കിഴക്കേ തടവുപാളയത്തിൽ കാവൽ നിറുത്തിയിരുന്ന ആ പാറാവുകാരന്റെ മൃതശരീരമാണ്. ചീതമ്മയുടെ ഭർത്താവായ ആ മനുഷ്യന്റെ മൃതദേഹം.....

രണ്ടുനാലു ദിവസങ്ങൾക്കുമുമ്പ് ആ തടവുപാളയം തകർത്ത് അവിടത്തെ തടവുകാരെ തുറന്നുവിട്ടതിനുശേഷം അവിടെ പാറാവുനിന്നിരുന്ന ചീതമ്മയുടെ ഭർത്താവിനെ കണ്ടിട്ടില്ല. അയാൾ എവിടെപ്പോയിയെന്ന് അയ്യനടികൾ തിരുവടികൾ അന്വേഷിപ്പിച്ചതാണ്. ആർക്കും പിടികിട്ടിയില്ല. അയ്യനടികൾ പെട്ടെന്ന് ഒരു കാര്യമോർമിച്ചു: ആ പാറാവുകാരനോടും മാർത്താണ്ഡൻചിന്നയ്യന് വിരോധമാണ്, ചീതമ്മയുടെ ഭർത്താവായതുകൊണ്ട്. തടവുപാളയം തകർത്തത് മാർത്താണ്ഡന്റെ നിർദേശപ്രകാരമാണെങ്കിൽ ഈ ക്രൂരകൃത്യത്തിനും കാരണക്കാരൻ അയാളായിരിക്കുമോ?

ചീതമ്മയ്ക്ക് എന്തെങ്കിലും സംഭവിച്ചുകാണുമോ? എങ്കിൽ, കീഴാനടികൾക്ക് അതുമൂലം വേണാട്ടുരാജസ്ഥാനത്തിന്റെ നേർക്ക് നീരസം തോന്നാനിടയുണ്ട്!

ആ പാറാവുകാരന്റെ മൃതദേഹം അടക്കം ചെയ്യാൻ നിർദേശിച്ചിട്ട് വിജയരാഗദേവനും അയ്യനടികളും ജനപ്രതിനിധികളും മടങ്ങി. രാത്രിയിൽ, അയ്യനടികളുടെ രഹസ്യമുറിയിൽത്തന്നെ വിജയരാഗദേവൻ അൽപ്പനേരമിരുന്നു. പ്രാണികൾ പറക്കുന്ന ശബ്ദംപോലും ആ കൊട്ടാരത്തിലില്ല. അവിടത്തെ ഓരോ മണൽത്തരിയും എന്തോ പ്രതീക്ഷിച്ചു നിൽക്കുംപോലെ ഉണ്ട്. ഒടുവിൽ വിജയരാഗദേവൻ അയ്യനടികൾ തിരുവടികളോടു ചോദിച്ചു:

"ആയാസ്ഖാൻ എവിടെയുണ്ട്?"

അയ്യനടികൾ തിരുവടികൾ അൽപ്പസമയം നോക്കിനിന്നു. എന്നിട്ടറിയിച്ചു:

"രണ്ടുദിവസങ്ങളായി നാം ആയാസ്ഖാനെ അന്വേഷിക്കുകയാണ്. ആ അറബിയേയുംകൊണ്ട് ഇവിടെനിന്ന് ഇറങ്ങിപ്പോയതാണ്. പിന്നീട് ആ മനുഷ്യനെയും അയാളുടെ അനുയായികളെയും കാണുന്നില്ല."

# 12

നങ്ങമ്മക്കാട്ടിൽ പ്രഭാതം വരുന്നു. മഞ്ഞുള്ള കാലമായതുകൊണ്ട്, കാട് നേരിയ ഒരു പുതപ്പും പുതച്ചു നിൽക്കുന്നതുപോലെ ഉണ്ട്. വാക പ്പൂക്കളും കുറിഞ്ഞിപ്പൂക്കളും തെച്ചിപ്പൂക്കളും മഞ്ഞുവീണു നനഞ്ഞ മുഖം കാട്ടുന്നു. തിന തഴച്ചുവളർന്നു നിൽക്കുന്നു. അവയിൽ പൂ വീഴാ നുതകുന്നതേ ഉള്ളൂ. തേനിന്റെ മണം എല്ലായിടത്തുമുണ്ട്.

ആറ്റുതീരത്ത്, നീലമ്മയെ സംസ്കരിച്ച സ്ഥാനത്തിന് പത്തുവാര കിഴക്കു നീങ്ങി, ഒരു ചെറിയ കുടിൽ കാണുന്നുണ്ട്. വേങ്ങക്കൊമ്പുകളും മൂങ്കിൽച്ചില്ലകളും എല്ലാംകൊണ്ട് കെട്ടിയുണ്ടാക്കിയ ഒരു കുടിലാണത്. ഒരാൾക്ക് കഷ്ടിച്ച് അകത്തേക്ക് കയറാൻതക്ക ഒരു വാതിൽ വച്ചിട്ടുണ്ട്. വാകയിലയും കുറിഞ്ഞിപ്പൂക്കളും അതിന്റെ മീതെ വീണിട്ടുണ്ട്. ആ കുടി ലുകെട്ടിയുണ്ടാക്കിയിട്ട് അധികദിവസമായിട്ടില്ലെന്ന് കണ്ടാലറിയാം.

പ്രഭാതം വന്നെത്തുന്ന ഈ സമയത്ത് മാതയ്യൻ ആ കുടിലിന്റെ വാതിൽ തള്ളിത്തുറന്ന് പുറത്തേക്ക് വന്നു. അയാൾ കുടിലിന്റെ വെട്ടി യൊരുക്കിയ മുറ്റത്തുതന്നെ നിന്ന്, പടിഞ്ഞാറോട്ടു നോക്കി. ഒടികളും തിനപ്പുനങ്ങളും മഞ്ഞിൽ മൂടിക്കിടക്കുകയാണ്. വടക്കുവശത്ത് ആറ്റിലും മഞ്ഞുമൂടിയിരിക്കുന്നു. പ്രഭാതപക്ഷികൾ കരഞ്ഞുകൊണ്ട് പറന്നുതുട ങ്ങിയിരിക്കുന്നു.

മാതയ്യൻ ആകെ ക്ഷീണിച്ചിരിക്കുന്നു. അയാൾ ഇപ്പോഴും ഉപവാ സത്തിലാണ്. ആ വ്രതം തുടങ്ങിയിട്ട് ഇന്നേക്കു പത്തുനാളുകളാകുന്നു. ഓടനാട്ടതിർത്തിയിലെ സംഭവങ്ങൾക്കുശേഷം അയാൾ ആ രാജധാനി യിലേക്കു മടങ്ങിയില്ല. അനുയായികളുമായി തെക്കോട്ടു യാത്ര പുറപ്പെ ട്ടു. രണ്ടുദിവസം കൊണ്ട് ചങ്ങമനാട്ടെത്തി. അവിടെ നീലമ്മയുടെ ശവ കുടീരം കണ്ടുപിടിച്ചു. പുനവന്മാരുടെ സഹായത്തോടെ അവിടെ കുടിൽ കെട്ടി പാർപ്പായി.

ഓടനാട്ടതിർത്തിയിലെ കാവൽപ്പുര തകർന്നുകിടന്നതിനെപ്പറ്റി അയാൾ പലതും ഊഹിച്ചു. വേണാട്ടധിപതിയുടെ സംസാരത്തിൽ നിന്നാണ് ആ ഊഹങ്ങൾ മനസിൽ ഉണർന്നുവന്നത്. ആ കല്ലുകൾ മാറ്റി യപ്പോൾ ഹസ്രായുടെ മൃതശരീരം കണ്ടില്ല. അപ്പോൾ തുടങ്ങി അയാ ളുടെ മനസിൽ പല സംശയങ്ങളുമുദിച്ചു. അങ്ങനെയാണ് അയാൾ അനു ചരന്മാരോടുകൂടി തെക്കോട്ടു തിരിച്ചത്. വേണാട്ടിൽ അയാൾ സഞ്ചരി ക്കാൻ പാടില്ല. അത് തെറ്റാണ്. എങ്കിലും ഒളിച്ചുനടന്ന് അന്വേഷണം തുടരാൻ അയാൾ നിശ്ചയിച്ചു.

ഓടനാട്ടു രാജഭടന്മാരായ തന്റെ അനുയായികളെ അയാൾ നാലു പാടുമയച്ചിരിക്കുകയാണ്. തുണയ്ക്ക് ഒരാൾ നിൽക്കാൻ പോലും മാതയ്യൻ സമ്മതിച്ചില്ല. ആഹാരം കഴിക്കാഞ്ഞ് അയാൾക്ക് കഠിനമായ തളർച്ചയുണ്ട്. എങ്കിലും തന്റെ വ്രതനിശ്ചയവും ഹസ്രായെപ്പറ്റിയുള്ള വിവരങ്ങൾ ശേഖരിക്കാനുള്ള വ്യഗ്രതയും അയാളുടെ ആത്മാവിൽ

ഉന്മേഷം നിലനിർത്തി. വൈരാഗ്യമാണയാൾക്ക്; ആളിക്കത്തിനിൽക്കുന്ന വൈരാഗ്യം.

നന്തനെപ്പറ്റി ഒരറിവുമില്ല. അന്നു സന്ധ്യക്കു തന്റെ ഉപവാസമുറിയിൽനിന്നിറങ്ങിപ്പോയിട്ട് അയാളെ കണ്ടുമുട്ടാൻ കഴിഞ്ഞിട്ടില്ല. ഒരുപക്ഷേ, നന്തൻ വീണ്ടും ഓടനാട്ടുകൊട്ടാരത്തിൽ തന്നെ സന്ധിക്കാമെന്നു കരുതി വന്നിരിക്കുമോ? അയാളെ കാണാഞ്ഞ് നന്തൻ ദുഃഖിതരായി നടക്കുകയായിരിക്കുമോ? ആ ചങ്ങാതി വേണാട്ടു രാജധാനിയിൽ മടങ്ങിപ്പോയില്ലെന്നുണ്ടോ? ഹസ്രായെ ഓടനാട്ടതിർത്തിയിലേക്കു കൊണ്ടുപോയ കഥ അയാളറിഞ്ഞിട്ടേയില്ലെന്നുണ്ടോ?

പലതരം ചിന്തകളോടെയാണ് മാതയ്യൻ പടിഞ്ഞാറോട്ടു നോക്കി നിന്നത്. പ്രഭാതവെളിച്ചം നങ്ങമ്മക്കാട്ടിലേക്ക് സാവധാനം വന്നുകൊണ്ടിരിക്കുന്നു. മഞ്ഞിന്റെ കനം കുറഞ്ഞുവന്നു. പുനവന്മാർ കുടിലുകൾ വിട്ടിറങ്ങി ഒടികളിലേക്കു വരുന്നത് അയാൾ കണ്ടു. അവർ തലേന്നു രാത്രിയിൽ കടന്നുവന്ന കാട്ടുപന്നികളുടെയും ആനകളുടെയും കാൽപ്പാടുകൾ പരിശോധിച്ചുകൊണ്ടാണ് നടക്കുന്നത്. കുറത്തിപ്പെണ്ണുങ്ങളും തൊടികളിലേക്കിറങ്ങിയിട്ടുണ്ട്.

കഷ്ടിച്ച് ആളറിയാൻ കഴിയുന്ന പ്രകാശമേ ഉള്ളു. മാതയ്യൻ ആറ്റുകടവിലേക്കു നടന്നു. വെള്ളത്തിലിറങ്ങി മുഖം കഴുകി. കൈകാലുകൾ നനച്ചു ശുദ്ധിവരുത്തി. പിന്നെ, തിരിച്ചുവന്ന്, കുടിലിന്റെ മുറ്റത്തുനിൽക്കുന്ന പ്ലാവിൻചുവട്ടിലെ കല്ലിലിരുന്നു.

കാട്ടിനു പടിഞ്ഞാറുപുറത്തുകൂടി പോകുന്ന പാതയിൽ പൊടുന്നനെ ഒരു ശബ്ദം കേട്ട് അയാൾ ശ്രദ്ധിച്ചു. രണ്ടു കുതിരക്കാർ വടക്കോട്ടു പോകുന്നു. ധൃതിയിലല്ല, സാവധാനം. പുറകെ വീണ്ടും രണ്ടു കുതിരക്കാർകൂടി. മാതയ്യൻ എഴുന്നേറ്റ് സൂക്ഷിച്ചുനോക്കി നിന്നു. അപ്പോൾ നാലു കുതിരകളെ കെട്ടിയ ഒരു നെടുംതേര് പുറകേ വരുന്നു. അത് ആർഭാടപൂർവം അലങ്കരിച്ചിരിക്കുന്നു. പിന്നിൽ വീണ്ടും വരിയിട്ട കുതിരക്കാർ.

ആ തേര് ഞൊറിഞ്ഞിട്ട പട്ടുകൊണ്ട് മറച്ചിരിക്കുകയാണ്. പെട്ടെന്ന് മാതയ്യന്റെ കണ്ണുകൾ അതിൽ ഉയർത്തി തൂക്കിയിരിക്കുന്ന കൊടിയടയാളത്തിൽ ചെന്നുപെട്ടു. അത്, ചേരസാമ്രാജ്യാധിപതിയുടെ കൊടിയടയാളമാണ്....

മാതയ്യൻ ഉദ്വേഗപൂർവം നോക്കി. ആരാണ് ആ തേരിൽ സഞ്ചരിക്കുന്നത്? കോയിലധികാരികളായ വിജയരാഗദേവനായിരിക്കുമോ? അയാൾ ഇമയിളക്കാതെ നിന്നു.

ഏതാനും നിമിഷങ്ങൾ. മുമ്പെപോയ കുതിരക്കാർ നിന്നു, തേരു നിന്നു. പുറകേ വന്ന കുതിരകളും നിന്നു.

കുതിരപ്പുറത്തു സഞ്ചരിച്ചിരുന്ന രാജഭടന്മാർ ചാടിയിറങ്ങി. തേരിനരികിലേക്കുചെന്നു. അൽപ്പസമയം, തേരിന്റെ പട്ടുഞൊറികൾ ചലിച്ചു. അത് ഇരുഭാഗത്തേക്ക് നീങ്ങി. ഒരു സ്ത്രീ താഴത്തേക്ക് ഇറങ്ങി. അവൾ ഭവ്യതയോടെ അകത്തേക്കു കൈനീട്ടി. ആ കൈയിൽ പിടിച്ച് അതീവ

സുന്ദരിയായ ഒരുസ്ത്രീ പുറത്തേക്ക് ഇറങ്ങിവന്നു. മാതയ്യൻ സൂക്ഷിച്ചു നോക്കി. അയാൾക്കു മനസിലായി. അത്, സ്ഥാണുരവികുലശേഖരപ്പെരുമാളുടെ പുത്രി കീഴാനടികളാണ്......

രണ്ടു തോഴികൾകൂടി തേരിനു പുറത്തു വന്നു. കീഴാനടികൾ, മഞ്ഞുമൂടിനിന്ന ആ കാട്ടുപ്രദേശത്തെയാകെ ഒന്നു നോക്കി. അവർ എന്തോ തോഴിമാരോടു പറഞ്ഞു. രാജഭടന്മാർ ഇരുപാർശ്വത്തിലും ഊരിപ്പിടിച്ച വാളുകളും വേലുകളുമായി നിന്നു. അവർ കിഴക്കോട്ട് നടന്നു.....

മാതയ്യൻ മിഴിച്ചു നിൽക്കുകയാണ്. അവർ ആറ്റുതീരത്തേക്ക് നടന്നു വരികയാണ്, തനിക്കഭിമുഖമായിട്ട്. കീഴാനടികൾ തേവിയാർക്ക് തന്നെ അറിയും. തനിക്ക് അവരേയും. തന്റെ പിതാവായ മാർത്താണ്ഡൻ ചിന്നയ്യന്റെകൂടെ രണ്ടു മാസക്കാലം താൻ ഗോത്രമല്ലേശ്വരത്ത് പോയി താമസിച്ചിട്ടുണ്ട്.....

മാതയ്യൻ കുടിലിന്റെ പിന്നിലേക്ക് മറഞ്ഞുനിന്നു. അയാൾ ആലോചിക്കുകയായിരുന്നു. കുലശേഖരപ്പെരുമാളിന്റെ പുത്രിയായ ആ രാജകുമാരി, എന്തിന് നങ്ങമ്മക്കാട്ടിനുള്ളിലെ ഈ ആറ്റുതീരത്തേക്ക് വരുന്നു? ഒരുപക്ഷേ, ഒരു പഴയ ചരിത്രത്തിന്റെയോ ഐതിഹ്യത്തിന്റെയോ ഓർമകൾ ഇപ്പോഴും ഒളിഞ്ഞു കിടക്കുന്ന ഈ കാട് കാണാൻ രാജകുമാരിക്ക് ആഗ്രഹം തോന്നിയതാവുമോ?

കുതിരകളും തേരും ഭടന്മാരുമെല്ലാം പാതയിൽ വന്നുനിന്നപ്പോൾ പുനവന്മാരും അങ്ങോട്ടെത്തി. ആ രാജഭടന്മാർ, എഴുന്നള്ളിനിരിക്കുന്നത്, ചേരസാമ്രാജ്യചക്രവർത്തിയായ സ്ഥാണുരവിപ്പെരുമാളിന്റെ പുത്രിയെന്ന് അവരെ അറിയിച്ചു. അവർ, കീഴാനടികൾ തേവിയാരുടെ ഇരു പാർശ്വത്തിലുമെത്തി അകന്നുനിന്നു താണുവണങ്ങുകയും സാഷ്ടാംഗം വീണു വന്ദിക്കുകയും ചെയ്തു. കീഴാനടികൾ, അവരെ കൈകൾ നീട്ടി ആശീർവദിച്ചു.

രാജകുമാരി മുൻപോട്ടു നടന്നു.

അനുചരന്മാർ അവരെ അനുഗമിച്ചു.

അവരെ നയിക്കുന്നത് വേണാട്ടുരാജധാനിയിലെ രക്ഷാസേനയുടെ അധിപതിയാണ്. അവർ നീലമ്മയെ സംസ്കരിച്ച സ്ഥാനത്തെത്തി അവിടെനിന്നു.

കുടിലിനുപിന്നിൽ മറഞ്ഞുനിന്ന മാതയ്യന് അപ്പോൾ രാജകുമാരിയുടെ ആഗമനോദ്ദേശ്യം ഊഹിക്കാൻ കഴിഞ്ഞു. വേണാട്ടുരാജധാനിയിലെത്തിയപ്പോൾ കീഴാനടികൾ തേവിയാർ സംഭവങ്ങൾ അറിഞ്ഞുകാണും. ചീതമ്മ പനങ്കാവിൽ കൊട്ടാരത്തിൽ എത്തിയത് കുലശേഖരപ്പെരുമാളിന്റെ രാജധാനിയിൽക്കൂടിയാണ്. ചീതമ്മയെ തടവിലാക്കിയതും നീലമ്മയെ നങ്ങമ്മക്കാട്ടിൽവച്ചു കൊലചെയ്തതും എല്ലാം അവർ അറിഞ്ഞിരിക്കും. മടങ്ങി മഹോദയപുരത്തേക്കു പോകുംവഴി നീലമ്മയുടെ അന്ത്യവിശ്രമസ്ഥാനം കാണാൻ അവർ തീരുമാനിച്ചിരിക്കും.

നീലമ്മയെ സംസ്കരിച്ച സ്ഥാനത്ത് ഒരു മാസതിക്കല്ല് ഉയർത്തിയിട്ടുണ്ട്! നന്തന്റെ നിർദേശപ്രകാരം പുനവന്മാർ ചെയ്തതാണത്. പതിവ്ര

തയായ സ്ത്രീയുടെ ഓർമയ്ക്ക് നാട്ടുന്ന കല്ലാണത്. പുനവന്മാർ അന്ന് കിഴക്കുനിന്ന് കറുത്ത ഒരു പാറക്കല്ല് കൊത്തിച്ചെടുത്ത് കൊണ്ടുവന്നു. നങ്ങമ്മക്കാട്ടിൽക്കൂടി ഒഴുകുന്ന ആറ്റിൽ അഭിഷേകിച്ചെടുത്തു. പൗർണമി ദിവസം പണ്ട് നങ്ങമ്മയുടെ പാട്ടുകേൾക്കാറുള്ള അർധരാത്രിനേരത്ത്, അത് അവിടെ സ്ഥാപിച്ചു.

കീഴാനടികൾ അൽപ്പനേരം അവിടെനിന്നു. അവരുടെ മുഖത്ത് വേദന ഓളം തല്ലിമറയുന്നത് മാതയ്യൻ വ്യക്തമായി കണ്ടു. പിന്നിൽനിന്ന തോഴിയുടെ നേർക്ക് അവർ തിരിഞ്ഞു. തോഴി കൈയിലിരുന്ന പൂക്കുടയിൽനിന്ന് കുറേ പൂക്കൾ കൂട്ടിക്കെട്ടിയത് രാജകുമാരിക്കു കൊടുത്തു. അവർ അതെടുത്തു ആ മാസതിക്കല്ലിൻചുവട്ടിൽ വച്ചു. നിശ്ശബ്ദമായി ഏതാനും നിമിഷനേരം മുഖം താഴ്ത്തി അവർ നിന്നു......

കീഴാനടികൾ ആ വികാരമൂകതയിൽനിന്നുണർന്നു, തിരിഞ്ഞ് കുടിലിനുനേർക്ക് നടന്നു. അതിന്റെ മുൻപിൽ നിന്നുകൊണ്ട് അവർ രക്ഷാഭടന്മാരുടെ നായകനോടു ചോദിച്ചു:

“ഇതെന്താണ്?”

രക്ഷാനായകൻ ആ കുടിലിനെയാകെ നോക്കിയിട്ടു പറഞ്ഞു:

“അറിഞ്ഞുകൂടാ, തേവിയാർ തിരുവടികളെ.... ഇത് പുതിയ കുടിലുപോലെ തോന്നുന്നു.”

“പുനവന്മാർക്ക് അറിയുമെന്ന് നാം വിചാരിക്കുന്നു. അവരോടു ചോദിച്ച്, വിവരമറിയിക്കൂ.” രാജകുമാരി നിർദേശിച്ചു.

നായകൻ പുനവരോടു അന്വേഷിച്ചു. അവർ സത്യം പറഞ്ഞു. വടക്കുനിന്നുവന്ന ഒരു ചെറുപ്പക്കാരൻ രണ്ടുമൂന്നു ദിവസങ്ങൾക്കുമുമ്പ് കെട്ടിയതാണ് ആ കുടിലെന്ന്. അയാളുടെകൂടെ പത്തുപതിനഞ്ച് അനുയായികൾ ഉണ്ടായിരുന്നുവെന്ന്.

കീഴാനടികൾ തെല്ലുനേരം ആലോചിച്ചുനിന്നു. അവർ എന്തോ ഒക്കെ ഊഹിക്കുകയായിരുന്നു. വേണാട്ടു രാജധാനിയിൽ രണ്ടു ദിവസങ്ങൾ താമസിച്ച കീഴാനടികൾ പലതുമറിഞ്ഞിട്ടുണ്ട്.

അവർ ചോദിച്ചു:

“രാജകുമാരന്മാരെയും രാജകുടുംബത്തിൽപ്പെട്ടവരെയും കണ്ടാൽ, പുനവന്മാർക്ക് തിരിച്ചറിയുകില്ലേ?”

നായകൻ ഒന്നുംപറയാതെ വണങ്ങിനിന്നു.

കീഴാനടികൾ വീണ്ടും അന്വേഷിച്ചു.

“ഇവിടെ വന്ന് കുടിലുകെട്ടിയ ആൾ ആരെന്ന് ഒന്നുകൂടി പുനവരോട് അന്വേഷിക്കുമോ?”

നായകൻ പുനവരുടെ പ്രമാണിയെ പ്രത്യേകമായി വിളിച്ചു. ചോദ്യങ്ങൾ ചോദിച്ചു.

മാതയ്യൻ ഇതെല്ലാം കണ്ടും കേട്ടും നിൽക്കുകയാണ്. അയാൾ ചുറ്റും നോക്കി. ഒരുപക്ഷേ, കീഴാനടികൾ തന്നെ കണ്ടുപിടിച്ചേക്കും. അതിനുമുൻപ് അവിടെനിന്നും പോയിക്കളയാൻ അയാൾ നിശ്ചയിച്ചു. ആറ്റുതീരത്തുകൂടി കിഴക്കോട്ടു നടക്കാം. പക്ഷേ, രാജകുമാരി തന്നെ

കാണുകയില്ലേ?

പുനവന്മാരുടെ തലവൻ പറഞ്ഞ വിവരമെല്ലാം നായകൻ കീഴാനടികൾ തേവിയാരെ അറിയിച്ചു.

"കുടിലിനകത്ത് ആളില്ലെന്നു നിശ്ചയമുണ്ടോ?...." രാജകുമാരി നായകനോടു ചോദിച്ചു.

ഊരിപ്പിടിച്ച വാളുമായി അയാൾ കുടിലിനകത്തേക്കു കയറി നോക്കിയിട്ട് തിരിച്ചിറങ്ങി. അതിനിടയ്ക്ക് കീഴാനടികൾ കുടിലിനു പിന്നിലേക്ക് നടന്നുചെന്നു കഴിഞ്ഞിരുന്നു.

മാതയ്യൻ മുഖംകുനിച്ചുനിന്നു.

കീഴാനടികൾ ഒന്നു പുഞ്ചിരിച്ചു. എന്നിട്ടു വിളിച്ചു:

"നാം ഊഹിച്ചത് ശരിയായല്ലോ, മാതയ്യൻചിന്നയ്യേ?...."

അയാൾ ശിരസുയർത്തി, കീഴാനടികൾ തേവിയാരെ താണുതൊഴുതു. അവർ അയാളെ അടിമുടി നോക്കി. മൂന്നു സംവത്സരങ്ങൾക്കു മുമ്പാണ് അയാളെ അവർ കണ്ടിട്ടുള്ളത്. അന്ന് അയാളോട് പ്രത്യേകമായ സ്നേഹം അവർക്കു തോന്നിയിരുന്നു. അത്രയ്ക്കു നല്ല വണക്കവും സ്നേഹവുമാണ് അയാൾ രാജകുമാരിയോടു കാട്ടിയത്.

"വരൂ, മാതയ്യൻ, ഇപ്പുറത്തേക്കു വരൂ. ഒളിപ്പാൻ ഇപ്പുറത്തും ഇടമുണ്ടല്ലോ!" രാജകുമാരി വീണ്ടും പുഞ്ചിരിച്ചു.

അവർ കുടിലിനു മുമ്പിലേക്കു നടന്നു. മാതയ്യൻ ജാള്യതയോടെ പുറകെനടന്നു. കുടിലിനുള്ളിൽനിന്ന് പുനവന്മാരുണ്ടാക്കിക്കൊടുത്ത പലകത്തട്ട് പുറത്തു മുറ്റത്തെടുത്തിട്ടിട്ട് അയാൾ പറഞ്ഞു:

"ഇരിപ്പാൻ ഇതേ ഉള്ളൂ തേവിയാർ തിരുവടികളെ."

കീഴാനടികൾ ഇരുന്നില്ല. മാതയ്യനെ നോക്കിനിന്നു. നായകൻ മാതയ്യനെ സംഭ്രമത്തോടെയാണ് നോക്കിനിന്നത്. ഓടനാട്ടു നിന്ന് അയാൾ ഒളിച്ചുപോയിക്കളഞ്ഞത് രക്ഷാഭടന്മാരുടെ നായകൻ അറിഞ്ഞു. അയാൾ ഈ കാട്ടിൽവന്നു പാർക്കുകയായിരുന്നോ?

രാജഭടന്മാരും അന്തിച്ചു നോക്കി നിൽക്കുകയാണ്.

രാജകുമാരി അനുചരരോടു നിർദേശിച്ചു:

"നിങ്ങൾ തേരിനടുത്തു നിൽപ്പിൻ. നമുക്ക് മാതയ്യനുമായി സംസാരിപ്പാനുണ്ട്."

അനുചരന്മാർ നായകന്റെ നേതൃത്വത്തിൽ പാതയിലേക്കു പോയി. തേരിനരികിൽ പോയി നിൽപ്പായി. തോഴികളും ആജ്ഞപ്രകാരം അവരെ അനുഗമിച്ചു.

കീഴാനടികൾ ആ പലകത്തട്ടിൽ ഇരുന്നു. മാതയ്യൻ വണങ്ങിനിന്നു.

രാജകുമാരിയുടെ മുഖത്തു പെട്ടെന്ന് ഒരു വിഷാദഛായ വീശി. ആ മാസതിക്കല്ലിൽ അവരുടെ കണ്ണുകൾ തങ്ങിനിന്നു.

സൂര്യന്റെ ചുവന്നവെളിച്ചം കാട്ടിലാകെ വീണുകൊണ്ടിരിക്കുകയാണ്. മഞ്ഞ് മെല്ലെ മാഞ്ഞുകൊണ്ടിരിക്കുന്നു.

"മാതയ്യൻ." കീഴാനടികൾ, പെട്ടെന്നുണ്ടായ തന്റെ വികാരത്തിൽ നിന്നും മാറിയിട്ട് വിളിച്ചു.

"അടിയൻ." മാതയ്യൻ വിളികേട്ടു.

"നിന്റെ ദുഃഖം നമുക്ക് മനസിലാവും." രാജകുമാരി പറഞ്ഞു.

"അടിയൻ ഇപ്പോൾ എല്ലാ ദുഃഖങ്ങളും മറന്നിരിക്കുന്നു. അടിയന് ഇന്ന് ഒരു ലക്ഷ്യമേ ഉള്ളൂ, തേവിയാർ തിരുവടികൾ. ഹസ്രാ അൽറൂമിയെപ്പറ്റി ഉള്ള വിവരങ്ങൾ തേടിപ്പിടിക്കണം."

"അതിന് നമുക്ക് നിന്നെ സഹായിക്കാൻ കഴിയുകയില്ലേ?" രാജകുമാരി ചോദിച്ചു.

മാതയ്യൻ നിശ്ശബ്ദനായി നിന്നു രാജകുമാരിയെ ഉറ്റുനോക്കി. ചേരചക്രവർത്തിയായ കുലശേഖരപ്പെരുമാളുടെ മകളാണ് അതു ചോദിച്ചത്. ചേരസാമ്രാജ്യത്തിൽ ഏതു കാര്യവും നിർവഹിപ്പാൻ കഴിയുന്ന ആ രാജകുമാരിക്ക്, ഇതു ചെയ്‌വാൻ എന്താണു പ്രയാസം? തന്നെപ്പറ്റി, നന്തനെപ്പറ്റി, ഹസ്രായെപ്പറ്റി അവർക്ക് ഇത്ര താൽപ്പര്യമുണ്ടെന്ന് മാതയ്യൻ ഒരിക്കലും പ്രതീക്ഷിച്ചതല്ല. അതുകൊണ്ടാണ് ആ ചോദ്യംകേട്ട് അയാൾ അത്ഭുതപ്പെട്ടു നിന്നത്.

"ചേരസാമ്രാജ്യപ്പെരുമാളിന്റെ പുത്രി അവ്വിധമൊരു ചെറിയ കാര്യത്തിന് സമയം കളവതു ശരിയാണോ, തേവിയാർ തിരുവടികളേ." മാതയ്യൻ തന്റെ യഥാർഥ മനോവിചാരമാണു പ്രകടിപ്പിച്ചത്.

വിഷാദപൂർണമായ ഒരു ചിരിയോടെ രാജകുമാരി പറഞ്ഞു:

"മാതയ്യൻ, ഒരു അറേബ്യാക്കാരിയായ പെണ്ണിനെ കൊലചെയ്തത് ചെറിയ കാര്യമെന്ന് നമുക്ക് വിചാരിപ്പാൻ നിവർത്തിയില്ല. വേണാട്ടധിപതിയുടെ പുത്രന്റെ ഹൃദയവേദനയും നാം ചെറിയ കാര്യമായി കരുതുന്നില്ല."

മാതയ്യൻ മിഴിച്ചു നിന്നുപോയി. ആദ്യത്തെ വാചകം അയാൾ പ്രത്യേക വികാരമൊന്നും കൂടാതെയാണ് കേട്ടത്. രണ്ടാമത്തേത്, അയാളെ അമ്പരപ്പിച്ചു. ഒന്നും മിണ്ടാനാവാതെ അയാൾ രാജകുമാരിയെ നോക്കി.

"പക്ഷേ, മാതയ്യൻ, നിന്നോട് ഒരു വ്യവസ്ഥ പറവാൻ നാം ആഗ്രഹിക്കുന്നു." കീഴാനടികൾ അയാളെ ഉറ്റുനോക്കി.

"തേവിയാർ തിരുവടികൾ കൽപ്പിച്ചാലും." മാതയ്യൻ പറഞ്ഞു. രാജകുമാരി ഹസ്രായോടും നന്തനോടും പ്രകടമാക്കിയ സഹതാപത്തിൽ ഉദ്വേഗം പൂണ്ടാണ് അയാൾ അതറിയിച്ചത്.

"നീ, ഉപവാസം നിറുത്തണം." കീഴാനടികൾ പെട്ടെന്ന് ആവശ്യപ്പെട്ടു.

മാതയ്യൻ ഒരു പ്രഹരമേറ്റതുപോലെയായിപ്പോയി. അയാളുടെ മിഴികൾ വിടർന്നു. ചുണ്ടുകൾ വിറച്ചു. അത്ഭുതവും വേദനയുമാണയാൾക്ക്. തന്റെ ഉപവാസംവരെ തേവിയാർ അറിഞ്ഞിരിക്കുന്നു. എന്നിട്ട് ആ ഉപവാസം അവസാനിപ്പിക്കണമെന്ന് അവർ ആവശ്യപ്പെടുന്നു. തന്നോട് സാധാരണയിൽ കവിഞ്ഞ് സ്നേഹം കാട്ടിയിട്ടുള്ള കീഴാനടികൾ തേവിയാരാണ് അതാവശ്യപ്പെടുന്നത്.....

അയാളുടെ ആത്മാവ് ആ പേരു വിളിച്ചു പറയുന്നു: നീലമ്മ.....

ഹൃദയവതിയായ ആ പെണ്ണിന്റെ ശവകുടീരം അയാളുടെ മുൻപിൽ നിൽക്കുന്നു. അൽപ്പസമയം മുമ്പാണ് ആ രാജകുമാരി അതിനു മുകളിൽ പൂക്കളർപ്പിച്ചത്....

"തേവിയാർ തിരുവടികളേ...." അയാൾ മനസുകൊണ്ട് ഒരു തീരുമാനം ചെയ്തിട്ടാണ് സംസാരിച്ചത്.

"പറയൂ, മാതയ്യൻ." രാജകുമാരി ആവശ്യപ്പെട്ടു.

"നന്തൻ ഇളയടികളുടെ മനോവേദനയെപ്പറ്റി തിരുവടികൾ സംസാരിച്ചു." മാതയ്യൻ തന്റെ ഹൃദയവികാരം വെളിപ്പെടുത്തുവാൻ നിശ്ചയിച്ചു.

"അതേ, നാം പറഞ്ഞു." രാജകുമാരി അയാളുടെ വിചാരങ്ങൾ മനസുകൊണ്ട് വായിക്കുകയാണെന്നു തോന്നി.

"അതു ധരിപ്പാൻ കഴിവുള്ള തേവിയാർ തിരുവടികളാണ് മാതയ്യന്റെ മുൻപിലിരിക്കുന്നത്."

"അതെ."

"നീലമ്മയെ അടിയനു പ്രാണനെപ്പോലെ സ്നേഹമായിരുന്നു."

"അതും നമുക്ക് ഗ്രഹിപ്പാൻ കഴിഞ്ഞിട്ടുണ്ട്."

"അവൾ മരിച്ചത് അടിയനു സഹിപ്പാൻ കഴിഞ്ഞില്ല."

"അതും നാം മനസിലാക്കുന്നു."

"അടിയൻ ഇനിയും ജീവിച്ചിരിപ്പാനും സുഖങ്ങളനുഭവിപ്പാനും ഉദ്ദേശിക്കുന്നില്ല, തേവിയാർ തിരുവടികൾ."

കീഴാനടികൾ അൽപ്പനേരം മിണ്ടാതിരുന്നു. പിന്നെ എഴുന്നേറ്റു. അവർ സാവധാനം ചോദിച്ചു:

"മാതയ്യൻ, നീലമ്മയെ കൊന്നത് ആരെന്നറിയാമോ?"

"അടിയൻ, അറിയാം." മാതയ്യൻ പറഞ്ഞു.

"ആര്?" രാജകുമാരി ചോദിച്ചു.

"അടിയന്റെ അച്ഛന്റെ സേവകർതന്നെ." മാതയ്യൻ പറഞ്ഞു:

രാജകുമാരി അയാളെ ഒന്നു നോക്കി.

"മാതയ്യൻ." അവർ കരുതലോടെ സംസാരിച്ചു: "ചേരസാമ്രാജ്യം കീർത്തിയുടെ കൊടുമുടിയിൽ നിൽക്കുകയാണ്. നാം കാട്ടുന്ന നീതിയും മറ്റുള്ളവരോടു നടപ്പാക്കുന്ന നയവുംകൊണ്ടാണ് നമുക്ക് ഈ കീർത്തി ലഭിച്ചിരിക്കുന്നത്. വേണാട്ട് ചേരസാമ്രാജ്യത്തിന്റെ ഭാഗമാണ്. അവിടെ നടക്കുന്ന കാര്യങ്ങൾക്കും കുലശേഖരപ്പെരുമാൾ സമാധാനം പറയേണ്ടിവരും. അവിടെ അനീതി കാട്ടുന്നവരെ ശിക്ഷിപ്പാൻ ഉള്ള കടമയും കുലശേഖരപ്പെരുമാളിന് ഉണ്ട്."

മാതയ്യൻ സംശയദൃഷ്ടികളോടെ നോക്കി.

രാജകുമാരി തുടർന്നു:

"ആ കടമ സ്ഥാണുരവികുലശേഖരപ്പെരുമാൾ നിർവഹിച്ചിരിക്കുന്നു. നിന്റെ പിതാവ്, മാർത്താണ്ഡൻചിന്നയ്യൻ നീലമ്മയെ വധിപ്പാനിടയാക്കുക മാത്രമല്ല ചെയ്തത്. ഹസ്രാ അൽറൂമിയുടെ മരണത്തിനു കാരണമാകത്തക്കവിധം വേണാട്ടുരാജാവിനെ വഴിതെറ്റിക്കുകയും ചെയ്തു. മാത്രമല്ല, വേണാട്ടു രാജസ്ഥാനം പിടിച്ചെടുക്കാൻ ഗൂഢാലോ

ചന നടത്തി, അവിടുത്തെ വധിപ്പാൻ ആളെ അയച്ചു. അതുകൊണ്ട്."

രാജകുമാരി ഒന്നു നിറുത്തി. മാതയ്യൻ മിഴിച്ച കണ്ണുകളുമായി നിന്നു.

"മാതയ്യൻ...." അവർ പറഞ്ഞു: "നീ ദുഃഖിച്ചിട്ടു കാര്യമില്ല. നീതി നടന്നേ പറ്റൂ. അതു നടത്തുന്നതിൽ നമ്മുടെ അച്ഛന് ഉള്ള നിഷ്ഠതന്നെ നമ്മുടേതും. മാർത്താണ്ഡൻ ചിന്നയ്യനു കുലശേഖരപ്പെരുമാൾ വധശിക്ഷ വിധിച്ചുകഴിഞ്ഞു."

ആ സ്ത്രീയുടെ സ്വരം വികാരരഹിതമായിരുന്നു. മാതയ്യന്റെ കണ്ണുകൾ തുറിച്ചുനിന്നു.

"നല്ലവരോടു സ്നേഹവും രാജ്യദ്രോഹികളോട് കാഠിന്യവും രാജസ്ഥാനങ്ങൾക്കാവശ്യമാണ് മാതയ്യൻ." കീഴാനടികൾ തുടർന്നുപറഞ്ഞു: "അതുകൊണ്ട് നിന്റെ അച്ഛൻ ശിക്ഷിക്കപ്പെടും. നീ മരിപ്പാൻ പാടില്ല. നീ വേണാട്ടിന്റെയും കുലശേഖരപ്പെരുമാളായ സ്ഥാണുരവിവർമയുടെയും ഉറ്റമിത്രമാണ്. മാത്രമല്ല മാതയ്യൻ, നീ കുലശേഖരചക്രവർത്തിയുടെ മകൾക്ക് ഏറ്റവും പ്രിയപ്പെട്ടവനാണ്."

രാജകുമാരി നിറുത്തി. ചുവന്ന പ്രഭാതവെളിച്ചം അവരുടെ തങ്കനിറമുള്ള മുഖത്ത് വീഴുന്നു. മാതയ്യൻ സ്തബ്ധനായിനിന്നു. കാട് ശ്വാസമടക്കി നിൽക്കുകയാണെന്നു തോന്നി.

# 13

**പ**നങ്കാവിൽ കൊട്ടാരത്തിനു മീതെ സൂര്യന്റെ ആദ്യത്തെ കരങ്ങൾ തലോടിയപ്പോൾ നാലഞ്ചു കുതിരപ്പടയാളികൾ മുറ്റത്തേക്കു സാവധാനം വന്നുകയറുകയായിരുന്നു. മൂന്നു ദിവസങ്ങളായി, ആ കൊട്ടാരം പഴയതിനേക്കാൾ മൂകമായി കാണപ്പെട്ടു. സ്ഥാണുരവികുലശേഖരപ്പെരുമാളിന്റെ മകൾ കീഴാനടികൾ അറുനൂറ്റുവരെയും അഞ്ചുവർണം മണിഗ്രാമക്കാരെയും ജനപ്രതിനിധികളെയും വിളിച്ചുകൂട്ടി സംസാരിച്ചതിനെത്തുടർന്നാണ് ആ രാജധാനി ഇത്ര വലിയ നിശ്ശബ്ദതയിലേക്കു വീണത്.

കയറിവന്ന കുതിരക്കാർ കൊട്ടാരമുറ്റത്ത് നിരന്നുനിന്നു. നേരത്തെ ഉള്ള ഏതോ കൽപ്പനപ്രകാരം അവർ വന്നുനിന്നതുപോലെ ഉണ്ട്, അങ്ങനെതന്നെ. കൊട്ടാരത്തിനു തെക്കുമാറി ഉള്ള വിജനസ്ഥലത്തെ തറയിൽ, മൂന്നു പകലുകളും മൂന്നു രാത്രികളുമായിട്ട് വേണാട്ടധിപതിയുടെ വലംകൈയായിരുന്ന മാർത്താണ്ഡൻചിന്നയ്യനെ നാട്ടാർക്കു കാണാൻവേണ്ടി നിറുത്തിയിരിക്കുകയാണ്. ഇപ്പോൾ, അവിടം വിജനമല്ല. കൊല്ലംനഗരത്തിലെ ഒട്ടേറെ സ്ത്രീകളും പുരുഷന്മാരും രാപകൽ അവിടെ ഉണ്ട്.

അത്ഭുതത്തോടും ഹൃദയഭാരത്തോടും മൂക്കിലും താടിയിലും കൈകൊടുത്താണ് നൂറ്റുകണക്കായ ആ സ്ത്രീപുരുഷന്മാർ അങ്ങോട്ടു വരികയും പോവുകയും ചെയ്തുകൊണ്ടിരുന്നത്. വേണാട്ടു രാജകുടുംബത്തിലെ അടുത്ത ബന്ധുവായ മാർത്താണ്ഡൻചിന്നയ്യൻ, കുറച്ചു നാളുകൾക്കു മുമ്പുവരെ സർവാധികാരങ്ങളുമുള്ള പ്രമാണിയായിരുന്നു. അയാളുടെ ഉപദേശമില്ലാതെ വേണാട്ടുമന്നൻ ഒരുകാര്യവും ചെയ്തിരുന്നില്ല.

അയാൾ പറയാത്തതൊന്നും പ്രവർത്തിച്ചിരുന്നില്ല. എന്തൊരു പദവിയായിരുന്നു അയാൾക്ക്!

അങ്ങനെയുള്ള മാർത്താണ്ഡൻചിന്നയ്യനാണ് ഇന്നീ അവസ്ഥയിൽ നിൽക്കുന്നത്.

രണ്ടുമൂന്നു മാസക്കാലംമുമ്പ് വിദേശത്തുനിന്നു വന്നിറങ്ങിയ ഒരറബിയെ മാർത്താണ്ഡൻചിന്നയ്യന്റെ നേതൃത്വത്തിൽ ഈ തറയിൽ നിറുത്തിയത് അവിടെകൂടിയ നാട്ടാർ ഓർമിച്ചു. അന്ന് അതു കണ്ടവരെല്ലാം മാർത്താണ്ഡൻ ചിന്നയ്യനെ സ്തുതിച്ചു. അന്യനാട്ടുകാർ വന്നു വക്കാണത്തിനു തുടങ്ങിയാൽ വിടുന്നവനല്ല മാർത്താണ്ഡൻ ചിന്നയ്യനെന്ന് ആളുകൾ പറഞ്ഞു. ഇന്ന് അവർതന്നെ മൂക്കത്തു വിരൽവച്ചു പറഞ്ഞു: "കുലശേഖരപ്പെരുമാള്, വെറുതെയൊന്നും ഒരാളെ ഇവ്വിധം ചെയ്യുകയില്ല."

നിശ്ചലനായി, മുഖംതാഴ്ത്തി, മാർത്താണ്ഡൻചിന്നയ്യൻ തറയിൽ നിന്നു. അയാളുടെ കൈകാലുകൾ ബന്ധിച്ചിരുന്നു. ഇരുപാർശ്വങ്ങളിലും വേണാട്ടു രാജഭടന്മാർ കാവൽനിന്നു. ഒരുകാലത്ത് അയാളുടെ വരുതിയിൽ കഴിഞ്ഞിരുന്ന രാജഭടന്മാർ. ആദ്യദിവസം പ്രഭാതം മുതൽക്ക് പ്രദോഷം വരെ അയാൾ അനങ്ങിയില്ല. രാത്രിയിൽ, അയാൾക്കു ഭക്ഷണം കൊടുത്തപ്പോൾ വേണ്ടെന്നു പറഞ്ഞു തള്ളിക്കളഞ്ഞു. പിറ്റേന്ന് അയാൾ ക്ഷീണിതനായി കാണപ്പെട്ടു. ഉച്ചവെയിലത്ത് അയാൾ വിയർത്തൊലിക്കുന്നതു കാണാമായിരുന്നു. ആ ദിവസവും പോയി. മൂന്നാംദിവസം അയാൾക്ക് അൽപ്പനേരം ഇരിപ്പാൻ അനുവാദം കൊടുത്തപ്പോൾ അതും അയാൾ തള്ളിക്കളഞ്ഞു. കൂടിനിന്ന ജനങ്ങൾ അയാളുടെ ധൈര്യം കണ്ട് സ്തബ്ധരായി നിന്നുപോയി. അയാളുടെ ക്ഷീണം ആ കണ്ണുകളെ ബാധിച്ചില്ല. അവ, പഴയതുപോലെ വിടർന്നുനിന്നു. പ്രതികാരത്തിന്റെ തീകത്തുന്ന രണ്ടു പന്തങ്ങൾപോലെ......

മൂന്നാംദിവസം രാത്രിയിൽ, ഒരു പ്രത്യേക നിർദേശപ്രകാരം മാർത്താണ്ഡൻചിന്നയ്യനെ പനങ്കാവിൽ കൊട്ടാരത്തിലേക്കു കൊണ്ടുപോയി. അയ്യനടികൾ തിരുവടികൾ മന്ത്രികാര്യാലയത്തിൽ ഇരുന്നു. തൊട്ടടുത്ത് കോവിലധികാരികൾ വിജയരാഗദേവനും ഇരിപ്പുണ്ട്. മാർത്താണ്ഡൻ ചിന്നയ്യൻ മുഖംതാഴ്ത്തി നിന്നു. അയാളെ കണ്ട് ശിരസു കുനിച്ചിരുന്ന വേണാട്ടധിപതി അൽപ്പനേരത്തേക്ക് ഒന്നും മിണ്ടിയില്ല. പിന്നെ, അവിടുന്നു പറഞ്ഞു:

"ചിന്നയേ, നിനക്കുവന്ന ഈ ദുഷ്കാലത്തിൽ നമുക്ക് സഹതാപമുണ്ട്."

മാർത്താണ്ഡൻചിന്നയ്യൻ മുഖമുയർത്തി. അയ്യനടികൾ തിരുവടികളുടെ കണ്ണുകളിൽ തുറിച്ചുനോക്കിക്കൊണ്ട് അയാൾ മറുപടി കൊടുത്തു.

"അടിയനു സഹതാപം ആവശ്യമില്ല തിരുവടികൾ. ശരിയെന്നു തോന്നിയത് ചെയ്ത് വധശിക്ഷയനുഭവിപ്പാൻ തയാറായവനോട് സഹതപിക്കുന്നത് വേണാട്ടുരാജസ്ഥാനത്തിന്റെ അന്തസ്സിനു ചേർന്നതല്ല."

അൽപ്പനിമിഷങ്ങൾ, അയ്യനടികൾ മാർത്താണ്ഡൻചിന്നയ്യനെ നോക്കിയിരുന്നു.

"ചിന്നയേ, നിന്നെ നാം വരുത്തിയത് ചിലതു ചോദിപ്പാനാണ്." അയ്യനടികൾ പറഞ്ഞു.

"ചോദിപ്പാൻ തിരുവടികൾക്ക് അധികാരമുണ്ട്. പറവാൻ തോന്നുവതെല്ലാം അടിയൻ പറയാം." മാർത്താണ്ഡൻചിന്നയ്യന്റെ സ്വരം അപ്പോഴും ദൃഢമായിരുന്നു.

"ചിന്നയേ, നീ നമ്മെ സ്നേഹിക്കുന്നുവെന്ന് നാം വിശ്വസിച്ചിരുന്നു." അവിടുന്ന് മുന്നോട്ടു ചാഞ്ഞിരുന്നു. "പക്ഷേ, നീ കിഴക്കേ തടവുപാളയം പൊളിപ്പിച്ചതെന്തിന്? അവിടെ കിടന്ന തടവുകാരെ മോചിപ്പിച്ചതെന്തിന്?"

ചിന്നയ്യൻ മറുപടി പറഞ്ഞില്ല.

അയ്യനടികൾ തിരുവടികൾ വീണ്ടും ചോദിച്ചു:

"ചിന്നയേ, നീ ഹസ്രായെ ജീവിക്കാനനുവദിക്കരുതെന്നു നമ്മെ ഉപദേശിച്ചു. നമ്മെ സ്നേഹിച്ചിട്ടാണ് അങ്ങനെ പറഞ്ഞതെന്ന് നാം വിചാരിച്ചു. പക്ഷേ, നീ നിന്റെ എന്തോ ഉദ്ദേശ്യംകൊണ്ടല്ലേ നമ്മെ അപ്രകാരം ഉപദേശിച്ചത്?"

ചിന്നയ്യൻ അപ്പോഴും മിണ്ടിയില്ല.

വേണാട്ടധിപതി ആലോചിച്ചിരുന്നു. പിന്നെ ചോദിച്ചു:

"വേണാട്ടുകൊട്ടാരത്തിലെ ഒരുവിഭാഗം രാജഭടന്മാരെ നമ്മുടെ തീരുമാനങ്ങൾക്കെതിരായി നീ സ്വാധീനിച്ചില്ലേ, ചിന്നയേ?"

മാർത്താണ്ഡൻചിന്നയ്യൻ ഒരു ശിലപോലെ നിന്നു. അയാളുടെ ദൃഷ്ടികൾ വേണാട്ടധിപതികളുടെ മുഖത്തുതന്നെ തറച്ചുനിൽക്കുകയായിരുന്നു.

"ചിന്നയേ....." അയ്യനടികൾ തിരുവടികൾ എഴുന്നേറ്റു: "നിന്നോടു വിവരങ്ങൾ ഗ്രഹിപ്പാനാണ് നാം ചോദിക്കുന്നത്. നീ മിണ്ടുന്നില്ല. അപ്പോൾ നാം പറയുന്നതെല്ലാം നീ അംഗീകരിക്കുന്നതായിട്ടു കരുതട്ടെയോ?"

വിജയരാഗദേവൻ പെട്ടെന്ന് വിളിച്ചു:

"മാർത്താണ്ഡൻചിന്നയ്യൻ."

ചിന്നയ്യൻ കോയിലധികാരികളെ നോക്കി. അയാളുടെ മുഖത്ത് പ്രതികാരത്തിന്റെ അലകൾ അടിച്ചുപൊങ്ങി.

"വേണാട്ടധിപതിയായ അയ്യനടികൾ തിരുവടികളെ വധിപ്പാൻ ആ തടവിൽക്കിടന്ന അറബിയെ നീ ആയുധംകൊടുത്തു പറഞ്ഞയച്ചില്ലേ?" വിജയരാഗദേവൻ ചോദിച്ചു.

ചിന്നയ്യൻ സ്പഷ്ടമായ വെറുപ്പോടെ മുഖം തിരിച്ചുകളഞ്ഞു. അയാൾ അയ്യനടികളുടെ നേർക്കു നോക്കി. എന്നിട്ട് സംസാരിച്ചു:

"വേണാട്ടധിപതിയായ അയ്യനടികൾ തിരുവടികൾ അടിയൻ ഒന്നും പറവാനാഗ്രഹിക്കുന്നില്ല. എന്തു ചോദിച്ചാലും പറവാൻ അടിയനിഷ്ടമില്ല. പക്ഷേ, അടിയൻ ഒന്നുമാത്രം തിരുവടികളെ അറിയിപ്പാൻ തയാറാണ്. അടിയൻ വേണാട്ടു രാജസ്ഥാനത്തെ സ്നേഹിച്ചു. അറബികളെ

ഇന്നാട്ടിൽ കാലുകുത്താനനുവദിക്കുന്നതു വേണാട്ടിനാപത്താണെന്ന് അടിയൻ കരുതി......"

അയാൾ അവിടെ നിറുത്തി. രണ്ടുമൂന്നു നിമിഷനേരം നിശ്ശബ്ദനായി നിന്നിട്ടു തുടർന്നു:

"അറബികളെ മാത്രമല്ല അവരെ സഹായിക്കുന്നവരെയും നിഗ്രഹിക്കണമെന്ന് അടിയൻ നിശ്ചയിച്ചു. ആയാസ്ഖാനെ തടവിലാക്കാൻ അടിയൻ ഉപദേശിച്ചു. ചീതമ്മയെ തടവിലാക്കാൻ അടിയൻ നിർദേശിച്ചു. അടിയന്റെ മകനെ ഓടനാട്ടു രാജധാനിയിലേക്ക് കടത്തുവാൻ അപേക്ഷിച്ചു. ഹസ്രാ അൽറൂമിയും നീലമ്മയുംകൂടി ഒളിച്ചുകടന്നതറിഞ്ഞ്, അടിയൻ രഹസ്യമായി രാജഭടന്മാരെ സ്വാധീനം ചെയ്ത് പുറകെ അയച്ചു. നീലമ്മയെ വധിപ്പാനും ഹസ്രായെ ഓടനാട്ടതിർത്തിയിൽ തടവിൽ വയ്പാനും അടിയൻ പറഞ്ഞിരുന്നു. പിന്നെ, ഹസ്രാ അൽറൂമിയെ വധിപ്പാനും അടിയൻ ഉപദേശിച്ചു. ഇതെല്ലാം അടിയൻ ചെയ്തതുതന്നെ. തിരുവടികൾക്ക് അറിവുള്ള കാര്യങ്ങൾ എന്തിന് അടിയനെക്കൊണ്ട് പറയിക്കണം? പക്ഷേ, അടിയൻ ചെയ്തതെല്ലാം ശരിയായിരുന്നുവെന്ന് അടിയൻ വിശ്വസിക്കുന്നു. കാരണം, അടിയൻ ചെയ്തതെല്ലാം വേണാട്ടു രാജസ്ഥാനത്തിനുവേണ്ടിയായിരുന്നു തിരുവടികൾ. വേണാട്ടിനുവേണ്ടിയായിരുന്നു, തിരുവടികൾ."

കുറച്ചുനേരത്തേക്ക് അവിടെ നിശ്ശബ്ദത വ്യാപിച്ചു.

"ആയാസ്ഖാനെ വേണാട്ടിൽ വരുവാനനുവദിച്ചത് സ്ഥാണുരവി കുലശേഖരപ്പെരുമാളാണെന്ന് നിനക്കറിഞ്ഞുകൂടായിരുന്നോ?" വിജയരാഗദേവൻ ചോദിച്ചു.

മാർത്താണ്ഡൻചിന്നയ്യൻ കോവിലധികാരികളെ അടിമുടി നോക്കി. പിന്നെ ഉള്ളിലുണർന്ന ക്ഷോഭം അടക്കിപ്പിടിച്ചു പറഞ്ഞു:

"സ്ഥാണുരവി കുലശേഖരപ്പെരുമാളിനെ ബഹുമാനിപ്പാൻ അടിയനറിയാം. പക്ഷേ, വേണാട്ടിന്റെ നന്മയ്ക്കു ചേർന്നതല്ലെന്ന് അടിയനു തോന്നുന്ന പക്ഷം കുലശേഖരപ്പെരുമാളിന്റെ കൽപ്പനയെ ലംഘിക്കാനും അടിയൻ മടിക്കുകയില്ല തിരുവടികൾ."

വിജയരാഗദേവൻ ചിന്നയ്യനെ ഉറ്റുനോക്കിയിരുന്നു. അൽപ്പം കഴിഞ്ഞു ചോദിച്ചു:

"നാം ചോദിച്ചതിനു നീ മറുപടി പറഞ്ഞില്ല. വേണാട്ടിനോടും വേണാട്ടധിപതിയോടും സ്നേഹിപ്പതുകൊണ്ടോ നീ ആ അറബിയെ രാജസ്ഥാനത്തിനെതിരായി ആയുധവും കൊടുത്തയച്ചത്?"

മാർത്താണ്ഡൻചിന്നയ്യന്റെ മിഴികളിൽ വല്ലാത്ത ഒരു വികാരം കളിയാടി. അയാൾ ഒന്നിളകി. അൽപ്പസമയം. അയാൾ സാവധാനം അയ്യനടികളെ നോക്കി അറിയിച്ചു.

"തിരുവടികൾ, അടിയൻ സത്യം ഉണർത്തിക്കാം. പക്ഷേ, അടിയനോടു കൂടുതൽ ചോദ്യങ്ങൾ ചോദിക്കരുത്."

"പറയൂ, ചിന്നയേ, നാം നിന്നെ ചോദ്യം ചോദിച്ചു വിഷമിപ്പിക്കുവാൻ ആഗ്രഹിക്കുന്നില്ല." അയ്യനടികൾ തിരുവടികൾ പറഞ്ഞു.

"തിരുവടികൾ....." ചിന്നയ്യൻ ശാന്തമായി സംസാരിച്ചു: "കിഴക്കേ തടവുപാളയം പൊളിപ്പിച്ചതും അറബിയെ ആയുധവുമായി അവിടുത്തെ രഹസ്യമുറിയിലേക്കയച്ചതും അടിയനല്ല."

കനത്ത ഒരു നിശ്ശബ്ദത മന്ത്രാലയത്തിൽ തങ്ങിനിന്നു. അയ്യനടികൾ തിരുവടികളുടെ കണ്ണുകൾ മിഴിച്ചുനിന്നു. വിജയരാഗദേവൻ മാർത്താണ്ഡൻചിന്നയ്യനെത്തന്നെ നോക്കിയിരുന്നു. പ്രതീക്ഷിക്കാത്ത മറുപടി. ആ തടവുപാളയം പൊളിച്ചതും അറബിയെ പറഞ്ഞയച്ചതും ചിന്നയ്യനല്ലേ? അയ്യനടികളും കോയിലധികാരികളും ഒരേവിധത്തിൽ ആലോചിക്കുകയായിരുന്നു. അയാളല്ലേ, അതു ചെയ്തത്?

താൻ ഉദ്ദേശിച്ചതെല്ലാം, താൻ ചെയ്തതെല്ലാം, മാർത്താണ്ഡൻ ചിന്നയ്യൻ തുറന്നുപറഞ്ഞു. അയാളുടെ ധീരമായ വാക്കുകൾ, തുറന്നടിച്ച വാക്കുകൾ, അവരുടെ മനസിനെ ബാധിച്ചിരുന്നു.അങ്ങനെയുള്ള അയാൾ അസത്യം പറയുമോ? തടവുപാളയം പൊളിപ്പിച്ചത് ചിന്നയ്യനാണെന്ന് കീഴാനടികൾ രഹസ്യമായ അറിവുമൂലം പറഞ്ഞത് ഒരുപക്ഷേ, തെറ്റായ ധാരണയായിരിക്കുമോ?

"നീ പറയുന്നതു സത്യമോ, ചിന്നയേ?" അയ്യനടികൾ ചോദിച്ചു.

"സത്യം, തിരുവടികൾ." മാർത്താണ്ഡൻചിന്നയ്യൻ അറിയിച്ചു.

"പിന്നെ, ആരതു ചെയ്തു?" അയ്യനടികൾ ചോദിച്ചു.

"അതുതന്നെ തിരുവടികൾ, അടിയൻ പറഞ്ഞത്. അടിയനോടു കൂടുതലൊന്നും ചോദിക്കരുതെന്ന്."

അയ്യനടികൾ തിരുവടികൾ പെട്ടെന്നു നിശ്ശബ്ദനായി. പിന്നെ പതുക്കെ ചോദിച്ചു:

"ചിന്നയേ, നീ തെറ്റുകാരനല്ലെങ്കിൽ അതു ഗ്രഹിപ്പാനും ആര് തെറ്റുചെയ്തുവെന്നറിവാനും നമുക്കാഗ്രഹമുണ്ടാവുകയില്ലേ?"

"തിരുവടികൾ, ആ ആഗ്രഹം അടിയനു മനസിലാകും. എന്നാലും അതറിയിപ്പാൻ അടിയൻ തയാറല്ല. അടിയൻ അതു പറയുകയില്ല." മാർത്താണ്ഡൻചിന്നയ്യൻ അറിയിച്ചു.

അയ്യനടികൾ തിരുവടികളും കോയിലധികാരികളും മൂകരായിരുന്നു. ആ മന്ത്രശാലയുടെ ചുമരുകൾപോലും ഏതോ ആവരണം ചെയ്യപ്പെടാത്ത രഹസ്യം അറിയുവാൻവേണ്ടി കാത്തുനിൽക്കുംപോലിരുന്നു. മാർത്താണ്ഡൻചിന്നയ്യനോട് ഇനി കൂടുതൽ ചോദിച്ചിട്ടു ഫലമില്ലെന്ന് അയ്യനടികൾക്കറിയാം. അത്ര ബലിഷ്ഠമായ മനസുള്ള ഒരാളാണയാൾ. അയാളെ തിരിച്ചു തറയിലേക്കു പറഞ്ഞയക്കുവാൻ രാജഭടന്മാർക്കു നിർദേശം നൽകി.

മാർത്താണ്ഡൻചിന്നയ്യൻ പോയിക്കഴിഞ്ഞിട്ടും അയ്യനടികളും വിജയരാഗദേവനും കുറച്ചുസമയംകൂടി അവിടെ ഇരുന്നു. അവർ പരസ്പരം മിണ്ടിയില്ല. വീണ്ടും രണ്ടുപേരും ഏതാണ്ട് ഒരേ ആലോചനയിലാണ്. മാർത്താണ്ഡൻചിന്നയ്യൻ പറഞ്ഞതു സത്യമെങ്കിൽ, ആരായിരിക്കും കിഴക്കേതടവുപാളയം പൊളിപ്പിച്ചതും അറബിയെ ആയുധവുംകൊടുത്തു പറഞ്ഞയച്ചതും?

രണ്ടുപേരും ഉള്ളിന്റെ ഉള്ളിൽ ഒരു വ്യാകുലതയോടെയാണ് ഇരുന്നത്. മാർത്താണ്ഡൻചിന്നയ്യന്റെ മേൽ ഏറ്റവും വലിയ കുറ്റം ചുമത്തിയിരിക്കുന്നത്, അറബിയെ വേണാട്ടുരാജസ്ഥാനത്തിനെതിരായി ആയുധം കൊടുത്തയച്ചതാണ്. അത് അയാൾ ചെയ്തതല്ലെന്നു പറഞ്ഞിരിക്കുന്നു. അങ്ങനെയെങ്കിൽ ചിന്നയ്യനെ വധിക്കുന്നത് എത്രമാത്രം നീതിപൂർവകമാവും?

പിറ്റേന്നു രാവിലെ അയാളെ വധിപ്പാൻ കൽപ്പിച്ചിരിക്കുകയാണ്.

രാത്രിയിൽ സ്ഥാണുരവികുലശേഖരപ്പെരുമാളിനെ വിവരം ഗ്രഹിപ്പിപ്പാൻ വഴിയൊന്നുമില്ല. ചേരചക്രവർത്തിയുടെ കൽപ്പന നടന്നേ തീരൂ. ഒരുപക്ഷേ, ഈ വസ്തുത അറിയുമ്പോൾ അയാളെ വധിക്കേണ്ടതില്ലെന്നും അതിൽക്കുറഞ്ഞ എന്തെങ്കിലും ശിക്ഷ കൊടുത്താൽ മതിയാവുമെന്നും ചക്രവർത്തിതിരുവടികൾ തീരുമാനിക്കുകയില്ലെന്ന് എങ്ങനെയറിയാം?

കഠിനമായ മനോവ്യഥയോടെയാണ് അയ്യനടികൾ തിരുവടികളും വിജയരാഗദേവനും തങ്ങളുടെ കിടപ്പുമുറികളിലേക്ക് പോയത്. അയ്യനടികൾ ഒട്ടുനേരം ഉറങ്ങാതെ കിടന്നു. ആലോചനകൾ, വേണാട്ടുരാജധാനിയുടെഉത്തമസുഹൃത്തായ മാർത്താണ്ഡൻചിന്നയ്യനെ,ഒട്ടുകാലം തന്റെ ഉറ്റമിത്രമായിക്കഴിഞ്ഞ മാർത്താണ്ഡൻചിന്നയ്യനെ നേരം വെളുക്കുമ്പോൾ ശിരച്ഛേദംചെയ്തു വധിക്കുമെന്ന വിവരം അവിടുത്തെ ദുർബലനാക്കിക്കളഞ്ഞു.

ആ പ്രഭാതവെളിച്ചത്തിലേക്കു കുതിരക്കാർ വന്നുകയറിയ ഉടനെ, ഒരു സേവകൻ അയ്യനടികൾ തിരുവടികളുടെ മുമ്പാകെ വന്നുനിന്നു. പ്രഭാതസ്നാനം കഴിഞ്ഞ് വേണാട്ടധിപതി തന്റെ മുറിയിൽ ഇരിക്കുകയാണ്. സേവകൻ അയ്യനടികളെ വന്ദിച്ചിട്ട് ഇപ്രകാരം അറിയിച്ചു:

"അടിയൻ, കുതിരക്കാർ വന്നുകഴിഞ്ഞു."

വേണാട്ടധിപതികൾ ശിരസുയർത്തി നോക്കി. ആ കുതിരക്കാര് വന്നതെന്തിനെന്ന് അവിടുത്തേക്കറിയാം. മാർത്താണ്ഡൻചിന്നയ്യന്റെ വധത്തിന് അവസാനത്തെ കൽപ്പനയുംകൂടി വാങ്ങിപ്പോകാനാണ്.......

അയ്യനടികൾ തിരുവടികൾ നിസ്തോഭനായി എഴുന്നേറ്റു. രാത്രി മുഴുവൻ ചിന്തിച്ച് അവിടുന്ന് ഒരാത്മധൈര്യം നേടിക്കഴിഞ്ഞിരുന്നു. തലേന്നു കുറിച്ചുവച്ച തീട്ടൂരം കൈയിലെടുത്തു. മറ്റൊരു സേവകനെ വിളിച്ചു. അത് അയാളുടെ കൈയിലേൽപ്പിച്ചു. അയാൾ അതു കടന്നുവന്ന സേവകന്റെ കൈയിലേക്കു കൊടുത്തു. ചിന്നയ്യനെ വധിക്കുവാനുള്ള തീട്ടൂരം നേരിട്ടേൽപ്പിക്കാൻ അവിടുത്തേക്കിഷ്ടമായിരുന്നില്ല.

പുറത്ത് സേവകൻ കുതിരക്കാരുടെ കയ്യിൽ ആ തീട്ടൂരമേൽപ്പിച്ചു. ആ കുതിരക്കാർ അതും വാങ്ങി കൊട്ടാരവാതിൽ കടന്നുപോയി.

നേരം പുലർന്ന് രണ്ടുമൂന്ന് നാഴികയാവുമ്പോൾ, മാർത്താണ്ഡൻ ചിന്നയ്യനെ കിഴക്ക് പൊളിച്ചിട്ട തടവുപാളയത്തിനടുത്തുള്ള സ്ഥലത്തേക്ക് ആനയിക്കപ്പെടും. പിന്നെ, വധകൃത്യം നടത്തപ്പെടും....

അയ്യനടികൾതിരുവടികൾ തന്റെ രഹസ്യമുറിയിൽത്തന്നെ ഇരുന്നു. അദ്ദേഹം മാനസികവ്യഥമൂലം അസ്വസ്ഥനായിരുന്നു. ഒരുപക്ഷേ, മാർത്താണ്ഡൻചിന്നയ്യൻ പറഞ്ഞതു സത്യമാണെങ്കിലോ? ആരായിരിക്കും ആ തടവുപാളയം പൊളിച്ചത്?

ഒരുനാഴികനേരം അങ്ങനെ പോയി......

ചിന്നയ്യന്റെ വധത്തെപ്പറ്റി ഏതു നിമിഷവും സേവകർ വന്നുപറഞ്ഞേക്കും.....

അയ്യനടികൾതിരുവടികൾ, വേണാട്ടുപരദൈവത്തിന്റെ മുമ്പിൽ ചെന്നുനിന്നു. അവിടുന്ന് കണ്ണടച്ചു ധ്യാനിച്ചു. ആ ദേവീവിഗ്രഹം ഹൃദയതപ്തനായ ആ രാജാവിന്റെ നിമീലിതങ്ങളായ കണ്ണുകളിലേക്ക് നോക്കുന്നതായി തോന്നി. ആ ദേവി, നിസ്സഹായനായ ആ മനുഷ്യന്റെ വേദന കണ്ട് കാരുണ്യപൂർവം അനുഗ്രഹങ്ങൾ ചൊരിയുകയാണെന്ന് തോന്നുമാറ്, ആ വിഗ്രഹം പ്രസന്നമായി നിൽക്കുന്നു. അയ്യനടികൾ തിരുവടികൾ പ്രാർഥിച്ചു:

"വേണാട്ടുരാജ്യത്തിന്റെയും രാജസ്ഥാനത്തിന്റെയും പരദൈവമായ അമ്മേ, അടിയൻ കെൽപ്പില്ലാത്തവനാണേ?"

ആ ദേവിയുടെ കണ്ണുകൾ അനുഗ്രഹങ്ങൾ ചൊരിയുംപോലെ......

അയ്യനടികൾ തിരുവടികൾ വീണ്ടും രഹസ്യമുറിയിലേക്ക് വന്നു. അപ്പോൾ, അബ്ദുല്ലാ ആയാസ്ഖാൻ വാതിൽക്കൽ നിൽക്കുന്നു.

വേണാട്ടധിപതി രണ്ടുനിമിഷനേരം നിശ്ചലനായി നിന്നുപോയി.

ആയാസ്ഖാൻ ഇപ്പോൾ എവിടെ നിന്നുവരുന്നു?

ഏതാനും നാളുകളായി ആ മനുഷ്യനെ കാണ്മാനില്ലായിരുന്നു. അയാളുടെ അനുയായികളെയും കാണ്മാനില്ലായിരുന്നു. അവർ എവിടെ പോയിയെന്നു നിശ്ചയമില്ലാതെ വേണാട്ടധിപതി കുണ്ഠിതപ്പെട്ടാണു കഴിഞ്ഞത്. ഒരുപക്ഷേ, അയാൾ നാടുവിട്ടു കാണുമോ? കഠിനമായ തന്റെ ദുഃഖമറിയിപ്പാൻവേണ്ടി കുലശേഖരപ്പെരുമാളിന്റെ അടുക്കലേക്കു പോയിരിക്കുമോ? ഒന്നും പിടികിട്ടിയില്ല. ആയാസ്ഖാനെ ഓർമിച്ചും അയ്യനടികൾ ദുഃഖിക്കുകയായിരുന്നു.

അയ്യനടികൾ മുമ്പോട്ടു കടന്നുചെന്നു.

ആയാസ്ഖാനെ നോക്കി. അയാളുടെ മുഖം തെല്ലൊന്നു വാടിയതുപോലെ. ദീർഘമായ ഒരു യാത്ര കഴിഞ്ഞു മടങ്ങി വരുംപോലെ വാതായനങ്ങൾ കടന്ന് അടിച്ച ഒരു ചെറിയ കാറ്റിൽ അയാളുടെ വെള്ളിത്താടി ഒന്നുലഞ്ഞു. അയാളുടെ നെഞ്ച് ധൃതിയിൽ ഉയരുകയും താഴുകയും ചെയ്യുന്നു. അയാളുടെ കൈയിൽ ഒരു ലക്കോട്ട് ഇരിക്കുന്നു. അയാളുടെ വസ്ത്രങ്ങൾ മുഷിഞ്ഞിട്ടുണ്ട്.

"തിരുവടികൾ." ആയാസ്ഖാൻ വിളിച്ചു.

"ആയാസ്ഖാൻ, വരൂ." അയ്യനടികൾ സ്വാഗതം ചെയ്തു.

ആയാസ്ഖാൻ അകത്തേക്കു കയറിനിന്നു. എന്നിട്ട്, ധൃതിപൂണ്ടു പറഞ്ഞു:

"തിരുവടികൾ, അടിയനോടു ക്ഷമിപ്പാറാകണം. സ്ഥാണുരവി കുലശേഖരപ്പെരുമാളിന്റെ ഈ തീട്ടൂരം കൽപ്പിച്ചുവായിക്കണം."

ആയാസ്ഖാൻ ആ ലക്കോട്ട് കൊടുത്തു; അയ്യനടികൾ അതുവാങ്ങി. അവിടുന്ന് അത് വായിച്ചുനോക്കി. അതിൽ ഇങ്ങനെ എഴുതിയിരുന്നു. വേണാട്ടധിപതി അയ്യനടികൾ തിരുവടികൾ അറിയുന്നതിന്,

"നമ്മുടെ സുഹൃത്തും അറേബ്യാ സ്വദേശിയുമായ അബ്ദുല്ലാ ആയാസ്ഖാനെ അങ്ങോട്ടയയ്ക്കുന്നു. വേണാട്ടുരാജസ്ഥാനത്തിനെതിരായി പ്രവർത്തിച്ച നമ്മുടെ തീയമാഴവൻ മാർത്താണ്ഡൻചിന്നയ്യനെ വധിപ്പാൻ ഉള്ള കൽപ്പന, നമ്മുടെ മകൾ കീഴാനടികളും കോവിലധികാരികളും മുഖാന്തിരം അറിയിച്ചിരുന്നില്ലേ. ആ വധം നിർത്തിവെപ്പാൻ നാം താൽപ്പര്യപ്പെടുന്നു. അബ്ദുല്ലാ ആയാസ്ഖാന്റെ പ്രത്യേക നിർബന്ധം മൂലമാണ് നാം ഈ പുതിയ നിർദേശം വയ്ക്കുന്നതെന്നും അറിയിച്ചുകൊള്ളുന്നു."

അയ്യനടികൾ തിരുവടികൾ അമ്പരന്നുനിന്നുപോയി.

"എന്താണിതിനർഥം?"

അവിടുന്ന് ആയാസ്ഖാനെ നോക്കി.

"ആയാസ്ഖാൻ." അവിടുത്തെ സ്വരം താണിരുന്നു.

"അതേ, തിരുവടികൾ." ആയാസ്ഖാൻ സംസാരിച്ചു. "സ്ഥാണുരവി കുലശേഖരപ്പെരുമാൾ, ചിന്നയ്യനെ വധിപ്പാൻ കൽപ്പനയായപ്പോൾ അടിയൻ അവിടെ ഉണ്ടായിരുന്നു. അടിയൻ ചക്രവർത്തി തിരുവടികളുടെ കാലുപിടിച്ചു. ആ തീരുമാനം മാറ്റിച്ചു. അടിയന് ആരോടും വൈരമില്ല, തിരുവടികൾ. പിന്നെ, മാർത്താണ്ഡൻചിന്നയ്യനെ വധിച്ചാൽ, തിരുവടികളുടെ മനസ്സു നോവുമെന്ന് അടിയനറിയാമായിരുന്നു."

കുറേ നിമിഷനേരം അയ്യനടികൾ തിരുവടികൾ സ്തംഭിച്ചു നിന്നു. തന്റെ മുൻപിൽ നിൽക്കുന്ന ദീർഘകായനായ, വിദേശിയായ ആ മനുഷ്യൻ വീണ്ടും അസാധാരണ മനഷ്യനായി നിൽക്കുന്നുവെന്ന് അവിടുത്തേക്ക് തോന്നി....

"അറിവിക്കണം, തിരുവടികൾ. അടിയൻ ഓടിയെത്തുകയായിരുന്നു. ഒരുപക്ഷേ, മാർത്താണ്ഡൻചിന്നയ്യനെ അവർ വധിച്ചേക്കും." ആയാസ്ഖാൻ ധൃതിപ്പെട്ടു.

അയ്യനടികൾ നിമിഷങ്ങൾകൊണ്ട് ഒരു കുറിമാനമെഴുതി. സേവകനെ വിളിച്ചു, അതേൽപ്പിച്ചു. സേവകൻ പെട്ടെന്ന് പുറത്തേക്കു പോയി.

അയ്യനടികൾ തിരുവടികൾ ആയാസ്ഖാനെ നോക്കി.

ആയാസ്ഖാൻ മുഖം താഴ്ത്തിനിന്നു.

മറ്റൊരു സേവകൻ അകത്തേക്കു വന്നു. അയ്യനടികൾ നടുങ്ങി.

"വധസ്ഥലത്തുനിന്നും ഒരാൾ വന്നിരിക്കുന്നു" സേവകൻ അറിയിച്ചു.

അയ്യനടികൾ മിഴിച്ചുനിന്നു.

# 14

"**കൊ**ല്ലിമലയിൽ എന്തുണ്ടായി?" ഒരു കുറത്തിപ്പെണ്ണു ചോദിച്ചു.

"കൊല്ലിമലയിൽ, ഓരി എന്ന രാജാവിനെ കൊന്നു."

മറ്റൊരു കുറത്തി മറുപടി പറഞ്ഞു.

"ഓരി ആരായിരുന്നു?" ആദ്യത്തെ കുറത്തി ചോദിച്ചു.

"കൊല്ലിമലയിലെ രാജാവ്." കുറത്തി പറഞ്ഞു.

"എന്തിനാണ് ഓരിയെ കൊന്നത്?" കൊച്ചുകുറത്തി ചോദിച്ചു:

ആ കൊച്ചുകുറത്തി മുഖത്ത് ഒലിച്ചിറങ്ങി അസുഖമുണ്ടാക്കിയ കരി തീര തുടയ്ക്കാൻ ഭാവിച്ചു. അപ്പോൾ വലിയ കുറത്തി പറഞ്ഞു:

"അങ്ങനെ തുടയ്ക്കരുത്. ഇളയനടികൾ ഇപ്പോൾ വരും."

കൊച്ചുകുറത്തി മുഖംതുടയ്ക്കാൻ ഉയർത്തിയ കൈകൾ പെട്ടെന്ന് താഴ്ത്തി.

"കൊല്ലിമല ഓരിയുടെ വകയായിരുന്നു, പെണ്ണേ." വലിയ കുറത്തി, കൊച്ചുകുറത്തിയുടെ കറുത്തമുഖത്തേക്കു നോക്കിപ്പറഞ്ഞു. അവൾ തുടർന്നു: "അന്ന്, ഈ ചേരസാമ്രാജ്യം വാണിരുന്നത് ഒരു വലിയ രാജാവായിരുന്നു."

"ആരാ, ആ രാജാവ്?"

"കാരി."

"അവിടുന്ന് വലിയ രാജാവായിരുന്നോ?"

"അതേന്ന്."

തുടർന്ന്, വലിയ കുറത്തി ആ കഥ മുഴുവൻ വിവരിച്ചു കേൾപ്പിച്ചു. കൊല്ലിമല ചേരരാജാക്കന്മാരുടെ കീഴിലായിരുന്നു. പക്ഷേ, കൊല്ലിമലയുടെ ഭരണാധികാരി ഓരിയായിരുന്നു. അങ്ങനെയുള്ള ഓരിയെ ചേരരാജാവ് കൊന്നു. ആ സ്ഥിതിക്ക് ചേരസാമ്രാജ്യത്തിന്റെ കീഴിൽ കഴിഞ്ഞുകൂടുന്ന വേണാട്ടിലെ മന്നനേയും സ്ഥാണുരവികുലശേഖരപ്പെരുമാൾ അങ്ങനെ കൊല്ലുമോ?

നങ്ങമ്മക്കാടിന്റെ പടിഞ്ഞാറുപുറത്തുള്ള പുനവന്മാരുടെ കുടിലിന്റെ മുറ്റത്തിരുന്ന്, വലിയ കുറത്തിയും കുറത്തിപ്പെണ്ണും തമ്മിൽ സംസാരിക്കുകയായിരുന്നു. പൊടുന്നനെ, ഒരു കുതിരക്കുളമ്പടി കേട്ടു, കൊച്ചുകുറത്തി എഴുന്നേറ്റു.

പ്രഭാതമാണ്, മൂങ്കിൽച്ചില്ലകളിൽനിന്ന് മഞ്ഞ് ഇറ്റിറ്റു വീണുകൊണ്ടിരുന്നു. അവർ വെളുപ്പാൻകാലത്ത് ഉണർന്നതാണ്. രാത്രി വളരെ വൈകുംവരെ ഉണർന്നിരുന്നിട്ട്, ഉറങ്ങാൻ കിടന്നു. നന്തൻ വരുമെന്ന് വലിയ കുറത്തിയെ അറിയിച്ചിട്ടുണ്ട്. രാത്രിയിൽ വന്നില്ല. രാവിലെ വന്നേക്കും.

അതിനിടയ്ക്ക് അവർ പലതും പറഞ്ഞു. കൊല്ലിമലയിലെ രാജാവിനെ ചേരരാജാവ് കൊന്നത്. ആ വലിയ കുറത്തി മനഃപൂർവം പറഞ്ഞതാണ്. കാരണം, വേണാട്ടധിപതിയെ ആരോ കൊല്ലാനൊരുങ്ങിയെന്ന വൃത്താന്തം നങ്ങമ്മക്കാട് പ്രദേശത്ത് അറിഞ്ഞിരുന്നു. ആരാണ് വേണാ

ട്ടുമന്നനെ കൊല്ലാൻ തുനിഞ്ഞത്? രണ്ടുനൂറ്റാണ്ടു മുമ്പുള്ള കഥകൾ കേട്ടറിഞ്ഞിട്ടുള്ള ആ കുറത്തിക്ക് അത് കുലശേഖരപ്പെരുമാൾ തന്നെയായിരിക്കുമെന്നു തോന്നി...

അതുകൊണ്ടാണ്, കൊച്ചുകുറത്തിയോട് അവൾ അങ്ങനെ സംസാരിച്ചത്. സ്ഥാണുരവിപ്പെരുമാൾ വേണാട്ടധിപതിയെ കൊല്ലാൻ കരുനീക്കിയിരിക്കുമെന്ന്!

ചുറ്റും പ്ലാവുകൾ നിൽപ്പുണ്ട്. ചക്കപ്പഴത്തിന്റെ മണം ആ പുലർച്ചയിലെ മഞ്ഞിനിടയിൽക്കൂടി കടന്നുവന്നുകൊണ്ടിരുന്നു. രാത്രിയിൽ വവ്വാലും നരിച്ചീറും ആ പഴച്ചക്കകൾക്കു ചുറ്റും ചിറകടിച്ചു പറന്നിരുന്നു. രാവിലെ അവയിൽനിന്നും വാർന്നൊഴുകിയ ചക്കത്തേൻ നോക്കിക്കൊണ്ടാണ് ആ വലിയ കുറത്തി ഇരുന്നത്. അവൾ പറഞ്ഞു:

“കൊല്ലിമലയിലും ചക്കപ്പഴം ഏറെയുണ്ടായിരുന്നു.”

കൊച്ചുകുറത്തി ഓർമിച്ചിരുന്നു.

വലിയ കുറത്തി അവളെ നോക്കി.

നല്ല പെണ്ണ്. വലിയ കുറത്തിക്ക് അവളോടു പ്രത്യേകമായ ഒരിഷ്ടം തോന്നി.

കുതിരക്കുളമ്പൊച്ച അടുത്തുവന്നു. കുറച്ചുസമയം.

നന്തൻ കുതിരപ്പുറത്തു വന്നിറങ്ങി. അയാളുടെ കുതിരയുടെ കുളമ്പുകൾ, തിനപ്പാടങ്ങളുടെ വാരത്ത് ഏതോ രൂപങ്ങൾ വരച്ചുകൊണ്ടാണ് കുതിച്ചുപോന്നത്.

കുതിരയെ മാറ്റിനിർത്തിയിട്ട് നന്തൻ കൊച്ചുകുറത്തിയുടെ അടുക്കലേക്കുവന്നു. വലിയകുറത്തി കുടിലിനുള്ളിലേക്ക് പോയി.

“വെളുപ്പിനെ ഉണർന്നോ?” നന്തൻ കൊച്ചുകുറത്തിയോടു ചോദിച്ചു.

“ഉണർന്നു.” അവൾ മറുപടി പറഞ്ഞു. എന്നിട്ടു ചോദിച്ചു: “കൂട്ടുകാരനെ കണ്ടില്ലെന്നോ?”

നന്തന്റെ മുഖം താണു. അയാൾ അൽപ്പനേരം മൗനം ഭജിച്ചു നിന്നു.

“ഇല്ല.” നന്തൻ പിന്നീട് അറിയിച്ചു.

കൊച്ചുകുറത്തിയും മുഖം താഴ്ത്തി.

അൽപ്പസമയം.

തേൻപകർന്ന വെള്ളം ഒരു കിണ്ണിയിൽ വലിയകുറത്തി കൊണ്ടുവന്ന് നന്തനു കൊടുത്തു. അയാൾ അതു വാങ്ങി കുടിച്ചു.

വലിയ കുറത്തി, ആദരവോടെ ചോദിച്ചു:

“മാതയ്യനടികളെ കണ്ടില്ലേ?”

വീണ്ടും നന്തൻ വിഷാദത്തോടെ മറുപടി പറഞ്ഞു:

“ഇല്ല.”

നന്തൻ കിണ്ണി കൊച്ചുകുറത്തിയുടെ നേർക്കു നീട്ടി. അവൾ അതു വാങ്ങി.

വലിയകുറത്തി കിഴക്ക് നങ്ങമ്മക്കാട്ടിലേക്കു നോക്കി അൽപ്പനേരം നിന്നിട്ട് കുടിലിനകത്തേക്ക് പോയി.

“മാതയ്യൻ വേണാട്ടുരാജധാനിയിലുണ്ട്.” നന്തൻ വലിയ കുറത്തി

അകത്തേക്കു കയറിക്കഴിഞ്ഞപ്പോൾ അറിയിച്ചു.

"ഉണ്ടോ?" കൊച്ചുകുറത്തി ചോദിച്ചു. അവളുടെ ശബ്ദത്തിൽ അത്ഭുതവും പ്രത്യാശയും കലർന്നിരുന്നു.

"ഉണ്ട്." നന്തൻ അവളെ തൃപ്തിപ്പെടുത്തുന്ന സ്വരത്തിലാണ് അതു പറഞ്ഞത്.

"ഇവിടെനിന്നും പോയ്ക്കളഞ്ഞത് എന്തിന്?" കൊച്ചുകുറത്തി അന്വേഷിച്ചു.

നന്തൻ പിന്നെയും മിണ്ടാതെ നിന്നു. അയാളുടെ മനസ്സ് വ്യഥയുടെ തിരക്കോളിൽപ്പെട്ടിരിക്കുകയാണ്.

കൊച്ചുകുറത്തി നന്തന്റെ അടുക്കലേക്കു ചെന്നുനിന്നു. അവൾ ചുറ്റും നോക്കി: എന്നിട്ട് മന്ത്രം ചൊല്ലുന്ന സ്വരത്തിൽ ചോദിച്ചു:

"മാതയ്യന് എന്തുപറ്റി?"

"ഒന്നും പറ്റിയില്ല." നന്തൻ അറിയിച്ചു. പിന്നെ തുടർന്നു: "അവന് ഒന്നും പറ്റിയില്ല. പക്ഷേ, അവന്റെ അച്ഛനെ വേണാട്ടധിപതി, വധിച്ചു." നന്തൻ, നിരാശയുടെ തേക്കത്തോടെ അക്കാര്യം പറഞ്ഞു.

കൊച്ചുകുറത്തി നിശ്ചലയായി നിന്നു.

നിമിഷങ്ങൾ....

നന്തൻ കുതിരപ്പുറത്തു കയറി

കൊച്ചുകുറത്തി നന്തന്റെ അടുക്കലേക്കു ചെന്നു. എന്നിട്ടു ചോദിച്ചു:

"എവിടെപ്പോകുന്നു?"

"പനങ്കാവിൽകൊട്ടാരത്തിലേക്ക്." നന്തൻ പറഞ്ഞു.

"എന്തിനാണ്?"

"മാതയ്യനെ തിരിച്ച്, ഇങ്ങോട്ടു കൊണ്ടുവരാൻ."

അവൾ അയാളെ നോക്കിനിന്നതേയുള്ളൂ.

നന്തൻ കുതിരയെ ഓടിച്ച് പോയി, തെക്കോട്ട്. വലിയ കുറത്തി, കുടിലിൽ നിന്ന് ഇറങ്ങിവന്നു.

"കിണ്ണി ഇങ്ങുതാ...." വലിയകുറത്തി പറഞ്ഞു.

കൊച്ചുകുറത്തി അത് വലിയകുറത്തിയുടെ കൈയിലേക്കു കൊടുത്തു.

"ആരാ കുടിച്ചത്?"വലിയകുറത്തി,അർഥഗർഭമായിട്ടാണ്അതു ചോദിച്ചത്.

കൊച്ചുകുറത്തി, വേദനനിഴലിക്കുന്ന മിഴികൾ വലിയകുറത്തിയുടെ നേർക്കയച്ചു. എന്തിന് അങ്ങനെ ചോദിക്കുന്നൂ എന്ന അർഥത്തിൽ.

"പെണങ്ങരുത്, പെണങ്ങരുത്." വലിയകുറത്തി പെട്ടെന്ന് കൊച്ചുകുറത്തിയുടെ കാൽക്കൽ വീണു.

കൊച്ചുകുറത്തി,ആ സ്ത്രീയെ പിടിച്ചെഴുന്നേൽപ്പിച്ചു. അവൾ പറഞ്ഞു:

"ഞാൻ വേഷംകെട്ടി ജീവിക്കുകയാണ്. എന്നോട് ഇങ്ങനെയൊന്നും ചോദിക്കരുത്."

അവൾ മുഖം താഴ്ത്തി. കണ്ണുകൾ തുടച്ചു. വലിയകുറത്തി അവളെ

ചേർത്തുപിടിച്ചു, പുണർന്നു.

അന്നുരാത്രിയിൽ, നങ്ങമ്മക്കാട്ടിനു പടിഞ്ഞാറുള്ള പുനവരുടെ താവളത്തിൽ ഒരു കുടിലിലെ വെളിച്ചം അണഞ്ഞില്ല. കൊച്ചുകുറത്തിയും വലിയകുറത്തിയും കാത്തിരിക്കുകയാണ്. അവർ പല കഥകളും പരസ്പരം പറഞ്ഞു. കൊച്ചുകുറത്തിയുടെ മനസിൽ പല വിചാരങ്ങളാണ്. കൊല്ലിമലയിലെ ഭരണാധികാരിയായിരുന്ന ഓജിയെ ചേരരാജാവ് കൊന്ന കഥ അവളുടെ ഉള്ളിൽ എന്തോ ഒരസ്വാസ്ഥ്യമുണ്ടാക്കിയിരിക്കുന്നു.

മാർത്താണ്ഡൻചിന്നയ്യനെ വധിക്കാൻ തീരുമാനിച്ചത് പുനവന്മാർ പറഞ്ഞാണ് മാതയ്യൻ അറിഞ്ഞത്. അയാൾ അപ്പോൾത്തന്നെ കൊല്ലത്തേക്കുപോയി. പക്ഷേ, ആരുമറിയാതെയാണ് അയാൾ കൊല്ലത്തെത്തിയത്. വേണാട്ടധിപതി അയാളുടെ വരവ് അറിയാൻ പാടില്ല. നാടുകടത്തപ്പെട്ട അയാൾക്ക് കൊല്ലത്ത് കാലുകുത്താൻ അവകാശമില്ല.

മാതയ്യൻ ഒരു കാര്യമാലോചിച്ചു: മാർത്താണ്ഡൻ ചിന്നയ്യൻ വേണാട്ടധിപതിയുടെ ഉറ്റമിത്രമായിരുന്നു. അയ്യനടിതിരുവടികൾക്ക് തന്നോടു നന്തനോടുള്ളതുപോലത്തെ സ്നേഹമായിരുന്നു. എന്നിട്ടും സ്ഥാണുരവികുലശേഖരപ്പെരുമാളിന്റെ ആ തീരുമാനത്തെ തെല്ലൊന്നെതിർക്കുവാൻപോലും വേണാട്ടുമന്നൻ തയാറായില്ലല്ലോ. മാതയ്യന് അതിൽ വലിയ കുണ്ഠിതം തോന്നി.

നന്തനും ഹസ്രായെ കണ്ടുപിടിക്കുവാനുള്ള ശ്രമത്തിലായിരുന്നു. അവൾ മരിച്ചുവെന്ന വാർത്ത അയാൾ വിശ്വസിച്ചില്ല. അലഞ്ഞുതിരിഞ്ഞ അയാൾ കൊല്ലം രാജധാനിയിലെത്തിയപ്പോൾ മാർത്താണ്ഡൻചിന്നയ്യനെ വധിപ്പാനുള്ള ആജ്ഞയെപ്പറ്റി അറിവുകിട്ടി. അയാൾ നടുങ്ങിപ്പോയി. മാതയ്യനെപ്പറ്റിയായി അയാളുടെ ഓർമ. അച്ഛനോട് അഭ്യർഥന നടത്തിയിട്ടു കാര്യമില്ല. സ്ഥാണുരവികുലശേഖരപ്പെരുമാളിന്റെ ആജ്ഞയെ ലംഘിക്കുന്ന പ്രശ്നമേയില്ല.

കൊല്ലം രാജധാനി വിട്ടുപോകുവാൻ നന്തൻ നിശ്ചയിച്ചു. ക്രൂരമായ ആ വധം നടക്കുമ്പോൾ, പനങ്കാവിൽ കൊട്ടാരത്തിലിരിക്കുവാൻ അയാൾക്കിഷ്ടമല്ല. പക്ഷെ, മാർത്താണ്ഡൻചിന്നയ്യനെ വധിക്കുന്നതിന്റെ തലേന്നുരാത്രിയിൽ, വളരെ വൈകിയ നേരത്ത്, ഒരു രാജസേവകൻ ആ വിവരമറിയിച്ചു. മാതയ്യൻ പനങ്കാവിൽ കൊട്ടാരത്തിന്റെ പരിസരങ്ങളിൽ വന്നു. രാജസേവകർ അയാളെ അയ്യനടികൾ തിരുവടികളുടെ മുമ്പിലേക്ക് ഹാജരാക്കി.......

പിന്നെ എന്തു നടന്നുവെന്ന് നന്തന് അറിയില്ല. മാതയ്യനെ കാണ്മാൻ അയാൾക്ക് അവസരം കിട്ടിയതുമില്ല. രാജസേവകരോട് വിവരങ്ങൾ ചോദിച്ചിട്ട് ആരും ഒന്നും പറഞ്ഞില്ല. ആർക്കും ഒന്നും അറിഞ്ഞുകൂടാ. മാതയ്യനെ ഓടനാട്ടേക്ക് അയച്ചശേഷം, തന്നെപ്പറ്റിയും അയ്യനടികൾ തിരുവടികൾ ഒന്നും അന്വേഷിക്കാറില്ല. ഒരുപക്ഷേ, മാതയ്യനെ അങ്ങനെ അയക്കേണ്ടി വന്നതുകൊണ്ടാവാം മകനായ തന്നെയും അവിടുന്ന് തിരക്കാതിരിക്കുന്നത്.

നന്തൻ അന്ന് വെളുപ്പാൻകാലത്ത് പനങ്കാവിൽ കൊട്ടാരത്തിൽനി

ന്നിറങ്ങി. മഞ്ഞുപെയ്യുന്നുണ്ടായിരുന്നു. നക്ഷത്രങ്ങൾ നിറഞ്ഞ ആകാശം. അയാൾ വിശ്വസ്തനായ ഒരു രാജസേവകന്റെ സഹായത്തോടുകൂടിയാണ് പുറപ്പെട്ടത്. എങ്ങോട്ടുപോകണമെന്ന് നിശ്ചയമില്ലായിരുന്നു. ചെങ്ങമനാട്ട് നങ്ങമ്മക്കാട്ടിനടുത്തെ പുനവരുടെ താവളങ്ങളിലേക്കാണ് അയാൾ യാത്ര ചെയ്തത്.

അയാൾ അത്ഭുതപ്പെട്ടു നിന്നുപോയി. അന്നുച്ചയ്ക്ക് പുനവന്മാരുടെ താവളത്തിൽവച്ച് അയാൾ ആ സ്ത്രീയെ കണ്ടു. ചീതമ്മയെ....

കുറെ മാസക്കാലത്തിനുമുമ്പ് അയാൾ അവരെ കണ്ടതാണ്. അവരെ തടവുപാളയത്തിലേക്ക് അയക്കുന്നതിനുമുമ്പ്. പിന്നീട് അവരെ അവിടെചെന്നു കാണുവാൻ അയാൾക്ക് സാധിച്ചിട്ടില്ല. അയാൾ അങ്ങോട്ടു പോകരുതെന്ന് തടസപ്പെടുത്തിയിരിക്കുകയാണ്. രാജഭടന്മാരെ പ്രത്യേകമായി അങ്ങനെ ചട്ടം കെട്ടിയിരുന്നു.

പുനവത്തികൾ ചീതമ്മയുടെ ചുറ്റും കൂടിയിരുന്നു. അവർ, ഏതോ ഒരു പുണ്യവതിയായ സ്ത്രീയെപ്പോലെ അവരെ നോക്കിനിന്നു. നന്തൻ ചീതമ്മയുടെ അടുക്കലേക്ക് ചെന്നു. അയാളെ കണ്ടപ്പോൾ, അവരുടെ കണ്ണുകൾ നിറഞ്ഞു അയാൾ നോക്കി. ആ സ്ത്രീ മെലിഞ്ഞുപോയിരിക്കുന്നു. മൂങ്കിൽത്തണ്ടുപോലുള്ള അവരുടെ തോളുകളുടെ നിറം മങ്ങിയിരിക്കുന്നു. തടവുപാളയത്തിലെ ജീവിതം അവരെ തളർത്തിയിരിക്കുന്നു.

നന്തൻ ചീതമ്മയെ നോക്കിനിന്നപ്പോൾ പുനവത്തികൾ അത് ഉറ്റുനോക്കി. അയാൾ അവരെയും അവർ അയാളേയും കണ്ടു മതിമയങ്ങി നിൽക്കുകയാണെന്ന് അവർക്കു തോന്നിയിരിക്കണം. നന്തൻ എല്ലാം മറന്നവനെപ്പോലെ അവരുടെ അടുക്കലേക്ക് ചെന്നു. അയാൾ താഴ്ന്ന സ്വരത്തിൽ പറഞ്ഞു:

"കരയരുത്."

ചീതമ്മ കണ്ണുകൾ തുടച്ചു. പുനവത്തികൾ അത്ഭുതത്തോടെ പരസ്പരം നോക്കി.

"എങ്ങനെ ഇവിടെവന്നു?" ചീതമ്മ ചോദിച്ചു.

നന്തൻ അൽപ്പസമയം മിണ്ടാതെ നിന്നു. പിന്നെ പറഞ്ഞു:

"നങ്ങമ്മക്കാട്ടിൽ ഞങ്ങൾ വരാറുണ്ട്."

ചീതമ്മയുടെ മുഖം താണു. അനിയത്തിയെപ്പറ്റി ഉള്ള ഓർമ, കൂടുതൽ ശക്തിയോടെ അവരുടെ മനസിൽ പൊന്തിവരികയായിരുന്നു. അവളുടെ ശവകുടീരം തൊട്ടുകിഴക്കുപുറത്ത്, ആ ആറ്റിന്റെ കരയിലുണ്ട്. ചീതമ്മ ചെങ്ങമനാട്ടെത്തിയപ്പോൾതന്നെ പുനവത്തികളുടെ സഹായത്തോടെ ആ ശവകുടീരത്തിൽച്ചെന്ന് അവിടെ കുത്തിയിരുന്നു കണ്ണുനീർ വാർത്തു. തന്റെ സർവസ്വവുമായിരുന്ന അവളുടെ രൂപം ആ ചീതമ്മ മാസതിക്കല്ലിൽ കണ്ടു....

ഏതോ കുതിരപ്പടയാളി മാന്തിക്കീറിക്കൊന്ന നീലമ്മയുടെ ജ്യേഷ്ഠത്തിയാണ് ചീതമ്മയെന്ന് പുനവത്തികൾ അറിഞ്ഞു. അപ്പോൾ, അവർ കരഞ്ഞുപോയി. ആ പാവപ്പെട്ട കുറത്തികളുടെ ഹൃദയം അലിഞ്ഞുപോയി.

അതാണ് ചീതമ്മയോട് അവർക്ക് അത്ര സ്നേഹം തോന്നിയത്. അത്രയ്ക്ക് ആ സ്ത്രീയെ അവർ ആദരിച്ചത്.

നന്തൻ ചോദിച്ചു:

"ചീതമ്മ എങ്ങനെ ഇവിടെയെത്തി?"

കൊല്ലംകൊട്ടാരത്തിനു കിഴക്കുള്ള തടവുപാളയം തകർത്തതിനെപ്പറ്റി ചീതമ്മ പറഞ്ഞു. നന്തൻ ഉത്സാഹത്തോടെ അതു കേട്ടു. അയാൾക്കു പലതുമറിയാൻ ആഗ്രഹമുണ്ട്. തടവുപാളയം പൊളിച്ചത് മാർത്താണ്ഡൻചിന്നയ്യനാണെന്ന് സ്ഥാണുരവികുലശേഖരപ്പെരുമാളുടെ മകൾ കീഴാനടികൾ പനങ്കാവിൽ കൊട്ടാരത്തിൽ എഴുന്നള്ളി അറിയിച്ചു. അവിടെനിന്ന് ആ അറബിയെ മോചിപ്പിച്ച് കത്തിയുംകൊടുത്ത് വേണാട്ടധിപതിക്കെതിരായി അയച്ചുവെന്ന്, അവർ സ്ഥാപിച്ചു. അങ്ങനെയാണ് മാർത്താണ്ഡൻചിന്നയ്യന് വധശിക്ഷ വിധിച്ചത്. തടവുപാളയം പൊളിച്ചത് ആരെന്ന്, ആർക്കും നിശ്ചയമില്ല. അയ്യനടികൾക്കുപോലും. താനല്ല അതു ചെയ്യിച്ചതെന്ന്, മാർത്താണ്ഡൻചിന്നയ്യൻ അയ്യനടികൾ തിരുവടികളെ അറിയിച്ചതായി, രാജഭടന്മാർ മുഖാന്തിരം നന്തൻ അറിഞ്ഞിട്ടുണ്ട്. എന്തായിരിക്കും സത്യം?

"ആരാണ് തടവുപാളയം പൊളിപ്പിച്ചത്?" നന്തൻ ചോദിച്ചു.

ചീതമ്മയുടെ ചുണ്ടുകളിൽ ഒരു നേരിയ പുഞ്ചിരി തെളിഞ്ഞു.

"നന്തനടികൾ." ചീതമ്മ സാവധാനം സംസാരിച്ചു. "അടിയനോട് ഒന്നും തോന്നരുത്! അതു ചെയ്യിച്ചത്, അടിയൻ തന്നെയാണ്."

നന്തൻ ചീതമ്മയെ ഉറ്റുനോക്കി. അയാൾ സംശയിച്ചു: എന്നിട്ട് എന്തുകൊണ്ട് മാർത്താണ്ഡൻചിന്നയ്യൻ ആ വിവരം തന്റെ അച്ഛനെ അറിയിച്ചില്ല? ആ മനുഷ്യന് ഈ വിവരം അറിയാമായിരുന്നില്ലേ? അറിഞ്ഞിട്ടും പറയാതിരുന്നതെങ്കിൽ, മാർത്താണ്ഡൻചിന്നയ്യനും ചീതമ്മയും തമ്മിൽ എന്തു പുതിയ ധാരണയാണ് ഉണ്ടാക്കിയിട്ടുള്ളത്?

ആ സംശയത്തിന്റെ അലകൾ നന്തന്റെ മനസിൽ പൊന്തിവന്നപ്പോൾത്തന്നെ ചീതമ്മ തുടർന്നു പറഞ്ഞു:

"നന്തനടികൾ.... അടിയനു ദണ്ണമുള്ള ഒരു കാര്യമുണ്ട്. തടവുപാളയം പൊളിപ്പിച്ചത് അടിയനാണെന്ന് ആരും അറിഞ്ഞിട്ടില്ല. മാർത്താണ്ഡൻ ചിന്നയ്യനടികളും അതു ഗ്രഹിച്ചിട്ടില്ല. മറിച്ച് ചിന്നയ്യനടികൾ മറ്റൊന്നാണ് ധരിച്ചതെന്ന് പിന്നീട് അടിയൻ മനസിലാക്കി."

"എന്ത്? എന്താണ് മാതയ്യന്റെ അച്ഛൻ ധരിച്ചത്?" നന്തൻ അന്വേഷിച്ചു.

"നന്തനിളയടികൾ ചെയ്യിച്ചുവെന്നാണ് ചിന്നയ്യനടികൾ ധരിച്ചിട്ടുള്ളത്." ചീതമ്മ അറിയിച്ചു.

നന്തൻ നിശ്ചലനായി നിന്നു. അത് അത്ഭുതകരമായ ഒരറിവായിരുന്നു. എങ്ങനെ മാർത്താണ്ഡൻചിന്നയ്യൻ അങ്ങനെ ധരിച്ചു? നന്തന്റെ ചിന്തകൾ മറ്റൊരു വഴിക്കുകൂടി സഞ്ചരിച്ചു. തന്റെ പിതാവ് തന്നെ അന്വേഷിക്കാത്തത് ഒരുപക്ഷേ, ആരിൽ നിന്നെങ്കിലും ഈ ധാരണ കൈവന്നതിന്റെ ഫലമായിട്ടാവുമോ?

"നന്തനിളയടികൾ വിഷമിക്കരുത്." ചീതമ്മ ഒരു സാന്ത്വനവാക്കു പറഞ്ഞു.

"ഇല്ല, സാരമില്ല." നന്തൻ മനഃപൂർവം ചിന്തകളിൽനിന്ന് പുറത്തു വന്നു.

ചീതമ്മ ഒരു ചുവടുകൂടി നന്തന്റെ അടുക്കലേക്ക് നീങ്ങിനിന്നു. എന്നിട്ട് സ്വരമടക്കി, ഒരു കാര്യമറിയിച്ചു:

"ഇളയടികൾ, എങ്ങും കേൾക്കുംപോലെ ഹസ്രാ മരിച്ചിട്ടില്ല."

നന്തന്റെ മിഴികൾ വിടർന്നു. സമർഥയായ ചീതമ്മ വെറുതെ അങ്ങനെ പറയുകയില്ല. എന്തെങ്കിലും അറിഞ്ഞിട്ടാവും.

"അങ്ങനെയോ?" നന്തൻ ചോദിച്ചു:

"അതെ." ചീതമ്മ സ്വരം താഴ്ത്തിത്തന്നെപ്പറഞ്ഞു.

"ഓടനാട്ടതിർത്തിയിലെ കാവൽപ്പുരയിൽനിന്ന് അവളെ രക്ഷിച്ചിട്ടുണ്ട്."

നന്തൻ മിഴിച്ചുനോക്കിനിന്നു. അപ്പോൾ, താൻ വിശ്വസിച്ചിരിക്കുന്നത് ശരിയാണ്.

"കാവൽപ്പുര ഇടിച്ചു നിരത്തുവാൻ പോയവരിൽ ചിലർ അവളെ രക്ഷിച്ചു." ചീതമ്മ തുടർന്നറിയിച്ചു.

"എന്നിട്ട് ഹസ്രാ എവിടെ, ചീതമ്മേ?" നന്തൻ പൊടുന്നനെ ചോദിച്ചു. അയാളുടെ സ്വരത്തിൽ ഉള്ളിലെ ഉൽക്കണ്ഠ മുഴുവൻ നിറഞ്ഞുനിന്നിരുന്നു.

"അവൾ ഇവിടെ വരും, ഇളയടികൾ." ചീതമ്മ പറഞ്ഞു:

അഗാധമായ ഒരു കൃതാർഥത നന്തന്റെ മനസിൽ തോന്നി. അയാൾ ആലോചനയിൽ മുഴുകിനിന്നു. എന്നിട്ട് പറഞ്ഞു:

"ഞാൻ പോയിവരാം."

ചീതമ്മ യാത്രാനുമതി നൽകി. അതിനുമുമ്പ് രഹസ്യമായി ചില കാര്യങ്ങൾകൂടി അറിയിച്ചു.

അതിന്റെ പിറ്റേന്ന്, മാതയ്യന്റെ വിവരങ്ങൾ അറിഞ്ഞുകൊണ്ട് നന്തൻ വേങ്ങമനാട്ടെത്തി. രാത്രിയിൽ വന്നപ്പോൾ വലിയ കുറത്തിയേയും കൊച്ചുകുറത്തിയേയും കണ്ടു. അയാൾ ഭാവഭേദമൊന്നും കാട്ടിയില്ല. ചീതമ്മ പറഞ്ഞ രഹസ്യം അതാണ്. വേണാട്ടധിപതിക്ക്, ചീതമ്മയും ഹസ്രായും ശത്രുസ്ഥാനത്തു നിൽക്കുന്നവരാണ്; അവരുടെ സങ്കേതം ആരുമറിയാൻ പാടില്ല. ഒരു ഒളിവുജീവിതം അവരാരംഭിച്ചിരിക്കുന്നു.

പക്ഷേ, മാതയ്യനെ കൂട്ടിക്കൊണ്ട് ചെങ്ങമനാട്ടേക്ക് തിരിക്കുവാൻ നന്തനു കഴിഞ്ഞില്ല.

പുനവക്കുടിലിൽ വലിയ കുറത്തിയും കൊച്ചുകുറത്തിയും കാത്തിരിക്കുകയാണ്. രാത്രിയുടെ രണ്ടാം യാമവും കഴിഞ്ഞിരിക്കുന്നു. അപ്പോൾ പുറത്ത് ഒരു കാലൊച്ച കേട്ടു. വലിയ കുറത്തി ഉദ്വേഗത്തോടെ എഴുന്നേറ്റു കുടിലിന്റെ വാതിൽതുറന്നു പുറത്തേക്ക് നോക്കി. നക്ഷത്രവെളിച്ചത്തിൽക്കൂടി വലിയ കുറത്തി ഞെട്ടിപ്പോയി. പുറത്ത്, രണ്ടു രാജഭടന്മാർ വാളൂരിപ്പിടിച്ചു നിൽക്കുന്നു......

# 15

രാജഭടന്മാർ കുടിലിന്റെ വാതിൽക്കലേക്ക് അടുത്തു. വലിയ കുറത്തി നിശ്ചലയായി നിന്നു.

"നിങ്ങൾ എവിടെനിന്നാണെന്നു പറയിൻ?" അവൾ ആവശ്യപ്പെട്ടു.

"വേണാട്ടു രാജധാനിയിൽനിന്ന്." ഒരു ഭടൻ അറിയിച്ചു.

"ഈ അസമയത്ത് എന്തിന് വന്നിരിക്കുന്നു?" അവൾ ചോദിച്ചു.

"പുനവക്കുടിൽ പരിശോധിപ്പാൻ വേണാട്ടധിപതി കൽപ്പിച്ചിട്ടു തന്നെ." മറ്റേ ഭടൻ അറിയിച്ചു.

"എന്തിനെന്ന് അറിവിപ്പിൻ." വലിയ കുറത്തി കുടിലിന്റെ വാതിലിൽ തടഞ്ഞുനിൽക്കുകയാണ്.

"രാജകൽപ്പന എന്നറിഞ്ഞാൽപ്പോരെ? അതു ചോദ്യം ചെയ്വാൻ വേണാട്ടിലാരുമില്ല." ഭടന്മാർ പറഞ്ഞു.

വലിയ കുറത്തി, പിന്നിലേക്ക് പിടിച്ച കൈകൊണ്ട് അകത്തേക്ക് ആംഗ്യം കാട്ടി. രാജഭടന്മാർ അതു കണ്ടില്ല. അവരിലൊരാൾ ആജ്ഞാപിച്ചു:

"വാതിൽക്കൽ നിന്നു മാറിന്?"

ചീതമ്മ ദൂരത്തേക്കു നോക്കി. കിഴക്കുപുറത്തെ പാതയിലേക്ക്. നക്ഷത്രവെളിച്ചത്തിൽ അവൾക്ക് പാതയിൽ നിരന്നുനിൽക്കുന്ന ആളുകളെ കാണാൻ കഴിഞ്ഞു. ഭടന്മാരാണ്. അവർ ഒരു സംഘമായിട്ടു വന്നിരിക്കുന്നു. കുടിലികളുടെ മുമ്പിലെല്ലാം പുനവന്മാരും കുറത്തികളും അന്തിച്ചുനോക്കി നിൽപ്പുണ്ട്. അവർ ഭയന്നുനിൽക്കുകയാണ്, എന്തു സംഭവിക്കാൻ പോകുന്നുവെന്നറിയാതെ.

വലിയ കുറത്തി കരുതലോടെ അകത്തേക്കു നോക്കി. എന്നിട്ട് പിന്നോട്ടു മാറി. രാജഭടന്മാർ അകത്തു പ്രവേശിച്ചു. കുടിലിലെ രണ്ടു മുറികളിലും നോക്കി. അവിടെ ആരുമില്ല.

തലവഴി ഇട്ട തുണി ഒന്നുകൂടി മുഖം മറയ്ക്കുമാറ് പിടിച്ച് വലിയ കുറത്തി രാജഭടന്മാരോടു ചോദിച്ചു:

"നിങ്ങൾ ആരെ കാണ്മാൻ വന്നുവെന്ന് പറയിന്, അടിയനറിവുള്ളവരെങ്കിൽ, കാട്ടിത്തരാം." അവളുടെ വിടർന്ന മിഴികൾ, അവരറിയാതെ രാജഭടന്മാരെ അടിമുടി പരിശോധിക്കുകയായിരുന്നു.

ഒരു ഭടൻ പറഞ്ഞു:

"വേണാടിന്റെ ശത്രുക്കളായ രണ്ടു പെണ്ണുങ്ങൾ പുനവക്കുടിലുകളിലെവിടെയോ ഒളിച്ചിരിക്കുന്നതായി അറിവുണ്ട്."

വലിയ കുറത്തിക്ക് കുറച്ചുകൂടി ആശ്വാസം തോന്നി. അവളെ അവർ മനസിലാക്കിയിട്ടില്ല. അവൾ അൽപ്പംകൂടി അവരോടു ചേർന്നുനിന്നു. മുഖം കാട്ടാതെ എന്നിട്ട് സ്വരമടക്കി, അവൾ അവരോടു മന്ത്രിച്ചു:

"അടിയന് അവരെ അറിവുണ്ട്."

"ഉണ്ടോ?" ഒരാൾ ധൃതിയിൽ ചോദിച്ചു.

"ഉണ്ട്." അവൾ രഹസ്യമായിട്ട് അറിയിച്ചു.

"അവർ എവിടെയുണ്ട്?"

അവൾ ചുറ്റും നോക്കി.

"അവർ ഇന്നു സന്ധ്യാനേരത്ത് ഇവിടംവിട്ട് മറ്റൊരിടത്തേക്ക് പോയി."

"എവിടേക്ക്?"

"അടിയൻ പറഞ്ഞുതരാം."

"പറയിന്. സമയം കളയരുത്."

അവൾ അതിലൊരുവനോട് ചേർന്നുനിന്നു. എന്നിട്ട് അയാളുടെ കാതിലേക്ക് പറഞ്ഞു:

"അടിയനെ രക്ഷിക്കണം. അവരുടെ ആളുകൾ അടിയനെ കൊല്ലാനിടയാവരുത്."

"ഇല്ല." ആ രാജഭടൻ വാക്കുപറഞ്ഞു. അയാളുടെ മുഖം തെളിഞ്ഞിരുന്നു. അവൾ അടുത്തുനിന്നപ്പോൾ അയാളുടെ ഉള്ളിൽ എന്തോ ഒരു സുഖം തോന്നുകയായിരുന്നു. അവളുടെ ഭംഗിയുള്ള വിരലുകളും കൈത്തണ്ടകളും മനോഹാര്യതയും അഴകുമുള്ള കണ്ണുകളും നോട്ടവും നടപ്പും ശബ്ദവും എല്ലാം അയാളെ ഇളക്കികഴിഞ്ഞിരുന്നു. അവൾ അതു മനസിലാക്കി........

അവൾ അയാളെ കടാക്ഷിച്ചു. ആ ഭടൻ കൂട്ടുകാരനെ നോക്കി. അയാൾ അവളെത്തന്നെ നോക്കിനിൽക്കുകയാണ്.

"നിങ്ങൾ അൽപ്പസമയം എനിക്കു തരൂ." അവൾ അഭ്യർഥിച്ചു.

രാജഭടന്മാർ വീണ്ടും പരസ്പരം നോക്കി. അവരുടെ മനസ്സ് അവളിലേക്ക് ചേർന്നുചേർന്നിരിക്കുന്നു.

"ശരി." അവർ സമ്മതിച്ചു.

അവൾ അകത്തേക്കു കയറി. കുടിലിന്റെ പിൻവശത്തെത്തി. രണ്ടുമൂന്നു പുനവത്തിപ്പെണ്ണുങ്ങൾ അവിടെ ശ്വാസംപിടിച്ചുനിന്നു. അവരുടെ കാതിൽ അവൾ എന്തോ പറഞ്ഞുകൊടുത്തു. പെട്ടെന്ന് തിരിച്ചുവന്നു. ആ പുനവത്തിപ്പെണ്ണുങ്ങൾ മറ്റു കുടിലിലേക്ക് ഓടിപ്പോയി.

അവൾ തിരിച്ചുവന്നപ്പോൾ രാജഭടന്മാർക്ക് സന്തോഷം തോന്നി രണ്ടുപേർക്കും. ഒരു ഭടൻ ചോദിച്ചു:

"എങ്ങോട്ടു പോകണം?"

മറ്റേ ഭടൻ ചോദിച്ചു:

"എങ്ങോട്ടു പോകണം."

വലിയ കുറത്തി രണ്ടുപേരെയും നോക്കി.

"വരൂ...." അവൾ പറഞ്ഞു.

അവർ അവളുടെ പുറകെ പുറത്തേക്കിറങ്ങി.

നക്ഷത്രവെളിച്ചം നങ്ങമ്മക്കാട്ടിനുമീതെ വീണു. രാത്രി, ഹൃദയഹാരിയായിരുന്നതുപോലെ തോന്നി. എല്ലാം വരച്ചുവച്ച ചിത്രങ്ങൾ പോലെ. നങ്ങമ്മക്കാട്. കാട്ടിലെ മരങ്ങൾ. വേങ്ങ, വാക, പ്ലാവ്, മാവ് എല്ലാം. അവയുടെ നിറുകയില് നിലാവിന്റെ വെളിച്ചം വീണിട്ട്, നൂറ്റാണ്ട് വയസുചെന്ന

വൃദ്ധയുടെ നരച്ചമുടിപോലെ കാണപ്പെടുന്നു.

വലിയകുറത്തി നടന്നു. രാജഭടന്മാർ പുറകെ നടന്നു.

കിഴക്കോട്ട്.

പുനവന്മാരും കുറത്തികളും കുടിലുകളുടെ മുമ്പിൽ നോക്കി നിന്നു. രണ്ടു രാജഭടന്മാരുടെ നടുവിൽ അവർക്കേറ്റവും ഇഷ്ടപ്പെട്ട ആ സ്ത്രീ നടന്നുപോകുന്നത് അവർ കണ്ടു. നക്ഷത്രവെളിച്ചത്തിൽ നീലമ്മയുടെ ചേച്ചിയായ ആ നല്ല സ്ത്രീ.

പാതയിലെത്തിയപ്പോൾ, തലയ്ക്കിട്ട തുണി കുറച്ചുകൂടി കവിളുകളോട് ഒതുക്കിപ്പിടിച്ച് അവൾ ആ രാജഭടന്മാരോടു പറഞ്ഞു:

"വടക്കോട്ട്."

രാജഭടന്മാർ രണ്ടുപേരും പാതയിൽ കൂടിയിരുന്ന മറ്റു ഭടന്മാരോട് പറഞ്ഞു:

"വടക്കോട്ട്."

"വടക്കോട്ട്. വടക്കോട്ട്. വടക്കോട്ട്." കൂടിനിന്നിരുന്ന ഭടന്മാർ തമ്മിൽ തമ്മിൽ മന്ത്രിച്ചു.

വലിയകുറത്തി നടന്നു. അവളുടെ ഇരുഭാഗത്തും ആ രണ്ട് ഭടന്മാർ നടന്നു. പുറകെ നൂറ് വേണാട്ടുഭടന്മാർ...........

രാത്രിയുടെ നിശ്ശബ്ദതയിൽ നങ്ങമ്മക്കാടിന്റെ പടിഞ്ഞാറുപുറത്തെ ആ പാതയിൽ അവരുടെ കാലൊച്ച കിടന്നു മുഴങ്ങി........

വടക്കോട്ടു നടന്നു.

വലിയകുറത്തി മുമ്പിൽ, കൂടെ രണ്ടു ഭടന്മാർ, പുറകെ വേണാട്ടധിപതിയുടെ സൈനികർ......

ആരും ഒന്നും മിണ്ടിയില്ല. വലിയകുറത്തിയുടെ വാക്കുകൾ വിശ്വസിച്ച രണ്ടു രാജഭടന്മാർ. അവരുടെ വാക്കുകേട്ട വേണാട്ടുഭടന്മാർ. അവർ നടന്നു വടക്കോട്ട്. വടക്കോട്ട്. വടക്കോട്ട്. എങ്ങോട്ടെന്ന് ഓരോരുത്തരും ആലോചിച്ചു. പക്ഷേ, ഒരുത്തരും അതു ചോദിച്ചില്ല. ആരും പരസ്പരം മിണ്ടിയില്ല. അവർ നടന്നു. നക്ഷത്രവെളിച്ചത്തിൽക്കൂടി......

കുടിലുകളിലാകെ ഒരു സംഭ്രമം പടർന്നിരുന്നു. പുനവന്മാർ ഒന്നിച്ചുകൂടി. പുനവത്തികൾ കൂട്ടംചേർന്നുനിന്നു. തങ്ങളുടെയിടയ്ക്കു വന്നു ചേർന്ന ആ സ്ത്രീയേയും പെൺകുട്ടിയേയും അവർക്കറിയാം. അവർ വേണാട്ടുമന്നന്റെ കണ്ണിൽപ്പെടാതെ പാർക്കുകയാണെന്നും അവർക്കു മനസിലായിട്ടുണ്ട്. അവരെ അങ്ങനെ ഒളിപ്പിച്ചു പാർപ്പിക്കുന്നത് രാജസ്ഥാനത്തിനെതിരാണ്. എങ്കിലും അതു ചെയ്തു. കാരണമുണ്ട്.....

നീലമ്മ എന്ന ആ പെൺകുട്ടി ഇന്ന് പുനവരുടെ ആരാധനാപൂർവമായ ഒരു സ്മരണയാണ്. അവളുടെ ശവകുടീരത്തിൽ നാട്ടിയ മാസതിക്കല്ലിൻ മുമ്പിൽപ്പോയി കുറത്തികൾ വെളുത്ത വാവുനാളിൽ പൂക്കൾ അർപ്പിക്കും. അന്ന് അർധരാത്രിവരെ അവർ ആ കല്ലിനുമുമ്പിൽ ആടുകയും പാടുകയും ചെയ്യും. അങ്ങനെയുള്ള നീലമ്മയുടെ ചേട്ടത്തിയാണ് അവരുടെയിടയിലേക്ക് വന്ന ആ സ്ത്രീ......

ആ സത്രീയുടെകൂടെ വന്ന പെൺകുട്ടി നീലമ്മയുടെ ഉറ്റസഖിയാ

യിരുന്നു.....

അതിൽക്കൂടുതൽ പുനവന്മാരുടെ പെണ്ണുങ്ങൾക്ക് മറ്റെന്തുവേണം? ദേവതമാരുടെ വംശത്തിൽ പിറന്ന രണ്ടു പുണ്യവതികൾ തങ്ങളുടെ ഇടയിലേക്ക് കടന്നുവന്നതായി അവർ കരുതി. അതാണ്, വേണാട്ട് രാജ സ്ഥാനത്തിന്റെ ആശ്രിതരും ഭക്തന്മാരുമാണെങ്കിലും ആ പുനവന്മാരും കുറത്തികളും അവരെ സംരക്ഷിക്കാൻ തയാറായത്. അവർക്കുവേണ്ടി മരിക്കുവാൻ ആ സാധുക്കൾ തയാറാണ്.....

ഇപ്പോൾ വലിയകുറത്തി എങ്ങോട്ടു തിരിച്ചിരിക്കുന്നുവെന്ന് അവർക്ക് നിശ്ചയമില്ല. രാജഭടന്മാരെ വഴിതെറ്റിച്ചു വിടുവാനാണ് അവരുടെ ഉദ്ദേശമെന്ന് പുനവന്മാർക്കും കുറത്തികൾക്കും മനസിലായി. പക്ഷേ, അവർ എവിടെവരെ പോകും? എന്തെങ്കിലും ലക്ഷ്യമില്ലാതെ ആ സ്ത്രീ അങ്ങനെ പോവുകയില്ല. എങ്കിലും ഒരു ഭയം. അവർ ഒറ്റയ്ക്കാണ്, ഒറ്റയ്ക്കുപോയ അവരെ രാജഭടന്മാർ തിരിച്ചറിഞ്ഞാൽ എന്തായിരിക്കും ഫലം?

ആ സ്ത്രീ രഹസ്യമായ ഒരു നിർദേശം കൊടുത്തിട്ടുണ്ട്. അതനുസരിച്ച് പ്രവർത്തിപ്പാൻ അവർ തയാറായിരിക്കുന്നു. ചെറിയ കുറത്തിയെ പുനവത്തികൾ ചേർന്ന് പടിഞ്ഞാറോട്ടു കൊണ്ടുപോയി. പടിഞ്ഞാറ് ആയക്കുടിപ്പട കയറിയകാലത്ത് പാർത്ത ഒരു കാവുണ്ട്. മാസത്തിലൊരിക്കൽ മാത്രം വിളക്കുകൊളുത്തുന്ന ഒരു കാവ്. അവിടേക്കാണ് കൊച്ചു കുറത്തിയെ കൊണ്ടുപോയത്.

പുനവന്മാർ തിനത്തടങ്ങൾക്കു പിന്നിൽ കൂട്ടംകൂടി ഇരുന്നു. രാത്രിയിൽ വീണ്ടും രാജഭടന്മാർ വന്നേക്കുമെന്നുകൂടി, വലിയകുറത്തി പറഞ്ഞിട്ടുണ്ട്. എന്തുവന്നാലും നേരിടാൻ തയാറായിട്ടാണ് അവരുടെ ഇരിപ്പ്.

നിശ്ശബ്ദമായ അന്തരീക്ഷത്തിലേക്ക് നങ്ങമ്മക്കാട്ടിൽനിന്നു പറന്നിറങ്ങിയ പക്ഷികളുടെ ചിറകടിയൊച്ച കടന്നുവരുന്നു. കാട് ഒന്നിളകിയതുപോലെ.

പുനവന്മാർ നോക്കി. എന്തോ ശബ്ദം. അവരിൽ ചിലർ എഴുന്നേറ്റു. ഉറ്റുനോക്കി. എല്ലാവരും ചെവികൊടുത്ത് ശ്രദ്ധിച്ചു. എന്തു ശബ്ദമാണത്? അൽപ്പസമയം, കുളമ്പൊച്ചയാണ്. കുതിരകൾ ഓടിയടുക്കുന്നതുപോലെ. ദൂരെനിന്നു വരുന്ന എന്തിനേയും ആദ്യം അവരെ അറിയിക്കുന്നത് നങ്ങമ്മക്കാട്ടിലെ പക്ഷികളാണ്. അനക്കമുണ്ടായാൽ ശബ്ദം കേട്ടാൽ അവ അസ്വസ്ഥമായി പറന്നിറങ്ങും....

കുതിരകൾ അടുത്തുവന്നു. രണ്ടു കുതിരകൾ.

പുനവന്മാർ മൺവെട്ടിയും കൂന്താലിയും കത്തികളുമായിട്ടാണ് നിൽക്കുന്നത്.

കുതിരകൾ നങ്ങമ്മക്കാട്ടിനു പടിഞ്ഞാറുവശത്തെ പാതയിൽ നിന്നു. രണ്ടുപേർ, അവർ താഴെയിറങ്ങി. എന്നിട്ട്, പടിഞ്ഞാറോട്ട്, പുനവന്മാരുടെ നേർക്ക് നടന്നു.

പുനവന്മാർ പരസ്പരം പറഞ്ഞു:

“കരുതി നിന്നോളൂ.”

ആ രണ്ടുപേർ അടുത്തുവന്നു. പുനവന്മാർ ഒരു ചൂട്ടുകെട്ട് കൊളുത്തിനോക്കി.

അത് അബ്ദുല്ലാ ആയാസ്ഖാനായിരുന്നു. കൂടെ ഒരു ഭടനും.

പുനവന്മാർ മിഴിച്ചുനിന്നു. അവർ ആ മനുഷ്യനെ കണ്ടിട്ടുണ്ട്. ദീർഘകായനായ, വെള്ളിത്താടിയുള്ള, സ്വർണനിറമുള്ള, ആ മനുഷ്യനെ മാസങ്ങൾക്കുമുമ്പ്, നീലമ്മയെ ഒരു കുതിരക്കാരൻ മാന്തിക്കീറി കൊന്നപ്പോൾ, ആ കുതിരക്കാരനെ വധിച്ച ആളാണ് വിദേശത്തുനിന്നുവന്ന ഒരുവനെന്ന്, പിന്നീട് പുനവന്മാർ അറിഞ്ഞിട്ടുണ്ട്. ആ മനുഷ്യൻ ഈ സമയത്ത് എന്തിനിവിടെ വന്നു?

പുനവന്മാർ അറബിയെ താണുതൊഴുതു. പിന്നിൽ, കുറത്തികൾ, ആ മനുഷ്യനെ വണങ്ങി. നീലമ്മയുടെ സ്മരണയുമായി ബന്ധപ്പെട്ട ഗംഭീരപുരുഷനാണയാൾ. പിന്നെ, അവർ അയാളെ കണ്ടിട്ടില്ല. കാണാൻ ആഗ്രഹിച്ചിട്ടുണ്ട്, സാധിച്ചിട്ടില്ല. എങ്ങുനിന്നോ വന്ന ഒരു ദൈവദൂതനെപ്പോലെ അയാളെപ്പറ്റി അവർ ഓർമിക്കാറുണ്ട്. ഇപ്പോൾ, ആ ചൂടുവെള്ളത്തിൽ, അയാളുടെ വെള്ളിത്താടി കിടന്നു മിനുങ്ങി......

"കാനടികൾ ഇപ്പം ഇങ്ങോട്ടു വന്നതെന്താണോ?" പുനവന്മാരുടെ പ്രധാനി, ആയാസ്ഖാനോടു ചോദിച്ചു. ആയാസ്ഖാന്റെ പേര്, 'കാൻ' എന്നാണവർ പറയുന്നത്.

"നിങ്ങളെയെല്ലാം കാണ്മാൻതന്നെ. നിങ്ങൾക്കു നന്മനേരുവാൻ തന്നെ." ആയാസ്ഖാന്റെ മുഖത്ത് അസ്വസ്ഥതയുടെ ഓളങ്ങളടിച്ചിരുന്നു.

"ഇരിപ്പാൻ ദയയുണ്ടാകണം." ഒരു കുറത്തി, പനന്തടുക്കുമായി ഓടിയെത്തിക്കഴിഞ്ഞിരുന്നു.

"ഇരിപ്പാൻ സന്തോഷമാണ്. അതിനുമുമ്പ് ഒരു സംഗതി അറിവാൻ ഞാനാഗ്രഹിക്കുന്നു." ആയാസ്ഖാൻ പറഞ്ഞു.

"എന്ത്, കാനടികൾ...." പുനവപ്രമാണി ചോദിച്ചു.

"രണ്ടു സ്ത്രീകൾ ഇവിടെ വന്നു പാർത്തിരുന്നില്ലേ?" ആയാസ്ഖാൻ, ഉള്ളിലെ തിടുക്കം ഒതുക്കിപ്പിടിച്ചാണ് ചോദിച്ചത്.

പുനവന്മാർ പരസ്പരം നോക്കി. കുറത്തികളും നോക്കി. അവർ സംശയിക്കുകയായിരുന്നു. വേണാട്ടു രാജകൊട്ടാരത്തിലാണ് ആ വിദേശി താമസിക്കുന്നതെന്ന് അവർക്കറിയാം. അവരോട് സത്യം പറയുന്നത് ശരിയായിരിക്കുമോ?

ആയാസ്ഖാൻ അവരുടെ സംശയം മനസിലാക്കി. അയാൾ പറഞ്ഞു.

"ഞാൻ നിങ്ങളുടെ ബന്ധുതന്നെ. ആ സ്ത്രീകളും എന്റെ ബന്ധുക്കൾ തന്നെ. അവർ ഇവിടെ വന്നില്ലേ.... പറയൂ, ഞാൻ ഒരിക്കലും നിങ്ങളെ അപകടത്തിലാക്കുകയില്ല."

പുനവന്മാരും കുറത്തികളും വീണ്ടും പരസ്പരം നോക്കി.

ആയാസ്ഖാൻ പറഞ്ഞു:

"രാജകൊട്ടാരത്തിലെ പ്രതിനിധിയായല്ല ഞാൻ വന്നിരിക്കുന്നത്. എന്റെ മകളെത്തേടി ഇറങ്ങിയവനാണ്, ഞാൻ."

അപ്പോൾ അയാളുടെ തൊണ്ട ഒന്നിടറിയതായി തോന്നി.

പുനവപ്രമാണി ആ വിദേശിയുടെ കണ്ണുകളിലേക്ക് ഉറ്റുനോക്കി. എല്ലാവരും നോക്കി. ആണുങ്ങളും പെണ്ണുങ്ങളും അൽപ്പസമയം.

"മകളോ, കാനടികളെ." പുനവപ്രധാനി ചോദിച്ചു.

"അതെ." ആയാസ്ഖാൻ അറിയിച്ചു. "അവർ ഇവിടെ വന്നു പാർത്തിട്ടുണ്ടെങ്കിൽ, നിങ്ങൾ കണ്ടുകാണും. ആ പെൺകുട്ടിയുടെ അച്ഛനാണ് ഞാൻ, അവൾ എന്റെ മകളാണ്."

അയാളുടെ നെഞ്ച് ഉയരുകയും താഴുകയും ചെയ്തു. അയാളുടെ ചുണ്ടുകൾ വിറയ്ക്കുന്നുണ്ടായിരുന്നു. ചൂട്ടിന്റെ വെളിച്ചത്തിൽ അയാളുടെ കണ്ണുകൾ നനഞ്ഞിരുന്നത് പുനവന്മാരും കുറത്തികളും കണ്ടു. അയാളുടെ വെള്ളത്താടി ഒന്നിളകി. അയാളുടെ ഉള്ളിലെ കടലിന്റെ അല ആ മുഖത്ത് കിടന്നുമറിഞ്ഞു. നങ്ങമ്മക്കാട്ടിലെ പക്ഷികളുടെ മുഴുവൻകൂടി ചിറകടിയൊച്ച അയാളുടെ ആത്മാവിൽനിന്നു പുറത്തുവരുന്നതായി, പുനവന്മാർക്കും കുറത്തികൾക്കും തോന്നി.

അവർ അന്തിച്ചുനിന്നു. എന്തു പറയണം? തങ്ങൾ സംരക്ഷിച്ച ആ പെൺകുട്ടി, ഈ മനുഷ്യന്റെ മകളാണോ? ആണെങ്കിൽ എങ്ങനെ അയാളോട് സത്യം ഒളിച്ചുവയ്ക്കും?

ആയാസ്ഖാൻ നെഞ്ചിൽ കൈവച്ചു പറഞ്ഞു:

"ഈശ്വരനെ ചിന്തിച്ച് അവളെപ്പറ്റി എനിക്കു പറഞ്ഞുതരിക."

നിശ്ശബ്ദത, പുനവരും കുറത്തികളും കൽപ്രതിമകളായതുപോലെ. നങ്ങമ്മക്കാട്ടിനു പടിഞ്ഞാറുപുറത്തെ തിനത്തടങ്ങളിൽ ഒരു ചൂട്ടുകെട്ടിന്റെ വെളിച്ചത്തിൽ യുഗങ്ങളായി ആ കറുത്ത പ്രതിമകൾ അങ്ങനെ നിൽക്കുകയായിരുന്നതുപോലെ. യുഗങ്ങളായി അവിടെ ആ പ്രതിമകളിൽ നിന്ന് അവ്യക്തവും എന്നാൽ ഭാരമുള്ളതുമായ നിശ്വാസങ്ങൾ അങ്ങനെ ഉയർന്നുവന്നിരുന്നതുപോലെ.

പൊടുന്നനെ ആ നിശ്ശബ്ദതയിലേക്ക് പുനവന്മാരുടെ നായകന്റെ ശബ്ദം വന്നുവീണു.

"കാനടികളേ, അവർ എവിടെയെന്ന് അടിയങ്ങൾക്കു പറഞ്ഞുകൂടാ. അടിയങ്ങള് തലപോയാലും വിശ്വസിച്ചവരെ വഞ്ചിക്കുകയില്ല."

അബ്ദുല്ലാ ആയാസ്ഖാൻ നിവർന്നുനിന്നു. പുനവപ്രമാണിയെ നോക്കി. അയാൾ വലതുകൈ കുപ്പായത്തിനുള്ളിൽക്കൂടി കടത്തി മാറിൽ ചേർത്തുപിടിച്ചിരുന്നു. അൽപ്പസമയം ആ ഗംഭീരനായ മനുഷ്യന്റെ കണ്ണുകൾ നിറഞ്ഞൊഴുകി. അയാളും ഒരു പ്രതിമകണക്കുനിന്നു. കണ്ണീർ വാർക്കുന്ന സ്വർണപ്രതിമ. പിന്നെ അയാൾ ഒന്നു ചിരിച്ചു. എന്നിട്ട്, തിരിഞ്ഞു കിഴക്കോട്ടു സാവധാനം നടന്നു.

പിന്നിൽ, പുനവത്തിപ്പെണ്ണുങ്ങൾ തേങ്ങിക്കരയുന്ന ശബ്ദം കേട്ടു.... നിമിഷങ്ങൾ.

ആയാസ്ഖാൻ നടക്കുകയാണ്.

പുനവപ്രമാണി ഒന്നിളകി. അയാൾ ആയാസ്ഖാന്റെ പുറകേ ചെന്നു.

"കാനടികൾ!" അയാൾ വിളിച്ചു. ആയാസ്ഖാൻ തിരിഞ്ഞുനിന്നു

നോക്കി. പുനവപ്രമാണി മുഖംതാഴ്ത്തി.

"എന്ത്?" ആയാസ്ഖാൻ ചോദിച്ചു.

"അടിയങ്ങളോട് ക്ഷമിപ്പാൻ ദയവുണ്ടാകണം." പ്രമാണി യാചിച്ചു.

ആയാസ്ഖാൻ അയാളെ നോക്കിനിന്നു. രണ്ടു നിമിഷനേരം. പിന്നെ വീണ്ടും തിരിഞ്ഞു കിഴക്കോട്ടു നടന്നു. നാട്ടുവെളിച്ചം വിതറിവീണിരുന്ന ആ തിനത്തടങ്ങളിൽക്കൂടി ആ ദീർഘകായനായ മനുഷ്യൻ കിഴക്കോട്ടു നീങ്ങിക്കൊണ്ടിരുന്നു.

# 16

**തി**നപ്പുനങ്ങളിൽ കുറേനേരത്തേക്ക് ശബ്ദമൊന്നും കേട്ടില്ല. പുനവന്മാരും കുറത്തികളും വലിയ കുറത്തിയുടെ വരവും കാത്തിരുന്നു. രാത്രി മൂന്നാം യാമത്തിലേക്ക് കയറിക്കൊണ്ടിരുന്നു. കാട്ടിൽ ഇടയ്ക്കിടക്ക് പക്ഷികളുടെ ശബ്ദം കേൾക്കുന്നു. അവ ഇരുട്ടിൽ നടന്ന കാര്യങ്ങൾ അറിഞ്ഞിട്ടുണ്ട്. പുനവപ്രമാണി, അസ്വസ്ഥനായി തിനത്തടത്തിൽ ഉലാത്തിക്കൊണ്ടിരുന്നു.

നങ്ങമ്മക്കാട്ടിൽനിന്ന് വടക്കോട്ടുള്ള വഴിയിൽ, ഇതേസമയം ഒരു വലിയ സംഘം രാജഭടന്മാർ കാത്തുനിൽക്കുകയായിരുന്നു. കാട്ടിൽനിന്ന് അരക്കാതം വടക്കുമാറിയാണ്. അവർ വലിയ കുറത്തി കാട്ടിയ വഴിയേ പോന്നതാണ്. അവൾ ഇരുട്ടിലേക്ക് പോയിരിക്കുന്നു. അരക്കാതം നടക്കുന്നതിനിടയിൽ, ആ ഭടന്മാർക്ക് അവളിൽ എന്തോ ഒരു വിശ്വാസം ജനിച്ചിരിക്കുന്നു. ആ സമയത്ത്, രാജകാര്യമായിവന്ന തങ്ങളെ സഹായിപ്പാൻ അവൾ ഇറങ്ങിത്തിരിച്ചു. അവളുടെ സന്മനസിനെപ്പറ്റി അപ്പോൾത്തന്നെ അവർക്ക് മതിപ്പുതോന്നി. പിന്നെ അവളവരോട് സംസാരിച്ചു. നങ്ങമ്മക്കാടിനെപ്പറ്റി. അവിടെ മരിച്ച നീലമ്മ എന്ന ഒരു പെൺകുട്ടിയെപ്പറ്റി അവർക്കറിയാവുന്ന കഥയാണത്. എങ്കിലും അവളതു പറഞ്ഞപ്പോൾ ഒരു പ്രത്യേകവികാരം തോന്നി. അവരുടെ ഹൃദയത്തെ സ്പർശിച്ച ഒരു വികാരം.

ഭടന്മാർ കാത്തുനിന്നു അരനാഴികനേരം. അപ്പോൾ അവൾ പോയ വഴിയിൽ കാൽപ്പെരുമാറ്റം കേട്ടു. അവർ അവൾ പോയവഴിയെ നോക്കിനിൽക്കുകയായിരുന്നു, നക്ഷത്രങ്ങൾ കനിഞ്ഞുവീഴ്ത്തിയ വെളിച്ചത്തിൽക്കൂടി. ഭടന്മാർക്ക് ആഹ്ലാദം തോന്നി. അവൾ ആ രണ്ടു സ്ത്രീകളെയും കൊണ്ടുവരികയായിരിക്കണം. വേണാട്ടുരാജധാനിയിൽനിന്നും അവരെ ഏൽപ്പിച്ച ആ ഭാരം നിർവഹിക്കപ്പെടുന്നു......

രാജഭടന്മാരുടെ നായകൻ നാട്ടുവെളിച്ചത്തിൽകൂടി കണ്ണുംനട്ടു നിന്നു.

അനക്കങ്ങൾ, അവൾ വരികയാണ്. കാൽപ്പെരുമാറ്റങ്ങൾ. അവൾ മാത്രമല്ല, ആരോ കൂടിയുണ്ട്. ഒന്നിലധികം ആളുകൾ. ഭടന്മാരുടെ നായകൻ ആലോചിച്ചു. അവൾ ഈ ഉപകാരം ചെയ്യുമ്പോൾ അവൾക്ക് എന്ത്

സഹായം ചെയ്യാൻ കഴിയും? പാവപ്പെട്ട കുറത്തിയാണ്, രാപ്പകൽ തിനപ്പുനങ്ങളിൽ വേലചെയ്തും കാവൽക്കിടന്നും കഴിയുന്ന കുറത്തി. അവൾക്ക് എന്തു പ്രത്യുപകാരം ചെയ്യാൻ കഴിയും?

ശബ്ദം നിലച്ചു, കാൽപ്പെരുമാറ്റവും. ഭടന്മാരും നായകനും ശ്രദ്ധിച്ചു. എന്തോ അടക്കിപ്പിടിച്ച സംസാരം. കരിയിലകൾ അനങ്ങുംപോലെ.

"വരൂ." ആ കുറത്തിയുടെ ശബ്ദം.

"എന്നെ അവർ എന്തു ചെയ്യും?" മറ്റൊരു സ്ത്രീശബ്ദം.

"ഒന്നും ചെയ്യുകില്ല." കുറത്തിയുടെ ശബ്ദം

"അവർ എന്നെ വധിപ്പാൻ മടിക്കുകയില്ല." മറ്റേ സ്ത്രീശബ്ദം.

ഭടന്മാരും നായകനും ശ്രദ്ധിച്ചു. മറ്റൊരു സ്ത്രീയുടെ ശബ്ദം. അവർക്കു തൃപ്തിയായി. ആഹ്ലാദമായി. എല്ലാം നിനച്ചതുപോലെ നടക്കാൻ പോകുന്നു. പക്ഷേ, അവരുടെ ഉള്ളിൽ ഒരു തുടിപ്പാണ്. ചീതമ്മ എന്ന ആ തേവടിയാളാണ് കുറത്തിയുടെ കൂടെ വരുന്നത്. അവളെ പണ്ടു കണ്ടിട്ടുള്ള പടനായകനാണ് രാജഭടന്മാരെയും കൊണ്ടുവന്നിട്ടുള്ളത്. അവളെ കണ്ടിട്ടുള്ള കുറേ ഭടന്മാരാണ് കൂടെ ഉള്ളത്. അവരുടെ ഹൃദയം തുടിച്ചു.....

"കൊല്ലുകില്ലെന്ന് കരുതിക്കോളിന്." ഭടന്മാരുടെ നായകൻ ഇരുട്ടിലേക്ക് വിളിച്ചു പറഞ്ഞുപോയി.

വീണ്ടും കാൽപ്പെരുമാറ്റം, ആ സംസാരം നിലച്ചിരുന്നു. കുറത്തി അവസാനം എന്തു പറഞ്ഞുവെന്ന് പടനായകൻ കേട്ടില്ല. പടിഞ്ഞാറ് കുറത്തി പോയ വഴിയിൽ ആൾ രൂപങ്ങൾ കണ്ടു. രണ്ടുപേരുടെ രൂപങ്ങൾ. അവർ അടുത്തുവന്നു. സാവധാനം പടനായകനും ഭടന്മാരും ഇമയിളക്കാതെ അങ്ങോട്ടുനോക്കിനിന്നു.

മുമ്പിൽ ചീതമ്മ നിൽക്കുന്നു. അതു പടനായകൻ കണ്ടു. ഭടന്മാർ കണ്ടു.

പിന്നിൽ, പ്രായം കുറഞ്ഞ മറ്റൊരു പെൺകുട്ടി. അവളെ അവർക്കു പരിചയമില്ല. വേണാട്ടധിപതിയുടെ കൽപ്പനയും അങ്ങനെയാണ്. നങ്ങമ്മക്കാട്ടിലേക്കു പോരാൻ നേരത്ത് അയ്യനടികൾ തിരുവടികൾ പടനായകനെ വിളിച്ചു പറഞ്ഞത് അങ്ങനെയാണ്.

"നീ ചീതമ്മയെ കണ്ടുപിടിച്ചാൽ അവളുടെകൂടെ ഒരു പെൺകുട്ടിയും കാണും. രണ്ടുപേരെയും നമ്മുടെ മുൻപിൽ കൊണ്ടുവരിക."

പടനായകൻ അതോർമിച്ചു.

ഭടന്മാർ നിശ്ചലരായി നിൽക്കുകയാണ്.

പടനായകൻ ഓർമിച്ചു: "കുറത്തിയെവിടെ?"

അയാൾ മുമ്പിൽ വന്നുനിന്ന ചീതമ്മയെ നോക്കി.

അവൾ അയാളുടെ അടുക്കൽ നിന്നിട്ടുപറഞ്ഞു:

"അടിയങ്ങൾ വന്നു. പക്ഷേ, അടിയനെ കൊന്നാലും ഇവളെ രക്ഷിപ്പാൻ ദയവുണ്ടാകണം."

പടനായകൻ അൽപ്പനേരം പകച്ചുനിന്നുപോയി.

വേണാട്ടുമന്നന് ചീതമ്മയെപ്പറ്റി എന്തു തോന്നിയാലും തനിക്ക് അവ

ളെപ്പറ്റി എന്തൊരു ബഹുമാനമാണ്! ആ പെൺകുട്ടിയെ അയാൾക്കറിയില്ല. അവളെ കണ്ടിട്ടില്ല. ഹസ്രാ അൽറൂമി എന്നാണവളുടെ പേര്. എന്നുമാത്രം ഗ്രഹിച്ചിട്ടുണ്ട്. ചീതമ്മയെയോ ആ പെൺകുട്ടിയെയോ ഒന്നും ചെയ്‌വാൻ തനിക്കധികാരമില്ല. അവരെ പനങ്കാവിൽ കൊട്ടാരത്തിലെത്തിക്കുക, അതുമാത്രമാണ് തന്റെ കർത്തവ്യം.

പടനായകൻ പറഞ്ഞു:

"ചീതമ്മ, നിങ്ങളെ ഇരുപേരയും പനങ്കാവിൽ കൊട്ടാരത്തിലെത്തിക്കുവാനാണ് ഞങ്ങളെ അയച്ചത്. ഞങ്ങൾ അക്കാര്യം നിറവേറ്റാനാണ് നിൽക്കുന്നത്. കൊല്ലിനും കൊലയ്ക്കും ഞങ്ങൾക്കധികാരമില്ലെന്ന് ധരിച്ചുകൊള്ളിന്."

ചീതമ്മ അയാളുടെ മുഖത്തേക്ക് ഉറ്റുനോക്കിനിന്നു.

പെട്ടെന്ന് പടനായകൻ ചോദിച്ചു:

"ആ കുറത്തിയെവിടെ?"

ചീതമ്മ അറിയിച്ചു:

"അവൾ, നിങ്ങളെ ഭയന്നിട്ടാവണം പുനവന്മാരുടെ താവളത്തിലേക്കു മറുവഴിയായിപ്പോയി."

പടനായകൻ പിന്നെയും ഏതാനും നിമിഷം മിണ്ടാതെനിന്നു. അയാളുടെ കണ്ണുകൾ പിന്നിൽനിന്ന ആ പെൺകുട്ടിയിലേക്കു ചെന്നെത്തി. ആ മങ്ങിയ വെളിച്ചത്തിൽ, അയാൾ അവളെ അടുത്തു കണ്ടു. തലവഴി തുണിയിട്ട അവളുടെ ചുരുണ്ടമുടി പുറത്തേക്ക് കിടക്കുന്നു. അവളുടെ കൈത്തണ്ടകളുടെ നിറം അയാളുടെ മനസിൽ പതിഞ്ഞു. അയാൾ തിരിഞ്ഞു ഭടന്മാരോടു പറഞ്ഞു: "നമുക്ക് പോവുകതന്നെ."

അയാൾ ചീതമ്മയോടു ചോദിച്ചു.

"നമുക്ക് പോകരുതോ?"

"ആകട്ടെ." അവൾ സമ്മതം പറഞ്ഞു.

ചീതമ്മയും ആ പെൺകുട്ടിയും മുമ്പേ നടക്കാൻവേണ്ടി പടനായകൻ ഒതുങ്ങിനിന്നു. ഭടന്മാർ നായകനെ അനുകരിച്ച് ഒരുവശത്തേക്ക് ഒഴിഞ്ഞുമാറി. ചീതമ്മ മുൻപോട്ടുവന്നു. ആ പെൺകുട്ടി അവളുടെ തൊട്ടുപുറകേ നടന്നു. പടനായകൻ ചീതമ്മയുടെയും ആ പെൺകുട്ടിയുടെയും പിന്നാലെ നീങ്ങി. ഭടന്മാർ പുറകേയും. നക്ഷത്രങ്ങൾ തൂവിയ നേരിയ പ്രകാശത്തിൽ ആ രണ്ടു സ്ത്രീകളുടെ നേതൃത്വത്തിൽ ആ രാജഭടന്മാർ നീങ്ങിയപ്പോൾ ചങ്ങമനാട്ടെ ആ പാതയിൽ രണ്ട് അജ്ഞാതരായ അപ്സരസുകൾ അവരുടെ സൈന്യവുമായി വന്നിറങ്ങിയിരിക്കുന്നതായി തോന്നി. പാദരക്ഷകളിട്ട ഭടന്മാരുടെ കാൽപ്പെരുമാറ്റമൊഴിച്ചാൽ മറ്റൊരനക്കവുമില്ലാത്ത ആ രാത്രി, ഏതോ വിശേഷപ്പെട്ട സംഭവങ്ങൾക്ക് നാന്ദികുറിക്കാൻ പോകുന്നതായി അനുഭവപ്പെട്ടു.

അവർ നടന്നു. ഒരക്ഷരം പരസ്പരം മിണ്ടാതെ. വായുക്കൾപോലും അവരുടെ വരവറിഞ്ഞു നിശ്ശബ്ദത പാലിക്കാൻ ശ്രമിക്കുകയായിരുന്നു എന്ന് തോന്നി. ഇടയ്ക്ക് ഏതോ പക്ഷികൾ ഒറ്റയ്ക്ക് അവരുടെ തലയ്ക്കുമീതേകൂടി പറന്നുപോയി. നാട്ടുവെളിച്ചത്തിൽനിന്ന വൃക്ഷങ്ങൾ

ഇരുവശത്തും അവരെ മയങ്ങിയുണർന്ന കണ്ണുകളോടെ നോക്കിനിന്നു.

അരനാഴിക സമയംകൊണ്ട് അവർ നങ്ങമ്മക്കാട്ടിന്റെ പടിഞ്ഞാറേപ്പുറത്തെത്തി. ചീതമ്മ മുഖമൊന്നുയർത്തി. പടിഞ്ഞാറുള്ള പുനവരുടെ താവളത്തിലേക്കുനോക്കി. ഭടന്മാർ അറിയാതെ പെൺകുട്ടിയും ഒന്നു നോക്കി. അവിടെ അപ്പോഴും വെളിച്ചമില്ല. പുനവർ തന്നെ കാത്തിരിക്കുന്നത് അവ്യക്തമായി ചീതമ്മ കണ്ടു.

പുനവന്മാർ, തിനത്തടങ്ങളിൽ പൊടുന്നനെ എഴുന്നേറ്റു. അവർ പടിഞ്ഞാറോട്ടു നോക്കി. കിഴക്കേ പാതയിൽ ചീതമ്മയും ആ പെൺകുട്ടിയും രാജഭടന്മാരും വന്നത് അവർ ശ്രദ്ധിച്ചില്ല. കുടിലുകളുടെ പടിഞ്ഞാറേപ്പുറത്തുനിന്ന് കുറത്തികൾ വിളിക്കുന്നത് കേട്ടാണ് അവർ എഴുന്നേറ്റത്. അവർ എന്തു സംഭവിച്ചുവെന്നറിയാതെ അങ്ങോട്ടു ചെന്നു.

ചൂട്ടുവെളിച്ചവും പേറി കുറത്തികൾ അവിടെ കൂടിയിരിക്കുന്നു. ആ പെണ്ണുങ്ങളുടെ നടുവിൽ പരവശയായി കൊച്ചുകുറത്തി നിൽക്കുന്നു. പുനവപ്രമാണി അവളുടെ അടുക്കലേക്കു ചെന്നു. അപ്പോൾ അവിടെ വന്നിട്ടുപോയ ദീർഘകായനായ ആ വിദേശിയുടെ മകളാണ് ആ പെണ്ണെന്ന ബോധം പുനവന്മാരുടെ നായകന്റെ ഉള്ളിൽ തട്ടിപ്പിടഞ്ഞെഴുന്നേറ്റു.

അയാൾ കൊച്ചുകുറത്തിയുടെ അടുത്തുചെന്നു ചോദിച്ചു:

"എന്താണ് ഉണ്ടായത്?"

കൊച്ചുകുറത്തി മിണ്ടിയില്ല. അവൾ മുഖം താഴ്ത്തിനിന്നു. അവളുടെ നെഞ്ച് താഴുകയും ഉയരുകയും ചെയ്തുകൊണ്ടിരുന്നു.

"എന്ത് ഉണ്ടായി പെണ്ണുങ്ങളെ?" പുനവപ്രമാണി വീണ്ടും ചോദിച്ചു.

കൊച്ചുകുറത്തി മുഖമുയർത്തി, അവൾ പുനവപ്രമാണിയെ നോക്കി ചോദിച്ചു:

"എന്റെ അച്ഛൻ ഇവിടെ വന്നില്ലേ?"

പുനവരുടെ നായകൻ അവളിൽ ദൃഷ്ടി പതിപ്പിച്ചുകൊണ്ട് മെല്ലെ മറുപടി പറഞ്ഞു:

"വന്നു."

"അദ്ദേഹം എന്നെ കാണാൻ കഴിയാതെ മടങ്ങിയില്ലേ?" അവൾ മിഴികൾ തുറിച്ചുനിന്നു.

"തന്നെ. ഞങ്ങൾ എങ്ങനെ നിങ്ങളെ കാനടികൾക്കു കാട്ടിക്കൊടുക്കും?" പുനവപ്രമാണിയുടെ ശബ്ദത്തിൽ അപരാധബോധമുണ്ടായിരുന്നു.

കൊച്ചുകുറത്തി നിലവിട്ടവളെപ്പോലെ പറഞ്ഞു.

"നിങ്ങൾ എന്നെ വിളിച്ചില്ല, അദ്ദേഹത്തിന്റെ അടുക്കലേക്ക് കൊണ്ടുവന്നില്ല. അദ്ദേഹം വേണാട്ടിൽ വന്നതെന്തെന്നു നിങ്ങൾ ചോദിച്ചില്ല. എന്റെ അച്ഛനെ നിങ്ങൾ പറഞ്ഞയച്ചു കളഞ്ഞു. ഞാൻ അദ്ദേഹത്തെ എവിടെച്ചെന്നു കാണും? അദ്ദേഹത്തെ ഞാൻ എവിടെ അന്വേഷിക്കും? നിങ്ങൾ അദ്ദേഹത്തോടു എന്തിനിങ്ങനെ പെരുമാറി?"

അവൾ പൊടുന്നനെ നിറുത്തി. പുനവന്മാരും കുറത്തികളും

നിശ്ശബ്ദരായി നിന്നുപോയി.

അപ്പോൾ, നങ്ങമ്മക്കാട്ടിന്റെ പടിഞ്ഞാറു പുറത്തെ പാതയിൽക്കൂടി രാജഭടന്മാരുടെ കാലടിയൊച്ചകൾ കേൾക്കുന്നുണ്ടായിരുന്നു.

## 17

പ്രഭാതം, കൊല്ലത്ത് തരിസാപ്പള്ളിയുടെ മുകളിൽ, തെളിഞ്ഞ വെളിച്ചം വീശിനിൽക്കുന്നു. ആ വെളിച്ചത്തിലേക്ക് അബ്ദുല്ലാ ആയാസ്ഖാൻ വന്നിറങ്ങി. അറബി നങ്ങമ്മക്കാട്ടിനു പടിഞ്ഞാറേപ്പുറത്തെ പുനവന്മാരെ കണ്ടുപോന്നിട്ട്, ഒരു നാൾ കഴിഞ്ഞതേയുള്ളൂ. ആയാസ് ഖാൻ കുതിരപ്പുറത്തുനിന്നിറങ്ങിയപ്പോൾ സപീർ പാതിരിയുടെ അനു യായിയായ ഒരു വൈദികൻ അയാളെ സ്വീകരിച്ചു. അകത്തേക്കു കൂട്ടി ക്കൊണ്ടുപോയി.

പ്രഭാതാരാധന കഴിഞ്ഞ് മരുവൻ സപീർ പള്ളിയിലെ തന്റെ മുറി യിൽ എത്തിയിരുന്നു. കുരിശിലേറിയ ക്രിസ്തുവിന്റെ മരംകൊണ്ടുള്ള ഒരു രൂപം ആ മുറിയുടെ ഉയർന്ന ഭിത്തിയിൽ വച്ചിട്ടുണ്ട്. അതിന്റെ തട്ടിൽ മുഴുത്ത മൂന്നു മെഴുകുതിരികളിരുന്നു കത്തുന്നു. അതിന്റെ കീഴിൽ, ചുവന്ന പട്ടുവിരിച്ച ഒരു കസാലയിൽ സപീർ ഇരിക്കുന്നുണ്ട്. അബ്ദുല്ലാ ആയാസ്ഖാൻ അങ്ങോട്ടു ആനയിക്കപ്പെട്ടു. സപീർ എഴുന്നേറ്റു.

“വന്ദനം, ആയാസ്ഖാൻ.” പാതിരി അഭിവാദ്യം ചെയ്തു: “അറ ബിനാടും ജനങ്ങളും നീണാൾവാഴട്ടെ!”

“മഹനീയമായ ക്രിസ്ത്യാനിസഭയും തരിസാപ്പള്ളിയും മരുവൻ സ പീറും അടികളും നീണാൾ വാഴട്ടെ.” ആയാസ്ഖാൻ പ്രത്യഭിവാദനം ചെയ്തു.

സപീർപാതിരി, ആയാസ്ഖാനെ ഉപചരിച്ചിരുത്തി. പാതിരിയെ കാണുവാൻ ആയാസ്ഖാൻ പ്രത്യേകമായി ആഗ്രഹം പ്രകടിപ്പിച്ചിരുന്നു. അതനുസരിച്ച്, അന്നുരാവിലെ സമയം നിശ്ചയിച്ചതാണ്. സപീർ ആയാ സ്ഖാനെ പ്രതീക്ഷിച്ച്, കാത്തിരിക്കുകയായിരുന്നു. അറബി ഇരുന്നുകഴി ഞ്ഞു. സപീർ, ഭൃത്യൻ കൊണ്ടുവന്ന ഒരു പാത്രം പാനീയം അയാൾക്ക് നീട്ടി. ആയാസ്ഖാൻ അതുവാങ്ങി കുടിച്ചു.

“ആയാസ്ഖാൻ, നിങ്ങളുടെ ദുഃഖം നമ്മൾ അറിഞ്ഞിരിക്കുന്നു.” സപീർ സംസാരമാരംഭിച്ചു.

അറബി നോക്കി. സപീർപാതിരിയെ, തന്റെ മനോദുഃഖം അറിയി ക്കുവാനാണ്, ആയാസ്ഖാൻ അങ്ങോട്ടു ചെന്നത്. ഇപ്പോൾ അതേപ്പറ്റി ആ മനുഷ്യൻ ഇങ്ങോട്ടുപറഞ്ഞിരിക്കുന്നു. ഒരുപക്ഷേ, അയ്യനടികൾ തിരു വടികൾതന്നെ ആ വിവരം സപീറിനെ അറിയിച്ചിരിക്കും. അല്ലെങ്കിൽ കൊല്ലം രാജധാനിയിലെ ആരെങ്കിലും തരിസാപ്പള്ളിയിലെ ആരോടെ ങ്കിലും പറഞ്ഞിരിക്കും.

ആയാസ്ഖാൻ സപീറിന്റെ മുഖം ശ്രദ്ധിച്ചു. ശാന്തമായ ആ വദന

ത്തിൽ അനുകമ്പയുടെ സ്ഫുരണങ്ങൾ തെളിഞ്ഞുനിന്നിരുന്നു.

"സപീർഅടികൾ......" ആയാസ്ഖാൻ സാവധാനം വിളിച്ചു: "അങ്ങ്, അടിയനെപ്പറ്റി തിരക്കിയെന്ന അറിവിൽ അടിയൻ സന്തോഷിക്കുന്നു. അടിയന്റെ മകൾ ഹസ്രായെ ഇനിയും കണ്ടുകിട്ടിയിട്ടില്ല."

"നമ്മൾ അതറിഞ്ഞു." സ്പീർ പറഞ്ഞു: "ചങ്ങമനാട്ടെ പുനവന്മാരുടെ താവളത്തിലേക്ക് നിങ്ങൾ പോയതായും അറിഞ്ഞു."

"അവിടെയും അവളെ കാണ്മാൻ കഴിഞ്ഞില്ല. പുനവർക്ക് അറിവുണ്ട് അവൾ എവിടെയെന്ന്. പക്ഷേ, അവർ പറയാൻ മടിക്കുന്നു." ആയാസ്ഖാന്റെ മുഖം, താണിരുന്നു.

സപീർ അൽപ്പനേരം ആലോചിച്ചു. എന്നിട്ട് ചോദിച്ചു:

"ആയാസ്ഖാൻ, നിങ്ങൾ വേണാട്ടധിപതി അയ്യനടികൾ തിരുവടികളുടെ പുത്രനെ സന്ധിച്ചിട്ടില്ലേ?"

"ഇല്ല." അറബി മുഖമുയർത്തി സപീറിനെ നോക്കിക്കൊണ്ടാണ് മറുപടി നൽകിയത്. അയാളുടെ മനസിൽ മറ്റെന്തോ വിചാരംകൂടി ഉള്ളതുപോലെ തോന്നി.

"മാർത്താണ്ഡൻചിന്നയ്യനെ താങ്കൾ അറിയുമല്ലേ?" സപീർ പാതിരി അന്വേഷിച്ചു.

അഗാധമായ ഒരോർമയോടെന്നപോലെ ആയാസ്ഖാൻ മറുപടി പറഞ്ഞു:

"അറിയും."

"ആ മനുഷ്യന് ഒരു മകനുണ്ട്, മാതയ്യൻചിന്നയ്യൻ എന്നുപേരായിട്ട്. അയാളെ സന്ധിച്ചിട്ടുണ്ടോ?" സപീർ ആയാസ്ഖാന്റെ മുഖത്തു ഉറ്റുനോക്കി.

"ഇല്ല." അറബി വിചാരമഗ്നനായിപ്പോയി.

"ആയാസ്ഖാൻ." സപീർപാതിരി മെല്ലെ എഴുന്നേറ്റു. "നിങ്ങൾ അയാളെയെങ്കിലും കാണേണ്ടതായിരുന്നു."

സപീറിനോടൊപ്പം എഴുന്നേറ്റ ആയാസ്ഖാൻ, തന്റെ വെള്ളിത്താടി സാവധാനം തടവിക്കൊണ്ട് അറിയിച്ചു:

"സപീർഅടികൾ, അടുത്ത ദിവസങ്ങളിലാണ് അടിയൻ എല്ലാമറിഞ്ഞത്. മാതയ്യൻചിന്നയ്യനോ, നന്തൻ ഇളയടികൾക്കോ ഇതിനെപ്പറ്റി എന്തെങ്കിലും അറിവുണ്ടെന്ന് അടിയൻ അറിഞ്ഞിരുന്നില്ല. അടിയന്റെ അന്വേഷണമെന്താണെന്ന് അവരും അറിഞ്ഞിരിക്കയില്ല."

സപീർപാതിരി തെല്ലുനേരം ആലോചിച്ചുനിന്നു. പിന്നെ, താഴ്ന്ന സ്വരത്തിൽ തന്റെ ഉള്ളിലെ വിചാരങ്ങൾ വെളിപ്പെടുത്തി.

"അതേ, ആയാസ്ഖാൻ. നിങ്ങളെ വേണാട്ടധിപതി തെറ്റിദ്ധരിച്ചു. കൊല്ലം രാജധാനിയിലെ മിക്കവരും തെറ്റിദ്ധരിച്ചു. ഞങ്ങളുടെ ഇടവകക്കാരും കുറെയൊക്കെ ഞാനും തെറ്റിദ്ധരിച്ചു. നിങ്ങൾ, വ്യാകുലനായ ഒരു യാത്രക്കാരനാണെന്ന് ഞങ്ങളാരും അറിഞ്ഞില്ല."

സപീറിന്റെ മനസിൽ ഒരു തേക്കം ബാധിച്ചിരുന്നു.

"സപീർ അടികൾ." ആയാസ്ഖാൻ അൽപ്പം മനസിളകിയാണ്

സംസാരിച്ചത്: "എന്റെ മകളും പുറകേ ഞാനും വേണാടിന്റെ കരയ്ക്കിറങ്ങിയതുകൊണ്ട്."

അയാൾ പെട്ടെന്നു നിറുത്തി. സപീറിനെ നോക്കി.

"പറയൂ." സപീർ ക്ഷണിച്ചു.

"കരയ്ക്കിറങ്ങിയതുകൊണ്ട്, നല്ലവളായ ഒരു സ്ത്രീ തടവിലാക്കപ്പെട്ടു. അവളുടെ ജീവിതം താറുമാറായി, അവളുടെ സഹോദരി വധിക്കപ്പെട്ടു. അതെല്ലാം ചെയ്ത വേണാട്ടുഭക്തനായ മറ്റൊരു മനുഷ്യന്റെ ശിരസ്സു നഷ്ടപ്പെടുകയും ചെയ്തു."

സപീറിന്റെ ദൃഷ്ടികൾ ആയാസ്ഖാന്റെ മുഖത്തു തറച്ചുനിന്നിരുന്നു. അയാൾ പറഞ്ഞതെന്തെന്ന്, കൊല്ലം രാജധാനിയിൽ നടക്കുന്നതെല്ലാം അറിഞ്ഞുകൊണ്ടിരുന്ന ആ വൈദികനു മനസിലായി. ചീതമ്മയുടെ ജീവിതം താറുമാറായതിനെക്കുറിച്ചാണ് അയാൾ സൂചിപ്പിച്ചത്. അവരുടെ സഹോദരി നീലമ്മയെ നങ്ങമ്മക്കാട്ടിൽവച്ചു വധിച്ചതിനെപ്പറ്റിയാണ് അയാൾ പറഞ്ഞത്. മാർത്താണ്ഡൻചിന്നയ്യന്റെ വധത്തെപ്പറ്റിയാണ് അയാൾ പശ്ചാത്തപിക്കുന്നത്.

"ഇന്നും....." ആയാസ്ഖാൻ തുടർന്നു: "ചീതമ്മയെന്ന ആ സ്ത്രീ എന്റെ മകളെ രക്ഷിപ്പാൻ എങ്ങോ ഒളിച്ചുകഴിയുകയാണെന്ന് അടിയന് അറിവുണ്ട്, സപീർ അടികൾ."

പരസ്പരം മുഖത്തു നോക്കിനിന്ന ആ രണ്ടു വിദേശികളുടെയിടയ്ക്ക് കനത്ത നിശ്ശബ്ദത തങ്ങിനിന്നു. ഉയരെ ഭിത്തിയിലിരുന്ന ക്രിസ്തുദേവന്റെ രൂപം മാത്രം താഴ്ന്നുകിടന്ന ആ മുഖം അവരുടെ നേർക്കു തിരിച്ച്, തളർന്ന ദൃഷ്ടികളോടെ അവരെ നോക്കുന്നതായി തോന്നി. തൊള്ളായിരത്തോളം വർഷക്കാലത്തെ ഒരു വേദനനിറഞ്ഞ മൗനം ആ കുരിശുരൂപത്തിൽ നിറഞ്ഞുനിന്നിരുന്നു.

"ഇരിക്കൂ." കുറച്ചുസമയം കഴിഞ്ഞ് സപീർ അറബിയെ ക്ഷണിച്ചു.

സപീർ ഇരുന്നപ്പോൾ ആയാസ്ഖാനും ഇരുന്നു.

കിഴക്കുനിന്നും ഉള്ള സൂര്യപ്രകാശം ആ മുറിയിലേക്ക് വീണുകൊണ്ടിരുന്നു.

"ആയാസ്ഖാൻ." സപീർപാതിരി സ്വരമടക്കി വിളിച്ചു.

"അടിയൻ." ആയാസ്ഖാൻ വിളികേട്ടു.

"ഇനിയെന്ത്?" ആ വൈദികൻ ചോദിച്ചു.

ആയാസ്ഖാൻ മുഖമുയർത്തി ചോദിച്ചു.

"ഇനി, അടിയന്റെ മകളെ വേണാടിനു കൊടുത്തിട്ട് മടങ്ങുകയല്ലേ, നല്ലത്?"

"അല്ല." പാതിരിയുടെ മറുപടി ദൃഢമായിരുന്നു.

"പിന്നെ അടിയനെന്തു ചെയ്യണം, സപീർഅടികൾ?"

ആ അറബിയുടെ സ്വരം ഒരിക്കലും അനുഭവപ്പെടാത്തതുപോലെ ദുർബലമായിപ്പോയിരുന്നുവെന്ന് മാർസപീറിനു മനസിലായി. അതിൽ അത്ഭുതപ്പെടാനില്ല. തന്റെ മകളെ കാണാനുള്ള ആശ അയാൾ ഉപേക്ഷിച്ചുതുടങ്ങിയിരിക്കുകയാണ്.

“സപീറായ നമ്മൾ ഒന്ന് അറിയിക്കുന്നു, ആയാസ്ഖാൻ. നിങ്ങളുടെ പുത്രിയെ തേടിപ്പിടിക്കുന്നതിന് നമ്മളുംകൂടി പ്രയത്നിക്കുന്നുണ്ട് ആയാസ്ഖാൻ.” സപീർ പറഞ്ഞു.

“പക്ഷേ.” രണ്ടുനിമിഷം കഴിഞ്ഞ് ആയാസ്ഖാൻ അറിയിച്ചു: “സപീർഅടികൾ, അടിയൻ പിന്മടങ്ങാൻ കാര്യം തെര്യപ്പെടുത്താം. ചീതമ്മ എന്ന സ്ത്രീയും എന്റെ മകൾ ഹസ്രായും ഒരുമിച്ചാണ്. ഇപ്പോൾ അവളെ കൊണ്ടുവരാൻ ശ്രമിച്ചാൽ ചീതമ്മ അപകടത്തിലാകും. നല്ലവളായ ചീതമ്മ വേണാടിന്റെ ശത്രുവായിട്ട് അവളെ ഇന്നും ഗണിക്കുന്നു.”

“സാരമില്ല.” സപീർപാതിരി പറഞ്ഞു: “അവൾക്ക് ആപത്തുപറ്റാതെ കാക്കാൻ നമ്മൾക്കു കഴിയും ആയാസ്ഖാൻ.”

“അതുമല്ല, സപീർഅടികൾ.” ആയാസ്ഖാന്റെ മിഴികളിൽ വീണ്ടും മറ്റെന്തോ വികാരം തെളിഞ്ഞു വന്നിരുന്നു.

“പിന്നെ.” സപീർ ചോദിച്ചു.

ആയാസ്ഖാൻ മടിച്ചുനിന്നു.

“പറയൂ.” സപീർ പ്രേരിപ്പിച്ചു. ആയാസ്ഖാൻ മടിച്ചുമടിച്ചു പറഞ്ഞു:

“ഹൃദയശാലിയായ ഒരു ചെറുപ്പക്കാരൻ ഒരു പെൺകുട്ടിക്കുവേണ്ടി ഉപവസിച്ചു മരിക്കാൻ കിടക്കുന്നു. തന്റെ മകളെ കൊണ്ടുപോകുന്നതു മൂലം, മഹാനായ വേണാട്ടടികളുടെ നല്ലവനായ നന്തൻ ഇളയടികളും കൂടി വടക്കിരുന്നു മരിക്കണോ, സപീർഅടികൾ?”

സപീർ അൽപ്പനിമിഷങ്ങളിലേക്ക് നിശ്ശബ്ദനായി നിന്നുപോയി. അറബിയുടെ ചോദ്യത്തിന്റെ അർഥം ആ പുരോഹിതൻ ഗ്രഹിച്ചു. അയാൾ, അയാളുടെ പുത്രിയും നന്തനിളയനടികളും തമ്മിലുള്ള ഹൃദയബന്ധം മനസിലാക്കിയിട്ടുണ്ട്. അയ്യനടികൾ തിരുവടികളുടെ പുത്രന്റെ മനസിനുണ്ടാകാവുന്ന വേദന അയാൾ കാര്യമായെടുത്തിരിക്കുന്നു. അയാൾ അപ്പോഴും മനുഷ്യബന്ധങ്ങളെ മാനിക്കാൻ തയാറായി നിൽക്കുന്നു....

സപീർ അറബിയെ അടിമുടി നോക്കി. കണ്ടപ്പോൾ മുതൽ അയാളെപ്പറ്റി ആ വൈദികന് ബഹുമാനമാണ് തോന്നിയിട്ടുള്ളത്. നാലഞ്ചു തവണ പിന്നെ അയാളുമായി സന്ധിച്ചിട്ടുണ്ട്. അപ്പോഴെല്ലാം ആ ബഹുമാനം വർധിച്ചിട്ടേയുള്ളു. ഇപ്പോൾ അയാളെപ്പറ്റി ആദ്യം സഹതാപം തോന്നി. പിന്നെ, ആ വിദേശിയുടെ മകളെ കണ്ടുപിടിക്കുവാൻ വേണ്ടതെല്ലാം ചെയ്‌വാൻ തോന്നി. ഇപ്പോൾ അയാൾ അസാധാരണക്കാരനാണെന്നു വീണ്ടും അനുഭവപ്പെട്ടു.

ആ വൈദികൻ ആലോചിച്ച് ഇരുന്നു. ഉള്ളിൽ രണ്ടു വിചാരങ്ങൾ തമ്മിൽ മല്ലടിക്കാൻ തുടങ്ങിയിരുന്നു. അയ്യനടികൾ തിരുവടികളുടെ പുത്രന്റെ വികാരത്തെ താൻ മാനിക്കുന്നില്ലെന്നു വരുമോ? അതേസമയം, ആ അറബിയുടെ മകളെ തേടേണ്ടത് തന്റെ കർത്തവ്യമാണെന്ന് തോന്നിയ സ്ഥിതിക്ക് അതിൽനിന്ന് പിന്മാറാൻ നിശ്ചയിക്കുന്നത്, ശരിയാണോ?

കുറച്ചുസമയം കഴിഞ്ഞ് സപീർ പറഞ്ഞു:

"ആയാസ്ഖാൻ, നമ്മളുടെ തീരുമാനത്തിനു മാറ്റമില്ല. ഒരു അച്ഛന്റെ വികാരത്തെയാണ് ഒരു കമിതാവിന്റെ അഭിലാഷത്തെക്കാൾ നാം വലുതായി കാണുന്നത്. നാം നിശ്ചയിച്ചു കഴിഞ്ഞു. നിങ്ങളുടെ പുത്രിയെ തേടിപ്പിടിക്കുന്നതിനു ശ്രമിപ്പാൻ."

ആയാസ്ഖാൻ സപീറിനെ ഉറ്റുനോക്കിയിട്ട് പറഞ്ഞു:

"അവളെ തിരിച്ചുകിട്ടണ്ടെന്ന് അടിയൻ പറഞ്ഞില്ല."

"ഇല്ല." സപീർ സമ്മതിച്ചു. "നന്തനിളയടികളുടെ ഹൃദയവേദന നിങ്ങൾ കാര്യമായെടുത്തു. അതു നമ്മൾക്കു മനസിലായി. പക്ഷേ, ഞാനൊന്നു ചോദിക്കട്ടെ ആയാസ്ഖാൻ. നന്തനിളയടികൾ അവളെ സ്നേഹിച്ചതു ശരിയാണോ?"

ആയാസ്ഖാൻ അൽപ്പനേരം മിണ്ടിയില്ല. പിന്നെ പറഞ്ഞു:

"സ്നേഹത്തിന്റെ തെറ്റും ശരിയും വിധിപ്പാൻ അടിയനാളല്ല."

"ഹസ്രാ അറബിപ്പെണ്ണാണ്. ഒരു വിദേശി. നന്തനടികൾ വേണാട്ടിന്റെ അടുത്ത ഭരണാവകാശിയാകേണ്ട ആളും. അത് പരിഗണിക്കേണ്ടേ?" സപീർ പാതിരി ചോദിച്ചു.

"അത് അടിയൻ മനസിലാക്കുന്നു."

"പിന്നെ ഇതിലെന്ത് പരിഗണിപ്പാൻ?"

"നന്തനടികളുടെ ജീവന് ഉറപ്പു തരാമോ സപീർ അടികൾ?" ആയാസ്ഖാൻ നിവർന്നുനിന്ന് ചോദിച്ചു.

"തരാം." സപീർ മറുപടി നൽകി.

"സാധ്യമല്ല." ഉറപ്പിച്ചു പറഞ്ഞു.

"എന്തുകൊണ്ട്?" സപീർ ചോദിച്ചു

"ഇന്നലെരാത്രി അടിയനൊരു കുറിപ്പു കിട്ടി" ആയാസ്ഖാൻ അറിയിച്ചു.

"ആരുടെ?" സപീർ അന്വേഷിച്ചു.

"നന്തനിളയടികളുടെ കുറിപ്പ്." ആയാസ്ഖാൻ പറഞ്ഞു: "ഇളയടികൾ അതിലെഴുതിയിരുന്നത് അടിയനറിയിക്കാം. ഹസ്രായെ അറബിനാട്ടിലേക്ക് തിരിച്ചു കൊണ്ടുപോയാൽ താനും വടക്കിരുന്നു മരിക്കുമെന്ന്. അങ്ങനെയാണ് സപീറടികൾ, അടിയൻ ആ ഹൃദയബന്ധമറിഞ്ഞത്."

സപീർപാതിരി നിശ്ശബ്ദനായി അൽപ്പസമയം നിന്നു.

ആയാസ്ഖാൻ മുഖം താഴ്ത്തി.

# 18

**രാ**ത്രികാലത്തെ ഏകാന്തത ആ പാദരക്ഷയുടെ ശബ്ദംമൂലം ഭഞ്ജിക്കപ്പെടുന്നുണ്ട്. പനങ്കാവിൽ കൊട്ടാരത്തിന്റെ പിന്നിൽ, പണ്ട് ചീതമ്മയുടെ പാർപ്പിടമായിരുന്ന കെട്ടിലേക്ക് കടക്കാനുള്ള അരവാതിലിനടുത്ത് നിൽക്കുന്ന കാഞ്ചിമരത്തിന്റെ ചോട്ടിൽ നന്തൻ ഇളയടികൾ ഉലാത്തുകയാണ്. മഞ്ഞച്ചെമ്പകം പൂത്തമണം രാത്രിയുടെ ഹൃദയവികാരം പോലെ എങ്ങും നിറഞ്ഞു നിൽക്കുന്നു. ഇടയ്ക്കിടക്ക് നന്തൻ

തെക്കുപുറത്ത്, പൂമുഖത്ത് കൽവിളക്ക് കത്തുന്ന ആ കെട്ടിലേക്ക് നോക്കുന്നുമുണ്ട്.

കൊട്ടാരത്തിൽ രണ്ടുമൂന്ന് ദിവസങ്ങളായി നടക്കുന്ന സംഭവങ്ങൾ നന്തൻ അറിയുന്നുണ്ട്. ഹസ്രായെയും ചീതമ്മയെയും തേടാൻ ഒരു സംഘം രാജഭടന്മാർ പോയിട്ടുണ്ട്. അവർ തിരിച്ചുവന്നതായി അറിവില്ല. ഹസ്രായെ കണ്ടെത്തിയാൽ ഉള്ള ആപത്ത് നന്തനറിയാം. ചീതമ്മയും രാജഭടന്മാരുടെ കൈയിലാകും. ചീതമ്മ ഇന്ന് വേണാട്ടധിപതികളുടെ ശത്രുവായി പ്രഖ്യാപിക്കപ്പെട്ടിരിക്കുകയാണ്. അതിനു കാരണവുമുണ്ട്.

ഹസ്രായെ വധിക്കാൻ കൽപ്പിച്ചപ്പോൾ, അയ്യനടികൾ തിരുവടികൾ വേണാടിനെയും തന്റെ മകനെയും രക്ഷിപ്പാനാണ് അത് ചെയ്തത്. ആ യാസ്ഖാന്റെ പുത്രിയാണ് ഹസ്രായെന്നറിഞ്ഞപ്പോൾ അയ്യനടികൾക്കു ദുഃഖമായി. ഓടനാട്ടതിർത്തിയിലേക്ക് ആയാസ്ഖാനുമായി ചെന്നത് ആ ദുഃഖഭാരത്തോടുകൂടിയായിരുന്നു. അവൾ മരിച്ചില്ലെന്നുള്ള ബോധ്യത്തോടെയാണ് മടങ്ങിപ്പോന്നത്. പക്ഷേ, അവൾ എവിടെയെന്നുള്ളത് പിന്നെ അവിടുത്തേക്ക് മനഃശല്യമായി.

ഒടുവിൽ അതു ധരിപ്പാൻ കഴിഞ്ഞു. ഹസ്രായുടെകൂടെ ഓടനാട്ടതിർത്തിയിലേക്കയച്ച ഭടന്മാരുടെ കൂട്ടത്തിൽ ചീതമ്മയുടെ പക്ഷക്കാരായ ചിലരുമുണ്ടായിരുന്നു. അവരെക്കൂടി അവൾ രഹസ്യമായി അയച്ചിരുന്നു. അവരാണ് ആ കാവൽമന്ദിരം തകർക്കുംമുമ്പ് ജനാലവെട്ടിപ്പിളർന്ന് മറുവഴിയെ കടത്തിക്കളഞ്ഞത്. ആ ഭടന്മാരെ ചോദ്യംചെയ്ത് വേണാട്ടധിപതി ആ വിവരം ഗ്രഹിച്ചു. ആ ഭടന്മാരെ ഉടനെ വധിപ്പാൻ കൽപ്പനയായി.

ചീതമ്മയെ കൈയിൽ കിട്ടിയാലുടൻ വധിപ്പാൻ അയ്യനടികൾ തിരുവടികൾ കൽപ്പിച്ചിരിക്കുകയാണ്. ഹസ്രായെ എങ്ങനെയും രാജധാനിയിൽ കൊണ്ടുവന്ന് അബ്ദുല്ലാ ആയാസ്ഖാനെ ഏൽപ്പിക്കുവാനും....

ഇന്നുരാത്രിയിൽ നന്തൻ ചങ്ങമനാട്ടേക്കയച്ച ദൂതന്മാർ വിവരമറിഞ്ഞു തിരിച്ചുവരുമെന്ന് പ്രതീക്ഷിക്കുകയാണ്. അവിടെ എന്തു നടന്നുവെന്നറിയാതെ, സ്വസ്ഥതയില്ലാതെ ഉലാത്തുകയാണ്. നന്തൻ മാത്രമല്ല അപ്പുറത്ത് ചീതമ്മ പാർത്തിരുന്ന ആ കെട്ടിൽ മാതയ്യൻ കിടക്കുന്നു. അയാൾ ഉപവാസം തുടങ്ങി ഒരു മാസമായി, അയാൾക്ക് എന്ത് സംഭവിക്കുമെന്ന് നിശ്ചയമില്ലാതെ, നന്തന്റെ മനസ്സ് തേങ്ങുകയാണിപ്പോൾ. അവിടെ ഭടന്മാർ കാവൽ നിൽപ്പുണ്ട്.

രാത്രി വളരെച്ചെന്നിരിക്കുന്നു. അസ്വസ്ഥനായി പിന്നെയും നന്തൻ ഉലാത്തി. അപ്പോൾ, പുറത്ത് കൊട്ടാരമതിലിന്റെ പടിഞ്ഞാറേ വാതായനത്തിൽ കാൽപ്പെരുമാറ്റങ്ങൾ കേട്ടു.

നന്തൻ കാഞ്ചിമരച്ചോട്ടിൽത്തന്നെ നിന്നു. കൊട്ടാരത്തിന്റെ പടിഞ്ഞാറേ വാതിൽക്കലെ പാറാവുകാരെ നന്തൻ വിവരം ധരിപ്പിച്ചിട്ടുണ്ട്. അവർ അയാൾക്കു വിശ്വാസമുള്ള രണ്ടു ഭടന്മാരാണ്. അൽപ്പനിമിഷങ്ങൾ. ആ ഭടന്മാരിലൊരാൾ നന്തന്റെ അടുക്കലേക്കെത്തി. എന്നിട്ടറിയിച്ചു:

“അവർ വന്നിട്ടുണ്ട് ഇളയടികൾ.”

രണ്ടുനിമിഷം ആലോചിച്ചിട്ടു നന്തൻ പറഞ്ഞു:

"അകത്തേക്കു വിടൂ."

ഭടൻ പോയി.

അൽപ്പസമയം.

മൂന്നാളുകൾ പടിഞ്ഞാറേ വാതായനം കടന്നു വരുന്നത് നന്തൻ അരണ്ട വെളിച്ചത്തിൽക്കൂടി കണ്ടു. അവർ അടുത്തുവന്നു. നന്തൻ സൂക്ഷിച്ചുനോക്കി. അയാൾ പകച്ചുനിന്നുപോയി.

ചീതമ്മ......കൂടെ മറ്റൊരു പെൺകുട്ടി.

താൻ പറഞ്ഞയച്ച ദൂതനും

'ചീതമ്മ.' നന്തൻ മന്ത്രിച്ചു.

"അതേ, ഇളയടികൾ." അവർ അയാളുടെ അടുത്തേക്ക് നീങ്ങി. നിന്നു.

"ഇതാര്." നന്തൻ ആ പെൺകുട്ടിയെ നോക്കീട്ടു ചോദിച്ചു.

"ഒരു കുറത്തി." ചീതമ്മ മന്ത്രിച്ചു

നന്തൻ ഒന്നുകൂടി ആ പെൺകുട്ടിയെ നോക്കി. അയാൾക്കു മനസിലായില്ല. അയാൾ ചോദിച്ചു:

"ഹസ്രാ എവിടെ?"

"അവൾ സുരക്ഷിതയാണ് നന്തനടികൾ." അവൾ അറിയിച്ചു.

"എങ്ങനെ രക്ഷപ്പെട്ടുവന്നു?" നന്തൻ പൊടുന്നനെ അന്വേഷിച്ചു.

"ഒരുവിധത്തിൽ." അവൾ അയാളെ ഉറ്റുനോക്കി നിന്നു.

"എന്നുവച്ചാൽ? രാജഭടന്മാർ പിടികൂടിയില്ലേ!"

"പിടികൂടി, നന്തനടികൾ."

"പിന്നെ?"

"അവരെ വകവരുത്തി."

നന്തന് ഉള്ളിൽ ഒരു നടുക്കം തോന്നി. രാജഭടന്മാരെ വധിച്ചുവെന്നോ?

"ചീതമ്മേ!" അയാൾ നടുക്കം മാറാതെ വിളിച്ചു.

"അടിയൻ."

"നീ പറഞ്ഞത് നേരാണോ?"

"അതെ, നന്തനടികൾ" അവൾ സ്വരം താഴ്ത്തിപ്പറഞ്ഞു: "ചെങ്ങമനാട്ടെ പുനവന്മാരുടെ ആ താവളത്തിൽ ഭടന്മാർ വന്നെത്തി. അവിടെ വേണ്ടതെല്ലാം ഏർപ്പെടുത്തി അടിയൻ അവരേയും കൊണ്ടുപോയി. ഈ കുറത്തിപ്പെണ്ണിനേയുംകൊണ്ട് ഇങ്ങോട്ടു തിരിച്ചു. പുനവന്മാർ മറ്റൊരു താവളത്തിലെത്തിയിരുന്നു. അടിയൻ ഏർപ്പാടു ചെയ്തതുപോലെ. പത്തുനാൽപ്പതു ഭടന്മാരെ വധിപ്പാൻ അമ്പതിലധികം പുനവന്മാർ വേണ്ടിവന്നില്ല."

നന്തൻ അപ്പോഴും വിചാരത്തിൽ മുഴുകി നിൽക്കുകയായിരുന്നു. ഒരുപക്ഷേ, ചീതമ്മ രാജഭടന്മാരെ പുനവന്മാരെക്കൊണ്ട് നിഗ്രഹിച്ചുവെന്നറിഞ്ഞാൽ, വേണാട്ട് രാജാവ് സഹിക്കുകയില്ല. ചീതമ്മയ്ക്ക് ഒരുപക്ഷേ, വല്ലവിധവും രക്ഷപ്പെടുവാനുള്ള മാർഗവുംകൂടി അടഞ്ഞിരിക്കു

ന്നു. ഇതെല്ലാം ആർക്കുവേണ്ടിയാണ് അവൾ ചെയ്യുന്നത്? ആർക്കുവേണ്ടി? ഹസ്രാ അൽറൂമിക്കുവേണ്ടി, തനിക്കുവേണ്ടി, അല്ലേ?

അയാളുടെ ഹൃദയം ഉറക്കെത്തുടിച്ചു.

തെല്ലുനേരത്തെ നിശ്ശബ്ദതയ്ക്കുശേഷം അയാൾ ചോദിച്ചു:

"ഇവളെ എന്തിനുകൊണ്ടുവന്നു?"

ചീതമ്മ നന്തനെ ഉറ്റുനോക്കി. അവളുടെ ചുണ്ടിൽ ഒരു പുഞ്ചിരി മെല്ലെ വന്നുമാഞ്ഞത് ആ മങ്ങിയ വെളിച്ചത്തിൽ നന്തൻ കണ്ടു. അവൾ സാവധാനം ചോദിച്ചു:

"മാതയ്യനടികൾ അങ്ങേക്കെട്ടിലല്ലേ?"

"അതേ." നന്തൻ ചിന്തക്കിടയ്ക്കു പറഞ്ഞു:

"വരൂ, ഇളയടികൾ!" അവൾ അപേക്ഷിച്ചു.

മാതയ്യന്റെ അടുത്തേക്കാണ്. അത് നന്തനു മനസിലായി. അയാളെ കാണാൻ അവൾ മോഹിച്ചിരിക്കും. അതു സ്വാഭാവികമാണ്. മാത്രമല്ല, അവൾ നീലമ്മയുടെ ചേട്ടത്തിയാണ്. അവൾ നേരിട്ട് ഒന്നപേക്ഷിച്ചാൽ മാതയ്യൻ തന്റെ ഉപവാസം നിർത്തിയാലോ?

നന്തൻ ചീതമ്മയേയുംകൊണ്ട് അരവാതിൽ കടന്നു. കൂടെ ആ പെൺകുട്ടിയുമുണ്ട്. അങ്ങോട്ടു നടന്നപ്പോൾ, സുന്ദരിയായ ആ കുറത്തിപ്പെണ്ണിന്റെ അവ്യക്തരൂപം നന്തന്റെ ഉള്ളിൽ പൊന്തിവന്നു. ഏതായിരിക്കും ആ പെണ്ണ്?

മാതയ്യൻ കിടക്കുന്ന കെട്ടിന്റെ മുൻവശത്ത് അഞ്ചാറു ഭടന്മാർ കാവലുണ്ട്. അവർ ഇപ്പോൾ സുഖസുഷുപ്തി അനുഭവിക്കുകയാണ്.

ചീതമ്മയെയും കുറത്തിയെയും ഒരു വശത്തേക്ക് മാറ്റി നിർത്തിയിട്ട് നന്തൻ പടിഞ്ഞാറുപുറത്തെ വാതിൽ തള്ളിത്തുറന്നു.

"ആരത്?" മയക്കത്തിൽ ഒരു ഭടൻ ചോദിച്ചു.

"ഇളയടികൾതന്നെ." നന്തൻ മറുപടി നൽകി.

പിന്നെ ഒരു ശബ്ദവുമുണ്ടായില്ല.

നന്തൻ ചീതമ്മയെ അകത്തേക്കു കയറ്റി. കുറത്തിപ്പെണ്ണിനേയും.

അകത്തെ മുറിയിൽ ഒരു ഇരുമ്പുവിളക്ക് നിന്നെരിയുന്നു. ഒരു കട്ടിലിൽ മാതയ്യൻ ചാരിയിരിക്കുന്നു. അയാൾ മെലിഞ്ഞുപോയിരിക്കുന്നു. ഉണങ്ങിപ്പോയ മൂങ്കിൽച്ചില്ലകൾപോലെ അയാളുടെ കൈത്തണ്ടകൾ ഇരുവശത്തും കിടന്നു. വിശന്നും ദാഹിച്ചും നെയ്തെൽപ്പാടത്ത് അലയുന്ന കൊക്കുകൾ കണക്ക് അയാളുടെ കഴുത്ത് നേർത്തിരിക്കുന്നു. കണ്ണുകൾ വരണ്ടു തുറിഞ്ഞ് നിലത്തു പൊടിയണിഞ്ഞുക്കിടക്കുന്ന മുത്തുകൾപോലെയാണ്. അയാൾ നന്തനെ കണ്ട്, ഒന്നിളകി.

ചീതമ്മ നിശ്ചലയായി മാതയ്യന്റെ കട്ടിലിനരികിൽനിന്നു. മാതയ്യൻ മുഖമുയർത്തി, അവളെ നോക്കി. ഉണക്കുബാധിച്ച മണ്ണിൽ ഒരു ചെറുനീർച്ചാലുപോലെ നേരിയ ഒരു പുഞ്ചിരി അയാളുടെ ചുണ്ടുകളിലേക്ക് ഒഴുകിയിരുന്നു.

'ചീതമ്മ.' അയാൾ ശ്വാസധാരയിൽക്കൂടി മന്ത്രിച്ചു.

ചീതമ്മയുടെ കണ്ണുകൾ നിറഞ്ഞൊഴുകി.

അപ്പോൾ, പുറകിൽ ഒരു തേങ്ങൽ.

നന്തൻ നോക്കി. ആ കുറത്തിപ്പെണ്ണാണ്. അവൾ മുഖംപൊത്തി നിന്നു കരയുന്നു. മാതയ്യൻ അങ്ങോട്ടു നോക്കി.

ചീതമ്മ, സാവധാനം ആ പെണ്ണിനെ തലോടി. അവളെ മാതയ്യന്റെ കട്ടിലിനരികിലേക്ക് നിറുത്തി.

ആ ഇരുമ്പുവിളക്കിന്റെ വെളിച്ചം അപ്പോൾ അവളുടെ മുഖത്ത് വീശി നിന്നു.

മാതയ്യന്റെ മങ്ങിയ മിഴികൾ വിടർന്നു. അയാൾ ഒന്നിളകി. നിവർന്നെഴുന്നേൽക്കാൻ ഭാവിച്ചു. കൈകൾ ഒരുമിച്ച് അവളുടെ നേർക്കു നീണ്ടു......

“ചേട്ടാ, എന്റെ ചേട്ടാ” ആ പെണ്ണ് ഹൃദയംപൊട്ടുമാറു വിളിച്ചു.

“നല്ലീ. എന്റെ നല്ലീ!” മാതയ്യന്റെ സ്വരം ഇടറിയിരുന്നു.

നന്തൻ അന്തിച്ചു നോക്കിനിന്നു. ആരാണീ പെൺകുട്ടി? മാതയ്യനെ എന്തിനവൾ ചേട്ടാ എന്നു വിളിച്ചു? എങ്ങനെ വിളിച്ചു? അയാൾ അവളെ അങ്ങനെ വേദനനിറഞ്ഞ സ്വരത്തിൽ വിളിപ്പാൻ കാരണം? ഇന്നുവരെ തനിക്കറിഞ്ഞുകൂടാത്ത ഒരനിയത്തി മാതയ്യനുണ്ടോ? ഉണ്ടെങ്കിൽ എന്തുകൊണ്ട് അയാൾ അതു തന്നോടു പറഞ്ഞില്ല. ചീതമ്മ എങ്ങനെ ആ പെൺകുട്ടിയെ അറിഞ്ഞു? അവളെ എങ്ങനെ കൊണ്ടുവന്നു?

മാതയ്യന്റെ ശുഷ്കമായ കരങ്ങൾ നല്ലിയുടെ കൈകളെ ഗ്രസിച്ചു കഴിഞ്ഞിരുന്നു. അവൾ അയാളോടു ചേർന്നുനിന്നു.....

“നീ എങ്ങനെ വന്നെത്തി, നല്ലീ?” ക്ഷീണിച്ച മിഴികൾ നനച്ചൊഴുകിയ കണ്ണുനീരിനിടയിൽ മാതയ്യൻ അവളോടു ചോദിച്ചു.

“ചേട്ടനെ കാണാൻ വന്നു. ഒളിച്ച്, എന്റെ ചേട്ടൻ പെരുത്ത ഈ വ്രതം കളയണം. വടക്കിരുന്ന് മരിപ്പാൻ തുനിയരുത്. നല്ലിയാണു പറയുന്നത്. അതു നിനച്ചെങ്കിലും ഈ വ്രതം കളയണം.”

ആ ബന്ധങ്ങളുടെ സത്യം അറിവാൻ ആയില്ലെങ്കിലും നന്തന്റെ കണ്ണുകൾ നിറഞ്ഞു. എന്തൊരാശ്വാസം! അവൾ മാതയ്യനോട് അങ്ങനെ അപേക്ഷിച്ചല്ലോ!

മാതയ്യൻ നല്ലിയുടെ കൈപിടിച്ച് മുഖം താഴ്ത്തിയിരുന്നു. ജീവച്ഛവത്തെപ്പോലെ.

അൽപ്പസമയം.

“നല്ലി പറയുന്നതു കേൾക്കയില്ലേ?” അവൾ വീണ്ടും ചോദിച്ചു. മാതയ്യൻ മിണ്ടിയില്ല. അയാളുടെ കണ്ണിൽനിന്നു നീർത്തുള്ളികൾ വീഴുന്നുണ്ടായിരുന്നു.

നന്തൻ എല്ലാം കണ്ട് സ്തബ്ധനായി നിന്നു.

“മാതയ്യനടികൾ, നല്ലി പറയുന്നതെങ്കിലും ഒന്നു കേൾക്കരുതോ?” ചീതമ്മ ചോദിച്ചു.

അപ്പോഴും മാതയ്യൻ അതേപടി ഇരിക്കുകയാണ്. പുറത്ത് കാവൽക്കാരുടെ കൂർക്കംവലി ഇടവിടാതെ കേൾക്കുന്നു. ആ ഇരുമ്പ് വിളക്കിലെ തിരി ചലനമില്ലാതെ നിൽക്കുന്നു. എല്ലാ വായുക്കളും മാതയ്യന്റെ മറുപടി കേൾക്കാൻവേണ്ടി നിൽക്കുന്നതുപോലെ. നന്തൻ ചീതമ്മയുടെ മുഖ

ത്തേക്ക് നോക്കി. അവളുടെ കണ്ണുകളും ബാഷ്പപൂർണമാണ്. ആ നിമിഷങ്ങളുടെ ഭാരം സഹിക്കാൻ വയ്യാതെ നന്തൻ വിളിച്ചു: "മാതയ്യേ!"

മാതയ്യൻ മുഖമുയർത്തി: "നന്താ!" അയാൾ ആത്മാവിൽ നിന്നു മന്ത്രിച്ചു. അയാൾ മുഖം വീണ്ടും താഴ്ത്തിയപ്പോൾ, നല്ലിയെ തന്റെ ശുഷ്കിച്ച കരങ്ങൾകൊണ്ട് മാറോടു ചേർത്തുപിടിച്ചു.....

## 19

**പ**നങ്കാവിലെ അകത്തുള്ള മന്ത്രാലയം അയ്യനടികൾ തിരുവടികൾ മന്ത്രിമാരുമായി കൂടിയാലോചന കഴിഞ്ഞ് വിശ്രമത്തിനൊരുങ്ങുകയായിരുന്നു. രാത്രി, നാലുമൂലയ്ക്കും ഇരുന്ന നിലവിളക്കുകളിലെ തിരികൾ വേണാട്ടധിപതിയും മന്ത്രിമാരും ചർച്ചചെയ്ത രാജ്യകാര്യങ്ങൾ കേട്ടു തളർന്നമട്ടുണ്ട്. അയ്യനടികൾ മന്ത്രിമാർ സമർപ്പിച്ച വാറോലകൾ പരിശോധിച്ച് തട്ടിലേക്കുവച്ച് തിരിഞ്ഞപ്പോൾ, ഒരു രാജസേവകൻ മുറിയിലേക്ക് വന്നു.

"അടിയൻ, ഒരു പെണ്ണ് എന്തോ ഉണർത്തിപ്പാൻ വന്നിട്ടുണ്ട്." അയാൾ അറിയിച്ചു.

"പെണ്ണോ?" അയ്യനടികൾക്ക് ചോദിപ്പാൻ തോന്നി. ചോദിച്ചില്ല. "കടന്നുവരട്ടെ." അവിടുന്ന് കൽപ്പിച്ചു.

രാജസേവകൻ പിൻവാങ്ങി പുറത്തേക്ക് പോയി.

കുറേ നിമിഷങ്ങൾ. അയ്യനടികൾ തിരുവടികൾ നിർന്നിമേഷനായി നോക്കിനിന്നു.

അപ്പോൾ, അവൾ അകത്തേക്കു കടന്നു. "നല്ലീ...."

അയ്യനടികൾ തിരുവടികളുടെ മിഴികൾ വിടർന്നുനിന്നു. പിന്നെ, അവിടുന്ന് അറിയാതെ ഇമകൾ ചിമ്മി. വിശ്വസിക്കാൻ വയ്യാത്തതെന്തോ കണ്ടതു കണക്ക് അവിടുന്ന് ആ നിന്ന നിൽപ്പിൽ മന്ത്രിച്ചു:

"നല്ലീ......"

അവൾ രണ്ടുചുവട് മുൻപോട്ടു നടന്നു. എന്നിട്ട്, നിന്നു. അവളുടെ മിഴികൾ ഭീതിയും ശങ്കയും കലർന്ന് വേണാട്ടധിപതിയിൽ തങ്ങിനിന്നു. അവിടുന്ന്, അപരിചിതമായ പ്രദേശത്തിറങ്ങിയ മാൻപേടയെപ്പോലെ തന്റെ മുൻപിലെത്തിയ ആ പെൺകുട്ടിയെ അത്ഭുതത്തോടെ നോക്കി നിൽക്കുകയാണ്. അവിടുത്തെ മനസ്സ് സ്മരണകളുടെ ഏതോ കാട്ടിൽക്കൂടി സഞ്ചരിക്കുകയായിരുന്നുവെന്ന് തോന്നി. സംശയങ്ങളുടെയും അസ്വസ്ഥതകളുടെയും നിഴൽ വീശിയ കാട്ടിൽക്കൂടി....

"നല്ലീ, നീയെങ്ങനെ ഇവിടെയെത്തിച്ചേർന്നു?" അയ്യനടികൾ അൽപ്പ നിമിഷം നിന്നിട്ട് ചോദിച്ചു.

"അടിയൻ, അടിയൻ ഇങ്ങെത്തി. അടിയന്റെ അച്ഛനെ കാണ്മാൻ കഴിഞ്ഞില്ല. അതിനുപകരം, അദ്ദേഹത്തെ വധിപ്പാൻ കൽപ്പിച്ച തിരുവടികളെയും തിരുവടികളുടെ അനുവാദം വാങ്ങി അവിടുന്ന് അച്ഛന് ഒരു ശവകുടീരം കൽപ്പിച്ചനുവദിച്ചിട്ടുണ്ടെങ്കിൽ അതിനേയും കണ്ടു മടങ്ങാം

എന്നു നിനച്ച് അടിയൻ വന്നതാണ്." നല്ലി വിനയപൂർവമെങ്കിലും ദൃഢമായ സ്വരത്തിൽ ഉണർത്തിച്ചു.

അയ്യനടികൾ തിരുവടികൾ ആ പെൺകുട്ടിയെ അടിമുടിനോക്കി. അവൾ പറഞ്ഞ വാക്കുകൾ അവിടത്തെ ആത്മാവിന്റെ ഉൾത്തടംവരെ ഇറങ്ങിച്ചെന്നു. കഴിഞ്ഞ കുറച്ചുമാസങ്ങളെപ്പറ്റി അദ്ദേഹം ഓർമിച്ചു. ശാന്തമായി ഒഴുകിക്കൊണ്ടിരുന്ന തന്റെ ജീവിതത്തിൽ നാനാവ്യഥകളുടെ അലച്ചാർത്തുകൾ അടിച്ചുകയറിയ മാസങ്ങളാണവ. അതിനൊപ്പിച്ചു സംഭവങ്ങൾ ഉണ്ടായി. എവിടെനിന്നാണ് ആ സംഭവങ്ങൾ തുടങ്ങിയത്? എവിടെനിന്ന്? ഹസ്സാ അൽറൂമി വേണാട്ടുതീരത്ത് ഇറങ്ങിയപ്പോൾ മുതൽ അല്ലേ!

പുറകേ,അറബി അബ്ദുല്ലാ ആയാസ്ഖാൻ ഈ തുറയിൽവന്നെത്തിയതു മുതൽ.....

സ്ഥാണുരവികുലശേഖരപ്പെരുമാൾ ചേരസാമ്രാജ്യം വാഴാൻ തുടങ്ങിയിട്ട് അഞ്ചുവർഷമായി. ഇതുവരെ ചക്രവർത്തിതിരുമനസും വേണാടുമായി ഒരു തെറ്റിദ്ധാരണ ഉണ്ടായില്ല. ഈ അറബിയെ സംബന്ധിച്ച കാര്യത്തിൽ മാത്രമാണ് അഭിപ്രായഭിന്നത ഉണ്ടായത്....

തൽഫലമായി തന്റെ ഉറ്റമിത്രമായിരുന്ന മാർത്താണ്ഡൻചിന്നയ്യൻ വധിക്കപ്പെട്ടു......

ആ മനുഷ്യന്റെ ഓടനാട്ടെ ബന്ധത്തിലുള്ള മകളാണ് തന്റെ മുമ്പാകെ നിൽക്കുന്നത്......

അവളുടെ മുമ്പിൽ താൻ ഒരപരാധിയാണ്.

എങ്കിലും നിമിഷങ്ങൾക്കിടയ്ക്ക് അവിടുന്ന് ധൈര്യം വീണ്ടെടുത്തു. എന്നിട്ടു ചോദിച്ചു:

"നീ ഒറ്റയ്ക്കോ വന്നത്?"

"അടിയൻ..... അല്ല." നല്ലി അറിയിച്ചു.

"പിന്നെ?"

"അടിയൻ..... കൂട്ടുണ്ട്."

"ആര്?"

"അടിയൻ..... ഒരു സ്ത്രീകൂടെ വന്നിട്ടുണ്ട്."

രണ്ടു നിമിഷംകൂടി ആലോചിച്ചിട്ട് അയ്യനടികൾതിരുവടികൾ പറഞ്ഞു:

"നീ വന്നത് സന്തോഷമായി. നീ അകത്തെ കെട്ടിലേക്ക് പോവൂ. അവിടെ അകത്തമ്മയും അച്ചിമാരും ഉണ്ട്. സേവകരെക്കൂടി അങ്ങോട്ടയപ്പാൻ ഇടപാടുചെയ്യാം."

"വേണ്ട, തിരുവടികൾ." നല്ലി പറഞ്ഞു. വിനയം വിടാതെ അവൾ തുടർന്നു: "അടിയനോട് ദയവുണ്ടാകണം. ഇന്നുതന്നെ ഓടനാട്ടേക്ക് മടങ്ങിപ്പോവാനാണ് അടിയൻ വന്നത്. രണ്ടമ്മയ്ക്ക് പിറന്നവരെങ്കിലും അടിയന് ആകെയുള്ളത് ഒരു സഹോദരനാണ്. ആ ചേട്ടനെ കാണ്മാനും കൂടിയാണ് അടിയൻ വന്നത്."

"നിനക്ക് അതിനു സൗകര്യമുണ്ടാവും." അയ്യനടികൾ തിരുവടികൾ ശാന്തമായി പറഞ്ഞു.

"അടിയൻ ചേട്ടനെ കണ്ടു തിരുവടികൾ." അവൾ അറിയിച്ചു.

"കണ്ടോ?"

"അടിയൻ, അതെ, മരിപ്പാൻ തീരുമാനിച്ച് കിടപ്പവരെയല്ലെ ആദ്യം കാണേണ്ടത്? നന്നങ്ങാടികൾ*കാണ്മത് ഓർമിച്ചു ദുഃഖിപ്പാൻ മാത്രമല്ലേ, തിരുവടികൾ." അവളുടെ ശബ്ദത്തിൽ വേദനയും ഒരു പ്രതികാരവും നിഴലിച്ചിരുന്നു.

അയ്യനടികൾ അൽപ്പസമയം മിണ്ടിയില്ല.

പിന്നെ ചോദിച്ചു:

"നീ ഇന്നുതന്നെ മടങ്ങാനോ തീരുമാനിച്ചു?"

"അടിയൻ, മാപ്പാക്കണം അങ്ങനെ അടിയൻ നിശ്ചയിച്ചു." അവൾ പറഞ്ഞു: "അതിനുമുമ്പ് അടിയന് ചിലതെല്ലാം അറിവിപ്പാനുണ്ട്."

വേണാട്ടധിപതി അവളെ ഉറ്റുനോക്കി. പെട്ടെന്നാണ്, മറ്റൊരുദ്ദേശ്യം അദ്ദേഹത്തിൽ തട്ടിയുണർന്നത്. അവൾ എത്രവേഗം വളർന്നിരിക്കുന്നു. മാർത്താണ്ഡൻചിന്നയ്യൻ ഓടനാട്ടുവംശത്തിൽപ്പെട്ട ആളാണ്. പക്ഷേ, എന്തുകൊണ്ടോ ഒരുകാലത്ത് താനുമായി പരിചയപ്പെട്ടപ്പോൾതുടങ്ങി, വേണാട്ടിനോടു കൂറുണ്ടായി. അത് എന്നും തുടർന്നു. അതിനിടയ്ക്ക് ഓടനാട്ടെ ബന്ധത്തിലുണ്ടായ പെൺകുട്ടിയാണ് നല്ലി......

അവളെ മൂന്നു സംവത്സരംമുമ്പ് ഒരിക്കൽ അയ്യനടികൾ കണ്ടു. അന്ന് അവൾ കാഞ്ചിപ്പൂഞ്ചില്ലപോലൊരു പെൺകുട്ടിയായിരുന്നു. ഇന്ന വൾ വളർന്നു. വളർന്നിട്ട്, അവളുടെ കണ്ണുകൾ ഒരു ശക്തിനേടിക്കഴി ഞ്ഞു. ശബ്ദത്തിന് ഒരു ബലം. നോട്ടത്തിന് ഒരു രൂക്ഷത. വാക്കുകൾക്ക് പഴയ കവികൾ പാടിയിട്ടുള്ളതുപോലെ, വഞ്ചിനഗരം കാക്കുന്ന ചേരന്റെ വേലിനുള്ളത്ര മൂർച്ചയും കൂടി കിട്ടിയിരിക്കുന്നു. അവളുടെ സംസാരം എത്ര ചടുലം!

"നിനക്ക് പറവാനുള്ളതെന്ത്, നല്ലീ?" അയ്യനടികൾ ഓർമകളുടെ ഊഷ്മാവേറ്റു പതംവന്ന സ്വരത്തിൽ ചോദിച്ചു:

അടിയൻ.....

"ഓടനാടും വേണാടും തമ്മിലുള്ള വേഴ്ച ഇനി തുടരുക സാധ്യ മല്ല, തിരുവടികൾ." നല്ലി, ഒന്നു നിവർന്നു നിന്നിട്ട് അറിയിച്ചു.

"ഒരുനിമിഷം." അയ്യനടികളുടെ മുഖത്ത് ഒരു ഗൗരവം പതഞ്ഞു പൊന്തി. "ഇതാണോ ഇവൾക്കറിയിപ്പാനുള്ളത്?"

"നീ പറയുന്നതിന്റെ അർഥം ഗ്രഹിപ്പാൻ കഴിയുന്നില്ല നല്ലീ." അയ്യ നടികൾ ഉള്ളിൽ പെട്ടെന്നുണ്ടായ ക്ഷോഭം ഒതുക്കിപ്പിടിച്ചു ചോദിച്ചു.

"അടിയൻ വാക്കുകൾക്കു പിഴവരാതെ പറഞ്ഞുവെന്നാണ് അടി യന്റെ വിശ്വാസം. ഓടനാട് ഈ വേണാടിനെ ബന്ധുവായി കരുതുകയില്ല. തിരുവടികൾ." അവളുടെ സ്വരം കുറച്ചുകൂടി ഉറപ്പുള്ളതായി തോന്നി.

"വേണാട് ഓടനാടിന്റെ സാമന്തരാജ്യമല്ലെന്ന് നിനക്കറിഞ്ഞുകൂടെ?" അയ്യനടികൾ ഇരുന്നു.

---

* പഴയകാലത്തെ ശവകുടീരങ്ങൾ.

“അടിയനറിയാം. വേണാടും ഓടനാടും ചേരസാമ്രാജ്യാധിപതിയായ സ്ഥാണുരവി കുലശേഖരപ്പെരുമാളിന്റെ സാമന്തരാജ്യങ്ങളാണ്.” അവൾ മറുപടി കൊടുത്തു.

“അപ്പോൾ.” അയ്യനടികൾ തിരുവടികൾ പിന്നോട്ടു ചാഞ്ഞിരുന്നു: “അപ്പോൾ, വേണാടിനു വേണ്ടത്, കുലശേഖരപ്പെരുമാളിന്റെ വേഴ്ച യാണ്, ബന്ധമാണ്.”

“ഓടനാടിനും അതുമതി, തിരുവടികൾ.” നല്ലി പറഞ്ഞു: “പക്ഷേ, ഓടനാട്ടെ ഒരംഗത്തെ, പതിമൂന്നു സംവത്സരക്കാലം വേണാടിനെ സേവിച്ച ഒരംഗത്തെ, അന്യായമായി വധിപ്പാൻ, വേണാട്ടിന് അധികാര മില്ല.”

“നീ ഒന്നുമറിയാതെ പറയുന്നൂ, നല്ലി.” അവളുടെ അച്ഛനെപ്പറ്റിയുള്ള വേദന അവളുടെ ഉള്ളിൽ തിരതല്ലുന്നുവെന്ന സത്യം മനസിലാക്കി, അയ്യ നടികൾ തിരുവടികൾ മനഃപൂർവം ശാന്തമായി സംസാരിച്ചു: “മാർത്താ ണ്ഡൻ ചിന്നയ്യനെ വധിപ്പാൻ കൽപ്പിച്ചത് നാമല്ല. ചേരസാമ്രാജ്യചക്ര വർത്തിതന്നെയാണ്.”

“ചക്രവർത്തി തിരുവടികൾ മറിച്ചുള്ളൊരു തീട്ടൂരം ആ അറബി വഴിക്ക് കൊടുത്തയച്ചില്ലേ?” അവൾ അന്വേഷിച്ചു.

“അപ്പോൾ സമയം വൈകിയിരുന്നു, നല്ലി.” അത്, അവളെ ആശ്വ സിപ്പിക്കാനും കൂടിയാണ് അയ്യനടികൾ തുറന്നുപറഞ്ഞത്.

“അടിയൻ..... പക്ഷേ, തിരുവടികൾ.” നല്ലി അയ്യനടികളെ ഉറ്റു നോക്കി: “മാർത്താണ്ഡൻചിന്നയ്യനെ രക്ഷിപ്പാൻ അവിടുന്ന് എന്തെങ്കിലും ഒരു ചെറുവിരല് അനക്കിയോ തിരുവടികൾ?”

അയ്യനടികൾ അൽപ്പസമയം മൗനംദീക്ഷിച്ചു.

പിന്നെ അദ്ദേഹം പറഞ്ഞു:

“ക്ഷമിപ്പാൻ വയ്യാത്ത ചില തെറ്റുകൾ മാർത്താണ്ഡൻചിന്നയ്യൻ ചെയ്തിരുന്നു.”

“അത് വേണാട്ടധിപതിക്ക് നേരിട്ട് ബോധ്യംവന്ന തെറ്റുകളോ, തിരു വടികൾ? ആ തെറ്റുകൾ ഗോത്രമല്ലേശ്വരത്തുനിന്ന് ചേരചക്രവർത്തി കുറി ച്ചയച്ചിട്ടല്ലേ, വേണാട്ടധിപതിയായ തിരുവടികൾ അറിഞ്ഞത്?” നല്ലിയുടെ കണ്ണുകൾ അയ്യനടികളെ തടഞ്ഞിരുത്തി.

അവൾ പറഞ്ഞ വാക്കുകൾ, അവൾ ചോദിച്ച ചോദ്യങ്ങൾ, വേണാ ട്ടുമന്നനെ തെല്ലുനേരത്തേക്ക് നിശ്ശബ്ദനാക്കിക്കളഞ്ഞു. ശരിയല്ലേ? അവൾ ചോദിച്ചത്? സ്ഥാണുരവികുലശേഖരപ്പെരുമാളല്ലേ മാർത്താ ണ്ഡൻചിന്നയ്യന്റെ മേൽ കുറ്റങ്ങളുടെ പട്ടിക എഴുതിക്കൊടുത്തയച്ചത്? ആ കുറ്റങ്ങൾ അതേപടി, മനോവേദനയോടെയാണെങ്കിലും, താൻ അംഗീ കരിക്കുകയല്ലേ ചെയ്തത്? മാർത്താണ്ഡൻചിന്നയ്യനെ രക്ഷിപ്പാൻ താനെ ന്തെങ്കിലും ചെയ്തുവോ?

“നിന്റെ ഹൃദയക്ഷോഭം നമുക്ക് മനസിലാകും, നല്ലീ” അയ്യനടികൾ മുഖംകുനിച്ചു.

“അല്ല, തിരുവടികൾ.” അവൾ ദൃഢമായി പറഞ്ഞു: “അല്ല, ഓട

നാട്ടു രാജവംശത്തിന്റെയും ജനത്തിന്റെയും ഹൃദയക്ഷോഭമാണ്, അടിയൻ ചൊല്ലിക്കേട്ടത്."

അയ്യനടികൾ നിവർന്ന് അവളെ നോക്കി.

"ഓടനാടിനുവേണ്ടി നീ സംസാരിക്കേണ്ട." അവിടുന്ന് അവളെ വിലക്കി.

നല്ലി ഒന്നു പുഞ്ചിരിച്ചു. അയ്യനടികളെ നോക്കി. വിനയം വിടാതെ വീണ്ടും സംസാരിച്ചു:

"തിരുവടികൾ അടിയന്റെ തള്ളയെ അവിടുത്തേക്ക് അറിയാം. നക്കിനിയെ അവിടുന്ന് അടുത്ത് പരിചയപ്പെട്ടിട്ടുണ്ട്. ആ നക്കിനി ഓടനാട്ടു രാജാവായ പുറയോരടികളുടെ വകയിൽപ്പെടുന്ന നങ്കയാണെന്ന് തിരുവടികൾ ഓർമിക്കുന്നില്ലേ? അവരെ പരിഗ്രഹിച്ച മാർത്താണ്ഡൻചിന്നയ്യൻ പുറയോരടികളുടെ അമ്മവഴിക്ക് ഉറ്റബന്ധുവും ആണെന്ന് തിരുവടികൾക്ക് നിശ്ചയമില്ലേ? അവരുടെ മകളാണ് നല്ലി"

അയ്യനടികൾ മിണ്ടാതിരുന്നു. നല്ലി തുടർന്നു:

"തിരുവടികൾ, ഓടനാട്ടിനുവേണ്ടി മാത്രമല്ല അടിയൻ പറയുന്നത്. സംഘകാലത്തെ കഥയെല്ലാം പഠിച്ച, അറിവുള്ള തിരുവടികൾ ഒരു കഥ ഒന്നോർമിപ്പാൻ ദയകാട്ടണം. ലോകത്തുള്ള പക്ഷികളെ മനുഷ്യമാംസം കൊടുത്ത് ദീർഘനാളുകൾ തീറ്റിപ്പോറ്റിയ രാജശേഖരൻ എയിനൻ മരിച്ചപ്പോൾ എന്തുണ്ടായി തിരുവടികൾ? മൂങ്ങയൊഴിച്ച് സകല പക്ഷിയും പാഴിയിലെത്തിയില്ലേ? എയിനന്റെ ജഡത്തിൽ വെയിലു തട്ടാതെ അവ കാത്തുസൂക്ഷിച്ചില്ലേ? അങ്ങനെ അവ നന്ദികാട്ടിയില്ലേ? മൂങ്ങപോലും നന്ദികേടല്ലേ കാട്ടിയത്. പകല് കണ്ണുകാണാഞ്ഞ് വരാതിരുന്നതാണ്. പക്ഷികൾക്കുള്ള നന്ദിയെങ്കിലും മനുഷ്യരായ രാജാക്കന്മാർക്ക് ഉറ്റവരോട് കാട്ടിക്കൂടെന്നോ?"

അയ്യനടികളുടെ മുഖം ചുവന്നു. ആ കൊച്ചുപെൺകുട്ടി അവളുടെ വാചാലതകൊണ്ട്, തന്റെ ഹൃദയത്തിലേക്ക് കൂരമ്പുകൾ അയക്കുകയാണെന്ന് അവിടുത്തേക്ക് മനസിലായി. അത്ര കൊച്ചൊരു പെണ്ണിനോട് താൻ സംസാരിക്കാൻ തുടങ്ങിയത് തെറ്റായിപ്പോയെന്ന് വിചാരിച്ചു.

"നീയൊരു കൊച്ചുകുട്ടി, നല്ലീ. നിന്നോട് തർക്കിപ്പാൻ എനിക്കിഷ്ടമില്ല." അയ്യനടികൾ എഴുന്നേറ്റു.

"ഓടനാട്ടെ അടിയനിലും ഇളയകുട്ടികൾ വേണാട്ടിനെതിരെ പടയൊരുങ്ങിവരുമ്പോൾ, വേണാട്ടധിപതിയായ തിരുവടികൾ ഇതു പറയുമോ?" നല്ലിയുടെ സ്വരം ഒട്ടനവധി വാളുകൾ കൂട്ടിമുട്ടിയതുപോലെ കിടന്നു മുഴങ്ങി.

അയ്യനടികൾ തിരുവടികൾ നിശ്ചലനായിനിന്നു.

"തിരുവടികൾ......" നല്ലി സ്വരംതാഴ്ത്തി വിളിച്ചു: "അടിയൻ കണ്ണുതുറന്ന നാളുമുതൽക്ക് കണ്ടും കേട്ടുമിരുന്ന വേണാട്ടധിപതിയായ അയ്യനടികൾ തിരുവടികൾ അടിയനു മറപ്പാൻവയ്യാത്ത ആൾ തന്നെ. പക്ഷേ, അടിയന്റെ അച്ഛനോടു കാട്ടിയ ക്രൂരതയ്ക്ക് വേണാട് സമാധാനം പറയേണ്ടിവരും. ഇത് നേരത്തെ അറിയിപ്പാൻ അടിയനു തോന്നി. അടിയന്

ഇനി ഒരപേക്ഷ ഉണ്ട്"

"എന്ത്?" വേണാട്ടധിപതി ചോദിച്ചു.

"അടിയന്റെ അച്ഛന്റെ ജഡം അവിടുന്ന് എവിടെക്കളഞ്ഞു. തിരുവടികൾ?" അവളുടെ ശബ്ദത്തിൽ അഗാധമായ ദുഃഖം അനുഭവപ്പെട്ടു.

അയ്യനടികൾ തിരുവടികൾ ഉറ്റുനോക്കിനിന്നു.

"അടിയന്റെ അച്ഛന് വേണാട്ടിൽ തിരുവടികൾ ഒരു ശവക്കുടീരം അനുവദിച്ചോ" അവൾ ചോദിച്ചു.

അയ്യനടികൾ അപ്പോഴും മിണ്ടാതെ നിന്നു.

"തിരുവടികൾ, അടിയൻ എല്ലാമറിഞ്ഞു. അടിയന്റെ പിതാവിന്റെ ജഡം അവിടുന്ന് എന്തു ചെയ്തെന്ന്, അദ്ദേഹത്തിന്റെ മകളോട് തുറന്നുപറഞ്ഞുകൂടെ?"

അയ്യനടികൾ അസ്വസ്ഥനായി കാണപ്പെട്ടു. അൽപ്പസമയം അവിടുന്ന് മുഖംകുനിച്ച് നിന്നിട്ട്, ധൈര്യമവലംബിച്ച് അവളെ അഭിമുഖീകരിച്ചു. തന്റെ ഹൃദയത്തിൽ പതഞ്ഞുപൊന്തിയ വിഷാദം മറച്ചുപിടിക്കാൻ നന്നെ ശ്രമിച്ച്, അവിടുന്ന് പറഞ്ഞു:

"നല്ലീ, അത് കുലശേഖരപ്പെരുമാളിന്റെ ആജ്ഞയായിരുന്നു. മാർത്താണ്ഡൻചിന്നയ്യന്റെ ജഡം, അറബിക്കടലിലേക്ക് ഒഴുക്കിവിട്ടു."

അയ്യനടികൾ തിരുവടികൾ നോക്കിയപ്പോൾ നല്ലിയുടെ കണ്ണുകൾ നിറഞ്ഞൊഴുകുകയായിരുന്നു.

അവൾ ക്ഷോഭമടക്കി പറഞ്ഞു:

"അത് നന്നായി തിരുവടികൾ."

അവൾ മുഖം കുനിച്ചു.

"എന്ത്?" അയ്യനടികൾ ചോദിച്ചു.

"അച്ഛന്റെ ശവകുടീരം അറബിക്കടലിലായത്." അവൾ അറിയിച്ചു.

"എന്തുകൊണ്ട് നല്ലീ?" അയ്യനടികൾ വീണ്ടും ചോദിച്ചു.

"ധർമവും നീതിയും നന്ദിയും നഷ്ടപ്പെട്ടുപോയ വേണാട്ടിലെ മണ്ണിൽ കൂറുള്ള ഒരു പുറയോരുടെ ശവകുടീരം വയ്പ്പാൻ പാടില്ല. തിരുവടികൾ." അവൾ ഇടറുന്ന തൊണ്ടയെ സ്വന്തം ആത്മധീരതകൊണ്ട് ഒതുക്കിപ്പിടിച്ച് പറഞ്ഞു.

അയ്യനടികൾ ഒന്നും പറഞ്ഞില്ല. നാലുമൂലയ്ക്കലുമിരുന്ന നിലവിളക്കുകൾ ഒന്നുകൂടി തളർന്നതുപോലെ തോന്നി. ഒരു കാറ്റ് പുറത്തുനിന്ന് വീശി. നല്ലി പറഞ്ഞു:

"അടിയൻ പോകുന്നു തിരുവടികൾ."

അൽപ്പനേരത്തെ നിശ്ശബ്ദത.

"നീ ആരുടെ കൂടെ വന്നു?" ആദ്യം ചോദിച്ച ആ ചോദ്യം അൽപ്പം വിസ്മൃതിയിലെന്ന കണക്ക് വേണാട്ടധിപതി വീണ്ടും ചോദിച്ചു.

"അവർ എന്റെകൂടെ വന്ന്, പുറത്തുനിൽപ്പുണ്ട്." നല്ലി വെളിപ്പെടുത്തി.

"ആര്?" അയ്യനടികൾ ചോദിച്ചു.

"ചീതമ്മ" നല്ലി പറഞ്ഞു.

ഒരു നടുക്കം അയ്യനടികളെ ബാധിച്ചതുപോലുണ്ട്.

"അവളെവിടെ?" അവിടുന്നന്വേഷിച്ചു.

നല്ലി വാതിൽക്കലേക്കു നടന്നു. പുറത്തേക്ക് കൈകാട്ടി.

നിമിഷങ്ങൾക്കുശേഷം ചീതമ്മ വേണാട്ടധിപതിയുടെ മുമ്പിൽ വന്നു നിന്ന്, താണുവണങ്ങി.

വേണാട്ടുമന്നൻ നിലവിട്ടവനെപ്പോലെ കാണപ്പെട്ടു. അവിടുന്ന് എന്തെങ്കിലും സംസാരിപ്പാൻ തുടങ്ങുന്നതിനുമുമ്പ് ചീതമ്മ അറിയിച്ചു:

"അടിയൻ, തിരുവടികളെ അറിവിപ്പാൻ ചിലതുണ്ട്. ഹസ്രാ അൽ റൂമിയെ രക്ഷിപ്പാൻ വേണ്ടതുചെയ്തത് അടിയനാണെന്നു നേരത്തെ ഗ്രഹിപ്പിച്ചിട്ടുണ്ട്. അവളെ ഇപ്പോൾ രക്ഷിപ്പാൻ ശ്രമിച്ചതും അടിയൻതന്നെ. തിരുവടികളുടെ ഭടന്മാർക്ക് ഓടനാട്ടതിർത്തിയിൽവച്ച് അവളെ വധിപ്പാൻ കഴിയാഞ്ഞതും അടിയൻമൂലംതന്നെ. അവളെവിടെയെന്ന് അടിയനോട് ചോദിക്കരുത്. അടിയൻ ഇനി എങ്ങും മടങ്ങുന്നില്ല. അടിയനെ ശിക്ഷിപ്പാൻ ദയവുണ്ടാകണം." വേണാട്ടധിപതി ചീതമ്മയുടെ വാക്കുകൾക്ക് മറുപടി പറയാനാവാതെ നിന്നു.

അവിടുന്ന് ഇടതുവശത്തേക്ക് നോക്കി.

അപ്പോൾ ചീതമ്മ ഒരു വാർത്തകൂടി അറിയിച്ചു:

"തിരുവടികളെ ഒന്നും ഒളിച്ചുവച്ചിട്ടു കാര്യമില്ല. ഹസ്രായെയും അടിയനെയും അന്വേഷിച്ചിറങ്ങിയ വേണാട്ടുരാജഭടന്മാർ ഒരാളും അവശേഷിക്കുന്നില്ല."

"എന്ത്?" അയ്യനടികളുടെ ക്രുദ്ധമായ സ്വരം ആ മുറിയിൽ അലയടിച്ചു.

"ഹസ്രായെ വീണ്ടും ഹിംസിപ്പാൻ അന്വേഷിക്കുന്നുവെന്ന് അടിയൻ കരുതി. അവളെ രക്ഷിപ്പാൻ മറ്റു വഴിയില്ലായിരുന്നു. അടിയൻ, രാജഭടന്മാരെ ചതിച്ചുകൊന്ന് അവളെ രക്ഷപ്പെടുത്തി."

അയ്യനടികൾ മനസിലൊരു അഗ്നിപർവതവുമായിട്ടാണ് നിന്നത്. പക്ഷേ, പല വിചാരങ്ങൾ അവിടെക്കിടന്നു കുത്തിമറിഞ്ഞു. ചീതമ്മ വേണാട്ടു രാജഭടന്മാരെ വധിച്ചു. അത് രാജദ്രോഹം മാത്രമല്ല, വേണാട്ടു രാജാധികാരത്തിനെതിരായ ഏറ്റവും വലിയ ചതി കൂടിയാണ്. പക്ഷേ, ഹസ്രാ രക്ഷപ്പെട്ടിരിക്കുന്നു. അവളെ രക്ഷപ്പെടുത്താൻ വേണ്ടിയാണ് അവൾ ഇതെല്ലാം ചെയ്തത്.

എന്നാലും പുറത്തുനിന്നു കൊണ്ടുവന്ന ആ തേവടിയാൾ വേണാട്ടു രാജസ്ഥാനത്തിന് ഒരിക്കലും സഹിക്കാൻ വയ്യാത്ത കുറ്റങ്ങൾ ചെയ്തിരിക്കുന്നു.....

അവിടുന്ന്, പുറത്തേക്ക് നോക്കി, വിളിച്ചു. ഒരു രാജഭടൻ വന്നു.

"ഇവളെ, തുറുങ്കിലടയ്ക്കുക. പ്രഭാതത്തിൽ, ഇവളെ ശിരച്ഛേദം ചെയ്‌വാൻ നാം കൽപ്പനയെഴുതുന്നതായി സൈന്യാധിപതിയെ അറിയിക്കുക."

ചീതമ്മ നിശ്ചലയായിട്ടുനിന്നു. നല്ലി മുഖമുയർത്തി ചീതമ്മയെ നോക്കി. പിന്നെ അയ്യനടികളുടെ നേർക്ക് തിരിഞ്ഞു:

"തിരുവടികൾ." അവൾ രാജാവിനെ അഭിസംബോധന ചെയ്തു.

"എന്ത്?" അയ്യനടികൾ ചോദിച്ചു.

"ചീതമ്മയെ തൊട്ടുകൂടാ. ഇരുനൂറ് ഓടനാട്ടുഭടന്മാർ അതിർത്തി കടന്നിട്ടുണ്ട്. പുറകേ പിന്നെയും ഭടന്മാർ വരും. പനങ്കാവിൽകൊട്ടാരം ഇന്ന് സുരക്ഷിതമല്ല. അത് ഓർക്കണം."

അയ്യനടികൾ മുഖമുയർത്തി.

നല്ലി തന്റെ കൈകൾ കൂട്ടിപ്പിടിച്ചു.

# 20

**ഓ**ടനാട്ടുള്ള നല്ലി എങ്ങനെ വേണാട്ടുരാജധാനിയിലെത്തിയെന്ന്, അയ്യനടികൾ തിരുവടികൾ പിന്നീട് അറിഞ്ഞു. ചീതമ്മ തന്നെയാണ് അതു വെളിപ്പെടുത്തിയത്. കൊല്ലംനഗരം കടന്ന് ചെങ്ങമനാട്ടു ചെന്ന ചീതമ്മ ഹസ്രായെ സന്ധിച്ചു. താൻ സ്വാധീനിച്ച രാജഭടന്മാർ മുഖാന്തിരം. അതുകഴിഞ്ഞ് ചീതമ്മ ഓടനാട്ടേക്ക് രഹസ്യദൂതന്മാരെ അയച്ചു. അവരുടെകൂടെയാണ് നല്ലി നങ്ങമ്മക്കാട്ടിലെ ഗൂഢസങ്കേതത്തിലേക്ക് വന്നെത്തിയത്.

അയ്യനടികൾ തിരുവടികൾ ഒറ്റയ്ക്കിരുന്ന് ആലോചിച്ചുപോയി: അപ്പോൾ, വേണാട്ടുരാജധാനിയിലെ ഭടന്മാർ, സേവകർ, തന്നോട് ഇത്ര കൂറുകെട്ടവരാണോ?

രാജാവിന്റെ ചിന്ത അറിഞ്ഞിട്ടില്ലെങ്കിലും വീട്ടുതടങ്കലിലേക്ക് കൊണ്ടുപോകുംമുമ്പ് ചീതമ്മ ഒരുകാര്യം പറഞ്ഞു: "തിരുവടികൾ, അടിയനെ അനുകൂലിച്ച രാജസേവകർ വേണാട്ടധികാരത്തോടു കൂറില്ലാത്തവരല്ല: അവരുടെ മനസലിഞ്ഞ് ചിലതു ചെയ്തുപോയെന്നു മാത്രം....."

ചീതമ്മയെയും നല്ലിയെയും കൊട്ടാരവളപ്പിലുള്ള ഒരു പ്രത്യേകവീട്ടിലാണ് അന്നു പാർപ്പിച്ചത്. അവിടെ ഭടന്മാരെ കാവലിട്ടിരുന്നു.

നേരം വെളുത്തു. പനങ്കാവിൽ കൊട്ടാരത്തിന്റെ പിന്നാംപുറത്ത്, പുലർച്ചക്കിളികൾ തൂവിവീണ ധാന്യങ്ങൾ കൊത്തിപ്പെറുക്കിക്കൊണ്ടിരുന്നു. സേവകന്മാർ അങ്ങോട്ടുമിങ്ങോട്ടും നടന്നപ്പോൾ അവ പറന്നുമാറുകയും വീണ്ടും വന്ന് ധാന്യങ്ങൾ കൊത്തിപ്പെറുക്കുകയും ചെയ്തു. വേണാട്ടുരാജാവിന്റെ ഹൃദയവ്യഥകൾക്കുമീതെ സൂര്യപ്രകാശം നല്ല നിറമുള്ള പൊടി വാരിയെറിയുന്നുണ്ടായിരുന്നു. ഒരു കാറ്റ് അച്ചിമാരെയും പട്ടാളക്കാരെയും സേവകരെയുമെല്ലാം ഭേദം കൽപ്പിക്കാതെ തഴുകി....

പ്രഭാതാരാധനകഴിഞ്ഞ് അയ്യനടികൾ തിരുവടികൾ തന്റെ മന്ത്രമണ്ഡപം തുറക്കാൻ സേവകരോട് കൽപ്പിച്ചു. അവർ ആ ആലോചനാമുറി തുറന്ന് വെടിപ്പാക്കി. അവിടുത്തെ അറിയിച്ചു. അപ്പോൾ അബ്ദുല്ലാ ആയാസ്ഖാൻ മുഖംപാർക്കാൻ കാത്തുനിൽക്കുന്നു എന്ന് ഒരു ഭടൻ ഉണർത്തിച്ചു.

ഏഴുനാഴിക പുലർന്ന മണിയൊച്ച കൊട്ടാരത്തിന്റെ പുരോഭാഗത്തുനിന്നു മുഴങ്ങി. ആ സമയത്ത് വേണാട്ടധിപതി മന്ത്രശാലയിൽ പ്രവേശി

ച്ചു. അതേസമയം ആയാസ്ഖാൻ, രാജാവ് അനുവദിച്ചതനുസരിച്ച്, മന്ത്രാലയത്തിന്റെ മുൻവശത്തെ വാതിൽക്കൽ വന്നിരുന്നു. അറബി വേണാട്ടധിപതിയെ താണുവണങ്ങി. അയ്യനടികൾ പ്രത്യഭിവാദ്യം ചെയ്തു. അവിടുന്ന് സിംഹാസനത്തിൻ ഇരുന്നപാടെ ചോദിച്ചു:

"എന്ത്, ആയാസ്ഖാൻ?"

"വേണാട്ടധിപതിയായ അയ്യനടികൾതിരുവടികൾ നീണാൾ വാഴട്ടെ." ആയാസ്ഖാൻ ശിരസു കുനിച്ച്, ആ വാക്കുകൾ പറഞ്ഞു. എന്നിട്ട്, അൽപ്പം നിറുത്തിയശേഷം, അറിയിച്ചു: "കൽപ്പിച്ച് ഒന്നും കരുതരുത്. അടിയൻ അടിയന്റെ നാട്ടിലേക്ക് മടങ്ങാൻ പോകുന്നു. അനുമതി തന്നാലും."

ഒരക്ഷരവും മിണ്ടാതെ അയ്യനടികൾ തിരുവടികൾ അബ്ദുല്ലാ ആയാസ്ഖാനെ നോക്കി ഇരുന്നു. അവിടുത്തെ ഉള്ളിൽ നാനാവിചാരങ്ങളായിരുന്നു. ഒരുനേരത്ത് താൻ ആ അറബിയുടെ മകളെ വധിപ്പാൻ കൽപ്പിച്ച് ഓടനാട്ടതിർത്തിയിലേക്ക് പറഞ്ഞയച്ചു. അവൾ മരിച്ചില്ല. അവളെ തേടിപ്പിടിക്കുവാൻ താൻ ശ്രമിക്കുകയാണെന്ന് അയാൾക്കറിയാം. പക്ഷേ, താനും തന്റെ ഭടന്മാരും ചാരന്മാരുമെല്ലാം അക്കാര്യത്തിൽ പരാജയപ്പെട്ടിരിക്കുന്നു.

ആ വിചാരത്തോടെയാണ് ആയാസ്ഖാനെ സ്വീകരിച്ചത്. ഇന്നിപ്പോൾ അയാൾ തന്റെ രാജ്യത്തേക്ക് ഒറ്റയ്ക്ക് മടങ്ങിപ്പോകുന്നുവെന്നറിയിക്കാൻ വന്നിരിക്കുന്നു. അയാളോട് എന്തു പറയും? എന്തു പറഞ്ഞ് അയാളെ വിലക്കാൻ കഴിയും? പ്രത്യേകിച്ച് ഇത്രയും നാൾകൊണ്ട് ആ അറബിയെ ശരിയായി മനസിലാക്കാൻ കഴിഞ്ഞു. അയാൾ വലിയ ഹൃദയമുള്ളവനാണ്. അസാധാരണനാണ്. മരുവൻ സപീർ പാതിരിയോട് അറബി പറഞ്ഞതെല്ലാം ആ വൈദികൻ അയ്യനടികളെ അറിയിച്ചിട്ടുണ്ട്.

ഒരൊറ്റ വാചകത്തിൽ, ഒരഭ്യർഥനയിൽ, അയ്യനടികൾ തിരുവടികൾ ആയാസ്ഖാനു മറുപടി നൽകി:

"വേണാട്ടു രാജാവായ അയ്യനടികൾ ആയാസ്ഖാനോട് അപേക്ഷിക്കുന്നു. നിങ്ങൾ രണ്ടു ദിവസംകൂടി കൊല്ലത്ത് പാർത്തിട്ട് നാട്ടിലേക്ക് മടങ്ങണം."

ആയാസ്ഖാൻ അതു കേട്ടു. പ്രതീക്ഷിക്കാത്ത മറുപടിയായിരുന്നു അത്. പ്രതീക്ഷിക്കാത്ത ഒരപേക്ഷ. വേണാട്ടിൽനിന്നും ഉടനെയെങ്ങും പോകരുതെന്ന് ഒരപേക്ഷ അയ്യനടികൾ പറഞ്ഞേക്കാം. അല്ലെങ്കിൽ, തന്റെ അനുമതികൂടാതെ കൊല്ലംവിടുവാൻ പാടില്ല എന്നു നിർബന്ധിച്ചേക്കാം. അതെല്ലാം അറബി പ്രതീക്ഷിച്ചതാണ്. പക്ഷേ, ഇപ്പോൾ രണ്ടു ദിവസക്കാലത്തെ താമസം ആവശ്യപ്പെടുന്നു. എന്താണതിനർഥം? എന്തിനാണീ രണ്ടുദിവസം?

ആയാസ്ഖാനു മനസിലായില്ല. അയാൾ നിശ്ശബ്ദത പാലിച്ചുനിന്നു. എന്തിനീ രണ്ടുദിവസം എന്നയാൾ ചോദിച്ചില്ല. ചുരുങ്ങിയ കാലംകൊണ്ട് വേണാട്ടുമന്നനോട് അറബിക്ക് ഒരു ഹൃദയബന്ധം തോന്നിയിരുന്നു. നല്ലവനും നീതിമാനുമായ ഒരു രാജാവ്. ജനങ്ങൾക്കു നന്മ ചെയ്യാൻ തയാ

റുള്ള ഭരണാധികാരി. അദ്ദേഹത്തിന്റെ പിടിയിൽ നിൽക്കാത്ത ചില സംഭവങ്ങളുടെ ഇടയ്ക്ക് കിടന്ന് അദ്ദേഹം വിഷമിക്കുകയാണ്.....

അറബി മറുപടി നൽകി:

"അടിയൻ തിരുവടികളുടെ ഇഷ്ടം കണക്ക് പ്രവർത്തിക്കാം."

ആ കൂടിക്കാഴ്ച അധികനേരം നീണ്ടുനിന്നില്ല. രണ്ടുപേരും അധികം സംസാരിക്കാൻ സന്നദ്ധരായിരുന്നില്ല. ആയാസ്ഖാൻ യാത്ര പറഞ്ഞു. അയ്യനടികൾ അനുമതി നൽകി. അറബി ഏതാനും നിമിഷങ്ങൾക്കകം മന്ത്രശാലയ്ക്ക് പുറത്തേക്കു പോയി.

അന്നു പകൽ മുഴുവനും അയ്യനടികൾ തിരുവടികൾ തന്റെ മന്ത്രിമാരുമായി രഹസ്യാലോചനകളിലായിരുന്നു. കഴിഞ്ഞ കുറെ മാസങ്ങളിലെ സംഭവങ്ങൾ വേണാട്ടധിപതി ആവർത്തിച്ച് അവരെ ഓർമിപ്പിച്ചു. അറബികൾ കൊല്ലത്തു വന്നിറങ്ങുന്നത് തനിക്കിഷ്ടമായിരുന്നില്ല. കൊല്ലത്ത് വ്യാപാരം നടത്തുന്ന ക്രിസ്ത്യാനികൾക്ക് അത് നീരസമുണ്ടാക്കുമെന്ന് താൻ വിചാരിച്ചു. "പക്ഷേ," അയ്യനടികൾ തിരുവടികൾ അവരോടു പറഞ്ഞു: "ആയാസ്ഖാനെ നാം തെറ്റിദ്ധരിച്ചു."

അറബി കച്ചവടത്തിനല്ല കൊല്ലത്തു വന്നിറങ്ങിയത്. തന്റെ കാണാതായ മകളെ തേടിയാണ്. മാർത്താണ്ഡൻചിന്നയ്യന് അവസാനം വരെ അത് ബോധ്യപ്പെട്ടിട്ടില്ല. ഹസ്രാ അൽറൂമി വന്നതും ആയാസ്ഖാൻ വന്നതും ഗൂഢമായ ഉദ്ദേശ്യത്തോടെയാണെന്ന് ആ മനുഷ്യൻ ദൃഢമായി ധരിച്ചിരുന്നു. മാതയ്യനാണ് അവളെ കൊണ്ടുവന്നത്. പക്ഷേ, മാതയ്യനെ മയക്കി അവൾ കൊല്ലം തുറമുഖത്തു വന്നിറങ്ങിയതാണെന്നാണ് മാർത്താണ്ഡൻചിന്നയ്യൻ വിശ്വസിച്ചിരുന്നത്.

"അതിൽ ശരിയുണ്ടെന്ന് നമുക്ക് തോന്നുന്നില്ല." വേണാട്ടധിപതി തന്റെ മന്ത്രിമാരോടു തുറന്നുപറഞ്ഞു: "ഇന്നിപ്പോൾ സംഗതി അവിടെയല്ല നിൽക്കുന്നത്. ആയാസ്ഖാന്റെ മകൾ മരിച്ചിട്ടില്ല. എന്നാൽ, അവൾ എവിടെയെന്നു രൂപമില്ല. നമ്മുടെ ഭടന്മാരും ചാരന്മാരും അവളെ തേടിയിട്ടു ഫലമുണ്ടായിട്ടില്ല. ഇപ്പോൾ, അവളെ കൂടാതെ വേണാടു വിടുവാൻ ആ വിദേശി തീരുമാനിച്ചിരിക്കുന്നു. അത്, ചക്രവർത്തി സ്ഥാണുരവികുലശേഖരപ്പെരുമാളിന് നീരസമുളവാക്കും."

നീരസമുളവാക്കും. അതിന്റെ അനന്തരഫലമെന്തെന്നു തീർച്ചയില്ല. മന്ത്രിമാർ തീവ്രമായി ആലോചിച്ചു. ആയാസ്ഖാന്റെ പുത്രിയെ കണ്ടുപിടിച്ച് അയാളെ ഏൽപ്പിക്കേണ്ടത് ചേരചക്രവർത്തിയും വേണാടും തമ്മിലുള്ള നല്ല ബന്ധത്തിനുതന്നെ ആവശ്യമായിരിക്കുന്നു. എന്താണതിനു മാർഗം? അപ്പോൾ അയ്യനടികൾ ആ സംഗതി അറിയിച്ചു: "അബ്ദുല്ലാ ആയാസ്ഖാൻ രണ്ടുദിവസംകൂടി കൊല്ലത്തുണ്ടായിരിക്കും."

"ഉണർത്തിപ്പാനും ദയവുണ്ടാകണമെന്ന് ചീതമ്മ ഉണർത്തിപ്പതായിട്ട് നിങ്ങൾ ചെന്നറിയിക്കണം."

ഭടന്മാർ പരസ്പരം നോക്കി. അവരുടെ ഉള്ളിൽ അവളെക്കുറിച്ച് സഹതാപമാണ്, സ്നേഹമാണ്, മതിപ്പാണ്. അവൾ എന്തോ ഒക്കെ അത്ഭുതം കാട്ടിയവളെന്ന് അവർ കേട്ടിട്ടുണ്ട്. പക്ഷേ, വേണാട്ടിന്റെ ശത്രു

വിനോട് മിണ്ടുന്നതുപോലും തലപോകുന്ന കാര്യമാണെന്ന് അവർക്ക റിയാം. ഒരുവൻ കൂട്ടുകാരനോട് പറഞ്ഞു:

"നീ ചെല്ല്. ഇതു തിരുവടികളെ അറിയിക്ക്."

മറ്റേ ഭടൻ ആലോചിച്ചുനിന്നു. അപ്പോൾ മറ്റേയാൾ പറഞ്ഞു:

"ചീതമ്മയെ ബന്ധിച്ചുനിർത്തിയിരിക്കുന്നുവെന്ന് ചെന്ന് പറയ്. വിവരം അറിയിപ്പാനുള്ള ചുമതല നമുക്കുണ്ടുതാനും."

മറ്റേ ഭടന് അതു യുക്തമാണെന്നു തോന്നി. പിന്നെ, ഒരക്ഷരം പറ യാതെ അകത്തേക്കു നടന്നു.

ചീതമ്മ നിശ്ശബ്ദയായിനിന്ന് തന്റെ കൈകൾ നീട്ടി മുമ്പിൽനിന്ന ഭടന്റെ നേർക്ക് അയാൾ മിഴി വിടർത്തി.

"അടിയനെ ബന്ധിക്കൂ. ഇനി അടിയന് സ്വാതന്ത്ര്യം ആവശ്യമില്ല." അവൾ പറഞ്ഞു.

ഭടൻ എന്തുചെയ്യണമെന്നറിയാതെ നിന്നു. അവളെ താൻ എങ്ങനെ ബന്ധിക്കും?

രാജകൽപ്പന അതാണല്ലോ, എന്ന് അടുത്ത നിമിഷത്തിൽ അയാൾ ഓർമിച്ചു.

കാവൽപ്പുരയിൽനിന്നും കൈച്ചങ്ങലയെടുത്ത് അയാൾ അവളുടെ കൈകൾ ബന്ധിച്ചു.....

അപ്പോൾ അയാളുടെ കണ്ണുകൾ ദയനീയമായി അവളുടെ കണ്ണു കളിൽ തങ്ങിനിന്നു.

അൽപ്പസമയം.

അകത്തേക്കുപോയ ഭടൻ തിരിച്ചുവന്നു.

"ചീതമ്മയെ അകത്തേക്കു കൊണ്ടുചെല്ലാൻ കൽപ്പനയായിരിക്കു ന്നു." അയാൾ പറഞ്ഞു.

രണ്ടു ഭടന്മാർ അവളുടെ ഇരുവശത്തും നിന്നു. ചീതമ്മ കോട്ട വാതിൽ കടന്ന് അകത്തേക്ക് നടന്നു. വിശാലമായ നടപ്പാതയിൽ അവൾ മുമ്പോട്ടുനീങ്ങിയപ്പോൾ കൊട്ടാരമുറ്റത്തുനിന്ന ഭടന്മാരും സേവകരും അവളെ ഉറ്റുനോക്കി. അവർ പരസ്പരം എന്തോ മന്ത്രിച്ചു. ശുഭ്രവസ്ത്രം ധരിച്ച അവൾ ക്ഷീണിച്ചെങ്കിലും, പ്രസന്നവദനയായിരുന്നു.

അയ്യനടികൾ തിരുവടികൾ കാത്തിരുന്നു. ചീതമ്മ വരുന്നുവെന്ന് കേട്ടപ്പോൾ അവിടുത്തെ മനസിൽ നാനാവിചാരങ്ങൾ ഉണർന്നെഴുന്നേറ്റു. അവൾ അത്ഭുതപ്പെട്ട ഒരുവളാണെന്ന് അവിടുത്തേക്ക് തോന്നി. അവൾ തിരിച്ചുവരാനെങ്കിൽ എന്തിന് കഴിഞ്ഞദിവസം കൊട്ടാരക്കെട്ടിൽനിന്നും ഒളിച്ചുപൊയ്ക്കളഞ്ഞു?

സേനാധിപൻ നിശ്ചലനായി നിൽക്കുകയാണ്.

അയ്യനടികൾ ആജ്ഞാപിച്ചു:

"നിങ്ങൾ അടുത്ത തളത്തിലേക്ക് പോയിരിക്കൂ."

സേനാധിപൻ ഇടതുവാതിലിൽക്കൂടി മെല്ലെ നീങ്ങി.

# 24

**ചീ**തമ്മ ഒന്നുരണ്ട് സംവത്സരങ്ങൾക്കുമുമ്പ് സർവാംഗവിഭൂഷിതയായി തന്റെ കൈയിൽനിന്ന് തീട്ടൂരം വാങ്ങാൻ ആ മന്ത്രശാലയിലേക്ക് കടന്നെത്തി നിന്നത് അയ്യനടികൾ തിരുവടികൾ ഓർമിച്ചു. ഇന്ന് അവൾ ആഭരണങ്ങൾ ഒന്നുമണിഞ്ഞിട്ടില്ല. അവൾ അനാർഭാടമായ ഒരു ഉടുവസ്ത്രമേ ധരിച്ചിട്ടുള്ളൂ. അവളുടെ മുടി കോതിയൊതുക്കിയിട്ടുണ്ടെങ്കിലും അതിലമ്പലപ്പൂക്കൾ ചൂടിയിട്ടുണ്ടെങ്കിലും, അവളതിൽ ശ്രദ്ധചെലുത്തിയിട്ടില്ലെന്ന് കണ്ടാലറിയാം. എന്നാൽ, അവളുടെ ക്ഷീണിച്ചുപോയ ശരീരം വീണ്ടും പഴയ അഴകിലേക്ക് തിരിച്ചുവന്നതുപോലെ. അവളുടെ മിഴികൾ ഒരു പുതിയ പ്രസാദം ആർജിച്ചതുപോലെ.

അയ്യനടികൾ അവളെ ഉറ്റുനോക്കിയിരുന്നശേഷം ചോദിച്ചു:

"വേണാട്ടുരാജസ്ഥാനത്തോട് ഒളിച്ചുകളിപ്പാനോ ഭാവം ചീതമ്മേ?"

ചീതമ്മ ഒരിക്കൽക്കൂടി താണുതൊഴുതു. എന്നിട്ടറിയിച്ചു.

"അടിയൻ ഒളിച്ചുകളിപ്പെന്ന് തിരുവടികൾ കരുതരുത്. അടിയൻ ചിലതെല്ലാം മനസിൽ കണ്ടിരുന്നു. അതു ചെയ്തുതീർപ്പാൻ തിരുവടികൾക്ക് ഇഷ്ടക്കേടുണ്ടാക്കി അടിയൻ ഒളിഞ്ഞും തെളിഞ്ഞും നടക്കേണ്ടിവന്നു. വേണാട്ടധിപതികളും ഇന്നോളം അടിയന്റെ അന്നദാതാവുമായിരുന്ന തിരുവടികളെ ഒന്നുണർത്തിപ്പാൻ അടിയൻ ആഗ്രഹിക്കുന്നു. ചീതമ്മ ഇതാ വേണാട്ടുരാജസ്ഥാനത്തിനു കീഴടങ്ങുന്നു."

മണിയൊച്ചപോലെ മധുരമായി മുഴങ്ങിയ അവളുടെ ശബ്ദത്തിലും കീഴടക്കാൻ കഴിവുള്ള അവളുടെ കറുത്ത മിഴികളിലും ആകൃഷ്ടനായി അയ്യനടികൾ അൽപ്പസമയം ഇരുന്നുപോയി. ഹൃദയത്തെ ത്രസിപ്പിക്കുന്ന മറ്റൊരു പ്രഭാതത്തിന്റെ സ്വരവും രൂപവുമാണ് തന്റെ മുൻപിലെന്ന് അവിടുത്തേക്ക് തോന്നി. ഉള്ളിൽ ഒതുക്കിപ്പിടിച്ച തന്റേടവും ബാഹ്യമായ ആ വിനയവും വേണാട്ടധിപതിയുടെ മനസിൽ ഇളനീർ പെയ്യുകയായിരുന്നു.

"നല്ലി എവിടെ?" അവളുടെ വാക്കുകൾ കേൾക്കാത്തമട്ടിൽ അയ്യനടികൾ അന്വേഷിച്ചു.

"എന്തിന് അതുമാത്രം തെരക്കുന്നു തിരുവടികൾ?" ചീതമ്മ സാവധാനം സംസാരിച്ചു: "അടിയൻ എല്ലാ കഥകളും ഏറ്റുപറവാനാണ് തിരുവടികളുടെ മുമ്പിൽ നിൽക്കുന്നത്. ഏറ്റു പറഞ്ഞിട്ട് ശിക്ഷ വാങ്ങാനാണ്. പക്ഷേ....." അവൾ അയ്യനടികളുടെ മുഖത്തേക്ക് തറപ്പിച്ചുനോക്കി: "പക്ഷേ, അടിയനെ വേണാട്ടുരാജസ്ഥാനത്തിന് ഒരിക്കലും പിടിപ്പാൻ കഴിഞ്ഞിട്ടില്ല. അത് ഓർമിപ്പിക്കാൻ അടിയനാഗ്രഹിക്കുന്നു. ആദ്യം അടിയനെ തടവിലാക്കാൻ വിളിച്ചപ്പോൾ അടിയൻ അതിനു വഴങ്ങുകയായിരുന്നു. പിന്നെ ഇന്നോളം അടിയൻ തിരുവടികളുടെ മുമ്പാകെ താനെ വന്നു കീഴടങ്ങിയിട്ടേ ഉള്ളൂ. ചീതമ്മ എന്ന തേവടിയാൾക്ക് വേണാട്ടു രാജസ്ഥാനത്തോട് ആദരവാണ്. പക്ഷേങ്കില്, ചീതമ്മയെന്ന പെണ്ണിന് ആയിരം രാജസ്ഥാനങ്ങളും അത്ര ബലമുള്ള ശത്രുവല്ല."

ആ വാചകം പറഞ്ഞപ്പോൾ അവളുടെ സ്വരം അൽപ്പം ദൃഢമായി.

അയ്യനടികൾ പൊടുന്നനെ ക്ഷുഭിതനായി അവിടത്തെ ചുണ്ടുകൾ വിറച്ചു.

"ഈ ധിക്കാരം പറവാനോ നീ നമ്മുടെ മന്ത്രശാലയിൽ കയറി വന്നത്?" അവിടുന്ന് ചോദിച്ചു.

"അടിയൻ—ധിക്കാരമല്ലിത്. സത്യമാണ്. വിനയംവിട്ട് അടിയൻ ഒന്ന് ഉണർത്തിച്ചുപോയി." അവൾ സ്വരം താഴ്ത്തി അറിയിച്ചു.

"പെണ്ണിന്റെ പെരിയ മഹിമ കേൾപ്പാൻ നമുക്ക് സമയമില്ല." അയ്യനടികൾ പറഞ്ഞു.

"പെണ്ണിന്റെ പെരിയ മഹിമ കേൾപ്പാൻ നമുക്ക് നേരമില്ല." അവിടുന്ന് ഉറപ്പിച്ചു പറഞ്ഞു.

ചീതമ്മ ചുണ്ടുകൾ ഒന്നൊതുക്കി. അത് ഒരു പുഞ്ചിരിയായിരുന്നു. പക്ഷേ, അത് മുഴുവൻ വ്യക്തമായില്ല. അവൾ അയ്യനടികളെ നോക്കി.

"അടിയൻ—വേണാട്ടടികളായ തിരുവടികൾ അതു പറയരുത്." അവൾ കുറച്ചുകൂടി വിനയവതിയായി. കരുതിക്കൂട്ടിയ വിനയം.

"എന്ത്, നീ തർക്കിപ്പാനോ ഭാവം?" അവിടുന്ന് ചോദിച്ചു.

"അല്ല, തിരുവടികൾ—അടിയന് ഓർമ നശിച്ചിട്ടില്ല. അടിയൻ മനഃപൂർവം ഒന്നും മറക്കാറുമില്ല." അവളുടെ ദൃഷ്ടികൾ വേണാട്ടധിപതിയിൽത്തന്നെയായിരുന്നു.

"നീ നമ്മെ ചോദ്യം ചെയ്താൽ." അയ്യനടികൾ മുൻപോട്ടു ചാഞ്ഞു.

"ഇല്ല, അടിയൻ ഓർമിക്കുന്നു." ചീതമ്മ പറഞ്ഞു: "ഈ പാവപ്പെട്ട തേവടിയാളുടെ ശരീരവും മനസും കൈകളിലാക്കി ചേർത്തുപിടിച്ചുകൊണ്ട് തിരുവടികൾ അന്ന് കിഴക്കേ കാവിൽ മേടവിഷുനാളിലെ പാട്ടും കൂത്തും നടക്കുമ്പോൾ വിയർത്തൊലിച്ചുകൊണ്ട് അടിയനോട് മന്ത്രിച്ചത് അടിയൻ ഓർമിക്കുന്നു—പെണ്ണ് സ്വർഗമാണെന്ന്. പെണ്ണ്, സ്വർഗം പോലെ എത്തിപ്പറ്റാനും എത്തിപ്പറ്റിയാൽ വിട്ടുപോരാനും വിഷമമുള്ള ഉത്സവസ്ഥലമാണെന്ന്."

അയ്യനടികൾ അടിമുടി പ്രകമ്പനംകൊണ്ടു. അവിടുന്ന്, നെറ്റിയിലെ വിയർപ്പ് മേൽമുണ്ടുകൊണ്ട് തുടച്ചു.

"അടിയനോട് ക്ഷമിക്കണം." ചീതമ്മയുടെ സ്വരമാകെ മാറ്റി. അവൾ ശിരസു കുനിച്ചു തൊഴുതുപിടിച്ചു നിന്നു.

"അടിയൻ എന്തോ പറഞ്ഞുപോയി." അവൾ വീണ്ടും മാപ്പപേക്ഷിച്ചു. "അടിയന് ചൊല്ലുവാനുള്ളത് കേൾപ്പാൻ ദയവുണ്ടാകണം."

അൽപ്പസമയം അയ്യനടികൾ വീണ്ടും ശാന്തത നേടി. അവിടുന്ന് ചോദിച്ചു:

"വേണാട്ടുരാജസ്ഥാനത്തിന് നീ ചെയ്തുവച്ച വിനകൾ എന്തെന്ന് നീ നിനയ്ക്കുന്നുണ്ടോ ചീതമ്മേ?"

"അടിയൻ....." അവൾ നിവർന്നുനിന്നു: "അടിയനെ, തിരുവടികൾക്കിഷ്ടപ്പെടും വിധം ശിക്ഷിപ്പാൻ അടിയൻ അപേക്ഷിക്കുന്നു. പക്ഷേ, വേണാടിന് ചീതമ്മ വിനവരുത്തിയെന്നു കൽപ്പിച്ചു പറയരുത്. അടിയൻ പറവാൻ പോവതു കേട്ടിട്ട് അടിയനെപ്പറ്റി വിധിയെഴുതാനും ശിക്ഷിപ്പാനും

ദയവുണ്ടാകണം."

"നീ പറയൂ. നാം, കേൾപ്പാൻതന്നെ ഇരിക്കുന്നത്."

"അടിയൻ ചൊല്ലാം, തിരുവടികൾ." ചീതമ്മ, സംസാരിക്കാൻ തുടങ്ങി:

"ഒരു ദിവസം രാത്രി, അടിയനും അടിയന്റെ അനിയത്തി നീലമ്മയും പാർത്തിരുന്ന തെക്കേക്കെട്ടിൽ വധിക്കപ്പെട്ട മാർത്താണ്ഡൻചിന്നയ്യന്റെ മകൻ മാതയ്യനടികൾ കയറിവന്നു. മാതയ്യനടികളുടെ കൂടെ ഒരു പെൺകുട്ടി ഉണ്ടായിരുന്നു. അറേബ്യാക്കാരിയായ ഹസ്രാ അൽറൂമി. ആ കഥ തിരുവടികൾക്കറിയാവുന്നതുകൊണ്ട്, അടിയൻ ചുരുക്കിപ്പറയാം: അവൾ നിസ്സഹായയായി അടിയന്റെ മുൻപിലിരുന്നു കരഞ്ഞു. അടിയൻ അവളെ സ്വീകരിച്ചു.

പിറ്റേന്നും പിന്നീടുള്ള നാളുകളിലുമാണ് അടിയൻ അതിന്റെ അപകടത്തെപ്പറ്റി നിനച്ചത്. വേണാട്ടു രാജസ്ഥാനത്തിന് അറബികൾ ഈ തുറയിലിറങ്ങുന്നത് ഇഷ്ടമുള്ള കാര്യമല്ലെന്ന് അടിയൻ മനസിലാക്കി. ഒരു സാധുപ്പെണ്ണിനെ ക്ഷോഭംപൂണ്ട രാജസ്ഥാനത്തിന്റെ കൈകളിലേക്കു തരുവാൻ എന്നിട്ടും അടിയനു തോന്നിയില്ല. അടിയൻ അവളെ രഹസ്യമായി കപ്പൽ കയറ്റുവാൻ നിശ്ചയിച്ചു.

പക്ഷേ, അപ്പോഴാണ്, അടിയൻ മറ്റൊരു സംഗതി അറിഞ്ഞത്. വേണാട്ടധിപതിയുടെ ഏകപുത്രനായ നന്തൻ ഇളയടികളും ഹസ്രാ അൽറൂമിയും തമ്മിൽ സ്നേഹബദ്ധരാണെന്ന്. അവളെ മടക്കി അയക്കരുതെന്ന നന്തൻ ഇളയടികളുടെ ആഗ്രഹം മാതയ്യനടികളും മറ്റു രാജഭടന്മാരുമെല്ലാം ആവർത്തിച്ചാവർത്തിച്ച്, അടിയനെ അറിയിച്ചു. അടിയൻ എന്തു ചെയ്യണമെന്നറിയാതെ നാളുകൾ തള്ളിനീക്കി. കാരണം, അടിയനും ഒരു പെണ്ണാണ്. ആണും പെണ്ണും തമ്മിൽ മനസുകൊണ്ടിണങ്ങിയാൽ, എന്തൊരു ദണ്ണമാണ് പിരിയാനെന്ന്, അടിയനുമറിയാം."

അയ്യനടികൾ പെട്ടെന്ന് ഇടയ്ക്കു കയറി ചോദിച്ചു:

"നീ എന്തുകൊണ്ട് നമ്മെ വിവരം ധരിപ്പിപ്പാൻ ഒരുങ്ങിയില്ല?"

"അടിയൻ......" അവൾ മറുപടി പറഞ്ഞു: "മകന്റെ പ്രണയത്തെ അച്ഛന്റെ മനസിലേക്ക് കൊടുപ്പാൻ, ആടിയും പാടിയും ഉദരം നിറച്ചവളെങ്കിലും അടിയനറിഞ്ഞുകൂടാ തിരുവടികൾ."

അയ്യനടികൾ ആലോചിച്ചിരുന്നു. ചീതമ്മ തുടർന്നു:

"മാതയ്യനടികൾ നീലമ്മയെ സ്നേഹിപ്പതറിഞ്ഞ് കണ്ണുനീർ കുടിച്ചവളാണ് അടിയൻ. അതറിഞ്ഞിട്ട് അടിയന്റെ അനിയത്തിയെ അടിയൻ കെട്ടിയിട്ട് അടിക്കുകയും കുത്തുകയും ചെയ്തു. പിന്നെ, അടിയൻ ഒറ്റയ്ക്കിരുന്നു കരഞ്ഞു. അടിയൻതന്നെ അവൾക്ക് മെഴുക്കും തൈലവുമിട്ട് ശരീരം തടവിക്കൊടുത്തു. അടിച്ചാലും കുത്തിയാലും കളയാവതല്ല പെണ്ണിന്റെ നിശ്ചയമെന്ന് കോപംമാറിയപ്പോൾ അടിയൻ വീണ്ടും ഓർമിച്ചു."

പെട്ടെന്നുണ്ടായ മനോവികാരത്തിൽനിന്നു മോചനം നേടിയിട്ട് ചീതമ്മ പിന്നെയും ശാന്തമായി സംസാരിച്ചു:

"ഹസ്രാ അൽറൂമിയെ വേണാട്ടിൽനിന്ന് പുറത്തയപ്പാനാണ് അടിയൻ പിന്നീട് നിനച്ചത്. നാലു രാജഭടന്മാരെ അതിനായി അടിയൻ പാട്ടിലാക്കി. അടിയന്റെ അനിയത്തി നീലമ്മയേയും കൂട്ടി അടിയൻ ഹസ്രാ അൽറൂമിയെ ഓടനാട്ട് ഒരിടത്തേക്കയപ്പാൻ നിശ്ചയിച്ചു. അങ്ങനെയിരിക്കുമ്പോഴാണ് ഈ രഹസ്യമെല്ലാം തീയ്യമാനവനായ മാർത്താണ്ഡൻ ചിന്നയ്യനടികൾ അറിഞ്ഞത്. അന്ന്, തിരുവടികൾ അടിയനെ വിളിപ്പിച്ചു വിവരമെല്ലാം ചോദിച്ചു. അടിയൻ സത്യമെല്ലാം പറഞ്ഞു. നന്തനടികളുടെ സ്നേഹബന്ധമൊഴിച്ച്, അത്, അന്ന് പറയാൻ അടിയനു ധൈര്യമുണ്ടായിരുന്നില്ല. പക്ഷേ, ഹസ്രാ അൽറൂമി എവിടെയെന്ന് അവിടുന്ന് ചോദിച്ചു. അടിയൻ അത് വെളിപ്പെടുത്താൻ തയാറായിരുന്നില്ല. അന്നത്തെ അടിയന്റെ ആ നിലപാട് ശരിയായിരുന്നില്ലേ, തിരുവടികൾ? പിന്നീട് അവിടുന്ന് എന്താണുചെയ്തത്? ഹസ്രാ അൽറൂമിയും നന്തനിളയടികളും തമ്മിൽ സ്നേഹമാണെന്ന് അറിഞ്ഞപ്പോൾ, മാർത്താണ്ഡൻചിന്നയ്യനടികളുടെ വാക്കനുസരിച്ച്, ഹസ്രായെ ഓടനാട്ടതിർത്തിയിലെ കാവൽപ്പുരയിലിട്ട് കൊല്ലാൻ അവിടുന്ന് രാജഭടന്മാരെ കൽപ്പിച്ചയച്ചില്ലേ? ആ നിലയ്ക്ക്, അടിയൻ അന്നേ ഹസ്രായുടെ സങ്കേതം അറിയിപ്പാൻ തുനിഞ്ഞെങ്കിൽ അവളെ കയ്യുടനെ വധിപ്പാൻ കൽപ്പനയാകുമായിരുന്നില്ലേ?"

രണ്ടുനിമിഷം, നിശ്ശബ്ദനായ അയ്യനടികളുടെ മുൻപിലേക്ക് വീണ്ടും അവളുടെ ശബ്ദം അലച്ചുചെന്നു.

"തടവിലാക്കപ്പെട്ടെങ്കിലും അടിയൻ അടങ്ങിക്കിടന്നില്ല. പാറാവുകാരനായി കിട്ടിയത് അടിയന്റെ ഭർത്താവിനെയാണ്. ആ മനുഷ്യൻമുഖാന്തരം അടിയൻ ഭടന്മാരെ സ്വാധീനിച്ചു. ഹസ്രാ അൽറൂമിയേയും നീലമ്മയേയുംകൂട്ടി വടക്കോട്ടയച്ചു. ചെങ്ങമനാട്ട്, നങ്ങമ്മക്കാട്ടിനരികിൽവച്ച്, അടിയന്റെ അനിയത്തി നീലമ്മയ്ക്ക് എന്തു സംഭവിച്ചുവെന്ന് അവിടുത്തേക്കറിവുണ്ടല്ലോ?"

ചീതമ്മ അൽപ്പസമയം മുഖംകുനിച്ച് മിണ്ടാതെ നിന്നു. എന്നിട്ട് തുടർന്നു:

"തിരുവടികൾ വിശ്വസിക്കണം. മാതയ്യനടികളെ ഓടനാട്ടേക്കയച്ചു. നന്തനിളയടികൾ ഒറ്റയ്ക്കായി. അടിയൻ ഇതൊന്നും ചെയ്തത് നന്തനിളയടികളുടെ പ്രേരണകൊണ്ടല്ല. കഴിവതും ഇളയടികൾ അടിയനെ കാണാറില്ല. സംസാരിപ്പാൻ ഒരുങ്ങാറില്ല. എല്ലാം അടിയന്റെ ചെയ്തികളായിരുന്നു. ആ പെൺകുട്ടിയെ രക്ഷിപ്പാൻ വേണ്ടി, ആ സ്നേഹബന്ധം രണ്ടുപേരുടെ തർക്കൊലയിൽ ചെന്നവസാനിക്കാതിരിപ്പാൻ വേണ്ടി.

അബ്ദുല്ലാ ആയാസ്ഖാൻ എന്ന ഒരു അറേബ്യാക്കാരൻ കൊല്ലം രാജധാനിയിൽ വന്നത് ആയിടയ്ക്കാണ് അടിയന് അറിവാൻ കഴിഞ്ഞത്. അയാൾ ഒരുനാളിൽ, അടിയൻ കിടന്ന കിഴക്കേ തടവുപാളയത്തിൽ വന്നിരുന്നു. അടിയനെ കണ്ടു. അടിയൻ സംസാരിച്ചില്ല. പിന്നെ, ആ അറബിയെ അടിയൻ കണ്ടിട്ടില്ല. അയാൾ ഹസ്രാ അൽറൂമിയുടെ അച്ഛനാണെന്ന് അടിയൻ അടുത്തകാലത്താണ് അറിഞ്ഞത്. അടിയൻ കാലേക്കൂട്ടി അറിഞ്ഞിരുന്നെങ്കിൽ; രഹസ്യമായി അവളെ അയാളുടെ കൈയിൽ ഏൽപ്പി

ക്കുമായിരുന്നു."

"നാമും അതറിഞ്ഞില്ല, ചീതമ്മേ!" അയ്യനടികൾ വിചാരമഗ്നനായി മന്ത്രിച്ചു.

"അടിയൻ.... അതിന് തിരുവടികൾ അടിയനെ എന്നും സ്മരിക്കുമെന്ന് അടിയനുറപ്പുണ്ട്. ഓടനാട്ടതിർത്തിയിലെ കാവൽപ്പുരയിലേക്ക് തിരുവടികൾ ഭടന്മാരെ അയക്കുന്നുവെന്നറിഞ്ഞപ്പോൾ അടിയൻതന്നെയാണ് മറുവഴിക്ക് രണ്ടുമൂന്നു ഭടന്മാരെ സ്വാധീനിച്ചയച്ച് അവളെ കാവൽപ്പുര ഇടിച്ചു വീഴ്ത്തുന്നതിനുമുമ്പ് പുറത്താക്കി രക്ഷിപ്പാൻ ഏർപ്പാട് ചെയ്തത്."

അയ്യനടികളുടെ മിഴികൾ വിടർന്നു: "എന്ത്.....?" അവിടുന്ന് ചോദിച്ചുപോയി.

"അതെ, തിരുവടികൾ." അവൾ പറഞ്ഞു. "അതുകൊണ്ട്, വിദേശിയായ ആ അറബിയുടെ മുമ്പിൽ, തിരുവടികൾക്ക് അയാളുടെ മകളെപ്പറ്റി കണ്ണുനീരൊഴുക്കിക്കാട്ടേണ്ടിവന്നില്ല."

അയ്യനടികൾ തിരുവടികൾ ഒരു ദീർഘശ്വാസംവിട്ടു. എന്നിട്ട് അവിടുന്ന് മുഖം താഴ്ത്തിയിരുന്നു.

ചീതമ്മ തുടർന്നു:

"ഹസ്രാ അൽറൂമിയെ അവിടെനിന്ന് ചെങ്ങമനാട്ടെ നങ്ങമ്മക്കാടിനടുത്തുള്ള പുനവരുടെ പാളയത്തിൽ ആളറിയാതെ അടിയൻ പാർപ്പിച്ചു."

അയ്യനടികൾ മുഖമുയർത്തി. അവിടുന്ന് അന്വേഷിച്ചു:

"കിഴക്കേ തടവുപാളയം പൊളിപ്പിക്കാൻ ആരാണ് ഒരുങ്ങിയത്?"

"മാർത്താണ്ഡൻചിന്നയ്യനടികൾ." അവൾ യാതൊരു വികാരവും കൂടാതെ അറിയിച്ചു.

"ചിന്നയ്യയൊ?" വേണാട്ടധിപതി അത്ഭുതം കാണിച്ചു.

"അതെ." ചീതമ്മ പറഞ്ഞു.

"എന്തിനായിരുന്നു, അത്?"

"ചേരചക്രവർത്തി കുലശേഖരപ്പെരുമാൾ വിചാരിച്ചാലും വേണാട്ടിൽ താൻ പറയുന്നതും നടക്കുമെന്ന് കാട്ടാൻ."

"അങ്ങനെയോ?"

"അതെ, തിരുവടികൾ." ചീതമ്മ പറഞ്ഞു: "പക്ഷേങ്കില്, തിരുവടികൾ ഒന്നു ധരിപ്പാൻ ദയവുണ്ടാകണം. തടവുപാളയം പൊളിപ്പിച്ചത്, തിരുവടികളെ മോശപ്പെടുത്താനല്ലായിരുന്നു. തിരുവടികളെ ധിക്കരിച്ചുകാട്ടാനുമല്ലായിരുന്നു. വേണാട്ടുരാജസ്ഥാനത്തോടു മാർത്താണ്ഡൻചിന്നയ്യനടികൾക്ക് അഗാധമായ കൂറായിരുന്നു. അടിയനോട് ശത്രുത കാട്ടിയിരുന്നു ചിന്നയ്യനടികൾ. എങ്കിലും പറയുകയാണ്, തടവുപാളയം പൊളിക്കുന്നതിന്റെ തലേന്ന് എങ്ങനെയോ തടവറയിൽനിന്ന് പുറത്തിറങ്ങി ചിന്നയ്യനടികൾ അടിയന്റെ മുറിക്കരികിൽ വന്നു. രഹസ്യമായി സംസാരിച്ചു. അന്ന്, മാർത്താണ്ഡൻചിന്നയ്യടികൾ എന്നോട് ഹൃദയത്തിൽ കൈവച്ചു പറഞ്ഞു, 'ചീതമ്മേ, ഞാൻ വേണാട്ടധിപതിക്കെതിരായല്ല പ്രവർത്തിക്കു

ന്നത്. വേണാട്ടുരാജസ്ഥാനത്തിന് ജീവൻ കൊടുപ്പാൻ ഞാൻ തയാറാണ്. പക്ഷേ, അറബികൾ ഇവിടെ താവളമടിക്കുന്നത് എനിക്കിഷ്ടമല്ല. വേണാട്ടുരാജസ്ഥാനത്തിനും അതു നന്നല്ലെന്ന് ഞാൻ നിനയ്ക്കുന്നു. കാരണം, ക്രിസ്ത്യാനികൾക്ക് അതു വെറുപ്പുണ്ടാക്കാം. ഞാൻ ഈ തടവുപാളയം പൊളിച്ചു പുറത്തുപോകും. വേണാട്ടിനുവേണ്ടി, വേണ്ടിവന്നാൽ കുലശേഖര ചക്രവർത്തിക്കെതിരായും പോരാടും. നിന്നെ എനിക്കു വേണമെങ്കിൽ ഇപ്പോൾ വധിക്കാം. പക്ഷേ, ഞാൻ അതിഷ്ടപ്പെടുന്നില്ല. നീ വിദേശത്തുനിന്നു ജീവിപ്പാൻവേണ്ടി വന്ന ഒരു സാധുവാണ്. നീ എവിടെയെങ്കിലും ഓടിപ്പോയിക്കൊൾക. അതിനു സൗകര്യം തരാൻ വേണ്ടിയാണ് കാലേക്കൂട്ടി ഇതറിയിക്കുന്നത്' എന്ന് . മാർത്താണ്ഡൻ ചിന്നയ്യനടികൾ വധിക്കപ്പെട്ടു. പക്ഷേ, അദ്ദേഹം വേണാട്ടിന്റെ ബന്ധുവായിരുന്നു. തിരുവടികളോട് കൂറുള്ള മിത്രമായിരുന്നു."

അയ്യനടികളുടെ മനസിൽ തിരതല്ലിവന്ന ഓർമകളും വിചാരങ്ങളും അവിടുത്തെ മുഖത്ത് പ്രകടമായി കണ്ടു. അൽപ്പസമയം രണ്ടുപേരും മൗനം ഭജിക്കുകയായിരുന്നു. ഒടുവിൽ അയ്യനടികൾ മിണ്ടി.

"നിന്റെ ഭർത്താവിനെ തരിസാപ്പള്ളി വാതിൽക്കലിട്ട് ചുട്ടുകൊന്നത് ആരാണ്?"

ഉള്ളിലെ ദുഃഖം കടിച്ചമർത്തിപ്പിടിച്ച് അവൾ പറഞ്ഞു:

"അടിയന് അറിയില്ല; അടിയന്റെ ഭർത്താവായതുകൊണ്ടും അടിയനെ സഹായിച്ചതുകൊണ്ടും അറബികളോടു വിരോധമുള്ള ആരെങ്കിലും ചെയ്തതായിരിക്കും, തിരുവടികൾ. ഇനി അടിയനു ജീവിച്ചിരിപ്പാൻ മോഹമില്ല, തിരുവടികൾ."

അയ്യനടികൾ മിണ്ടിയില്ല.

"ഒടുവിൽ, നല്ലിയെ വിളിച്ചുവരുത്തിയതും അടിയനാണ്." ചീതമ്മ അറിയിച്ചു.

"നല്ലിയെ വിളിച്ചുവരുത്തിയത് നീയോ?" വേണാട്ടധിപതിയുടെ മുഖം വീണ്ടും ചുവന്നു. അവൾ യുദ്ധം പ്രഖ്യാപിച്ചിട്ടാണ് രാജധാനിയിൽനിന്നു പോയത്. ചീതമ്മയുടെകൂടെയാണ് അവൾ വന്നത്. അവളെ ഒളിച്ചു രക്ഷപ്പെടാൻ സഹായിച്ചതും ചീതമ്മതന്നെ. ഇപ്പോൾ ഓടനാട്ടു ഭടന്മാർ കൊല്ലം നഗരത്തിലേക്കു വന്നുകൊണ്ടിരിക്കുന്നു.

"നീ രാജ്യദ്രോഹിയാണ്, ചീതമ്മേ......" അയ്യനടികൾ പ്രഖ്യാപിച്ചു.

"അല്ല തിരുവടികൾ...." ചീതമ്മ ശാന്തസ്വരത്തിൽ അറിയിച്ചു: "അടിയൻ എന്തിന്, നല്ലിയെ രഹസ്യമായി സേവകരെ വിട്ട്, വരുത്തി? മാതയ്യൻ ചിന്നയ്യനടികൾ വടക്കിരുന്നു മരിക്കാൻ കിടക്കുന്നു. ഇപ്പോഴും മാതയ്യൻ ചിന്നയ്യനടികളുടെ നില ദയനീയമാണ്. ഒരമ്മ പെറ്റതല്ലെങ്കിലും ഒരേയൊരു സഹോദരിയാണത്. അവൾ പറഞ്ഞാലെങ്കിലും മാതയ്യനടികൾ ഉപവാസം നിറുത്തുമെന്ന് കരുതി അടിയൻ അവളെ കൊണ്ടുവന്നതാണ്. ഇടയ്ക്ക് വേണാട്ട് ഭടന്മാരിൽനിന്ന് ഹസ്രാ അൽറൂമിയെ രക്ഷിപ്പാനും അവൾ ഉപകരിച്ചുവെന്നുമാത്രം."

"പിന്നെ, അവൾ നമ്മുടെ മുമ്പിൽ ധിക്കാരപൂർവം യുദ്ധം പ്രഖ്യാപിച്ചതോ......?" വേണാട്ടധിപതി ചോദിച്ചു.

"മാർത്താണ്ഡൻചിന്നയ്യനെ വധശിക്ഷയ്ക്കു വിധേയനാക്കിയതറിഞ്ഞ് ഓടനാട്ടു രാജകുടുംബക്കാർ കാലേക്കൂട്ടി തീരുമാനിച്ചതാണത്. നല്ലി അടിയനോടതു പറഞ്ഞു." ചീതമ്മ വെളിപ്പെടുത്തി, അവൾ ഒരു വാചകംകൂടി പറഞ്ഞു. "പക്ഷേങ്കില്, ഇനി അവിടെനിന്നും അങ്ങനെ ഒരാപത്തുണ്ടാവുകയില്ല, തിരുവടികൾ."

"ഓടനാട്ടു ഭടന്മാർ കൊല്ലം നഗരത്തിന്റെ അതിർത്തിയിലെത്തിയിരിക്കുന്നു. എന്നിട്ടാണോ നീയിതു ചൊല്ലുന്നത്?" അയ്യനടികൾ ക്ഷുഭിതനായി ചോദിച്ചു.

"തിരുവടികൾ കേൾപ്പാൻ ദയവുണ്ടാകണം." അവൾ ഒരു ചുവട് മുമ്പോട്ടു നീങ്ങിനിന്നു: "അടിയൻ തിരുവടികളെ ധിക്കരിപ്പാനല്ല കഴിഞ്ഞ നാളിൽ തെക്കേക്കെട്ടിൽനിന്ന് നല്ലിയുമായി ഒളിച്ചുപോയത്. ഓടനാട്ട് അടിയൻ വിവരമെല്ലാം ധരിപ്പിച്ചു. മാർത്താണ്ഡൻചിന്നയ്യനടികളുടെ വധശിക്ഷയ്ക്ക് തിരുവടികൾ ഉത്തരവാദിയല്ലെന്ന്. തിരുവടികൾ ചിന്നയ്യനടികളെ ഓർമിച്ചു ദുഃഖിക്കുന്നുവെന്ന്. ഹസ്രാ അൽറൂമി തിരുവടികളുടെ മുമ്പിലേക്ക് ഉടനേ വരും. ഓടനാട്ടുപട്ടാളം പുറപ്പെട്ടുപോയി. അവർ ഇവിടെവന്ന് തിരുവടികളെ വണങ്ങിയിട്ട് തിരിച്ചുപോകാൻ പുറയോറടികൾ പുറകേ കൽപ്പന കൊടുത്തയച്ചിട്ടുണ്ട്—ഇപ്പോൾ, അടിയൻ ചെയ്യേണ്ടതെല്ലാം ചെയ്തു. ഇനി തിരുവടികൾ ശിക്ഷ വിധിച്ചാലും."

അയ്യനടികൾ തിരുവടികൾ അന്തിച്ചിരുന്നുപോയി. മുഖം കുനിച്ച് നിശ്ചലയായി നിൽക്കുന്ന ചീതമ്മയെ അവിടുന്ന്, അത്ഭുതവും വേദനയും നിറഞ്ഞ ദൃഷ്ടികളോടെ നോക്കിയിരുന്നു. അവളെ ശിക്ഷിപ്പാനുള്ള തീർപ്പോടെയിരുന്ന അയ്യനടികളുടെ മനസ്സ് ഉരുകിയൊലിക്കുകയാണെന്നു തോന്നിപ്പോയി. അവിടുന്ന് മുഖം താഴ്ത്തിക്കളഞ്ഞു.

# 25

**ച**ങ്ങമനാട്ട് പുനവന്മാരുടെ താവളം. നങ്ങമ്മക്കാടിനുമീതെ നാടു കാണാൻ കയറിവന്നിട്ട് അത്ഭുതപ്പെട്ടതുപോലെ ചന്ദ്രൻ തെളിഞ്ഞു നിൽക്കുന്നു. പക്ഷേ, പ്രകൃതി മൗനം ഭജിക്കുംപോലെയാണ്. ഒരനക്കമില്ല. കാട് നിശ്ചലം. പനകളും തെങ്ങുകളും നിശ്ചലം. വേങ്ങകൾ നിശ്ചലം. മുളഞ്ചില്ലകൾ നിശ്ചലം. എന്തോ ഓർമിച്ച് എല്ലാം കുറേ നേരമായിട്ട് ചിന്തയിൽ മുഴുകിപ്പോയതു കണക്കാണ്. ചന്ദ്രൻ അതു കണ്ട് പരുങ്ങിനിൽക്കുന്നു.....

വേങ്ങ പൂത്തുനിൽക്കുകയാണ്. തിനമുറ്റി അറുക്കാറായിരിക്കുന്നു. അതുകൊണ്ട് പുനവത്തിപ്പെൺകുട്ടികളെല്ലാം കുടിലുകളിലുണ്ട്. തിനപ്പുനം കാക്കാൻ പിന്നെ അവരെ വെളിയിലേക്കു വിടാറില്ല. അവർ മുറ്റത്തിറങ്ങി നങ്ങമ്മക്കാടിനുമീതെ നിൽക്കുന്ന ചന്ദ്രനെ നോക്കിക്കൊണ്ടി

രുന്നു. അവർ പരസ്പരം കുശലങ്ങൾ പറഞ്ഞു. അമ്പലും* അലരും** ചൊല്ലി സമയം കഴിക്കുകയാവും, അവർ.

ഒരു ചക്രവാകപ്പെട എവിടെയോ ഇരുന്നു ശബ്ദമുണ്ടാക്കിയത് പുനവത്തിപ്പെൺകുട്ടികൾ കേട്ട്, ശ്രദ്ധിച്ചു. ഒരു പുനവത്തിപ്പെണ്ണ് ഉറക്കെ വിളിച്ചുപറഞ്ഞു: “അവളുടെ ആട്ടനെ കാണാഞ്ഞുതന്നെ കരയുന്നത്, പെണ്ണുങ്ങളേ!” ആ ചക്രവാകപ്പെട, അവളുടെ നൃത്തക്കാരനായ ഇണയെ കാണാഞ്ഞു കരയുകയാണെന്ന്, അവൾ കൂട്ടുകാരികളോടു വിളിച്ചു പറഞ്ഞത്.

ഇടയ്ക്ക് ഒരു പെണ്ണ് വിളിച്ചു ചോദിച്ചു.

“മ്മടെ കുറിഞ്ഞിമങ്ക എവടെ പെണ്ണേ?”

“അകത്ത്, വരവും കാത്തിരിപ്പോണ്ടെടീ, കണ്ണേ!” മറ്റൊരുത്തി മറുപടി നൽകി.

അവർ സ്നേഹവും അൽപ്പം കളിയാക്കലും കലർത്തിയാണ് അതു ചോദിച്ചതും പറഞ്ഞതും. ചെറിയ കുറത്തിയായി പാർക്കുന്ന ഹസ്രാ അൽറൂമിയെപ്പറ്റിയാണ് അവർ അതു പറഞ്ഞത്. കുറച്ചുനാളായി ഹസ്രായെ പുനവത്തികൾ കുറിഞ്ഞിമങ്ക എന്നാണു വിളിക്കാറ് പതിവ്. മലനാട്ടിലെ കുറിഞ്ഞിപ്പൂപോലാണ് അവളിരിക്കുന്നതെന്ന് ഒരിക്കൽ ഏതോ ഒരു കുറത്തിപ്പെണ്ണ് പറഞ്ഞപ്പോൾ മുതൽക്ക്.

അതു സ്നേഹത്തിന്റെയും അവരുടെ മനസിലെ ബഹുമാനത്തിന്റെയും ഒരു പ്രകടനമായിരുന്നു.

ഹസ്രാ അകത്തുണ്ട് പുനവപ്രമാണിയുടെ കുടിലിനുള്ളിൽ ചീതമ്മ വേണാട്ടുഭടന്മാരെ കബളിപ്പിച്ചു പോയതിനുശേഷം പുനവന്മാരും കുറത്തികളും കരുതലോടെ അവളെ കാത്തുസൂക്ഷിക്കുകയാണ്. അതു പ്രത്യേകം ചൊല്ലി ഏർപ്പാടുചെയ്തിട്ടാണ് ചീതമ്മ പട്ടാളക്കാരെയും കൊണ്ട് അന്ന് പുനവത്താവളം വിട്ടത്. ചീതമ്മയുടെ വാക്കുകൾ അവർ അക്ഷരമൊപ്പിച്ചു പാലിക്കുകയായിരുന്നു.

രാത്രി മണി പത്തായപ്പോൾ പുനവത്തിപ്പെണ്ണുങ്ങൾ എഴുന്നേറ്റു. വിളഞ്ഞ തിനയുടെ മണം അന്തരീക്ഷത്തിലാകെ നിറഞ്ഞുനിന്നിരുന്നു. അതിന്റെ ഉത്സാഹത്തിൽ അവർ വട്ടംകൂടിനിന്ന് വള്ളപ്പാട്ടുപാടാൻ തുടങ്ങി. തിന മുറ്റുമ്പോൾ പുനവത്തികളുടെ മനസുനിറയും. വിളഞ്ഞ തിനപ്പുനങ്ങളുടെമീതെ ആകാശത്തിൽ, ചന്ദ്രൻ ഉയർന്നുവരുമ്പോൾ. അവളുടെ ഹൃദയത്തിൽ ഗാനമുണരും.....

അതാണ്, അവർ ഇളകിപ്പാടിയത്.

അപ്പോൾ, നങ്ങമ്മക്കാടിന്റെ പടിഞ്ഞാറേപ്പാതയിൽ ശബ്ദങ്ങൾ കേട്ടു തുടങ്ങി. പുനവത്തിപ്പെണ്ണുങ്ങൾ പാട്ടു നിറുത്തി, അങ്ങോട്ടു നോക്കി. തിനപ്പുനങ്ങളുടെയിടയിൽ കാര്യം പറഞ്ഞിരുന്ന പുനവന്മാരും അങ്ങോട്ടുനോക്കി. പാതയിൽ ആളുകൾ വരുന്നു. വഴിപോക്കരായിരിക്കുമെന്ന് ആദ്യം കരുതി. അപ്പോൾ, കാളകെട്ടിയ രണ്ടു വണ്ടികൾ ആ വഴിക്കു

* പഴി

** അപവാദം

നീങ്ങിവരുന്നു. പുനവന്മാർ ശ്രദ്ധിച്ചു. വഴിയിൽക്കൂടി ആരു കടന്നുപോയാലും അവർക്ക് ഇപ്പോൾ വലിയ ശ്രദ്ധയാണ്.

പുനവന്മാർ എഴുന്നേറ്റുനിന്ന് അങ്ങോട്ടു ദൃഷ്ടിയർപ്പിച്ചു. പാതയിൽ പ്രത്യേക വേഷമൊന്നുമില്ലാത്ത കുറേപ്പേർ വന്നുകൂടിയിട്ടുണ്ട്. അവർ അവിടെനിന്നു. പുറകേവന്ന കാളവണ്ടിയുംനിന്നു. അതിൽനിന്ന് ആരോ ചിലർ ഇറങ്ങി. അവർ സാവധാനം പാതയിൽനിന്ന് പടിഞ്ഞാറോട്ട് നടന്ന് തിനത്തടങ്ങളിലേക്ക് വന്നു.

അവർ പുനവന്മാരുടെ കുടിലുകൾക്കുനേരെ വരികയാണ്. പുനവന്മാർ, കുറേപ്പേർ വേഗം കുടിലിലേക്കു പിൻവാങ്ങി. അവർ അതിവേഗത്തിൽ ആയുധങ്ങളുമായി പുറത്തേക്ക് വന്നു.

അപ്പോൾ, നടന്നുവന്ന സംഘത്തിന്റെ മുന്നിൽ, നന്തൻ ഇളയടികൾ, പുനവക്കുടിലുകളുടെ മുറ്റത്തേക്ക് നടന്നു വരുന്നു.....

പുനവപ്രമാണി നന്തനെ വന്ദിച്ചു. പുനവന്മാർ ഒന്നടങ്കം തങ്ങളുടെ ആദരവു കാട്ടി ഒതുങ്ങിനിന്നു. നന്തൻ, പ്രമാണിയുടെ മുൻപിൽ വന്നുനിന്ന്, പറഞ്ഞു:

"നാടരേ* നാം കൊച്ചുകുറത്തിയെ കൊല്ലം രാജധാനിയിലേക്കു കൂട്ടിക്കൊണ്ടു പോവാൻ വന്നതാണ്. അന്നു നിങ്ങൾക്കിടയിൽ വന്ന ആയാസ്ഖാൻ എന്ന വിദേശിയുടെ മകളാണവൾ. നാം അവളെ ആ അറബിയുടെ മുമ്പാകെ എത്തിക്കാമെന്നു വാക്കുപറഞ്ഞുവന്നിരിക്കുന്നു."

അൽപ്പസമയം പുനവരും അപ്പോഴേക്കും അവരുടെ പിന്നിൽക്കൂടിയ കുറത്തിപ്പെണ്ണുങ്ങളും മിഴിച്ചുനിന്നു. "കുറത്തിമകളെ ഇത്രവേഗം കൊണ്ടുപോവുകയോ, പെണ്ണേ?" കുറത്തിപ്പെൺകുട്ടികൾ പരസ്പരം അടക്കിപ്പിടിച്ചു ചോദിച്ചു: പുനവപ്രമാണി, കുറേ നിമിഷങ്ങൾ അങ്ങനെ നിന്നിട്ടു ചോദിച്ചു:

"വേണാട്ടുതിരുവടികൾക്ക് കൊച്ചുകുറത്തിയെ ഇഷ്ടക്കേടെന്നു ചൊല്ലിക്കേട്ടു. കൊച്ചുകുറത്തിയെ കൊട്ടാരവളപ്പിലേക്ക് കൂട്ടിക്കൊണ്ടു പോയാല്, തിരുവടികൾക്ക് കോപമുണ്ടായാലോ, ഇളയടികളെ?"

"ഇല്ല." നന്തൻ പറഞ്ഞു: "അച്ഛൻ കൽപ്പിച്ചിട്ടുതന്നെ നാം ഹസ്രായെ കൂട്ടിക്കൊണ്ടുപോകുന്നത്."

പുനവത്തികൾ തിരിഞ്ഞുനോക്കി, അവരിൽ ചിലർ നന്തന്റെ വരവ്, ഹസ്രാ അൽറൂമിയെ അറിയിച്ചുകഴിഞ്ഞു. അവൾ പുനവപ്രമാണിയുടെ കുടിലിൽനിന്നു പുറത്തിറങ്ങി. പുനവരുടെ പിന്നിൽ അവൾ എത്തി. നന്തൻ അവളെ കണ്ടു. പുനവപ്രമാണിയും പുനവരും ഒതുങ്ങിനിന്നു. കുറത്തികൾ അവളെ തഴുകി മുമ്പോട്ടു നയിച്ചു.

"ഹസ്രാ.....!" നന്തൻ വിളിച്ചു.

"ഇളയടികൾ....!" അവളുടെ വിളികേൾക്കലിൽ, കാത്തിരുന്ന ഹൃദയത്തിന്റെ താപവും ഉൽക്കണ്ഠയും നിറഞ്ഞുനിന്നിരുന്നു.

"പനങ്കാവിൽ കൊട്ടാരത്തിലേക്ക് ഉടനെ പുറപ്പെടുക. അബ്ദുല്ലാ

---

* പുനവരുടെ തലവൻ.

ആയാസ്ഖാൻ നിന്നെയും പാർത്ത് അവിടെ കാത്തിരിക്കുന്നു. ഹസ്രാ...!" നന്തൻ അറിയിച്ചു.

ഹസ്രാ മിഴിച്ചുനിന്നു. അവൾ എല്ലാം ആലോചിക്കുകയായിരുന്നു. അച്ഛനെ കാണാൻ, അവൾക്ക് ആത്മാവു ദാഹിക്കുകയായിരുന്നു. പക്ഷേ, അവിടെയെത്തിയാൽ, പിന്നെന്തായിരിക്കും സംഭവിക്കുക? അച്ഛൻ വേണാട്ടു പാർക്കാൻ ആഗ്രഹിക്കുകയില്ല. അവളെ അന്വേഷിച്ചിറങ്ങിയ അച്ഛൻ, അവളെ സന്ധിച്ചാലുടൻ അറേബ്യായിലേക്ക് മടങ്ങും. അവളും അച്ഛന്റെകൂടെ പോകണം.....

പോയാൽ? പോയാൽ..... നന്തനെ ഒരുപക്ഷേ, ഒരിക്കലും പിന്നെ കാണാൻ കഴിഞ്ഞില്ലെന്നുവരും.....

ഒരു ശിലാപ്രതിമപോലെ അവൾ നിന്നു.

"ഇളയടികൾ?" പുനവപ്രമാണി സ്വരമൊതുക്കി സംസാരിച്ചു.

"എന്ത്, നാടരേ?" ഇളയടികൾ അയാളുടെ നേർക്കു തിരിഞ്ഞു.

"അടിയൻ...." അയാളുടെ സ്വരം ഒന്നുകൂടി താണുപോയി. "കുടിലിലെ കൊടിച്ചിയരും* തിനപ്പുറം കാക്കുന്ന ചേണോന്മാരും ഒരു കണക്ക്, കൊച്ചുകുറത്തിയെ പ്രാണനായിപ്പോറ്റിപ്പോന്നു തിരുവടികൾ കൊച്ചുകുറത്തിയെ കൊണ്ടുപോവതോർക്കാനും പാർക്കാനും വയ്യാത്ത മട്ടായിട്ടുണ്ട്, അടിയങ്ങൾക്ക്." അയാൾ ദീർഘമായി ഒന്നു നിശ്വസിച്ചു.

"സ്നേഹമുള്ള പുനവരെ നാം ഒരിക്കലും മറക്കുകയില്ല. നിങ്ങൾ കാട്ടിയ കൂറ്, കൊച്ചുകുറത്തി വേണാടു വിട്ടുപോയാലും ഓർമിക്കാതിരിക്കുകയില്ല." നന്തൻ പറഞ്ഞു.

ആ വാക്കുകൾ കേട്ട് ഹസ്രാ ഉള്ളുകൊണ്ട് നടുങ്ങിപ്പോയി. താൻ വേണാടു വിട്ടുപോവുകയാണെന്ന് ഇളയടികൾ മനസിലാക്കിയെന്നല്ലേ അതിനർഥം?

അവൾ മുഖം താഴ്ത്തിക്കളഞ്ഞു.

കുറത്തികൾ അമ്പരന്നു നിൽക്കുകയാണ്. നങ്ങമ്മപ്പടിമയുടെ മറ്റൊരു രൂപം തങ്ങളുടെയിടയിലേക്ക് കടന്നുവന്നതുപോലെയാണ്, ഹസ്രായെ അവർ കണ്ടിരുന്നത്. കുറത്തിപ്പെൺകുട്ടികൾ അവളുടെ ചുറ്റുമിരുന്ന് കളിപറയാറുണ്ട്. അവൾ അവരോട് ശ്രമിച്ച് വേണാട്ടുഭാഷയിൽ സംസാരിക്കാറുണ്ട്. അവർ അവളെ കേൾപ്പിക്കാൻ പാട്ടുപാടും. അവൾ അതിൽ രസിക്കും. അവർ അവളെയും അവൾ അവരെയും കെട്ടിപ്പിടിക്കും. തലോലമാടും. എന്നാലും, അവർക്ക് അവളെ ബഹുമാനമാണ്. അവളെ രസിപ്പിക്കുമ്പോൾ, അവളെ പുൽകുമ്പോൾ, പാവപ്പെട്ട ആ കുറത്തികൾ ഒരു ആനന്ദനിർവൃതി അനുഭവിക്കുകയായിരുന്നു. തിനപ്പുനങ്ങളിലേക്കും തങ്ങളുടെ കുടിലുകളിലേക്കും പുതിയ ഐശ്വര്യം കടന്നുവന്നതായി അവർ എപ്പോഴും കരുതിയിരുന്നു.

ഇപ്പോൾ, ആ നല്ല കൊച്ചുകുറത്തിയെ ഇളയടികൾ തിരിച്ചുകൊണ്ടുപോകാൻ പോകുന്നു.....

---

* കുറത്തിപ്പെണ്ണുങ്ങൾ.

"പുലരുംമുമ്പ് പനങ്കാവിൽക്കൊട്ടാരത്തിലെത്തിയില്ലെങ്കിൽ തുറയിൽ കെട്ടിക്കിടക്കുന്ന ചീനക്കപ്പലിൽ ആയാസ്ഖാൻ നാടുവിടുമെന്ന് അറിയിച്ചു പറഞ്ഞിരിക്കുന്നു, ഹസ്രാ...." നന്തൻ സത്യം പറഞ്ഞു. ഹസ്രാ അൽറൂമിയെ കാണാതെ ആയാസ്ഖാൻ നാടുവിട്ടാൽ അതിലും വലിയ മറ്റൊരു മനോവ്യഥ ഉണ്ടാവാനില്ല. അച്ഛൻ അങ്ങനെ അറേബ്യായിലേക്കു മടങ്ങിയെന്നു കേട്ടാൽ ഹസ്രായ്ക്ക് എത്ര വേദന തോന്നും?

ഹസ്രായും അതുതന്നെ ചിന്തിച്ചുപോയി. അച്ഛൻ മടങ്ങിപ്പൊയ്ക്കളയുമോ? പോയാൽ, എന്നാണ് അദ്ദേഹത്തെ പിന്നെ കാണുക?

അവൾ കുറത്തികളെ ആകെ ഒന്നു നോക്കി. അവർ അവളുടെമേൽ കണ്ണുംനട്ടു നിൽക്കുകയാണ്. ജീവിതത്തിലൊരിക്കലും അവൾക്ക് ഇത്ര ചാഞ്ചല്യം തോന്നിയിട്ടില്ല. വേണാട്ടടികളുടെ ശത്രുത നേടി, ഇക്കാലമത്രയും ഒളിച്ചുകഴിഞ്ഞപ്പോഴൊന്നും മനസിന്റെ താളം ഇത്രകണ്ട് തെറ്റിയിട്ടില്ല.

"അച്ഛൻ മടങ്ങിപ്പോകാനുറച്ചോ?" അവൾ ഇളയടികളോടു ചോദിച്ചു.

"അതേ, ഹസ്രാ! നമ്മൾ ഉടനെ അങ്ങെത്തണം." നന്തൻ പറഞ്ഞു. എന്നിട്ട് പുനവപ്രമാണിയോട് അപേക്ഷിച്ചു: "നാടരേ, ക്ഷമിപ്പിൻ, ഹസ്രയെ കാണ്മാൻ അവളുടെ അച്ഛൻ കാത്തിരിക്കുന്നു. അവളെ വേഗം യാത്രയയപ്പിൻ."

പുനവത്തികളുടെ ദീർഘനിശ്വാസങ്ങൾ ഉയർന്നു. അവരിൽ ചിലർ ഏങ്ങലടിച്ചു കരയുന്നത് കേൾക്കായി. പുനവന്മാർ മുഖം കുനിച്ചുനിന്നു. പ്രമാണി ഒരക്ഷരം ഉരിയാടിയില്ല. നാലഞ്ചുകുറത്തിപ്പെൺകുട്ടികൾ ഹസ്രായെ കെട്ടിപ്പിടിച്ചുനിന്നു. അവർ കരയുകയായിരുന്നു. ഹസ്രാ ഒരു കുഞ്ഞിനെപ്പോലെ ദുർബലയായി ആ കുറത്തിപ്പെൺകുട്ടികളുടെ കരവലയത്തിൽ ഒതുങ്ങിനിന്നു.

"പോയിവരാം." അവൾ അടഞ്ഞ തൊണ്ടയോടെ പറഞ്ഞു: "നിങ്ങളുടെ സ്നേഹം ഞാനൊരിക്കലും മറക്കുകില്ല."

കുറത്തികൾ കാന്തൾപ്പൂക്കൾ പറിച്ചുകൊണ്ടുവന്നു. നെയ്തുവച്ച നല്ലൊരു തഴയും ഹസ്രായെ ധരിപ്പിച്ചു. അതിൽ പൂക്കൾ ചൂടി കുറത്തികൾ ഓരോരുത്തരായി ഹസ്രായുടെ കവിളിലും നിറുകയിലും കൈകളിലും ചുംബിച്ചു. ചിലർ അവളെ പുണർന്നുപിടിച്ചു കരഞ്ഞു. മറ്റു ചിലർ അവളുടെ കാൽക്കൽ വീണു നമസ്കരിച്ചിട്ട് പറഞ്ഞു: "ഞങ്ങള്, നങ്ങമ്മപ്പടിമയെപ്പോലെ ഈ കുഞ്ഞിനെ ഓർമിക്കും."

പാവപ്പെട്ട ഒരു മനുഷ്യവിഭാഗത്തിന്റെ ഹൃദയം കവിഞ്ഞൊഴുകിയ സ്നേഹമായിരുന്നു, ആദരവായിരുന്നു, ആത്മാർഥതയായിരുന്നു അത്.

നന്തന്റെ കണ്ണുകൾ നിറഞ്ഞുപോയി. അയാളുടെ കൂടെവന്ന സേവകർ ആ കാഴ്ച കണ്ട് സ്തബ്ധരായി നിന്നുപോയി.

ഒടുവിൽ, പുനവപ്രമാണി, ഹസ്രായുടെ നേരെ മുമ്പിൽ നിന്നു. അയാൾ കിഴക്കോട്ടു തിരിഞ്ഞു. കൈകൾ നെഞ്ചിൽ ചേർത്തുപിടിച്ച് നങ്ങമ്മക്കാട്ടിലേക്ക് നോക്കി. അയാൾ പ്രാർഥിച്ചു:

"നങ്ങമ്മപ്പടിമേ, പന്തിരണ്ടുമാസവും തിനപ്പുനത്തിൽ വെട്ടിയും

കിളച്ചും കാലംകഴിപ്പോരായ ഞങ്ങൾക്കു കിട്ടിയ ഈ പെരിയ കുഴന്തയെ, കാക്കണേ, കാത്ത്, കടലിനപ്പുറത്തായാലും കാഞ്ചിപ്പൂകണക്കു വളർത്തണേ. എവിടെ എത്തിയാലും നല്ല തിണ*യിൽ പാർപ്പാനും തഴയുട ധരിപ്പാനും കുറളിൻപിടി നന്മകുറിപ്പാനും തുണകൊടുക്കണേ? വീണ്ടും ഹസ്രായുടെ നേർക്കു തിരിഞ്ഞ് അയാൾ അവളെ സാഷ്ടാംഗം നമസ്കരിച്ചു. കണ്ണുനീരോടുകൂടി അവൾ അയാളെ പിടിച്ചെഴുന്നേൽപ്പിച്ചു.

"എന്നും ഞാൻ നിങ്ങളുടെ കൂടെയുണ്ട്, നാടരേ." ഹസ്രാ അയാളോടു പറഞ്ഞു.

അവൾ കുറത്തികളെ താണുതൊഴുതു. അവർ മുഖം നന്നേ കുനിച്ച്, അവളുടെ നേർക്ക് തൊഴുതുനിന്നു. നന്തൻ നടന്നു. ഹസ്രാ അയാളുടെ പുറകെ നടന്നു. കുറത്തികളുടെ ആ വലിയ സംഘം അവരെ അനുഗമിച്ചു. പുനവപ്രമാണിയും മറ്റ് പുനവന്മാരും അതിനുപുറകേ നടന്നു. അവരുടെ കാലൊച്ചകളും ശ്വാസധാരകളും ഒരു വേർപാടിന്റെ ധ്വനിയുമായി തോന്നി.

നന്തനിളയടികളും ഹസ്രായും കാളകെട്ടിയ വണ്ടികളിൽ കയറി നീങ്ങിയപ്പോൾ കുറത്തികളും പുനവന്മാരും ഒരുപോലെ നൊന്തുവിളിച്ചു: "ഹെന്റെ നങ്ങമ്മപ്പടിമേ!...."

## 26

**ക**നത്ത ഇരുട്ടിൽക്കൂടി ഒരു സ്ത്രീരൂപം നീങ്ങിക്കൊണ്ടിരുന്നു. നങ്ങമ്മക്കാടിന് കുറെ തെക്കുമാറിയുള്ള കുന്നിൽ കയറി അവർ താഴോട്ടിറങ്ങുകയായിരുന്നു. രാത്രിയിലെ കാറ്റിൽ അവളുടെ മുടി പറന്നു. വസ്ത്രങ്ങൾ ഇളകിയുലഞ്ഞു. ഒന്നും വകവയ്ക്കാതെ കാറ്റിനെതിരെ ഒരു പക്ഷിയെപ്പോലെ അവൾ നീങ്ങുന്നു. ഇടയ്ക്ക് അവളുടെ കാലുകൾ കല്ലിലും കുറ്റിച്ചെടികളിലും കൊണ്ടു; പിന്നെയും അവൾ യാത്ര തുടർന്നു.

വേങ്ങയും മുങ്കിലും ഇലിപ്പകളും തേന്മാവും കൂവളങ്ങളും നിറഞ്ഞ തോപ്പുകളിൽക്കൂടി അവൾ സഞ്ചരിച്ചു. രാത്രികാല പുഷ്പങ്ങളുടെ ഗന്ധം അവിടെയെല്ലാം നിറഞ്ഞുനിന്നിരുന്നു. കിഴക്കൻകാറ്റാണ്. വരണ്ട കാറ്റ്. ഇലച്ചില്ലകൾ പരുഷമായി മുരളുകയും കരയുകയും ഊതിവിളിക്കുകയും ചെയ്തുകൊണ്ടിരുന്നു. എവിടെയോ തെളിനീരൊഴുകുന്ന ശബ്ദം, ഇടയ്ക്ക് അവളുടെ കാതുകളെ ആകർഷിച്ചതുപോലെ ഉണ്ട്. അവൾ ഒന്നു നിന്നു. നീണ്ടയാത്രകൊണ്ട് ദാഹിച്ചിട്ട് വെള്ളത്തിന്റെ സ്വരം കേട്ടപ്പോൾ നിന്നുപോയതാണോ?

ആ മലന്തോപ്പുകളും ചുരങ്ങളും രാത്രിയിൽ കള്ളന്മാരും കൊള്ളക്കാരും അലഞ്ഞുതിരിയുന്ന സങ്കേതങ്ങളാണ്. പുന്നമരച്ചോടുകളിൽ

---

* സ്ഥലം

അവർ താവളംകെട്ടി പാർക്കാറുണ്ട്. പുന്നമരം, ഇരുട്ടിന്റെ കൂടാണല്ലോ. ഒരു ഘട്ടത്തിൽ ഒരുസംഘം ഞാറപ്പക്ഷികൾ കരഞ്ഞുകൊണ്ട് ചിറകിട്ട ടിച്ചു പറന്നു. അവൾ ഒന്നു ചുറ്റും നോക്കി. രണ്ടു നരികൾ ഒരേ സ്ഥായി യിൽ ഓലിയിട്ടു. പുറകെ ഏതോ കാട്ടുമൃഗങ്ങൾ എങ്ങോ ഓടുന്ന ശബ്ദം.....

ഇരുപുറത്തും കാടും നടുക്ക് നടപ്പാതയുമുള്ള ഇടത്തിൽക്കൂടി അവൾ പോയപ്പോൾ വവ്വാലുകൾ മുഖത്തടിക്കുംപോലെ പറന്നുപോയി. മാമ്പൂവിൽനിന്ന് വാർന്നുവീഴുന്ന തേനിന്റെ മണം അവിടെ നിറഞ്ഞു നിൽക്കുന്നു. തുടർന്ന് കുരങ്ങുകൾ കരയുകയും മൂളുകയും മരക്കൊ മ്പുകളിൽക്കൂടി ചാടുകയും ചെയ്ത ഒരു കുരങ്ങ്, മാങ്കൊമ്പിൽ പിടിച്ച് തുടർച്ചയായി കുലുക്കി.

കാട്ടുപുല്ലുകൾ വളർന്നുനിൽക്കുന്നു. അവയുടെ ഇടയിൽ നിറയെ പാമ്പുകൾ പാർക്കുന്നു. ശക്തിയായ കാറ്റേറ്റ് പുല്ലുകൾ തുടർച്ചയായി ശ്വാസത്തിന്റെ ശബ്ദത്തിൽ മൂളി. അവ തലപ്പുകൾ മണ്ണിലേക്ക് കുത്താൻ ശ്രമിക്കുന്നു. അവൾ ധൃതിയിൽ അവിടം കടന്നു. അൽപ്പം ദൂരത്തേക്ക് അവൾ നോക്കി. നെഞ്ഞത്തു കൈകൾ ചേർത്തുപിടിച്ചു. വടക്ക് നങ്ങമ്മ ക്കാട്ടിലെ ഇരുണ്ട മരങ്ങളുടെ മേൽത്തലപ്പുകൾ അവൾ കണ്ടു. ആകാശം ഒന്നു തെളിഞ്ഞതുപോലെ മൂടിക്കിടന്നിരുന്ന മഴക്കാറിന്റെ കനംകുറഞ്ഞു.

കടലിനോടടുക്കുന്ന നദികണക്ക്, അവളുടെ വേഗത കൂടി. പാത യുടെ വീതിയും കൂടിവന്നു. നാലു കുതിരകൾക്ക് ഒപ്പം കുതിക്കാവുന്ന വഴിയിലേക്ക് അവൾ പ്രവേശിച്ചു. അവൾ ധൃതിപിടിച്ച് നടന്നു. അതിനി ടയ്ക്ക് അവൾ തന്റെ ഉടയാടയുടെ ഒരറ്റമെടുത്ത് തലവഴിയിട്ടു. മുഖം കുനിച്ചു. ആരോ ഇരുട്ടിൽക്കൂടി അവളെ കാണാൻ ശ്രമിക്കുന്നു. ഭയപ്പെ ട്ടിട്ടെന്നപോലെ, കുറച്ചുസമയം അവൾ നങ്ങമ്മക്കാട്ടിനു മുമ്പിൽ എത്തി ക്കഴിഞ്ഞു.....

ആറ്റുതീരത്തിൽക്കൂടി അവൾ നടന്നു. വേങ്ങപ്പൂക്കളുടെ അവ്യക്ത മായ ഗന്ധം നങ്ങമ്മക്കാട്ടിന് ഒരു പുതിയ വികാരം പകർന്നിരുന്നു. കാറ്റ് അപ്പോഴും ശക്തിയായി വീശുന്നു. ഇലകളും പൂക്കളും പറന്നുവന്ന് അവ ളുടെ തലയിലും ശരീരത്തിലും വീണുകൊണ്ടിരുന്നു. അവൾ നേരെ, നീലമ്മയുടെ മാതക്കല്ലിനുമുമ്പിൽ ചെന്നു. അവിടെനിന്നു പൊടുന്നനേ, അവൾ മുട്ടുകുത്തി.

അൽപ്പസമയം, ഒരു പക്ഷിപോലും അനങ്ങിയില്ല. കാറ്റിന്റെ ഇലച്ചില്ല കളിൽക്കൂടിയുള്ള നിരന്തരമായ വിളികൾമാത്രം തുടർന്നുകൊണ്ടിരുന്നു.

നീലമ്മയുടെ മാതക്കല്ലിനുമീതെയും മുമ്പിലും തുടർച്ചയായും പൂക്കൾവന്നു വീണുകൊണ്ടിരുന്നു. വേങ്ങപ്പൂക്കൾ, ഞാഴൽപ്പൂക്കൾ, പിന്നെ, വള്ളിയിലകൾ. പൗർണമിനാളിൽ കുറത്തിപ്പെണ്ണുങ്ങൾ ആ 'പടിമ'യുടെ മുൻപിൽ സമർപ്പിച്ച പൂക്കൾ, ഉണങ്ങിയും വാടിയും ആ കല്ലിനുമുൻപിൽ കിടന്നിരുന്നു. അവൾ അത് കണ്ടു. അവൾ അൽപ്പ സമയം കൈപ്പത്തികളെക്കൊണ്ട് മുഖംപൊത്തി ഇരുന്നു. അവളുടെ കൈകൾ നനഞ്ഞു....

"നീലമ്മാ...." പൊടുന്നനെയാണ് അവൾ അടക്കിപ്പിടിച്ചിട്ടും പൊട്ടിപ്പോയ ആ ശബ്ദം പുറപ്പെടുവിച്ചത്. അവളുടെ ഉള്ളിൽനിന്ന് ഒരു വികാരത്തിന്റെ പ്രവാഹമായിരുന്നു അത്.

"നീലമ്മാ....." അവൾ വീണ്ടും വിളിച്ചു.

"അക്കാ പോകുന്നു. നിന്നെ വേണാട്ടിലേക്ക് വിളിച്ചുവരുത്തിയത് അക്കായാണ്. അക്കായോട് പൊറുക്കൂ നീലമ്മ, പൊറുക്ക്." അവൾ പൊട്ടിക്കരഞ്ഞു. അൽപ്പസമയം കഴിഞ്ഞ് അവൾ വീണ്ടും പറഞ്ഞു: "മധുരയിൽ, പാവപ്പെട്ട ഒരു വീട്ടിൽ, നമുക്ക് സന്തോഷമായി പാർക്കാൻ കഴിയുമായിരുന്നു, നീലമ്മ. അക്കാ ആട്ടംപടിപ്പാനും പാടാനും പോയത് നമ്മുടെ കുടുംബത്തെ ഇപ്പാട്ടിലാക്കി, നീലമ്മ, നമ്മുടെ അമ്മ പറഞ്ഞു, വേണാട്ടിലേക്ക് പോവത് സൂക്ഷിച്ചുവേണമെന്ന്. വേണാട്ടിൽ വന്നതിനുപുറകെ ആ നല്ല സ്ത്രീ നമ്മെപ്പിരിഞ്ഞു. പുറകെ, നീ അക്കായെ പിരിഞ്ഞു. അതിനും കാരണക്കാരി അക്കാതന്നെ, നീലമ്മാ. പക്ഷേ, വേണാടിനെ അക്കാ മറക്കില്ല. വേണാട്, നന്നായിരിക്കട്ടെ നീലമ്മ. നീ പോയ മണ്ണിലേക്കുതന്നെ, അക്കായും പോവാൻതന്നെ നിശ്ചയിച്ചു. നീലമ്മ!"

തേങ്ങിയും കരഞ്ഞും അത്രയും അവൾ പറഞ്ഞൊപ്പിച്ചു. പിന്നെ നിറുത്തി. അവൾ ആ കല്ലിനു മുമ്പിൽ ഒന്നുകൂടി നമസ്കരിച്ചു. പിന്നെ നിവർന്നെഴുന്നേറ്റു. അതിനെ കെട്ടിപ്പിടിച്ചു. കൂടെപ്പിറന്ന രണ്ടു ഹൃദയങ്ങളുടെ വേദനകണ്ടു നൊന്തിട്ട്, വേങ്ങമരങ്ങൾ പൂക്കളുതിർത്തുകൊണ്ടിരുന്നു. കുറച്ചുനേരംകൂടി. അവൾ ആ കല്ലിൽനിന്നു വിട്ട്, തിരിഞ്ഞു നടന്നു.

നങ്ങമ്മക്കാട്ടിലും പരിസരങ്ങളിലും കാറ്റ് ഊതിവിളിക്കുന്നുണ്ട്. അവൾ കിഴക്കോട്ടാണ് നടന്നത്. ആറ്റുതീരം വഴിക്ക്, അവിടെ കാട് കൂടുതൽ ഇടതൂർന്നതായിത്തീരുന്നു. അവിടെ സഞ്ചരിക്കാൻ പ്രയാസമാണ്. കുറ്റിച്ചെടികൾ കാട്ടുവള്ളികൾ മുൾപ്പടർപ്പുകൾ മൂങ്കിൽക്കൂട്ടങ്ങൾ.

അങ്ങോട്ട് പുനവന്മാർപോലും വല്ലപ്പോഴുമേ പോകാറുള്ളൂ. കാന്തൾപ്പൂക്കൾ പറിക്കാനും കാട്ടുചില്ലകൾ ശേഖരിക്കാനും മൂങ്കിൽത്തണ്ടുകൾ വെട്ടിയെടുക്കാനും. രാത്രിയിൽ അങ്ങോട്ടു പോകാറേയില്ല. നല്ല നിലാവുള്ളപ്പോൾപോലും. കാരണമുണ്ട്, നങ്ങമ്മപ്പടിമയ്ക്ക് അവിടേക്ക് കയറുന്നത് ഇഷ്ടമായിരിക്കുകയില്ലെന്ന് പുനവന്മാർ വിശ്വസിക്കുന്നു. എന്നാലും കമ്പും കഴലും ധരിച്ച് തേനൊഴുകുന്ന പൈന്താർ മാല മാറിലണിഞ്ഞ് മുടിയിൽ നാഴപ്പൂവും കാന്തൾപ്പൂവും ചൂടിയ കാട്ടുദേവന്മാർ അവിടെയൊക്കെ സഞ്ചരിക്കുന്നുണ്ടെന്ന് അവർ വിശ്വസിക്കുന്നു.

ആ ദേവന്മാർക്ക് പുനവന്മാരെ ഇഷ്ടമാണ്. പക്ഷേ, അങ്ങോട്ടു കടന്നുചെന്ന് അവരെ കാണ്മത്, പ്രീതിക്കു കോട്ടം ഭവിച്ചേക്കുമോ എന്നാണ് പുനവന്മാരുടെ ഭീതി. ചിലപ്പോൾ ആ കാട്ടിനകത്തുനിന്നു പനങ്കള്ളിന്റെ നറുമണം പുറത്തേക്ക് വരും; ചിലപ്പോൾ കൂവളപ്പൂവിന്റെ ഗന്ധം; ചിലപ്പോൾ മുറ്റിവളർന്ന ചക്കപ്പഴത്തിന്റെ രുചിയുള്ള ചാറിന്റെ മണം; അതൊക്കെ കാട്ടുദേവന്മാരും ദേവിമാരും നൈവേദ്യമുണ്ണുന്ന വേളകളാണ്; അതു

പോലെ ദേവനും ദേവിയും, പകലും രാത്രിയും കുറി* നിശ്ചയം ചെയ്ത് വന്നെത്തും; അങ്ങനെയുള്ള സന്ദർഭങ്ങളിൽ നങ്ങമ്മക്കാട്ടിനുള്ളിലേക്ക് ആരെങ്കിലും കടന്നുചെന്നാൽ അവർക്ക് ചെയ്കുറിപ്പിഴപ്പ്** വന്നുവെന്നു വരും. അതു പാടില്ല. ഇതൊക്കെക്കാരണം പുനവന്മാരും കാട്ടിന്റെ ഉള്ളിലേക്ക് കടന്നു ചെല്ലാറില്ല; എന്തിന്, അങ്ങോട്ടു എത്തിനോക്കാൻപോലും അവർ ധൈര്യപ്പെടാറില്ല.

അങ്ങനെയുള്ള കാടകത്തേക്കാണ് അവൾ തപ്പിയും തടഞ്ഞും നടക്കാൻ തുടങ്ങിയത്. കാലിൽ മുള്ളുകൾ കുത്തിക്കയറി. ഇടയ്ക്ക് വള്ളികൾ അവളെ ചുറ്റിപ്പിടിച്ചു. അവളുടെ ഉടയാട കുറ്റിച്ചെടികളിൽ തടഞ്ഞു. എന്നിട്ടും അവൾ മുമ്പോട്ടു പൊയ്ക്കൊണ്ടിരുന്നു. ഏതോ പക്ഷികൾ അടക്കത്തിൽ കരയുന്നുണ്ട്. ചില ജന്തുക്കൾ ഓടുകയും മുരളുകയും ചെയ്തു. അവൾ ശ്രദ്ധിച്ചില്ല.

ആറ്റിന്റെ കുറെ ദൂരത്തായി പാറക്കെട്ടുകളുണ്ട്. അവൾ അങ്ങോട്ടു നടക്കുകയാണ്.

ആറ്റുവെള്ളം കുതിച്ചൊഴുകുന്ന ശബ്ദം കേൾക്കാം. കിഴക്കോട്ടെത്തുംതോറും നിശ്ശബ്ദത വർധിച്ചുവന്നു; അതിനിടയ്ക്ക് ഒഴുക്കുവെള്ളത്തിന്റെ ശബ്ദം കൂടിവന്നു. മൂങ്കിൽച്ചില്ലകൾ ഇരുട്ടിൽ ആ ജലപാളികളുടെമേൽ ഏതോ സ്വരങ്ങൾ പാടിച്ചു. അവൾ തപ്പിയും തടഞ്ഞും കുറ്റിച്ചെടികളിൽ പിടിച്ചും പാറക്കെട്ടുകളുടെ അരികിലേക്കു സാവധാനം നീങ്ങിക്കൊണ്ടിരുന്നു.

ഒടുവിൽ, അവൾ ആ പാറയിൽ പിടിച്ചു കയറി.

നിശ്ശബ്ദതയെ ഭഞ്ജിച്ചൊഴുകിയിരുന്ന ആ ജലത്തിന്റെ സ്വരങ്ങൾക്കിടയിൽ അവളുടെ ഉള്ളിൽനിന്നു ചില വാക്കുകൾ പൊന്തി വന്നു:

"അമ്മാ, നീലമ്മാ, തമിഴകവും വേണാടും കാക്കുന്ന ആദിയമ്മാ!"

അവൾ കുറച്ചുനേരം ആ പാറപ്പുറത്തുനിന്നു.

* * *

നേരം പുലർന്നു. നങ്ങമ്മക്കാട്ടിനു പടിഞ്ഞാറുവശത്തുള്ള പുനവന്മാരുടെ കുടിലുകൾ ഉണർന്ന്, പുലർച്ചയിലേക്ക് നോക്കി തൊഴുതും പ്രാർഥിച്ചും കഴിഞ്ഞ ആണുങ്ങൾ തിനപ്പുനത്തിന്റെ ഇടയിലേക്കു ചെന്നു. രണ്ടുനാൾകൂടി കഴിഞ്ഞാൽ തിന അറുക്കാറാകും. പുനവന്മാരിൽ കുറെപ്പേർ വെളുപ്പാൻകാലംവരെ തടങ്ങളിൽ ഓരോന്നു പറഞ്ഞും കാട്ടുപന്നികളെ ഓടിച്ചും ഉറക്കമിളച്ചിരിപ്പുണ്ടായിരുന്നു.

കുറത്തികൾ വെള്ളംകോരി ചിലർ പല്ലു വിളക്കി. ചിലർ ആറ്റിലിറങ്ങി ശരീരം കഴുകി കയറിവന്നു. നങ്ങമ്മക്കാട് പതിവുപോലെ സൂര്യപ്രകാശം ഏൽക്കുവാൻ കാത്ത് മഞ്ഞിൽ കുതിർന്ന മുഖവുമായി നിന്നു. രാത്രിയിലെ കാറ്റുമൂലം പാതയിലും കാട്ടിലെ തറയിലും പതിവിലുമധികം ഇലകൾ പാറിക്കിടന്നു. ഒടിഞ്ഞ ചില്ലകൾ പലയിടത്തും ചിതറി

---

* സമാഗമം

** നിശ്ചയിച്ച സങ്കേതം തെറ്റിപ്പോകുന്നത്.

ക്കിടപ്പുമുണ്ട്.

ആദ്യത്തെ ചുവന്നരേഖകൾ നങ്ങമ്മക്കാടിന്റെ നിറുകയിൽ വീണു. പിന്നെ ഇടയിൽക്കൂടികടന്ന് തിനപ്പുനങ്ങളിലേക്ക് നീണ്ടു വന്നെത്തി.

അന്ന് കാർത്തികയാണ്. തിനപ്പുനത്തിനു മുമ്പിൽ വിളക്കുവച്ച് പൂവിടുന്ന ദിവസം. കുറത്തികൾ നങ്ങമ്മക്കാട്ടിലെ ആറ്ററികിലേക്കു പോയിരുന്നു. അവർ ഓടിയെത്തി, തിനപ്പുനങ്ങളിലേക്ക്. കുടിലുകളിലേക്ക്. അവർ നാലുപാടുംനിന്നു വിളിച്ചു പറഞ്ഞു:

"അമ്മാ, പെണ്ണേ, കുറത്തി, മാതക്കല്ലിനു മുമ്പില് ആറ്റിലൊരു പെൺപ്രേതം! ആറ്റുവഞ്ചിക്കിടയ്ക്ക് ഒരു പെൺപ്രേതം!"

പുനവന്മാർ അന്തിച്ചു നോക്കി. കുറത്തികൾ ഓടിക്കൂടി. അവർ ഒറ്റ ശ്വാസത്തിൽ ചോദിച്ചു:

"ആരുടെ പ്രേതം പെണ്ണേ! ആരുടെ പ്രേതം കുറത്തികളേ?"

അവർ ആദ്യം മിഴിച്ചുനിന്നു. പിന്നെ, പൊട്ടിക്കരഞ്ഞു. പുനവന്മാരുടെയും കുറത്തികളുടെയും ഹൃദയം മുഴുവൻ സ്തംഭിക്കുമാറ് അവർ ആ പേര് ഉച്ചരിച്ചു:

"ചീതമ്മയാര്, കുറത്തികളെ. നമ്മുടെ ചീതമ്മയാര്."

പുനവന്മാർ ഞെട്ടി, കുറത്തികൾ ഒരുമിച്ച് വിളിച്ചു:

"നങ്ങമ്മപ്പടിമേ! ചതിച്ചോ!"

ഒരു ശ്മശാനംപോലെ പുനവരുടെ താവളം കുറച്ചുനേരത്തേക്കു നിശ്ശബ്ദമായിപ്പോയി.

## 27

**പ**നങ്കാവിൽ കൊട്ടാരത്തിനുചുറ്റും ഓടനാട്ടുപട നിരന്നിരിക്കുന്നതാണ് അന്നു രാവിലെ കണ്ടത്. വേണാട്ടുരാജധാനിയിലെ ഭടന്മാരും സേവകന്മാരും മിഴിച്ചുനോക്കി നിന്നു. ഓടനാട്ടുകാർ ഒരാക്രമണത്തിനു തയാറായി വരുന്നുവെന്ന് രണ്ടുദിവസമായി കേട്ടിരുന്നു. കൊല്ലം നഗരത്തിന്റെ വടക്കേ അതിർത്തികളിലും കിഴക്കൻ പ്രദേശങ്ങളിലും സൈന്യത്തെ കാവലിട്ട് കരുതൽ നടപടികൾ ഏർപ്പെടുത്തിയിരുന്നു. എന്നിട്ടും അവരാരുമറിയാതെ, എങ്ങനെ ഈ ഓടനാട്ടു പട്ടാളക്കാർ കൊട്ടാരവാതിൽക്കലെത്തി?

നാന്നൂറുപേർ! ഊരിപ്പിടിച്ച വാളുംചൂണ്ടി ഉയർത്തിയ കുന്തവും വടിയും ഉറുമിയും എല്ലാമേന്തിയ നാന്നൂറുപേർ! അവരുടെ പടത്തലവൻ പട്ടാളനിരയുടെ മുമ്പിൽ നിശ്ശബ്ദനായി കുതിരപ്പുറത്തിരുന്നു. വിചിത്രമായ ഒരു സൈനിക പ്രവേശമാണതെന്ന് എല്ലാവർക്കും തോന്നി. വേണാട്ടു സൈന്യാധിപൻ തന്റെ കുതിരപ്പുറത്തു വന്നു; അകത്തേക്കു ചെന്നു.

അയ്യനടികൾ തിരുവടികൾ; ഓടനാട്ടു പട്ടാളത്തിന്റെ വരവറിഞ്ഞ്, തന്റെ മന്ത്രശാലയിലിരുന്നു. അദ്ദേഹത്തിന്റെ കൽപ്പനയനുസരിച്ചാണ്

സൈന്യാധിപൻ ധൃതിപിടിച്ച് കൊട്ടാരത്തിലെത്തിയത്. അവിടുന്ന് സൈന്യാധിപനെ കണ്ട ഉടൻ യാതൊരു ക്ഷോഭവും കൂടാതെ ചോദിച്ചു:

"ഓടനാട്ടുകാർ യുദ്ധത്തിനല്ല വന്നിരിപ്പതെന്ന് നമുക്കറിവുണ്ട്. അവരുടെ സൈന്യാധിപനെ വേണ്ടുംവിധം സ്വീകരിച്ച് നമ്മുടെ മുമ്പാകെ കൊണ്ടുവരികയല്ലേ വേണ്ടത്?"

സൈന്യാധിപൻ രണ്ടുനിമിഷനേരം ആലോചിച്ചുനിന്നു. ഓടനാട്ടുകാർ യുദ്ധത്തിനു വന്നതല്ലെന്ന് താനും കേട്ടിരുന്നു. പക്ഷേ, അവർ നാട്ടിൽനിന്ന് വേണാട്ടു തലസ്ഥാനത്തേക്കു പുറപ്പെട്ടതെന്തിന്? ഓടനാട്ടു രാജധാനിയിൽ വേണാട്ടു രാജസ്ഥാനത്തെപ്പറ്റി നീരസം തോന്നിയിട്ടുണ്ട്; മാർത്താണ്ഡൻചിന്നയ്യന്റെ വധം മൂലം.

അതുകൊണ്ടല്ലേ, അവിടെനിന്ന് പടയെ അയക്കാൻ പുറയോറടികൾ തയാറായത്? അങ്ങനെ പടയെ അയച്ചശേഷം ആ രാജാവിന് മനം മാറിയെന്നോ? നല്ലി എന്ന പെൺകുട്ടി വേണാട്ടുരാജധാനിയിൽ വന്നതും ചില വസ്തുതകൾ വേണാട്ടധിപതിയെ ഗ്രഹിപ്പിച്ചതും സൈന്യാധിപനും അറിഞ്ഞിട്ടുണ്ട്. നല്ലിയുടെ വാക്കുകൾ വേണാട്ടുരാജസ്ഥാനത്തിനെതിരായിരുന്നു.

എന്നിട്ടും പനങ്കാവിൽ കൊട്ടാരത്തിനു മുമ്പിൽ കയറിവന്ന ഓടനാട്ടുപടയുടെ സൈന്യാധിപനെ വേണ്ടുംവിധം സ്വീകരിപ്പാൻ വേണാട്ടധിപന്റെ മുമ്പിൽ കൊണ്ടുവരാൻ എന്തു ന്യായം? വേണാട്ടധിപതി, അങ്ങനെ കൽപ്പിപ്പാൻ കാരണമെന്ത്? വേണാട്ടു രാജസ്ഥാനത്തിന്റെ മഹിമയ്ക്ക് ചേർന്നതോ അത്? സൈന്യാധിപൻ ചിന്തിച്ചുനിന്നു.

സൈന്യാധിപൻ പറഞ്ഞു:

"അടിയൻ പുറത്തേക്കു ചെല്ലാം."

അയ്യനടികൾ അൽപ്പംകൂടി ആലോചിച്ചിട്ടു പറഞ്ഞു:

"ചീതമ്മ നമ്മോട് ഒരു സംഗതി അറിയിച്ചിട്ടുണ്ട്."

സൈന്യാധിപൻ അതെന്തന്നറിവാൻ കാത്തുനിന്നു.

"ഓടനാട്ടുഭടന്മാർ ഒന്നും ചെയ്യില്ലെന്ന് നമ്മെ അറിയിച്ചിട്ടുണ്ട്."

സൈന്യാധിപൻ വേണാട്ടടികളെ ഉറ്റുനോക്കി.

ചീതമ്മ എന്തു പറഞ്ഞുവെന്ന് സൈന്യാധിപൻ അറിഞ്ഞിരുന്നില്ല.

മനസിൽ അൽപ്പംകൂടി സംശയം വർധിച്ചു. ചീതമ്മ വേണാട്ടുരാജസ്ഥാനത്തിന്റെ ശത്രുവാണെന്ന് താൻ കേട്ടിട്ടുണ്ട്. എന്നിട്ടും രണ്ടുകുറി അവൾ അയ്യനടികൾ തിരുവടികളെ രഹസ്യമായി സന്ധിച്ചുവെന്ന് അറിവുണ്ട്. ഒരുകുറി അവൾ ഒറ്റയ്ക്ക് പിന്നെ, അവളും നല്ലിയുമായിട്ട്. രണ്ടുകുറിയും അവൾ, വേണാട്ടടികൾ അറിയാതെതന്നെ രക്ഷപ്പെട്ടുപോയി.

രണ്ടുകുറിയും അവൾ ഒളിച്ചോടിപ്പോയെന്നു പറഞ്ഞത് വെറുതെയാവുമോ? ഒരുപക്ഷേ, തന്റെ അന്നദാതാവായ തിരുവടികൾ അറിഞ്ഞുകൊണ്ടുതന്നെ, അവളോടുള്ള പ്രത്യേക മമതകൊണ്ട് അവളെ രക്ഷിപ്പാൻ അനുവദിച്ചതാവുമോ? രാജധാനിയിലെ തടവിൽനിന്ന് അല്ലെങ്കിൽ, അവൾ എങ്ങനെ രക്ഷപ്പെടും.

മാത്രമല്ല, നല്ലി വേണാട്ടിനെതിരാണ്. ചീതമ്മയും നല്ലിയും ഉറ്റമിത്ര

ങ്ങളാണ്. ഇപ്പോൾ ഓടനാട്ടുനിന്ന് പനങ്കാവിൽ കൊട്ടാരത്തിനു മുമ്പിൽ പടവന്നു നിരക്കുകയും ചെയ്തിരിക്കുന്നു. അപ്പോഴും, അവർ യുദ്ധത്തിനു വന്നതല്ലെന്ന് വേണാട്ടടികൾ പറയുകയും ചെയ്യുന്നു. ഇത് ചീതമ്മയുടെ സ്വാധീനം കൊണ്ടല്ലേ?

ചീതമ്മയെ പനങ്കാവിൽ കൊട്ടാരത്തിനു കിഴക്കുള്ള തടവുപാളയത്തിൽ പാർപ്പിച്ചിരുന്നു. അവൾ ബന്ധനവിമുക്തയായത് മാർത്താണ്ഡൻ ചിന്നയ്യൻ മൂലമാണെന്ന് സൈന്യാധിപനറിയാം. അയാളാണ് തടവു പാളയം പൊളിച്ചത്. അയാളാണ് ചീതമ്മയുടെ ഭർത്താവിനെ തരിസാപ്പള്ളിമുമ്പിൽ കെട്ടിയിട്ട് കത്തിച്ചതെന്നും തനിക്കറിയാം......

സൈന്യാധിപൻ നിശ്ചയിച്ചു. ചീതമ്മയും മാർത്താണ്ഡൻചിന്നയ്യനും അടുപ്പത്തിലായിരുന്നു. ഇന്ന്, ചീതമ്മ മാർത്താണ്ഡൻചിന്നയ്യന്റെ വധത്തിനു പ്രതികാരം വീട്ടാൻ ഓടനാട്ടുകാരോട് ചേർന്നിരിക്കുന്നു....

അതിന് നല്ലിയെ കൂട്ടുപിടിച്ചിരിക്കുന്നു......

അതിന്, ഓടനാട്ടുപടയെ അയപ്പാൻ, പുറയോരെ സ്വാധീനിച്ചിരിക്കുന്നു; എന്നിട്ട്, വേണാട്ടധിപതിയെ തെറ്റിദ്ധരിപ്പിച്ചിരിക്കുന്നു.....

"അടിയൻ, പുറത്തേക്ക് ചെല്ലാം." പടസേനാധിപൻ പറഞ്ഞു.

"അതെ." അയ്യനടികൾ പറഞ്ഞു. "നാം ഇവിടെ ഇരിക്കുന്നുവെന്ന് ഓടനാട്ടുസൈന്യാധിപനെ അറിയിക്കുക. പുറയോരുടെ പടനായകനെ നമ്മുടെ മുമ്പാകെ കൂട്ടിക്കൊണ്ടുവരിക."

സൈന്യാധിപൻ അൽപ്പസമയം അവിടെ നിന്നു. പിന്നെ, സാവധാനം പുറത്തേക്ക് നടന്നു.

പ്രഭാതരശ്മികൾ, മന്ത്രശാലയിലേക്കു കയറിവന്നുകൊണ്ടിരുന്നു. അയ്യനടികൾ തിരുവടികൾ എന്തോ ആലോചിച്ചുകൊണ്ട് അവിടെത്തന്നെ ഇരുന്നു. അപ്പോൾ ഒരു സേവകൻ കയറിവന്നു:

"നങ്ങമ്മക്കാട്ടിലെ പുനവന്മാർ കുറേപ്പേർ വന്നിരിക്കുന്നു." അയാൾ അറിയിച്ചു.

അയ്യനടികൾ പലതും ആലോചിച്ചു. നങ്ങമ്മക്കാടെന്നു കേട്ടപ്പോൾ അവിടുത്തെ മനസിൽ പല ആലോചനകളും പൊന്തിവന്നു. നീലമ്മയുടെ മരണം, മാതയ്യന്റെ ഉപവാസം, ചീതമ്മയുടെ താവളം....

"വരാൻ പറയൂ." അവിടുന്ന് കൽപ്പിച്ചു.

"അധികം പേരുണ്ട്, തിരുവടികൾ......" സേവകൻ അറിയിച്ചു. "അവരെയാകെ അകത്തേക്കു വിടുക ശരിയോ."

അയ്യനടികൾ വീണ്ടും ചിന്തിച്ചു.

"നാംതന്നെ, അങ്ങോട്ടു വരാം." അവിടുന്ന്, തന്നോടെന്നപോലെ മന്ത്രിച്ചു.

സേവകൻ വണങ്ങി. പുറത്തേക്കുപോയി.

വേണാട്ടധിപതി എഴുന്നേറ്റു.

ഇടനാഴികകടന്ന്, അവിടുന്ന് പുറംവാതിൽക്കലെത്തി. അവിടെനിന്ന്, മുറ്റത്തേക്കിറങ്ങി. അപ്പോൾ, പൂത്തുനിൽക്കുന്ന വേങ്ങയുടെയും വാകയുടെയും, ചുവട്ടിൽ പുനവന്മാർ കൂട്ടംകൂടി നിൽക്കുന്നു. അയ്യനടികൾ

തിരുവടികളെ കണ്ടമാത്രയിൽ അവർ താണുതൊഴുതു. അവർ കൂട്ടമായി വിളിച്ചുപറഞ്ഞു: "വേണാട്ടടികൾ നീണാൾ വാഴട്ടെ?"

അയ്യനടികൾ അവരെ കരങ്ങൾ പൊക്കി ആശീർവദിച്ചു.

"ചീതമ്മയാര് മരിച്ചു." പുനവപ്രമാണി വേണാട്ടധിപതി അറിയിച്ചു.

അയ്യനടികൾ അത് കേട്ടു. ഒന്നും മിണ്ടാതെ അൽപ്പസമയം നിന്നു.

വികാരവിചാരങ്ങൾ അടക്കിപ്പിടിക്കുകയായിരുന്നു. അവിടുത്തെ മനസിൽ, കോട്ടവളപ്പിനു പുറത്തു നിൽക്കുന്ന ഓടനാട്ടു ഭടന്മാരുടെ രൂപവും അപ്പോൾ തെളിഞ്ഞുനിന്നിരുന്നു. എന്നിട്ടും അവിടുന്ന് ചോദിച്ചു:

"ചീതമ്മ മരിച്ചോ?"

"അതേയ്." പുനവപ്രമാണി അറിയിച്ചു.

"അവളുടെ മൃതദേഹം അടക്കിയോ?" വേണാട്ടധിപതി അന്വേഷിച്ചു.

"അടിയൻ..... ഇല്ല. തിരുവടികളെ അറിയിച്ചിട്ട് ആകാമെന്ന് നെനച്ച്, ഇങ്ങുപോന്നു." പുനവപ്രമാണി അറിയിച്ചു.

തിരുവടികൾ സാവധാനം പറഞ്ഞു:

"നാടരേ, നിൽക്കൂ. നാം കോട്ടവാതിൽക്കൽ ചെന്നിട്ട്, മടങ്ങിവരാം. നാടര് നിൽക്കൂ."

അയ്യനടികൾ തിരുവടികൾ മുറ്റത്തുകൂടി നടന്നു. പുനവർ പഴയ പടി വണങ്ങിനിന്നു. വേണാട്ടധിപതി മുറ്റത്തെ മണൽത്തരികളിൽ പാദ ചിത്രങ്ങളർപ്പിച്ചു മുന്നോട്ടു നീങ്ങിയപ്പോൾ പുനവരുടെ ശിരസുകളും ശരീരങ്ങളും അങ്ങോട്ടു തിരിഞ്ഞു. അവർ, സ്നേഹധനനായ ആ രാജാവിന്റെ നേർക്കു പാരവശ്യത്തോടെ നോക്കുകയായിരുന്നു.

കോട്ടവാതിൽക്കൽ ശബ്ദങ്ങൾ കേട്ടിരുന്നു. എന്തോ ബഹളങ്ങൾ പോലെ അയ്യനടികൾ തിരുവടികളുടെ പിൻപേ രാജഭടന്മാരും സേവകന്മാരും നടന്നു. പുറത്ത് ശബ്ദങ്ങൾ ഉയർന്നുവന്നു......

കോട്ടവാതിൽ കടന്ന് ഭടന്മാർ ഓടി വരുന്നു. സേവകന്മാർ കിതച്ചു പാഞ്ഞുവരുന്നു. അയ്യനടികൾക്ക് എന്തോ ആശങ്കകൾ മനസിലുദിച്ചു.

"സൈന്യാധിപനെ കൊലപ്പെടുത്തി തിരുവടികൾ." ഒരു സേവകൻ നെഞ്ചിൽ കൈവച്ച് വിളിച്ചു പറഞ്ഞു.

"എന്ത്?" വേണാട്ടധിപതി സ്തബ്ദനായിപ്പോയി.

"സൈന്യാധിപതിയും ഓടനാട്ടു പടനായകനും തമ്മിൽ ഏറ്റുമുട്ടി."

അയാൾ അറിയിച്ചു: "ഓടനാട്ടു പടനായകൻ വേണാട്ടു സൈന്യാധിപതിയെ കൊന്നു."

അയ്യനടിതിരുവടികൾ ഉറഞ്ഞുകൂടിയ ശിലാപ്രതിമപോലെ നിന്നു.

## 28

നല്ലി, പനങ്കാവിൽ കൊട്ടാരപ്പടിക്കലേക്ക് ഓടിയെത്തുന്നതുകണ്ടു കൊണ്ട് അയ്യനടികൾ തിരുവടികൾ നിന്നു. വേണാട്ടിന്റെ വിശ്വസ്തനായ പടനായകൻ ചോരയിൽ കുളിച്ചുകിടക്കുന്ന ചിത്രം, അയ്യനടികളെ സ്തംഭിപ്പിച്ചു കളഞ്ഞു. ഓടനാട്ടുകാർ എന്തോ കരുതിത്തന്നെ നിൽക്കുന്നുവെ

ന്നല്ലേ ഇതിന് അർഥം?

പക്ഷേ, കൊട്ടാരവാതിൽക്കൽ അണിനിരന്നിരുന്ന വേണാട്ടുപടയ്ക്ക് അയ്യനടികൾ ആജ്ഞ നൽകി:

"നിങ്ങൾ ഇളകേണ്ട, ഇങ്ങോട്ട് ആക്രമിക്കാതെ, അങ്ങോട്ട് കയ്യേറുകയും വേണ്ട. ഓടനാട് നമ്മുടെ ശത്രുരാജ്യമല്ല."

ഓടനാട്ടു പടനായകനും വേണാട്ടു സൈന്യാധിപതിയും തമ്മിൽ വാക്കുതർക്കം നടന്നതും അവർ ക്ഷോഭിച്ച് വാളൂരിയതും ഭടന്മാർ അയ്യനടികളെ അറിയിച്ചിരുന്നു. അതൊരു യുദ്ധത്തിന്റെ തുടക്കമാവാം. പക്ഷേ, ഓടനാട്ടുകാർ ആക്രമിക്കാൻ വന്നതായി അപ്പോഴും തോന്നിയില്ല. അവർ, ആ സംഭവം പാർത്ത്, ശിരസുകൾ താഴ്ത്തി നിൽക്കുന്നു.

നല്ലി ആ രംഗത്തേക്ക് കടന്നുവന്നു. അവൾ വേണാട്ടധിപതിയെ താണുവന്ദിച്ചു. വേണാട്ടു സൈന്യാധിപന്റെ മൃതദേഹം അവളെ ഞെട്ടിപ്പിച്ചു.

ഓടനാട്ടുപടനായകൻ വാള് മണ്ണിലേക്ക് താഴ്ത്തിപ്പിടിച്ച് മുഖം താഴ്ത്തി നിൽക്കുകയാണ്. ഏറ്റുമുട്ടലിൽ പറ്റിയ അയാളുടെ മുറിവുകളിൽനിന്ന് രക്തം വാർന്നൊലിച്ചുകൊണ്ടിരുന്നു.

നല്ലി വേണാട്ടധിപതിയുടെ മുമ്പിൽ നിന്നു.

"തിരുവടികൾ ക്ഷമിപ്പാൻ ദയവുകാട്ടണം. വേണാട്ടിനെതിരെ പടവെട്ടരുതെന്ന് പുറയോരടികൾ പ്രത്യേക കൽപ്പന അയച്ചിരുന്നു. അതിനെ ലംഘിച്ച ഓടനാട്ടു പടനായകനെ ശിക്ഷിപ്പാൻ ഓടനാട്ടു രാജാവ് മടിക്കുകയില്ല വേണാടിനോട് യുദ്ധം വെട്ടരുതെന്ന്, ചീതമ്മയാണ് പുറയോരടികളോട് അപേക്ഷിച്ചത്. എന്റെ അച്ഛൻ മാർത്താണ്ഡൻ ചിന്നയ്യനെ വധിപ്പാൻ വേണാട്ടടികൾ അൽപ്പവും നിനച്ചതല്ലെന്ന്, ചീതമ്മയാണ് ഓടനാട്ടുരാജാവിനെ തെര്യപ്പെടുത്തിയത്. പക്ഷേ, ആ ചീതമ്മ മരിച്ചു തിരുവടികൾ. അല്ല, അവർ തർക്കൊല ചെയ്തു. വേണാടിനെ സ്നേഹിച്ച ഒരുത്തി, നങ്ങമ്മക്കാട്ടിൽ തന്റെ ജീവൻ അവസാനിപ്പിച്ചു തിരുവടികൾ."

നല്ലി തിരിഞ്ഞു ഓടനാട്ടു ഭടന്മാരുടെ നേർക്ക്.

അവളുടെ മിഴികൾ തീവ്രമായ ഏതോ വികാരംകൊണ്ട് മിന്നിത്തിളങ്ങി. അവൾ ചുണ്ടുകൾ കടിച്ചമർത്തി. ഒരിക്കൽക്കൂടി വേണാട്ടധിപതിയുടെ മുഖത്തേക്ക് നോക്കി.

"തിരുവടികൾ ക്ഷമിപ്പാൻ ദയവുകാട്ടണം. അടിയൻ, പുറയോരടികളുടെ ആജ്ഞയും അനുവാദവും വാങ്ങിയാണ് വേണാട്ടിലേക്ക് പടയെ നയിച്ചത്. അടിയൻതന്നെ, വേണ്ടത് ചെയ്‌വാൻ പോകുന്നു."

"ഉപനായകൻ!"

നല്ലി ഓടനാട്ടു സേനയുടെ രണ്ടാം പടനായകനെ വിളിച്ചു.

"അടിയൻ....." രണ്ടാം പടനായകൻ മുമ്പോട്ടു നീങ്ങിനിന്നു.

"ഓടനാട്ടു പടനായകനെ ബന്ധിക്കുക. ഉടനെ രാജധാനിയിലേക്ക് കൊണ്ടുപോയി, പുറയോരടികളുടെ മുമ്പാകെ കൊണ്ടുനിർത്തുക. ഓടനാട്ടിനെ സേവിച്ച ഒരാളെ മറ്റൊരു നാട്ടിൽവച്ച് വധിപ്പത് ഉചിതമല്ല. അതുകൊണ്ട് പുറയോരടികൾ അവിടെവച്ച് വേണ്ടുംവിധം ചെയ്യട്ടെ."

"തിരുവടികൾ!" അവൾ അയ്യനടികൾ തിരുവടികളുടെ നേർക്ക് തിരിഞ്ഞു: വേണാട്ടിന്റെ പടനായകൻ മരിച്ചു. വേണാട്ടുരാജസ്ഥാനത്തിനും രാജ്യത്തിനും ഏർപ്പെട്ട നഷ്ടത്തിൽ ഓടനാട്ടു രാജസ്ഥാനത്തിനുവേണ്ടി നല്ലി ദുഃഖമറിയിച്ചുകൊള്ളുന്നു. പക്ഷേ, വേണാട്ടുപടനായകൻ മരിച്ചെങ്കിൽ, ഓടനാട്ടു പടനായകനും അതുതന്നെ ശിക്ഷലഭിക്കാൻ പോകുന്നുവെന്ന് തെര്യപ്പെടുത്തിക്കൊള്ളട്ടെ."

അയ്യനടികൾ അവളെ നോക്കിനിന്നു. ധീരമായ, ന്യായമായ, തീരുമാനം കൈക്കൊള്ളാൻ അവൾ കാട്ടിയ ചുറുക്ക് അവിടുത്തെ നിശ്ചലനാക്കിനിർത്തിക്കളഞ്ഞു. പക്ഷേ, ഒരു കൈപ്പിശകു പറ്റിയതിന് ഉടനടി ഈ തീരുമാനം വേണോ എന്ന് അവിടുന്ന് ശങ്കിച്ചു.

ഓടനാട്ടു രണ്ടാം പടനായകനും ഭടന്മാരും ചേർന്ന് മുഖം താഴ്ത്തി നിന്ന പടനായകനെ ബന്ധിച്ചു. അയാളുടെ വാൾ കൈയിൽനിന്ന് മണ്ണിലേക്ക് ഊർന്നുവീണു.

കുതിരക്കുളമ്പടിയൊച്ചകൾ അയ്യനടികൾ നോക്കി. നല്ലി നോക്കി. എല്ലാവരുടേയും ശ്രദ്ധ അങ്ങോട്ടായി. കൊട്ടാരവാതിൽക്കലേക്ക് നയിക്കുന്ന രാജപാതയിൽക്കൂടി ദൂരെനിന്ന് ഒരുസംഘം ആൾക്കാർ വരുന്നു. പെട്ടെന്ന് കാര്യം മനസിലായി. സ്ഥാണുരവികുലശേഖരപ്പെരുമാളിന്റെ രാജകീയ ചിഹ്നം കാറ്റിൽ പറക്കുന്നു.

പ്രഭാതസൂര്യന്റെ വെളിച്ചത്തിൽക്കൂടി ആ കൊടിയും കുതിരകളും ആളുകളും അരങ്ങിളക്കി ഓടിവരുന്നു.

പുറകെ രാജകീയരഥം.

അവർ അടുത്തുവന്നു.

കോവിലധികാരി വിജയരാഗദേവൻ. പത്നി കീഴാനടികൾ. "സ്ഥാണുരവികുലശേഖരപ്പെരുമാൾ നീണാൾ വാഴട്ടെ! ചേരസാമ്രാജ്യം നീണാൾ വാഴട്ടെ! റാണി കീഴാനടികൾ നീണാൾ വാഴട്ടെ! വിജയരാഗദേവര് നീണാൾ വാഴട്ടെ!"

വേണാട്ടുഭടന്മാരും ഓടനാട്ടു ഭടന്മാരും ഒരേ ശബ്ദത്തിൽ വിളിച്ചു.

ഓടനാട്ടു പടനായകൻ ശിരസുയർത്തി നോക്കി. അയാളുടെ കണ്ണുകൾ തുറിച്ചുനിന്നു.

കീഴാനടികളും വിജയരാഗദേവനും വണ്ടിയിൽനിന്നു താഴെയിറങ്ങി. പുലർച്ചയിലെ വെളിച്ചത്തിൽ കീഴാനടികളുടെ കനകാഭരണങ്ങളും പട്ടുടയാടയും തിളക്കങ്ങളുടെ ഓളം സൃഷ്ടിച്ചു.

"ചേരസാമ്രാജ്യറാണിക്കും കോയിലധികാരികൾക്കും വന്ദനം!" അയ്യനടികൾ താണുതൊഴുതു.

"വേണാട്ടടിപതിക്കു വന്ദനം." കീഴാനടികളും വിജയരാഗദേവനും പ്രത്യഭിവാദനം ചെയ്തു.

നല്ലി അവരെ താണുതൊഴുതു.

കീഴാനടികൾ നോക്കി; വിജയരാഗദേവനും വേണാട്ടുസൈന്യാധിപന്റെ മൃതദേഹത്തിലേക്ക്. ഓടനാട്ടു പടനായകന്റെ നേർക്ക്. അവർ നിശ്ശബ്ദരായി നിന്നു.

കീഴാനടികൾ അയ്യനടികളുടെ അടുക്കൽനിന്നു.

"മാർത്താണ്ഡൻ ചിന്നയ്യന്റെ മരണത്തിനു പ്രതികാരം വീട്ടാൻ ഓടനാട്ടു രാജസ്ഥാനം പുറപ്പെട്ടതായി, നമ്മുടെ പിതാവ്അറിഞ്ഞിരിക്കുന്നു. ഇവിടെ കാണ്മതിന്റെയെല്ലാം പൊരുൾ നമുക്ക് ഗ്രഹിപ്പാൻ കഴിയുന്നുണ്ട്."

അയ്യനടികൾ നിശ്ശബ്ദനായി നിന്നു.

കീഴാനടികൾ ചേരതലസ്ഥാനത്തുനിന്നു തന്റെകൂടെവന്ന സേനാധിപനെ നോക്കി. എന്നിട്ട് കൽപ്പിച്ചു. "നല്ലിയെയും ഓടനാട്ടുപടനായകനെയും ബന്ധിപ്പിൻ."

## 29

**ഒ**രു രംഗം ഉയർന്നു.

കീഴാനടികൾ ഇരിക്കുന്നു, നാലുപേർ അരങ്ങത്തു വന്നു. സായം സന്ധ്യ. വിജയരാഗദേവൻ വന്നില്ല.

നാലുപേർ അരങ്ങത്തുവന്ന് കീഴാനടികളെ വന്ദിച്ചു. അടുത്തിരുന്ന അയ്യനടികൾ തിരുവടികളെ വന്ദിച്ചു. അതിനടുത്തിരുന്ന നന്തനെ വന്ദിച്ചു.

പനങ്കാവിൽ കൊട്ടാരത്തിന്റെ തെക്കുപുറത്തുള്ള ആ അങ്കണത്തിൽ ആളുകൾ കൂടിയിരിക്കുന്നു. പ്രത്യേകം അലങ്കരിച്ച പന്തലിൽ കീഴാനടികളും പരിവാരവും ഇരുന്നു.

രംഗം അങ്കണത്തിലാണ്. കാരണം, അതു നാടകമായിരുന്നില്ല, കീഴാനടികളുടെ പ്രത്യേക നിർദേശപ്രകാരം നടത്തുന്ന ഒരു തിരപ്പുറപ്പാടാണ്.

തിരപ്പുറപ്പാട്, ആ അങ്കണം ഒരു കളരിയാക്കി. നാലുപേർക്ക് യുദ്ധം ചെയ്യാനുള്ള കളരി. നാലുപേരും നാലുവേഷത്തിലാണ്. സ്ഥാണുരവി കുലശേഖരപ്പെരുമാളുടെ വേഷത്തിൽ ഒരാൾ; അയ്യനടികൾ തിരുവടികളുടെ വേഷത്തിൽ മറ്റൊരാൾ; മാർത്താണ്ഡൻ ചിന്നയ്യന്റെ വേഷത്തിൽ ഒരാൾ; നല്ലിയുടെ വേഷത്തിൽ മറ്റൊരാൾ.

ഒരു യുദ്ധക്കളം, കീഴാനടികൾ ഒരുക്കിയിരിക്കുകയാണ്.

പുറകിൽ അണിനിരന്നിരുന്ന പുന്നത്തലപ്പതികളും പോളക്കുടിപ്പതികളും അറുന്നൂറ്റുവരും അഞ്ചുവർണം—മണിഗ്രാമക്കാരും അന്തിച്ചു നിന്നുപോയി.

"നാം ഇന്നൊരു സന്തോഷകരമായ പോരാട്ടം ഏർപ്പാടു ചെയ്തിരിക്കുന്നു."

കീഴാനടികളുടെ ശബ്ദം ആയിരം മുത്തുചിപ്പികൾ ആകാശത്തുനിന്ന് ഉതിർന്നുവീഴുന്നതുപോലെ കേട്ടു.

എല്ലാവരും ശിരസൊന്നു താഴ്ത്തി.

"ഈ പോരാട്ടത്തിൽ ചിലർ മരിക്കും. ചിലർ ജീവിക്കും. നമ്മുടെ പിതാവ് കുലശേഖരപ്പെരുമാളായ സ്ഥാണുരവിയും ഈ പോരാട്ടത്തിൽ പങ്കെടുക്കുന്നു."

അൽപ്പം നിറുത്തിയിട്ട് കീഴാനടികൾ പ്രഖ്യാപിച്ചു:

"പോരാട്ടത്തിൽ പങ്കെടുക്കുന്നവർ വേണാട്ടുകാരല്ല. സ്ഥാണുരവികുലശേഖരപ്പെരുമാളിന്റെ പ്രജകളല്ല. മറുനാട്ടിൽനിന്ന് വന്നവരത്രേ. ആര് ആരെ എതിർക്കുന്നുവെന്ന് അവരെ അറിയിച്ചിട്ടുമില്ല."

ജനങ്ങൾ സ്തബ്ധരായി നിന്നുപോയി.

അവരുടെ കണ്ണുകൾ അത്ഭുതംമാത്രം പ്രകടിപ്പിച്ചു. അവരുടെ കണ്ണുകൾ, ചേരസാമ്രാജ്യപ്പെരുമാളിന്റെ മകളുടെ രൂപത്തിൽ തങ്ങിനിന്നു. ആ മുഖം ഒരു പ്രകാശം പരത്തി. സ്നേഹത്തിന്റെ, വീറിന്റെ, അധികാരത്തിന്റെ, ആത്മവിശ്വാസത്തിന്റെ പ്രകാശം.

"പോര് തുടങ്ങട്ടെ."

കീഴാനടികൾ വീണ്ടും എഴുന്നേറ്റു.

അങ്കണത്തിൽ, ചേരരാജകുമാരിയുടെ വാക്കുകൾ കൊണ്ടു സൃഷ്ടിച്ച പോർക്കളത്തിലേക്ക് മനുഷ്യർ ഉറ്റുനോക്കി. അവിടെ, സ്ഥാണുരവികുലശേഖരപ്പെരുമാളിന്റെ കൊടിയടയാളമുള്ള രൂപം; വേണാട്ടടികളുടെ കൊടിയടയാളമുള്ള രൂപം; മരിച്ചുപോയ മാർത്താണ്ഡൻ ചിന്നയ്യന്റെ വേഷമണിഞ്ഞ രൂപം; ഓടനാട്ട് നിന്നെത്തിയ നല്ലിയുടെ രൂപം.

യുദ്ധം ആരംഭിച്ചു. കാണികൾ വീർപ്പുമുട്ടി നിന്നു. പുന്നത്തലപ്പതികളും പോളക്കുടിപ്പതികളും അഞ്ചുവർണക്കാരും മണിഗ്രാമക്കാരും മിഴിച്ചു. എന്താണു സംഭവിക്കുവാൻ പോകുന്നത്?

സ്ഥാണുരവിപ്പെരുമാൾ വിയർത്തൊലിച്ച് വാളും പരിചയുമായി യുദ്ധം വെട്ടുന്നു. അയ്യനടികൾ തിരുവടികൾ വെട്ടാൻ സമയംപാർത്തു നിൽക്കുന്നു. മാർത്താണ്ഡൻചിന്നയ്യൻ സ്ഥാണുരവിപ്പെരുമാളിന്റെ നേർക്ക് ചാടിയടുക്കുന്നു. നല്ലി മൂന്നുപേരെയും വെട്ടിവീഴ്ത്താൻ തക്കം പാർക്കുന്നു.....

ഒരു ശ്വാസത്തിന്റെ ശബ്ദംപോലും കേൾക്കാനില്ല.

വാകപ്പൂവിന്റെ മണം ആ അങ്കണത്തിലും പരിസരത്തും നിറഞ്ഞുനിന്നു. നല്ലി തഴയുടയണിഞ്ഞാണ് പോർക്കളത്തിൽ നിൽക്കുന്നത്. അയ്യനടികൾതിരുവടികൾ കീഴാനടികളുടെ സമീപത്തിരുന്ന്, പോർക്കളത്തിലെ നല്ലിയെ നോക്കി യഥാർഥ നല്ലി ഇപ്പോൾ എവിടെയാണ്? കീഴാനടികൾ ആളെ എവിടേക്കാണയച്ചത്?

പെട്ടെന്ന് തന്റെ രൂപം അങ്കക്കളത്തിൽനിന്ന് സ്ഥാണുരവികുലശേഖരപ്പെരുമാളോട് ഏറ്റുമുട്ടുന്നത് അവിടുന്ന് കണ്ടു.

അയ്യനടികൾ തിരുവടികൾ വലതുകൈ ഉത്തരീയത്തിനകത്തു തിരുകി നെഞ്ചിൽ തടവി.

സ്ഥാണുരവികുലശേഖരപ്പെരുമാളിന് ഒരു പോറൽപോലും ഏൽക്കരുതേ എന്ന്, വേണാട്ടിന്റെ പരദൈവത്തെ വിളിച്ച് അവിടുന്ന് മനസാ പ്രാർഥിച്ചു.

താൻ ചേരസാമ്രാജ്യാധിപതിയുടെ വാളേറ്റു മരിച്ചാലും വേണ്ടില്ല!

ഒരുനിമിഷം, പോർക്കളത്തിൽ ദയനീയമായ ഒരുവിളി. സ്ഥാണുരവികുലശേഖരപ്പെരുമാൾ മരിച്ചുവീണു!

അയ്യനടികൾ തിരുവടികൾ ചാടിയെഴുന്നേറ്റു. കീഴാനടികൾ എഴുന്നേറ്റു. അയ്യനടികൾ തിരുവടികളുടെ വലതുകൈയിൽ പിടിച്ചു. എന്നിട്ട് രംഗത്തേക്ക് പറഞ്ഞു:

"വേണാട്ടധിപതി വിജയിച്ചു?"

പോർക്കളത്തിൽ യുദ്ധം തുടർന്നു. കീഴാനടികൾ അയ്യനടികളെ പിടിച്ചിരുത്തിയപ്പോൾ അവിടുത്തെ മുഖത്ത് കണ്ണുനീരൊലിക്കുന്നതും അവിടുന്ന് മുഖം താഴ്ത്തിക്കളഞ്ഞതും ആ രാജകുമാരി കണ്ടു. പോളക്കുടിപ്പതികളും പുന്നത്തലപ്പതികളും അയ്യനടികൾ തിരുവടികളുടെ തൊട്ടുപിന്നിൽനിന്നു.

യുദ്ധം തുടരുന്നു.

നല്ലി വെട്ടേറ്റു വീണു. മാർത്താണ്ഡൻചിന്നയ്യന്റെ വെട്ടേറ്റ്.....

വേണാട്ടടികളും മാർത്താണ്ഡൻചിന്നയ്യനും മാത്രം പോർക്കളത്തിൽ അവശേഷിച്ചിരിക്കുന്നു.....

അയ്യനടികൾ തിരുവടികൾ ഒരു ചോദ്യം കീഴാനടികളോട് ചോദിച്ചുപോയി:

"റാണി തിരുവടികൾ, ഇതെന്തിന്? എന്തിനാവോ, ഈ പോർക്കളി?"

സ്നേഹവും ആത്മവിശ്വാസവും പകരുന്ന ഒരു പുഞ്ചിരി. കുലശേഖരസാമ്രാജ്യത്തിലെ രാജകുമാരിയുടെ ചുവന്നുതുടുത്ത മുഖം അയ്യനടികളെ അർഥം മനസിലാകാത്ത ഒരു അലൗകികദർശനവസ്തുപോലെ, ചിന്താകുലനാക്കി. കീഴാനടികൾ ആദ്യം മറുപടി പറഞ്ഞില്ല. പിന്നെ പതുക്കെ, അവർ മന്ത്രിച്ചു:

"തിരുവടികൾ, സമാധാനമായിരിക്കൂ."

കീഴാനടികൾ പോർക്കളത്തിലേക്ക് നോക്കി. രണ്ടുപേർ, ആ കളത്തിൽ മുഖം താഴ്ത്തി നിൽക്കുന്നു. അയ്യനടികൾ തിരുവടികളും മാർത്താണ്ഡൻചിന്നയ്യനും! വേണാട്ടധിപതി പലതും ചിന്തിച്ചുപോയി. മരിച്ച മാർത്താണ്ഡൻചിന്നയ്യൻ. അയാൾ തിരിച്ചുവന്ന് തന്നെ ആക്രമിക്കാൻ നിൽക്കുന്നതുപോലെ ആ സങ്കൽപ്പ യുദ്ധരംഗത്തേക്ക് നോക്കിയപ്പോൾ അവിടുത്തേക്ക് തോന്നി.

"പോര് തുടരട്ടെ."

പോർക്കളത്തിലെ മാർത്താണ്ഡൻചിന്നയ്യൻ വാൾ ഉയർത്തിയില്ല, ചലിച്ചില്ല. മുഖമുയർത്താതെ നിന്നു.

"എന്ത്, വേണാട്ടധിപതിയെ വധിപ്പാൻ മാർത്താണ്ഡൻ തയാറല്ലന്നോ?"

കീഴാനടികളുടെ കിലുങ്ങുന്ന ശബ്ദം ആ നിശ്ശബ്ദതസദസിൽ കിടന്നു മുഴങ്ങി.

മാർത്താണ്ഡൻചിന്നയ്യൻ വീണ്ടും അനങ്ങാതെ നിന്നു.

"എന്ത്, മകളെ കൊന്ന അച്ഛൻ രാജാവിനെ കൊല്ലാൻ തയാറല്ലന്നോ!"

വീണ്ടും കീഴാനടികളുടെ മുഴങ്ങുന്ന ചോദ്യം.

അപ്പോഴും മാർത്താണ്ഡൻചിന്നയ്യൻ അനങ്ങിയില്ല. അൽപ്പസമയം കഴിഞ്ഞ് അയാൾ ഒന്നു ചലിച്ചു. വാൾ താഴെയിട്ടു. പോർക്കളത്തിനു പുറത്തേക്ക് നടന്നു.

സദസ്സ് ഒന്നിളകി.

അയ്യനടികൾ തിരുവടികൾ ഉയർന്നുവന്ന നെടുവീർപ്പിനിടയ്ക്ക് കീഴാനടികളെ നോക്കി. അവർ പോർക്കളത്തിലേക്കുതന്നെ ഉറ്റുനോക്കിയിരിക്കുകയാണ്. ഒരു സ്വപ്നലോകത്തിലേക്ക് നോക്കുന്ന കണ്ണുകളുമായി ശ്വാസധാര അടക്കിപ്പിടിച്ച ആ സദസ്സ് ഇരിക്കുന്നു. പോളക്കുടിപ്പതികളും പുന്നത്തലപ്പതികളും പ്രതിമകളായി മാറിയതുപോലെ.

കീഴാനടികൾ സാവധാനം എഴുന്നേറ്റു

“ഒരു വിനോദം കഴിഞ്ഞുവെന്നോ പ്രിയമക്കളായ വേണാട്ടുകാരെ, നിങ്ങൾ വിചാരിക്കുന്നത്? അല്ല, നിങ്ങൾ കാണ്മാനും ഓർമിപ്പാനും ഒരു വേള ഉണ്ടാക്കിയതുതന്നെ.” കീഴാനടികൾ വെട്ടിത്തിളങ്ങുന്ന വൈരം പതിച്ച മുത്താക്കിനിടയിൽക്കൂടി സംസാരിച്ചു: “വേണാടും ഓടനാടും തമ്മിൽ ഈയിടെയായി നീരസപ്പെട്ടുവെന്നു നിങ്ങൾക്കെല്ലാമറിവുണ്ട്. മാർത്താണ്ഡൻചിന്നയ്യനെ ചേരചക്രവർത്തിയുടെ കൽപ്പനപ്രകാരം വധിപ്പാനിടയായതാണ്, ആ നീരസത്തിനു കാരണം അതും നിങ്ങൾക്കറിവുണ്ട്. പക്ഷേ, ചില ഉണ്മകൾ നിങ്ങളെ ഇപ്പോൾ നടന്ന പോരാട്ടത്തിൽക്കൂടി അറിയിക്കട്ടെ. ഇപ്പോൾ നടന്നത് കളിതന്നെ. അതിൽ കാര്യങ്ങൾ പലതുമുണ്ടെന്നുമാത്രം. എന്തെന്നല്ലേ? നാം അറിവിക്കാം. സാമന്തന്മാർക്ക് ചക്രവർത്തിയെ തോൽപ്പിക്കാൻതന്നെ എപ്പോഴും മനസ്സ്.”

അയ്യനടികൾ തിരുവടികൾ ചാടിയെഴുന്നേറ്റു.

“റാണിതിരുവടികൾ!” അയ്യനടികളുടെ ശബ്ദം തേക്കത്തിൽപ്പെട്ടിരുന്നു.

“ഇല്ല, തിരുവടികൾ. അവിടുന്ന് ക്ഷോഭിക്കേണ്ട. വേണാട്ടധിപതിയുടെ സന്മനസ്സ് നാം അറിയുന്നു. സ്ഥാണുരവിപ്പെരുമാളിനും അത് അറിവുണ്ട്.” കീഴാനടികൾ ശാന്തമായി പറഞ്ഞു.

അയ്യനടികൾ ഇരുന്നപ്പോൾ അവർ തുടർന്നു:

“ഒരു കളിപ്പോരിൽ ചക്രവർത്തിയെ രാജാവ് കൊന്നു. അതിലും വലിയ ഒരുണ്മ നാം പറയട്ടെ: ആ ചക്രവർത്തിയെ കൊന്ന രാജാവിനെ കൊല്ലാൻ രാജാവിന്റെ ഉത്തമനായ സേവകൻ തയാറായില്ല. അയാൾ പോർക്കളംവിട്ട് ഇറങ്ങിപ്പോയി. അയാൾ ആരാണ്? സ്വന്തം മകളെ പോരാട്ടത്തിൽ കൊല്ലാൻ തയാറായ ആൾ. അതു നിങ്ങൾ കണ്ടതല്ലേ?

“മാർത്താണ്ഡൻചിന്നയ്യൻ സ്വന്തം മകളായ നല്ലിയെ ഓടനാട്ടു വിട്ടിട്ട് വേണാട്ടുരാജസ്ഥാനത്തെ സേവിച്ച ആളായിരുന്നു. സേവിക്കുന്നവർ ഹൃദയമുള്ളവരാണ്. സ്നേഹമുള്ളവരാണ്. എന്നിട്ടും ആ വേണാട്ടുസേവകനെ, ചേരചക്രവർത്തി വധിപ്പാൻ കൽപ്പിച്ചു. അതിൽ വേണാട്ടധിപതിക്കുള്ള ദുഃഖം നാം മനസിലാക്കുന്നു. പക്ഷേ, മാർത്താണ്ഡൻചിന്നയ്യൻ ചേരചക്രവർത്തിയുടെ നിർദേശങ്ങൾ ലംഘിച്ചത് സ്ഥാണുരവികുലശേഖരപ്പെരുമാളിന് കണ്ടുകൊണ്ടിരിപ്പാൻ കഴിഞ്ഞില്ല.”

കീഴാനടികൾ ഒന്നു നിറുത്തി. എന്നിട്ടു പറഞ്ഞു:

"നാം ഒരു നീതി പറയാൻ വേണ്ടി ഇതെല്ലാം ചെയ്യിച്ചതാണ്. സാമന്തന്മാർ തമ്മിൽ യുദ്ധം ചെയ്യുന്നത് സാമ്രാജ്യത്തെ നശിപ്പിക്കും. വേണാടും ഓടനാടും തമ്മിലുള്ള ഈ നീരസം എവിടെനിന്നുണ്ടായി? അറേബ്യക്കാരനായ അബ്ദുല്ലാ ആയാസ്ഖാനെ സ്വീകരിപ്പാൻ വേണാട്ടു രാജാവും മാർത്താണ്ഡൻചിന്നയ്യനും തയാറല്ലായിരുന്നു. അവിടെനിന്നാണ് ഈ സംഭവമെല്ലാം തുടങ്ങിയത്.

നല്ലവളായ ഒരു സ്ത്രീയെ നാം ഇപ്പോൾ ഓർമിക്കുന്നു. ചീതമ്മ. അവൾ ആയാസ്ഖാന്റെ പുത്രിയെ രക്ഷിപ്പാൻ മുതിർന്നപ്പോൾ മാർത്താണ്ഡൻചിന്നയ്യൻ അതിനെതിരായി പ്രവർത്തിച്ചു. ക്രിസ്ത്യാനികളോട് സ്ഥാണുരവിപ്പെരുമാളിനും ഇഷ്ടംതന്നെ. പക്ഷേ, അറബികളോട് കുലശേഖരചക്രവർത്തിക്ക് എതിരില്ല. തന്റെ മകളെ തേടിവന്ന ആ വിദേശിയെ എതിർത്തത് ന്യായമായില്ല.

"അബ്ദുല്ലാ ആയാസ്ഖാൻ നമ്മുടെ അപേക്ഷപ്രകാരം ഇവിടെ പാർക്കുന്നുണ്ട്. അദ്ദേഹത്തിന്റെ പുത്രി ഹസ്രാ അൽറൂമിയെയും നന്തൻ ഇളയടികളെയും വിവാഹത്തിനനുവദിക്കണമെന്ന്, നാം അയ്യനടികൾ തിരുവടികളോടും വേണാട്ടുകാരുടെ ഈ സദസിനോടും അഭ്യർഥിക്കുന്നു. അതു സമ്മതിക്കാത്തപക്ഷം, അവരെ രണ്ടുപേരെയും കുലശേഖര സാമ്രാജ്യത്തിൽനിന്നു പുറത്തയക്കുന്നതാണ്. ആയാസ്ഖാൻ അദ്ദേഹത്തിന്റെ തീരുമാനപ്രകാരം പ്രവർത്തിപ്പാൻ നാം അനുവദിച്ചിട്ടുണ്ട്."

കീഴാനടികൾ സംസാരം നിറുത്തി, ഇരുന്നു. ഒരു മഞ്ഞുമഴ പെയ്തു തീർന്നതുപോലെ. ചൂട് ആ സദസിലേക്കു കയറിവന്നു. അയ്യനടികൾ തിരുവടികൾ നിശ്ശബ്ദനായി, നിശ്ചലനായി, തന്റെ ഇരിപ്പിടത്തിലിരുന്നു. സദസ്സ് അനക്കമില്ലാത്ത മനുഷ്യരുടെ സംഘാതമായിത്തോന്നി.

അൽപ്പനേരം കഴിഞ്ഞാണ് അയ്യനടികൾതിരുവടികൾ ഒന്നു ചലിച്ചത്.

പോർക്കളത്തിൽ നിന്ന ആളോട് രംഗത്തുനിന്ന് പോകുവാൻ കീഴാനടികൾ കണ്ണുകാട്ടി. അയാൾ പോയി.

"തിരുവടികൾ......" കീഴാനടികൾ വിളിച്ചു.

ചുവന്നു കലങ്ങിയ മുഖവുമായി അയ്യനടികൾ തിരുവടികൾ കുലശേഖര രാജകുമാരിയെ നോക്കി. അവരുടെ വാക്കുകൾ അവിടുന്ന് ഓർമിക്കുകയായിരുന്നു. അവർ കുലശേഖരചക്രവർത്തിയുടെ അധികാരം ഉറപ്പിച്ചു പറഞ്ഞു കഴിഞ്ഞിരിക്കുന്നു. അതേസമയം സാമന്തന്മാർ തമ്മിൽ യുദ്ധം പാടില്ലെന്ന് ആവശ്യപ്പെട്ടിരിക്കുന്നു.....

എല്ലാം സഹിക്കാം. നന്തനെയും ഹസ്രായെയും വിവാഹം കഴിപ്പിക്കാൻ താനനുവദിക്കണമെന്നല്ലേ റാണി തിരുവടികൾ പറഞ്ഞത്?

എങ്ങനെ അനുവദിക്കും? താൻ സമ്മതിച്ചാൽത്തന്നെ, വേണാട്ടുകാർ അതനുവദിക്കുമോ? നഗരഭരണക്കാരായ സഭക്കാരും അഞ്ചുവർണം മണിഗ്രാമക്കാരും പുന്നത്തലപ്പതികളും പോളക്കുടിപ്പതികളും അതിനു സമ്മതം മൂളുമോ?

സമ്മതിക്കാഞ്ഞാൽ, നന്തനെയും ഹസ്രായെയും കുലശേഖര സാമ്രാജ്യത്തിൽനിന്നും പുറത്തയക്കും....

അയ്യനടികൾ തിരുവടികൾ എഴുന്നേറ്റു. കീഴാനടികൾ അവിടുത്തെ നോക്കി. വേണാട്ടധിപതി സാവധാനം പറഞ്ഞു:

"സ്ഥാണുരവികുലശേഖരപ്പെരുമാളായ ചേരചക്രവർത്തിയുടെ ഏറ്റവും എളിയദാസനായ നാം, വേണാട്ടുമക്കളായ അറുനൂറ്റുവരെയും അഞ്ചുവർണക്കാരെയും മണിഗ്രാമക്കാരെയും ജനപ്രതിനിധികളായ പുന്നത്തലപ്പതികളേയും പോളക്കുടിപ്പതികളേയും ഒന്നറിയിപ്പാൻ ആഗ്രഹിക്കുന്നു. നമ്മുടെ പുത്രൻ നന്തനും അറേബ്യാക്കാരനായ അബ്ദുല്ലാ ആയാസ്ഖാന്റെ പുത്രി ഹസ്രാ അൽറൂമിയും തമ്മിലുള്ള വിവാഹത്തിന് നാം അനുമതി നൽകുന്നു."

രണ്ടുനിമിഷനേരം മുഖംതാഴ്ത്തി നിന്നിട്ട് അയ്യനടികൾ തിരുവടികൾ ഇരുന്നു.

കീഴാനടികൾ പൊടുന്നനെ എഴുന്നേറ്റു.

"ചേരചക്രവർത്തി കുലശേഖരപ്പെരുമാളിന്റെ ആഗ്രഹം വേണാട്ടധിപതി അംഗീകരിച്ചു. അതിൽ നാം സന്തുഷ്ടയാണ്. പക്ഷേ, വേണാടിന്റെ ഭരണകർത്താക്കളായി പ്രവർത്തിക്കുന്ന അറുനൂറ്റുവരും അഞ്ചുവർണം മണിഗ്രാമക്കാരും ഇതംഗീകരിക്കുന്നതായി സ്ഥാണുരവികുലശേഖരപ്പെരുമാളിനെ നമുക്കറിയിക്കണം."

സദസ്സ് ഏതാനും നിമിഷങ്ങളിലേക്ക് അനങ്ങിയില്ല. പിന്നെ, കല്ലുകൾ പൊടുന്നനെ ശബ്ദിക്കുന്നതുപോലെ അവർ വിളിച്ചുപറഞ്ഞു:

"ചേരചക്രവർത്തി സ്ഥാണുരവികുലശേഖരപ്പെരുമാൾ നീണാൾ വാഴട്ടെ!"

അത് അവരുടെ സമ്മതത്തിന്റെ പ്രഖ്യാപനമായിരുന്നു.

കീഴാനടികൾ എഴുന്നേറ്റു. സദസിനെ താണുതൊഴുതു. അവരുടെ മിഴികൾ വിനയപൂർവം അവരെ തലോടി.

# 30

**പു**ലർച്ചപ്രകാശം ഊളിയിട്ടുകയറിയ പനങ്കാവിൽ കൊട്ടാരത്തിലെ മന്ത്രശാലയിൽ കീഴാനടികൾ ഇരുന്നു. അയ്യനടികൾ തിരുവടികൾ മൂകനായി ഇരുന്നു. ഏതോ നാടകത്തിലെ ഒരു നിശ്ശബ്ദ മുഹൂർത്തം കൊട്ടാരത്തിലാകെ വീർപ്പടക്കി നിൽക്കുന്നതുപോലെ. ആ നിശ്ശബ്ദതയിലേക്ക് അബ്ദുല്ലാ ആയാസ്ഖാൻ കടന്നുവന്നു.

പടവുകൾ കയറി അറബി മന്ത്രശാലയിലേക്ക് നടന്നുപോയപ്പോൾ, ഭടന്മാരും മറ്റ് രാജസേവകരും അയാളെ നോക്കിനിന്നു. അറബി, തന്റെ നാട്ടിലേക്ക് മടങ്ങാൻ പോകുന്നുവെന്ന വാർത്ത തലേന്നുതന്നെ അവിടെങ്ങും അറിഞ്ഞിരിക്കുന്നു. മാത്രമല്ല, നന്തനും ഹസ്രാ അൽറൂമിയും വിവാഹിതരാകാൻ പോകുന്നു.

അത്ഭുതത്തോടെയാണ് ആ വാർത്ത കൊട്ടാരത്തിലുള്ളവർ കേട്ടത്.

പലരും പരസ്പരം ചോദിച്ചു: "എങ്ങനെ, എങ്ങനെ അങ്ങനെയൊരു വിവാഹം നടക്കും, കൂട്ടേ?"

എങ്ങനെ നടക്കും, എന്ന് എല്ലാവരും അന്തിച്ചിരുന്നു.

ആയാസ്ഖാൻ മന്ത്രശാലയിലേക്ക് പ്രവേശിച്ചു. അയാളുടെ മുഖം അഗാധമായ മനോഭാരത്തിൽ താണിരുന്നു. അയാളുടെ വസ്ത്രങ്ങൾ മുഷിഞ്ഞിരുന്നു. ദീപ്തമായ ആ ചെറിയ കണ്ണുകൾ, ദുഃഖത്തിന്റെ നനവു പുരണ്ടു നിന്നിരുന്നു. അയാൾ ചേരസാമ്രാജ്യറാണിയെ താണുവണങ്ങി. അയ്യനടികൾ തിരുവടികളെ വന്ദിച്ചു.

"ആയാസ്ഖാൻ ഇരിക്കൂ." കീഴാനടികൾ തൊഴുതകരങ്ങളോടെ അറബിയോട് അഭ്യർഥിച്ചു.

"അടിയൻ നിന്നോളാം. റാണിതിരുവടികൾ." ആയാസ്ഖാൻ വിനയാന്വിതനായി നിന്നു.

"ഇരിക്കൂ." കീഴാനടികൾ ഒന്നുകൂടി നിർബന്ധിച്ചു

"അടിയൻ നിന്നോളാം."

ആയാസ്ഖാൻ ഇരുന്നില്ല.

"നാം ആയാസ്ഖാനെ കാണ്മാനാഗ്രഹിച്ചതെന്തെന്ന് മനസിലായോ?" കീഴാനടികൾ സംസാരത്തിലേക്ക് കടന്നു.

"അടിയൻ..... മനസിലായില്ല. റാണിതിരുവടികൾ."

"നാം, അറുനൂറ്റുവരെയും അഞ്ചുവർണം മണിഗ്രാമക്കാരെയും ജനപ്രതിനിധികളെയും സന്ധിച്ചു സംസാരിച്ചുകഴിഞ്ഞു. വേണാട്, ക്രിസ്ത്യാനികളുടെ സുഹൃത്താണ്. ബഹുമാനപ്പെട്ട സപീർപാതിരിയുമായി നാമുണ്ടാക്കിയിട്ടുള്ള മമതാബന്ധം ഒരിക്കലും മറക്കാൻ പാടില്ല. പക്ഷേ, ചേരസാമ്രാജ്യം അറബികൾക്കെതിരാവാനും പാടില്ല."

ആയാസ്ഖാൻ കീഴാനടികളെ നോക്കി. ആ സംഭാഷണത്തിന്റെ അർഥം മുഴുവൻ അയാൾക്ക് മനസിലായില്ല.

കീഴാനടികൾ തുടർന്നു:

"ആയാസ്ഖാൻ നമ്മുടെ സുഹൃത്താണ്. വേണാട്ടധിപതിയുടെ മാത്രമല്ല, ചേരസാമ്രാജ്യചക്രവർത്തി സ്ഥാണുരവികുലശേഖരപ്പെരുമാളിന്റെയും ഉത്തമസുഹൃത്തുതന്നെ. അറബികൾ കേരളത്തിൽ വരണമെന്നും അവരുമായി നല്ല ബന്ധങ്ങളും നല്ല കച്ചവടവും നടക്കണമെന്നും ചേരസാമ്രാജ്യചക്രവർത്തി സ്ഥാണുരവികുലശേഖരപ്പെരുമാൾ ആഗ്രഹിക്കുന്നു. പക്ഷേ, അതിന് ഒരു തടസം വന്നിരിക്കുന്നു ആയാസ്ഖാൻ."

"അതെന്തെന്ന് അടിയനറിയുന്നില്ല റാണിതിരുവടികൾ." ആയാസ്ഖാൻ അറിയിച്ചു.

"ആ തടസം ഇല്ലാതാക്കാൻ നമ്മുടെ സുഹൃത്തായ ആയാസ്ഖാനു സാധിച്ചേക്കും." കീഴാനടികൾ ആയാസ്ഖാനെ ഉറ്റുനോക്കി. എന്നിട്ട്, അയ്യനടികളുടെ നേർക്കു തിരിഞ്ഞു: "അല്ലേ, തിരുവടികൾ....."

"അതെ." അയ്യനടികൾ തിരുവടികൾ സമ്മതിച്ചു.

"അടിയന് ഒന്നും മനസിലാകുന്നില്ല." ആയാസ്ഖാന്റെ ദുഃഖഭരിതമായ കണ്ണുകൾ കീഴാനടികളിലേക്ക് അന്വേഷണപൂർവം ചെന്നെത്തി.

"നമുക്ക് ഏറ്റവും പ്രിയപ്പെട്ട ഒരു സ്ത്രീ ഉണ്ടായിരുന്നു, ആയാസ്ഖാൻ. തേവടികളായ ചീതമ്മ. അവൾ ആത്മഹത്യ ചെയ്തു."

"അടിയൻ അതറിഞ്ഞു, റാണിതിരുവടികൾ."

"അതെ. നമുക്കതിൽ വലിയ ദുഃഖമുണ്ട്? പക്ഷേ, അവളെ ആത്മഹത്യവരെ ചെന്നെത്തിച്ചത് ആയാസ്ഖാന്റെ പ്രിയപുത്രിയായ ഹസ്രാ അൽറൂമിയെ അവൾ സംരക്ഷിച്ചത് തുടങ്ങിയുള്ള സംഭവങ്ങളാണ്."

ആയാസ്ഖാൻ മറുപടി പറഞ്ഞില്ല, അയാളുടെ കണ്ണുകൾ ഒന്നു തട്ടിപ്പിടഞ്ഞു. ഹസ്രാ അൽറൂമിയുടെ ഓർമ മുഴുവൻ അയാളുടെ ഹൃദയത്തിൽ നിറഞ്ഞുനിൽക്കുകയാണ്.

"അല്ലേ, തിരുവടികൾ?" കീഴാനടികൾ അയ്യനടികളെ വീണ്ടും നോക്കി.

"അതെ." അയ്യനടികൾ സമ്മതിച്ചു.

"ആ സംഭവങ്ങൾ നാം വിവരിക്കുന്നില്ല. പക്ഷേ, വേണാട്ടധിപതിയായ അയ്യനടികൾ തിരുവടികളുടെ ഏകപുത്രനായ നന്ദൻ, ഹസ്രാ അൽറൂമിയെ സ്നേഹിക്കുന്നു. ആ സ്നേഹബന്ധത്തിൽനിന്ന് അവരെ പിന്തിരിപ്പിക്കുവാൻ നാം ആഗ്രഹിക്കുന്നില്ല. അവരുടെ വിവാഹം നടത്തണമെന്നാണ് നാം വിചാരിക്കുന്നത്. ആയാസ്ഖാൻ അതിനു സമ്മതം തരണം. വേണാട്ടുരാജാവിന്റെ പുത്രനെന്നും രണ്ടു മതക്കാരെന്നും മറ്റുമുള്ള കാര്യങ്ങൾ ഇവിടെ ചിന്തിപ്പാൻ പാടില്ലെന്നു നാം വിചാരിക്കുന്നു. ആയാസ്ഖാൻ എന്തു പറയുന്നു?"

അറബി നിശ്ചലനായി മുഖം താഴ്ത്തിനിന്നു. പ്രത്യേകമായ അത്ഭുതമൊന്നും കാട്ടിയില്ല.

"എന്തു പറയുന്നു?"

അറബി മുഖം ഉയർത്തി. അപ്പോൾ അയാളുടെ മിഴികളിൽ നനവ് കൂടിയിരുന്നു.

"അടിയൻ." ആയാസ്ഖാൻ സംസാരിച്ചു. "കുലശേഖരചക്രവർത്തി സ്ഥാണുരവിപ്പെരുമാളുടെ പുത്രി റാണിതിരുവടികൾ ഇങ്ങനെയൊരു തീർപ്പു കൽപ്പിക്കുമെന്ന് അടിയൻ കരുതിയില്ല."

കീഴാനടികൾ അറബിയെ നോക്കി.

"നമ്മുടെ ആഗ്രഹത്തോട് ആയാസ്ഖാനു യോജിപ്പില്ലേ?"

"അടിയന് ഹസ്രാ അൽറൂമിയുടെ അച്ഛൻ എന്ന നില മാത്രമല്ല ഉള്ളതെന്നു വിചാരിക്കുന്നു."

"കുലശേഖരചക്രവർത്തി സ്ഥാണുരവിപ്പെരുമാളിന്റെ സുഹൃത്തും കൂടിയാണ്."

"അടിയൻ, അങ്ങനെതന്നെ. ഒപ്പം, വേണാട്ടധിപതിയായ അയ്യനടികൾ തിരുവടികളുമായി ആത്മബന്ധത്തിൽ കഴിയാൻ ആഗ്രഹിക്കുന്ന വിദേശിയായ ഒരു ദാസൻകൂടിയാണ്."

"അത് നമുക്കറിയാം. അതിൽ നാം സന്തോഷിക്കുന്നു, ആയാസ്ഖാൻ. പക്ഷേ, നമുക്കൊരു ചോദ്യംകൂടി ഉണ്ട്: ആയാസ്ഖാൻ വെറും ഒരു അറേബ്യാക്കാരൻ മാത്രമാണോ?"

കീഴാനടികളുടെ കരിനിറംപൂണ്ട കണ്ണുകൾ സാകൂതമായി ആയാസ്ഖാനിൽ തങ്ങിനിന്നു. അറബി രാജകുമാരിയെ ഉറ്റുനോക്കി. അവർ ചോദിച്ചതിന്റെ അർഥം അയാൾക്കു മനസിലായി.

"ആയാസ്ഖാൻ, നിങ്ങൾ സ്ഥാണുരവികുലശേഖരപ്പെരുമാളിന്റെ സുഹൃത്തായത് എങ്ങനെ? അറേബ്യാക്കാർ എത്രപേരുണ്ട്? പക്ഷേ, നിങ്ങൾ കേരളത്തിലേക്ക് വരുമെന്ന് സ്ഥാണുരവിപ്പെരുമാളിന് എങ്ങനെ അറിവുകിട്ടി?"

ആയാസ്ഖാൻ മുഖംതാഴ്ത്തിനിന്നു. ചേരരാജകുമാരിയുടെ വാദം അറബി ഗ്രഹിച്ചു.

കീഴാനടികൾ അയ്യനടികളുടെ നേർക്കുതിരിഞ്ഞു.

"തിരുവടികൾ, ആയാസ്ഖാനെ കേരളപ്പെരുമാളിന് കായിതംമൂലം പരിചയപ്പെടുത്തിയത് അറേബ്യായിലെ രാജാവാണ്. അറേബ്യായിലെ രാജകുടുംബത്തിന്റെ ഏറ്റവുമടുത്ത ബന്ധുവും സുഹൃത്തുമായ ആയാസ്ഖാനെ കേരളത്തിലേക്ക് അയക്കുന്നുവെന്നാണ് അറേബ്യാ രാജാവ് എഴുതിയത്."

അയ്യനടികൾ തിരുവടികൾ ആയാസ്ഖാനെ നോക്കി.

"കുലശേഖരപ്പെരുമാൾ അബ്ദുല്ലാ ആയാസ്ഖാനെ സ്വീകരിച്ചതും അങ്ങനെതന്നെ. അബ്ദുല്ലാ ആയാസ്ഖാന്റെ കുടുംബത്തിലെ പല കുട്ടികളും അറേബ്യാരാജകുടുംബത്തിലെ ചെറുപ്പക്കാരാണ്. ഹസ്രാ അൽ റൂമിയെ തട്ടിക്കൊണ്ടുപോകാനിടയായതും ഈ രാജകീയബന്ധം കൊണ്ടുതന്നെ."

ആയാസ്ഖാൻ തലകുനിച്ചുനിന്നു.

"അങ്ങനെയല്ലേ, ആയാസ്ഖാൻ?" കീഴാനടികൾ ആയാസ്ഖാന്റെ നേർക്കുതിരിഞ്ഞു.

"അടിയൻ...."

"നന്തനെ നാം കണ്ടിരുന്നു. വേണാട്ടധിപതിയുടെ പുത്രൻ, ഒരു പ്രേമത്തിനുവേണ്ടി തർക്കൊല ചെയ്യുന്നത്, അബ്ദുല്ലാ ആയാസ്ഖാന് ഇഷ്ടം തന്നെയോ?"

ആയാസ്ഖാൻ നിവർന്നുനോക്കി. അറബിയുടെ കണ്ണുകൾ മനസിലെ വൈഷമ്യങ്ങൾ കൊണ്ട് ഒന്നിളകി.

## 31

**മാ**തയ്യന്റെ മുറിയിലേക്ക് നന്തൻ കടന്നുചെന്നു. ഉപവാസം തുടങ്ങിയിട്ട് മുപ്പതു ദിവസങ്ങൾ കഴിഞ്ഞിരിക്കുന്നു. അയാൾ ക്ഷീണിതനാണ്. നല്ലി അഭ്യർഥിച്ചിട്ടുപോലും അയാൾ വഴങ്ങിയില്ല. തെക്കുള്ള കൊട്ടാരക്കെട്ടിലെ ആ മുറിയിൽ അയാൾ നിശ്ശബ്ദനായി കിടന്നു.

അപ്പോഴാണ് ആ വാർത്ത കേട്ടത്. ഓടനാട്ടുപട്ടാളവുമായി വന്ന നല്ലിയെ, ചേരചക്രവർത്തി കുലശേഖരപ്പെരുമാളിന്റെ പുത്രി കീഴാനടി

കൾ തടവിലാക്കാൻ കൽപ്പിച്ചു. അവളെ എന്തുചെയ്വാൻ പോകുന്നുവെന്ന് നിശ്ചയമില്ല.

സന്ധ്യാദീപം കൊളുത്തിവച്ച ആ മുറിയിൽ, ശുഷ്കിച്ച ശരീരവും താണ കണ്ണുകളുമായി മാതയ്യൻ കിടന്നു. അകത്തേക്ക് കയറി വന്ന നന്തനെ അയാൾ ഉറ്റുനോക്കി. നന്തൻ മാതയ്യന്റെ കട്ടിലിനരികിലിരുന്നു.

"നല്ലി എവിടെയുണ്ട് നന്തനേ?" താണ്, ക്ഷീണിച്ച സ്വരത്തിൽ അയാൾ ചോദിച്ചു.

നന്തൻ അൽപ്പസമയം മുഖംതാഴ്ത്തി ഇരുന്നു.

"അവൾ കാരാഗൃഹത്തിൽ കിടക്കുന്നു, മാതയ്യേ." നന്തന്റെ ശബ്ദവും താണൊഴുകുകയായിരുന്നു.

നിശ്ശബ്ദത.

"റാണിതിരുവടികൾ എന്തു നിശ്ചയിച്ചിരിക്കുന്നുവെന്ന് അറിവുണ്ടോ, നന്തനേ?"

വീണ്ടും നിശ്ശബ്ദത.

"അറിവില്ല, മാതയ്യേ. ഒരുപക്ഷേ, അവളെ ഓടനാട്ടേക്ക് തിരിച്ച് അയപ്പാനായിരിക്കും റാണിതിരുവടികളുടെ തീരുമാനം. തിരുവടികൾ എപ്പോൾ കുലശേഖരതലസ്ഥാനത്തേക്ക് മടങ്ങുമെന്ന് ഇനിയും അറിവായിട്ടില്ല, മാതയ്യേ."

"കീഴാനടിതിരുവടികളെ എനിക്കൊന്നു കാണ്മാൻ കഴിയുമോ?"

"എങ്ങനെ സാധിപ്പാൻ മാതയ്യേ?" അയ്യനടികൾ തിരുവടികൾ പോലും കീഴാനടിതിരുവടികളുടെ സമയംപാർത്തു നിൽക്കുന്നു. ആ നിലയ്ക്ക് മാതയ്യെ വന്നു കാണ്മാനോ മാതയ്യെ സ്വീകരിപ്പാനോ കീഴാനടിതിരുവടികൾക്ക് സമയം കാണുമോ?"

മാതയ്യൻ അൽപ്പനേരം ആലോചിച്ചുകിടന്നു.

"നല്ലിയെ കാണ്മാൻ ഒരവസരം കിട്ടുമോ നന്തനേ?"

പുറത്തുനിന്ന് കാൽപ്പെരുമാറ്റം കേട്ടു. നന്തൻ തിരിഞ്ഞുനോക്കി. ഒരു രാജഭടൻ ധൃതിയിൽ വടക്കേ മതിൽക്കെട്ടു കടന്ന് നടന്നുവരുന്നു.

അയാൾ നന്തന്റെ മുൻപിലെത്തി വന്ദിച്ചു.

"കുലശേഖരപ്പെരുമാളായ സ്ഥാണുരവി ചക്രവർത്തിയുടെ പുത്രി കീഴാനടിതിരുവടികൾ നന്തനടികളെ വിളിപ്പാൻ കൽപ്പനയായിരിക്കുന്നു."

നന്തൻ ചോദിച്ചു:

"റാണിതിരുവടികൾ എവിടെയിരിക്കുന്നു?"

"മന്ത്രശാലയിൽ ഒറ്റയ്ക്ക് ഇരിക്കുന്നു." ഭടൻ അറിയിച്ചു.

"മാതയ്യേ, ഞാൻ പോയിവരാം. ഒരുപക്ഷേ, നിന്റെ ആഗ്രഹം സാധിപ്പാൻ എന്റെ ഈ സന്ദർശനം സഹായകമാകും."

മാതയ്യൻ അനുമതി നൽകി. നന്തൻ, രാജഭടന്റെകൂടെ കൊട്ടാരക്കെട്ടിലേക്ക് പോയി.

ചിന്താധീനനായി കത്തിനിന്ന തൂക്കുവിളക്കിലേക്ക് നോക്കി സ്ഥാണുരവികുലശേഖരപ്പെരുമാളിന്റെ പുത്രി ഇരിക്കുകയാണ്. മന്ത്രശാലയിൽ

മറ്റാരുമില്ല. വാതിലുകളിൽ കാവൽനിന്ന ഭടന്മാർപോലും പിൻവാങ്ങി നിൽക്കുകയാണ്. തൂക്കുവിളക്കിലെ ദീപനാളങ്ങളോട് മൗനമായി രാജകുമാരി എന്തോ സംസാരിക്കുകയാണെന്ന് തോന്നി.

അൽപ്പം മാറി ഒരു തൽപ്പത്തിൽ വിജയരാഗദേവന്റെ ഔദ്യോഗിക ചിഹ്നമായ തൊപ്പിയും വാളും ഇരിപ്പുണ്ട്. അദ്ദേഹം ഇപ്പോൾ രാജകുമാരിയുമായി സംസാരിച്ചിട്ട് പുറത്തേക്ക് പോയതേയുള്ളൂ. വേണാടിനേയും ഓടനാടിനേയും സംബന്ധിച്ച് അവർ എന്തോ ചില തീരുമാനങ്ങൾ ചെയ്തിരിക്കുന്നു. അതുപോലെ നന്തനെയും മാതയ്യനെയും നല്ലിയെയും പറ്റിയും.

കുറുമൊഴിമുല്ലപ്പൂക്കളുടെ മണം നിറഞ്ഞുനിന്ന ആ മുറിയിലേക്ക് നന്തൻ ഇളയടികൾ കടന്നുചെന്ന് സ്ഥാണുരവി കുലശേഖരപ്പെരുമാളിന്റെ പുത്രിയെ താണുവണങ്ങി. കീഴാനടികൾ വിചാരത്തിൽനിന്ന് ഉണർന്നു. സ്നേഹപുരസ്സരം നന്തനെ നോക്കി പുഞ്ചിരിച്ചു.

"വരൂ." രാജകുമാരി അയ്യനടികളുടെ പുത്രനെ സ്വാഗതം ചെയ്തു.

നന്തൻ രാജകുമാരിയുടെ ഇടതുഭാഗത്ത് അൽപ്പം മാറിനിന്നു.

"ഇരിക്കൂ." രാജകുമാരി ക്ഷണിച്ചു.

നന്തൻ മടിച്ചുനിന്നപ്പോൾ കീഴാനടികൾ എഴുന്നേറ്റു നന്തന്റെ അടുക്കൽ ചെന്നുനിന്നു. ഇരിക്കാൻ നിർബന്ധിച്ചു. നന്തൻ ഇരുന്നു. രാജകുമാരിയും ഇരുന്നു.

ഏതാനും നിമിഷനേരത്തേക്ക് നിശ്ശബ്ദത അവിടെ നിറഞ്ഞുനിന്നു.

"നന്തൻ......" കീഴാനടികൾ വിളിച്ചു.

"രാജകുമാരിതിരുവടികളെ വീണ്ടും കാണ്മാൻ കഴിഞ്ഞതിൽ സന്തോഷമുണ്ട്." നന്തൻ സവിനയം പറഞ്ഞു.

"ഇളയനടികൾ." രാജകുമാരി നന്തനെ ഉറ്റുനോക്കി: "നാം ഒരു തീർപ്പുചെയ്തത് അറിയിപ്പാനാണ് ഇപ്പോൾ വിളിപ്പിച്ചത്. നേരിട്ടങ്ങ് പറയാമെന്നു കരുതുന്നു. ആയാസ്ഖാന്റെ പുത്രിയെ നന്തൻ വിവാഹം കഴിപ്പാനുള്ള സമ്മതം വേണാട്ടധിപതികളിൽനിന്നു നാം വാങ്ങിയിരിക്കുന്നു. നിങ്ങളുടെ വിവാഹം കഴിഞ്ഞേ നാം രാജധാനിക്കു മടങ്ങുന്നുള്ളൂ."

നന്തൻ നിർന്നിമേഷനായി നോക്കിയിരുന്നു.

"ചേരസാമ്രാജ്യ രാജകുമാരിയുടെ തീരുമാനം ശിരസാ കൈക്കൊള്ളുവാൻ വേണാട്ടധിപതിയുടെ മകൻ ബാധ്യസ്ഥനാണ്. പക്ഷേ, ഒന്നറിയിപ്പാനുണ്ട്." നന്തൻ സാവധാനം പറഞ്ഞു.

"എന്താണെന്നു പറയൂ."

"ഹസ്രാ അൽറൂമിയെ സ്നേഹിക്കുന്നു. പക്ഷേ, ഇന്ന് വേണാട്ടധിപതിയുടെ മകന് അതല്ല ഹൃദയവ്യഥ. മാർത്താണ്ഡൻചിന്നയ്യന്റെ പുത്രൻ, മരണത്തെയും കാത്ത് ഉപവസിച്ചു കിടക്കുന്നു. ഇങ്ങനെ സംഭവിക്കുമെന്നറിയാതെ ഹസ്രായ്ക്കു ഹൃദയം കൊടുത്തുപോയി. നീലമ്മ മരിച്ചു. മാതയ്യൻ മരിച്ചശേഷം, വേണാട്ടധിപതിയുടെ മകൻ എങ്ങനെ ഒരു പെൺകുട്ടിയുമായി സുഖിച്ചു വാഴും, രാജകുമാരി തിരുവടികൾ?"

കീഴാനടികൾ നന്തൻ ഇളയടികളുടെ മുഖത്തുനിന്ന് ദൃഷ്ടികൾ

പിൻവലിക്കാതിരുന്നു. അയാളുടെ ഹൃദയഭാരം രാജകുമാരിയിലേക്ക് സംക്രമിച്ചതുപോലെ ഉണ്ട്. അൽപ്പസമയം അവർ മൗനമായിരുന്നു. നന്ത നിളയടികളുടെ കണ്ണുകൾ താണു, അയാളുടെ മനസ്സ് ഏതോ ഒഴുക്കിൽപ്പെട്ടിരിക്കുന്നു.

"നാം മനസിലാക്കുന്നു." കീഴാനടികൾ പറഞ്ഞു. "നന്തന്റെ വേദന പരിഹരിക്കുവാൻ നാം എന്തു ചെയ്യണം?"

"ഒന്നും ചെയ്യേണ്ട, രാജകുമാരി തിരുവടികൾ. ആയാസ്ഖാനും പുത്രിയും മടങ്ങിപ്പോകട്ടെ. സ്നേഹിച്ചിട്ട്, സ്നേഹം പൂർത്തീകരിക്കാൻ കഴിയാതെ ദുഃഖിച്ചു കഴിയുന്നവർ ധാരാളം ഈ ലോകത്തില്ലെ? ഹസ്രായും നന്തനും അങ്ങനെ കഴിഞ്ഞുകൊള്ളാം."

രാജകുമാരിയുടെ മിഴികൾ വിടർന്നുനിന്നു.

രണ്ടുപേരും മിണ്ടിയില്ല.

## 32

നക്ഷത്രങ്ങൾ ഉദിച്ചുനിൽക്കുന്നു. രാത്രി, ഒരു പുതിയ പ്രഭാതത്തിലേക്കു നോക്കി നിൽക്കുകയാണെന്നു തോന്നി. പനങ്കാവിൽ കൊട്ടാരത്തിൽനിന്നും അൽപ്പമകലെ, ഏകാന്തമായ ഒരു മന്ദിരത്തിന്റെ മുൻവശത്ത്, രണ്ടു രാജഭടന്മാർ കാവൽ നിന്നിരുന്നു. ഭടന്മാരുടെ തലപ്പാവുകളിൽ നിലാവും നിഴലും വീണുകൊണ്ടിരുന്നു.

മന്ദിരത്തിനകത്ത് ഒരു വിളക്ക് എരിയുന്നു. പാലയും മരുതും പൂത്ത മണം പുറത്തെങ്ങും തങ്ങിനിൽക്കുന്നു. മന്ദിരത്തിനകത്ത് എണ്ണയുടെ ഗന്ധമല്ലാതെ മറ്റൊന്നുമില്ല. അകത്തെ മുറിയിൽ, ഒരു വള്ളിക്കട്ടിലിൽ, ഹസ്രാ അൽറൂമി പുറത്തേക്ക് നോക്കി ഇരിക്കുന്നു.

ഹസ്രായുടെ ശരീരം ക്ഷീണിച്ചിട്ടുണ്ട്. അവളുടെ തിളങ്ങുന്ന കണ്ണുകളിൽ വിഷാദത്തിന്റെ കരിനീരൊഴുകി നിൽക്കുന്നതുപോലെ അവളുടെ കൈത്തണ്ടകൾ മെലിഞ്ഞു. തീവ്രമായ ഹൃദയവേദന അവളുടെ മുഖത്ത് നിറഞ്ഞുതുളുമ്പുന്നു. അവൾ ആരെയോ പ്രതീക്ഷിക്കുകയാണ്.

പുറത്ത് കാൽപ്പെരുമാറ്റം കേട്ടു. അവൾ എഴുന്നേറ്റു നോക്കി. ഭടന്മാർ ഇരുഭാഗത്തേക്ക് നീങ്ങിനിന്നു. നന്തൻ ഇളയടികൾ ആ മന്ദിരത്തിലേക്ക് പ്രവേശിച്ചു.

"ഇളയടികൾ, അച്ഛനെ കണ്ടോ?"

"ഇല്ല, ഹസ്രാ?" നന്തൻ കട്ടിലിനരികിൽനിന്നു.

"അതെന്ത്?" അവളുടെ മുഖം അൽപ്പംകൂടി വാടിയതായി തോന്നി.

"ചേരരാജകുമാരി നമ്മെ വിളിച്ചു. കീഴാനടികൾ തിരുവടികൾ ചിലതെല്ലാം പറഞ്ഞു. അതു നമുക്ക് അംഗീകരിപ്പാൻ കഴിഞ്ഞില്ല ഹസ്രാ."

"രാജകുമാരി എന്തു പറഞ്ഞു. ഇളയടികൾ?"

"ഹസ്രാ അൽറൂമിയെക്കൊണ്ട് നമ്മെ വിവാഹം ചെയ്യിപ്പിക്കാൻ റാണി തിരുവടികൾ തീരുമാനിച്ചു കഴിഞ്ഞുവെന്ന്. നമുക്ക് യോജിപ്പാൻ കഴിഞ്ഞില്ല. അച്ഛൻ ദുഃഖത്തിൽ കഴിയുന്നു. ഹസ്രായുടെ പിതാവ്, കീഴാ

നടികളുടെ തീരുമാനംകേട്ട് നിർജീവനായി കഴിയുന്നു. നമ്മൾ എന്തു ചെയ്യും ഹസ്രാ?"

ഹസ്രാ മുഖംതാഴ്ത്തിനിന്നു. അവളുടെ കണ്ണുകൾ നിറഞ്ഞു. രണ്ടു നീർത്തുള്ളികൾ അടർന്നുവീണു. നന്തൻ നിശ്ശബ്ദനായി അൽപ്പനേരം നിന്നു.

നിശാശലഭങ്ങൾ അകത്തേക്കും പുറത്തേക്കും പറന്നു. അവയുടെ ചിറകുകൾ ആ ഇരുമ്പുവിളക്കിന്റെ പ്രകാശത്തിൽ മിന്നിത്തിളങ്ങി.

"ഇളയടികൾ!" ഹസ്രാ താണ സ്വരത്തിൽ വിളിച്ചു.

"ഹസ്രാ!" അയാൾ മന്ത്രിച്ചു.

"മാതയ്യനടികൾ എങ്ങനെ?"

"റാണിതിരുവടികൾ മാതയ്യനെ കണ്ടു. അവർ പ്രേരിപ്പിച്ചിട്ടും അവൻ ഉപവാസം ലംഘിപ്പാൻ തയാറായില്ല."

വീണ്ടും നിശ്ശബ്ദത.

"അച്ഛൻ എവിടെ ഉണ്ട്?"

"തെക്കേത്തെരുവിലെ പഴയ കെട്ടിൽത്തന്നെ."

"എന്നെ കാണ്മാൻ ആഗ്രഹം പ്രകടിപ്പിച്ചില്ലേ?"

"അറിയില്ല ഹസ്രാ. ആയാസ്ഖാനെ കാണ്മാൻ നമുക്ക് ധൈര്യ മില്ല."

നിമിഷങ്ങൾ ആ ശലഭങ്ങളുടെ ചിറകുകളിൽ കയറി പുറത്തേക്കു പോവുകയും അകത്തേക്ക് വരികയും ചെയ്തു.

ഹസ്രായുടെ മനസിനെ ആ വിചാരം മഥിക്കുകയായിരുന്നു. താൻ കൊല്ലം നഗരത്തിലുണ്ടെന്ന് അച്ഛൻ അറിഞ്ഞിട്ട് ദിവസങ്ങളായി. പക്ഷേ, അദ്ദേഹം തന്നെ കാണ്മാൻ വന്നില്ല. കാണ്മാൻ ഒരാഗ്രഹവും പ്രകടിപ്പി ച്ചതായി അറിവില്ല. അതു സ്വാഭാവികമാണ്. ഒരിക്കലും അംഗീകരിക്കാൻ വയ്യാത്ത ഒരു ഹൃദയബന്ധത്തിന് വഴങ്ങിയവളല്ലേ താൻ?

എങ്കിലും അച്ഛൻ മനസുകൊണ്ട് അകന്നുവെന്ന വിചാരം അവളുടെ മനസിൽ ഒരു തീയായി വളർന്നുകൊണ്ടിരിക്കുന്നു.......

"നമ്മൾ എന്തു ചെയ്യും?" തെല്ലുനേരത്തെ മൗനത്തിനുശേഷം അവ ളുടെ ആത്മാവാണ് ആ ചോദ്യം ചോദിച്ചത്.

നന്തൻ മുഖമുയർത്തി അവളെ നോക്കി. ആദ്യം മറുപടിയൊന്നും പറഞ്ഞില്ല.

"ഹസ്രാ!" അയാൾ ആ വള്ളിക്കട്ടിലിൽ സാവധാനം ഇരുന്നു: "നീലമ്മയുടെ മരണം, നമ്മളുടെ ആഗ്രഹത്തെ ചീന്തിയെറിഞ്ഞു കളഞ്ഞു. മാതയ്യനല്ലേ, എന്റെ ഹസ്രായെ കൊല്ലംതുറമുഖത്തെത്തിച്ചത്? എന്നെ, ഹസ്രായുടെ മുമ്പിലേക്കു വിളിച്ചുനിർത്തിയത്. അന്ന് നീലമ്മ യുണ്ടായിരുന്നു. അവൾ മരിച്ചത് ഹസ്രായ്ക്കുവേണ്ടിയാണ്. നമ്മെ യെല്ലാം രക്ഷിപ്പാൻവേണ്ടി തടവിൽ പാർക്കുകയും ദുഃഖങ്ങളനുഭവിക്കു കയും ചെയ്ത ചീതമ്മ തർക്കൊല ചെയ്തു ജീവിതമവസാനിപ്പിച്ചു. ഇനി നമ്മൾ ജീവിക്കുന്നതിൽ, ആഹ്ലാദിക്കുന്നതിൽ, അർഥമുണ്ടോ ഹസ്രാ?"

നിറഞ്ഞ കണ്ണുകളുമായി അവൾ സംസാരിച്ചു:

"ഇല്ല, ഇളയടികൾ, ഞാൻ അതു ചോദിച്ചില്ല. ഒരുമിച്ചു ജീവിക്കുന്നതിനെപ്പറ്റിയല്ല ചോദിച്ചത്? ഞാൻ അറേബ്യായിലേക്കു മടങ്ങാൻ ആഗ്രഹിക്കുന്നില്ല."

"എന്ത്?" നന്തന്റെ കണ്ണുകൾ വിടർന്നുനിന്നു.

"വേണാടാണ് ഇന്നെന്റെ എല്ലാം."

"അതുകൊണ്ട്?"

"ഇവിടെത്തന്നെ ജീവിതമവസാനിക്കട്ടെ എന്നു ഞാൻ വിചാരിക്കുന്നു."

"ഹസ്രാ."

"അതെ ഇളയടികൾ. അറേബ്യാ ഞാൻ മറന്നുകഴിഞ്ഞിരിക്കുന്നു."

"ഹസ്രാ, നിന്റെ അച്ഛൻ നിന്നെയുംകൂട്ടി പുറപ്പെടാൻ കാത്തിരിക്കുകയല്ലേ?"

"അതെ, പക്ഷേ....." അവൾ നന്തനെ ഉറ്റുനോക്കി. 'പക്ഷേ, അച്ഛന് ഹൃദയഭാരമുണ്ടാക്കിയ മകളല്ലേ, ഞാൻ. അദ്ദേഹത്തിന് ഇനി മനസ്വസ്ഥത ഉണ്ടാകുമോ ഇളയടികൾ?'

"എന്റെ ഹൃദയം വേണാട്ടിലാണ്. ഞാൻ എന്തു ചെയ്യണം?"

അനിശ്ചിതമായി സഞ്ചരിക്കുകയാണ് അവളുടെ മനസെന്ന് നന്തനു തോന്നി. പക്ഷേ, അവൾ അറേബ്യായിലേക്ക് മടങ്ങിപ്പോകുന്നില്ലെന്ന് പറഞ്ഞു. എന്താണതിനർഥം? താനും അവളുമായുള്ള വിവാഹം സാധ്യമല്ലെന്ന് കീഴാനടികൾ തിരുവടികളെ അറിയിച്ചുകഴിഞ്ഞു. ഇനി ആയാസ്ഖാൻ അവളെയുംകൊണ്ട് മടങ്ങുകയില്ലേ?

അങ്ങനെ തിരിച്ച് അറേബ്യായിലേക്ക് പോകാനൊരുങ്ങുമ്പോൾ ഹസ്രാ എങ്ങനെ അതിനു വിസമ്മതിക്കും? ഒരുപക്ഷേ, താൻ പ്രേരിപ്പിച്ചിട്ട് അവൾ തടസം പറയുകയാണെന്നു വരുമോ? അതിലും തനിക്കു പ്രയാസമില്ല. ആയാസ്ഖാന്റെ ഹൃദയം എത്രകണ്ട് അതുമൂലം ദുഃഖിക്കുകയില്ല! ആ ധീരനായ അറബി എന്തു ചെയ്യും?

നന്തന്റെ ഉള്ളിൽ ആകെക്കൂടിയുള്ള ചിത്രം പൊന്തിവന്നു. ആ കൊട്ടാരവളപ്പിൽ ഒരാൾ മാത്രമേ ഒരു നിശ്ചയത്തിലെത്തിയിട്ടുള്ളൂ: മാതയ്യൻ. അയാൾ പാറപോലെ ഉറച്ച മനസുമായി കിടക്കുന്നു. ബാക്കിയെല്ലാവരും ഏതോ കടലിൽക്കിടന്നു മുങ്ങിപ്പൊങ്ങുകയാണ്.

അയ്യനടികൾ തിരുവടികൾ എന്തുചെയ്യണമെന്നറിയാതെ ഉഴലുകയാണ്.

വിജയരാഗദേവൻപോലും സദാ ചിന്താമൂകനായി കാണപ്പെടുന്നു.

താനോ? താൻ ചുക്കാനില്ലാത്ത ഓടത്തിൽ ഒഴുകുകയാണ്.

എന്തുചെയ്യണം? ഹസ്രാ അവസാനതീരുമാനം ചെയ്തിട്ടിരിക്കുകയാണോ?

"ഇളയടികൾ!" ഹസ്രാ വിളിച്ചു

അയാൾ അവളെ നോക്കി. അവൾ എന്തോ പറയാൻ തുടങ്ങി. അപ്പോൾ പുറത്ത് കാൽപ്പെരുമാറ്റം കേട്ടു. അവൾ അങ്ങോട്ടു നോക്കി.

ഒരു ഭടൻ കയറിവന്നു.

"ചേരസാമ്രാജ്യചക്രവർത്തിയുടെ പുത്രി കീഴാനടികൾതിരുവടികൾ, രാത്രി പത്തുമണിക്കുശേഷം ഇങ്ങോട്ടെഴുന്നള്ളുമെന്ന് അറിയിക്കാൻ കൽപ്പനയായിരിക്കുന്നു." പുറത്തുനിന്നുവന്ന ഭടൻ ആദരപൂർവം വണങ്ങി അറിയിച്ചു. എന്നിട്ട് അയാൾ പുറത്തേക്ക് നടന്നു.

ഹസ്രാ വാതിൽക്കലേക്ക് നടന്നു.

"ഇളയടികൾ.....!" അവൾ തിരിഞ്ഞുനിന്നു.

"ഹസ്രാ......" അയാൾ വിളികേട്ടു.

"രഹസ്യമായി അങ്ങയോട് ഒന്നു പറവാനുണ്ട്. അതിഷ്ടമോ!" അവളുടെ സ്വരം അൽപ്പം ദൃഢമായിരുന്നു.

"നമുക്ക് കേൾപ്പാൻ ആഗ്രഹമുണ്ട്." അവളുടെ തീരുമാനം അറിവിപ്പാൻ പോവുകയാണെന്ന് അയാൾക്കു മനസിലായി.

നന്തൻ എഴുന്നേറ്റു. ആ വാതിൽ സാവധാനം അടച്ചു.

..........................................................................

രാത്രി പത്തുമണി കഴിഞ്ഞിരിക്കുന്നു. പാലപൂത്ത മണം അപ്പോഴും അന്തരീക്ഷത്തിൽ നിറഞ്ഞുനിൽക്കുന്നുണ്ട്. മഞ്ഞുപെയ്തുകൊണ്ടിരിക്കുന്നു. ഇരുട്ടില്ല. നാട്ടുവെളിച്ചമുണ്ട്. നക്ഷത്രങ്ങൾ ആകാശത്തു അവിടെയുമിവിടെയും കാണാം. ഒരു ചെറിയ കാറ്റു വീശുന്നുണ്ട്.

മൂന്നാലു രാജഭടന്മാരുടെ അകമ്പടിയോടെ കീഴാനടികൾ ഹസ്രായുടെ മന്ദിരത്തിന്റെ മുമ്പിൽ വന്നിറങ്ങി. ഭടന്മാരോട് നീങ്ങിനിൽപ്പാൻ അവർ കൽപ്പിച്ചു. കുതിരകളേയുംകൊണ്ട് അവർ ദൂരെ മാറിപ്പോയി. വാതിൽക്കൽ കാവൽനിന്ന ഭടന്മാർ ഇരുപാർശ്വങ്ങളിലേക്കും നീങ്ങി.

"നീങ്ങിനിൽക്കൂ. നമുക്ക് ഹസ്രാ അൽറൂമിയോട് രഹസ്യമായി സംസാരിപ്പാനുണ്ട്." കീഴാനടികൾ ആ ഭടന്മാരോട് പറഞ്ഞു.

അവരും രംഗത്തുനിന്ന് അകന്നുമാറി.

രാജകുമാരി വാതിൽക്കലേക്ക് നീങ്ങിനിന്നു.

"ഹസ്രാ!" കീഴാനടികൾ വിളിച്ചു.

അകത്തുനിന്നു ശബ്ദം കേട്ടില്ല.

"ഹസ്രാ.... നാം, കീഴാനടികൾ, വന്നിരിക്കുന്നു." കീഴാനടികൾ അകത്തേക്കറിയിച്ചു.

വീണ്ടും അനക്കമില്ല.

രാജകുമാരി, ആ വാതിലിൽ കൈവച്ചു.

"ഹസ്രാ, നാംതന്നെ." വീണ്ടും അറിയിച്ചു.

പിന്നെയും നിശ്ശബ്ദം.

കീഴാനടികൾ വാതിൽ സാവധാനം തള്ളി. അത് അകത്തേക്ക് തുറന്നു.

കീഴാനടികൾ അകത്തേക്കു പ്രവേശിച്ചു.

അവിടെ ആ ഇരുമ്പുവിളക്ക് കത്തിനിൽക്കുന്നുണ്ട്. ഹസ്രാഅൽറൂമി അവിടെ ഇല്ല. കീഴാനടികൾ ചുറ്റും നോക്കി. ആ മുറി ശൂന്യമാണ്. അതിന്റെ പിന്നിലെ കതക് തുറന്നുകിടക്കുന്നു. രാജകുമാരി അങ്ങോട്ടു

കടന്നു. അവിടെയും ആരുമില്ല. ആ മുറിയുടെയും പിൻവാതിൽ തുറന്നു കിടന്നു.

രാജകുമാരി ഭടന്മാരെ വിളിച്ചു.

അവർ വന്നു.

ആ മന്ദിരത്തിന്റെ പിന്നിലെ വാതിൽവരെ ഭടന്മാർ തൂക്കുവിളക്കുമായി നടന്നുനോക്കി. അവിടെയെങ്ങും ഹസ്രായെ കണ്ടില്ല.

രാജ്ഞിയുടെ കൽപ്പനയനുസരിച്ച് ഭടന്മാർ അവിടെങ്ങും തെരഞ്ഞു. ആരുമില്ല.

ഹസ്രാ ആ മന്ദിരത്തിൽനിന്നു രക്ഷപ്പെട്ടിരിക്കുന്നു.

"ഹസ്രാ അൽറൂമി എവിടെപ്പോയി?" കീഴാനടികൾ കാവൽഭടന്മാരോട് ചോദിച്ചു.

ഭടന്മാർ ഓടിയെത്തി താണുവണങ്ങി:

"അറിയില്ല, ചക്രവർത്തിതിരുവടികൾ."

കീഴാനടികൾ അരക്കെട്ടിൽ തൂക്കിയിട്ടിരുന്ന വാളൂരി. മറുപടി പറഞ്ഞ ഭടന്റെ ശിരസു താഴെ വീണുരുണ്ടു.

രാജകുമാരി നടന്നു. ഇരുട്ടിലേക്ക്, ഭടന്മാർ പുറകെ കുതിരകളെയും കൊണ്ടുചെന്നു.

രാജകുമാരി കുതിരപ്പുറത്തു കയറിയില്ല. നടന്നു.

.......................................................

അയ്യനടികൾ തിരുവടികൾ കാത്തിരിക്കുകയായിരുന്നു. കീഴാനടികൾ വരുന്ന സമയംപാർത്ത്. അവിടുന്ന് രണ്ടുമൂന്നു ദിവസങ്ങളായി മൗനത്തിലാണ്. മനഃപൂർവമുള്ള മൗനം. നന്തനെയും ഹസ്രായെയും വിവാഹം കഴിപ്പിക്കാൻ കീഴാനടികൾ തീരുമാനിച്ചപ്പോൾ തുടങ്ങി ആ മൗനം ദീക്ഷിക്കുകയാണ്.

എങ്ങനെ ആ വിവാഹം നടക്കും? അറേബ്യാക്കാരുമായി എങ്ങനെ ബന്ധമുണ്ടാക്കും? എന്തു ജാതിയാണവർ? എന്തു മതമാണത്? കേട്ടിട്ടുള്ളതെല്ലാം മോശമാണ്......

കീഴാനടികൾ മന്ത്രശാലയിലേക്കു കയറിവന്നു.

"റാണിതിരുവടികൾ ഹസ്രായെ കണ്ട് ഇത്രവേഗം മടങ്ങിയത്?"

"തിരുവടികൾ....." കീഴാനടികൾ മുഖം താഴ്ത്തിനിന്നു. "ഹസ്രാ എങ്ങോ പോയിരിക്കുന്നു."

അയ്യനടികൾ മിഴിച്ചുനോക്കിനിന്നു.

"പോയോ?"

"അതെ, തിരുവടികൾ." കീഴാനടികൾ രണ്ടുചുവട് മുമ്പോട്ട് വച്ചു. ഹസ്രാ അൽറൂമി മാത്രമല്ല തിരുവടികളുടെ പുത്രൻ നന്തനും ഹസ്രായും ഒരുമിച്ചാണു പോയത്. നന്തൻ നാം ചെല്ലുംമുമ്പ് അവിടെപ്പോയിരുന്നുവെന്ന് നാം അറിഞ്ഞു. അവർ പോയത് ഒരുമിച്ചുതന്നെ."

"അതെങ്ങനെയോ റാണിതിരുവടികൾ."

"അതേ."

അയ്യനടികൾ തിരുവടികൾ തന്റെ ഇരിപ്പിടത്തിലേക്ക് കൈയൂന്നിനിന്നു.

# 33

**മാ**തയ്യന്റെ മുന്നിലേക്ക് കീഴനടികൾ കടന്നുചെന്നപ്പോൾ ആ ചെറുപ്പക്കാരൻ ക്ഷീണിച്ചു വിവശമായ കൈകളെടുത്ത് തൊഴുതുകൊണ്ട് എഴുന്നേൽക്കാൻ ഭാവിച്ചു. രാജകുമാരി അയാളെ തടഞ്ഞു. എഴുന്നേൽക്കരുതെന്നും കിടക്കയിൽ ശാന്തമായി കിടക്കണമെന്നും സൗമ്യമായി പറഞ്ഞു.

മാതയ്യൻ ഉപധാനം ചരിച്ചുവച്ച് അതിൽ ചാരിയിരുന്നു.

മാതയ്യന്റെ ക്ഷീണിച്ച ശരീരത്തിൽ ഇരുമ്പുവിളക്കിൽനിന്നുള്ള വെളിച്ചംവീഴുന്നു. കീഴാനടികൾ അടുത്തിട്ട ഇരിപ്പിടത്തിലിരുന്നുകൊണ്ട്, അയാളുടെ മുഖത്തേക്കു നോക്കി.

"രാജകുമാരി തിരുവടികൾക്ക് മംഗളം!" മാതയ്യന്റെ താണസ്വരം അവരുടെ കാതുകളിൽ തങ്ങിനിന്നു.

കീഴാനടികളുടെ രത്നംപതിച്ച മുത്താക്ക് അസാധാരണമായ പ്രഭ വിതറി. അവരുടെ തിളങ്ങുന്ന പട്ട്, തെല്ലൊന്ന് ചലിക്കുമ്പോൾ മർമരം പൊഴിക്കുന്നതായി തോന്നി. പക്ഷേ, സാധാരണയുള്ളതുപോലെ അവർ ചേരസാമ്രാജ്യത്തിന്റെ രാജകീയചിഹ്നം ധരിച്ചിരുന്നില്ല. മാതയ്യൻ അത് ശ്രദ്ധിച്ചു.

അവർ പൂക്കൾ ചൂടിയിരുന്നില്ല. പുതിയ പട്ടിന്റെതല്ലാതെ മറ്റൊരു സുഗന്ധവും അനുഭവപ്പെട്ടില്ല. മരുന്നുകളിട്ടു കാച്ചിയ എണ്ണയുടെ സൗമ്യമായ മണം അവരിൽനിന്ന് പ്രസരിച്ചിരുന്നു. മാതയ്യൻ ആ മുടിയിലേക്ക് നോക്കി. ഓളംതല്ലി നിൽക്കുന്ന ഇരുണ്ട കൂന്തലിന് എന്തൊരു ഭംഗി!

"രാജകുമാരിതിരുവടികളെ കാണ്മാൻ ആഗ്രഹിച്ചിരിക്കുകയായിരുന്നു." മാതയ്യൻ സംസാരിച്ചു.

"നാം മാതയ്യനെ കാണ്മാൻ അൽപ്പം താമസിച്ചുപോയി, നന്തനെയും ഹസ്രാ അൽറൂമിയെയും മാതയ്യനെയും ഒരുമിച്ച് കാണ്മാനാണ് നാം ആഗ്രഹിച്ചത്. ഇപ്പോൾ, നന്തനും ഹസ്രായും നമ്മോടുപോലും ചൊല്ലാതെ എങ്ങോ പോയിരിക്കുന്നു. മാതയ്യൻ, നമ്മോട് ഒരു കാര്യം അറിയിക്കുമോ?" കീഴാനടികൾ മാതയ്യനെ നോക്കിയിരുന്നു.

"രാജകുമാരി തിരുവടികൾ കൽപ്പിച്ചാലും. അടിയന് അറിവുള്ളതെങ്കിൽ, പറയാൻ മടിക്കുകയില്ല." മാതയ്യൻ അറിയിച്ചു.

"നന്തനും ഹസ്രായും എവിടെപ്പോയി?" കീഴാനടികൾ പൊടുന്നനെ ചോദിച്ചു.

"വിശ്വസിപ്പാൻ ദയവുണ്ടാകണം. അത് അടിയനറിയില്ല. നന്തനിളയടികൾ എന്നോടു ചൊല്ലാതെ ഒന്നും ചെയ്യാറില്ല. പക്ഷേ, ഇപ്പോൾ അവൻ അടിയനെ കണ്ടില്ല. രാജകുമാരി തിരുവടികളുമായി കണ്ടശേഷം അടിയനെ വിവരമൊന്നും ധരിപ്പിപ്പാനും തയാറായില്ല." മാതയ്യൻ സത്യം തുറന്നുപറഞ്ഞു.

കീഴാനടികൾ അൽപ്പസമയം ആലോചിച്ചിരുന്നു.

"മാതയ്യൻ." അവർ വിളിച്ചു.

"അടിയൻ......"

"നാം ഒരു കാര്യം അറിയിപ്പാൻ ആഗ്രഹിക്കുന്നു." കീഴാനടികൾ ആലോചനയിൽനിന്ന് ഉണർന്നില്ലെന്ന് തോന്നി. "പറഞ്ഞാലും...." മാതയ്യൻ രാജകുമാരിയുടെ വാക്കുകൾ കേൾക്കാൻ കാത്തിരുന്നു.

"ഓടനാടും വേണാടും തമ്മിൽ ഇന്നു നീരസത്തിലാണ്...." കീഴാനടികൾ എന്തോ പറയാൻ തുടങ്ങുകയായിരുന്നു.

"അടിയന് അതറിവുണ്ട്." മാതയ്യന്റെ ക്ഷീണിച്ച മിഴികൾ കീഴാനടികളിൽ തങ്ങിനിന്നു.

അവർ പട്ടുടയാടയുടെ തുമ്പുകൊണ്ട് കവിളുകൾ ഒപ്പി.

"ഈ നീരസത്തിനു കാരണം, മാർത്താണ്ഡൻചിന്നയ്യന്റെ മേൽ നടപ്പാക്കിയ വധശിക്ഷയാണ്."

"അടിയൻ അതും ഗ്രഹിച്ചിട്ടുണ്ട്."

"ആ ശിക്ഷ ശരിയോ തെറ്റോ എന്ന് നാം പറയുന്നില്ല. സ്ഥാണു രവികുലശേഖരപ്പെരുമാളിന്റെ കൽപ്പനയായിരുന്നു അത്."

"അടിയൻ....?"

"ഹസ്രാ അൽറൂമി കൊല്ലത്തു വന്നതിനെത്തുടർന്നാണ് ആ സംഭവങ്ങൾ എല്ലാം ഉണ്ടായത്. ആ പെൺകുട്ടി ഇവിടെ വന്നതുകൊണ്ടാണല്ലോ, അബ്ദുല്ലാ ആയാസ്ഖാൻ ചേരസാമ്രാജ്യത്തിൽ വരുവാനിടയായത്. അവളെ കൊല്ലത്തേക്കു കൂട്ടിക്കൊണ്ടു വന്നത് മാതയ്യനാണ്."

"അതെ, റാണിതിരുവടികൾ......"

"അവളെ സംബന്ധിച്ച് ചില കടമകൾ, മാതയ്യനില്ലേ?"

"ഉണ്ട്."

"നന്തനിളയടികൾ അവളെ സ്നേഹിച്ചു. അവൾ ഇളയടികളെയും. ഇന്ന് ചേരസാമ്രാജ്യ രാജകുമാരിയായ നാം ആവശ്യപ്പെട്ടിട്ടുപോലും നന്തൻ അവളെ വിവാഹം ചെയ്യാൻ തയാറല്ല. ഹസ്രായും നിത്യദുഃഖത്തിൽ കഴിയുകയാണ്. ഇതിന് കാരണക്കാരൻ ആരെന്നറിയാമോ?"

കീഴാനടികളുടെ അഴകുള്ള കണ്ണുകൾ ആ ചോദ്യം ആവർത്തിച്ചാവർത്തിച്ച് മാതയ്യനോടു ചോദിക്കുന്നതുപോലെ തോന്നി.

അയാൾ, പ്രതീക്ഷിക്കാത്ത ആ ചോദ്യം കേട്ട് ഒന്നിളകി.

"ഹസ്രാ അൽറൂമിയെ കൊല്ലത്തുകൊണ്ടുവന്നത് അടിയനാണ്. ആ പെൺകുട്ടിയെ നന്തൻ ഇളയടികളുമായി പരിചയപ്പെടുത്തിയതും അടിയൻതന്നെ. അവർ തമ്മിൽ സ്നേഹിച്ചപ്പോൾ, അടിയന് ആഹ്ലാദമായിരുന്നു, റാണിതിരുവടികൾ." മാതയ്യന്റെ മിഴികൾ താഴോട്ടു ചെന്നു.

"നമുക്കും അതിൽ സന്തോഷമേ ഉള്ളൂ." മാതയ്യൻ കീഴാനടികൾ പറഞ്ഞു.

"പക്ഷേ, അന്ന് സന്തോഷിച്ച മാതയ്യന് ഇന്ന് അവർ വിവാഹം കഴിച്ചു കാണാൻ ആഗ്രഹമില്ലേ?"

മാതയ്യൻ മിഴികളുയർത്തി.

"ഉണ്ട്, റാണിതിരുവടികൾ.''

"എങ്കിൽ....." കീഴാനടികൾ പെട്ടെന്നു പറഞ്ഞു:

"എങ്കിൽ മാതയ്യൻ ഈ ഉപവാസം അവസാനിപ്പിക്കണം. നീ വടക്കിരുന്നു മരിക്കാൻ പോകുന്നതുകൊണ്ടാണ് അവർക്ക് രണ്ടുപേർക്കും ജീവിക്കാൻ ആഗ്രഹം തോന്നാത്തത്."

മാതയ്യന്റെ ഹൃദയവികാരങ്ങൾ മുഴുവൻ അയാളുടെ വിവശമായ മുഖത്ത് ഓളം തല്ലി. അയാൾ അൽപ്പനേരത്തേക്ക് മിണ്ടിയില്ല. കീഴാനടികൾ തുടർന്നു സംസാരിച്ചു.

"നീ ഈ ഉപവാസം നിറുത്തിയാൽ നന്തനിളയടികളെ ആ വിവാഹത്തിനു നാം സമ്മതിപ്പിക്കും."

മാതയ്യൻ മെലിഞ്ഞ ഒരു പ്രതിമപോലെ ഇരുന്നു. വെയിലും മഞ്ഞും മഴയും വീണ് തകർന്നുപോയ ഒരു പ്രതിമപോലെ.

"അടിയൻ." ഒട്ടുനേരത്തെ നിശ്ശബ്ദതയ്ക്കുശേഷം അയാൾ എന്തോ പറയാൻ ഭാവിച്ചു. കീഴാനടികൾ അപ്പോൾ പുതിയ ഒരു വിഷയം അവതരിപ്പിച്ചു.

"മാത്രമല്ല, മാതയ്യൻ ഓടനാടും വേണാടും തമ്മിലുള്ള വിരോധത്തെപ്പറ്റി നാം പറഞ്ഞു. മാർത്താണ്ഡൻചിന്നയ്യനെ വധിച്ചതിന്റെ പ്രതികാരംവീട്ടാൻ നിന്റെ സഹോദരി നല്ലി ഒരു പടയെ വേണാട്ടുരാജധാനിയിലേക്കു നയിച്ചു."

"അടിയൻ അതറിഞ്ഞു."

"ഓടനാട്ടു പടനായകൻ വേണാടിന്റെ സൈന്യാധിപനെ വധിച്ചു."

"ആ വാർത്ത കേട്ട് അടിയൻ വേദനിച്ചു."

"അവൾ ഇപ്പോൾ കാരാഗൃഹത്തിലാണ്."

മാതയ്യന്റെ മിഴികൾ വേദനിക്കുന്ന രണ്ടു നീർത്തുള്ളികളായി കാണപ്പെട്ടു.

"അടിയൻ......"

"അവളെ ശിക്ഷിപ്പാനുള്ള കൽപ്പന ചേരസാമ്രാജ്യ ചക്രവർത്തിയിൽനിന്ന് നമുക്കു ലഭിച്ചിട്ടുണ്ട്."

മാതയ്യൻ അസ്വസ്ഥനായി.

കീഴാനടികൾ പട്ടുടയാടയുടെ മടക്കുകൾക്കുള്ളിൽനിന്ന് ഒരു ലക്കോട്ട് പുറത്തെടുത്തു. അതു നിവർത്ത് മാതയ്യന്റെ കൈയിൽ കൊടുത്തു. അയാൾ അതു നോക്കി. ചേരചക്രവർത്തി സ്ഥാണുരവികുലശേഖരപ്പെരുമാളിന്റെ തീട്ടൂരമാണ്. അയാൾ അതു വായിച്ചു.

"വേണാട്ടധിപതിയായ അയ്യനടികൾ തിരുവടികൾക്ക് കുലശേഖര ചക്രവർത്തി സ്ഥാണുരവിപ്പെരുമാൾ അറിവിക്കുന്നതെന്തെന്നാൽ,

ഓടനാടും വേണാട്ടും രാജസ്ഥാനങ്ങൾ തമ്മിൽ ഉളവായിരിക്കുന്ന നീരസം നമ്മെ അത്യധികം ഖേദിപ്പിക്കുന്നു. എന്നല്ല, അവിടെ പല അസ്വസ്ഥകാര്യങ്ങളും ഉണ്ടായതായും നാം ഗ്രഹിക്കുന്നു. ഓടനാട്ടു പട

നായകൻ വേണാട്ടു സൈന്യാധിപനെ വധിച്ചത് നാം ഗൗരവപൂർവം പരിഗണിക്കുന്നു.

മാർത്താണ്ഡൻചിന്നയ്യന്റെ പുത്രി നല്ലി നാനൂറു വരുന്ന പട്ടാളത്തേയുംകൊണ്ട് കൊല്ലം രാജധാനിയിൽ പ്രവേശിച്ചതിനെത്തുടർന്നാണ് സംഭവമുണ്ടായത്? നല്ലിയെ ശിക്ഷിക്കാതിരിപ്പാൻ നിവർത്തിയില്ല. അതേ സമയം മാതയ്യൻചിന്നയ്യൻ വടക്കിരിക്കുകയും നല്ലി ശിക്ഷിക്കപ്പെടുകയും ചെയ്താൽ, മാർത്താണ്ഡൻചിന്നയ്യന്റെ കുടുംബവും വംശവും അന്യം നിന്നു പോകുമെന്നു നാം ഭയപ്പെടുന്നു. ഓടനാട്ടു ജനിക്കുകയും വേണാട്ടിനെ സേവിക്കുകയും ചെയ്ത മാർത്താണ്ഡൻചിന്നയ്യന്റെ കുടുംബത്തിന് അങ്ങനെയൊന്നും സംഭവിച്ചുകൂടാ.

അതിനാൽ നാം ഒരു വ്യവസ്ഥ അറിവിക്കുന്നു: മാതയ്യനും നല്ലിയും ജീവിപ്പാനുള്ള വ്യവസ്ഥയാണിത്. നല്ലിയുടെമേൽ ആദ്യം നാം നിശ്ചയിച്ച വധശിക്ഷ നടപ്പാക്കേണ്ടതില്ല. ആ തീരുമാനം സ്ഥിരപ്പെടുത്തണമെങ്കിൽ മാതയ്യൻചിന്നയ്യൻ ഉപവാസം നിറുത്തണം. അവരെ രണ്ടുപേരെയും നാം കുലശേഖര രാജധാനിയിലേക്ക് സ്വീകരിപ്പാൻ നിശ്ചയിച്ചിരിക്കുന്നു.

മാതയ്യൻ ഉപവാസം നിറുത്തേണ്ടത്, വേണാട്ടിന്റെ ആവശ്യമെന്നു ധരിച്ചിരിക്കട്ടെ, കാരണം, നല്ലി ശിക്ഷിക്കപ്പെട്ടാൽ, ഓടനാടിനും വേണാടിനും ഒരിക്കലും മേലിൽ ബന്ധുക്കളായി കഴിയാൻ സാധ്യമല്ലാതെ വരുമെന്നുള്ളത് നാം പറയേണ്ടതില്ലല്ലോ.

അതുകൊണ്ട്, മേൽപ്പറഞ്ഞവിധം പ്രവർത്തിപ്പാൻ നാം താൽപ്പര്യപ്പെടുകയും കൽപ്പിക്കുകയും ചെയ്തുകൊള്ളുന്നു."

എന്ന്,

സ്ഥാണുരവികുലശേഖരപ്പെരുമാൾ

മാതയ്യൻ തീട്ടൂരം വായിക്കുമ്പോൾ കീഴാനടികൾ ഏതോ സംതൃപ്തിയോടുകൂടി അയാളെ നോക്കിയിരുന്നു.

അയാൾ ലക്കോട്ടു മടക്കി. അയാളുടെ മുഖം താണുപോയി.

കീഴാനടികൾ ചോദിച്ചു:

"മാതയ്യൻ എന്തു പറയുന്നു?"

അയാൾ മുഖം ഉയർത്തി.

"റാണിതിരുവടികൾ....." അയാൾ എന്തോ പറയാൻ തുടങ്ങി.

"പറയൂ, കുലശേഖരപ്പെരുമാളിന്റെയും അവിടുത്തെ മകളായ കീഴാനടികളുടെയും അപേക്ഷ സ്വീകരിക്കുന്നുവെന്നു പറയൂ. കാരണം, ഇതു കൽപ്പനയല്ല, അപേക്ഷയാണ്, സ്നേഹപൂർവമുള്ള അഭ്യർഥന." കീഴാനടികളുടെ സ്വരം സ്നേഹത്തിന്റെ തെളിനീരലപോലെയാണു പുറത്തേക്കുവന്നത്.

"അടിയൻ......" മാതയ്യൻ കൂടുതലൊന്നും പറഞ്ഞില്ല. അയാളുടെ കണ്ണുകൾ നിറഞ്ഞിരുന്നു.

# 34

പ്രഭാതവെളിച്ചം പരന്നൊഴുകിയ പനങ്കാവിൽ കൊട്ടാരമുറ്റത്തേക്കു കടന്നുവന്ന സപീർ പാതിരി, യരുശലേമിൽനിന്നു വന്ന ഏതോ ക്രിസ്തീയ ചൈതന്യത്തെപ്പോലെ കാണപ്പെട്ടു. സ്ഥാണുരവികുലശേഖരപ്പെരുമാളിന്റെ പുത്രിയെ നേരിട്ടു സന്ദർശിക്കുവാൻ അനുവാദം വാങ്ങിയിട്ടാണ് സപീർ രാജധാനിയിലെത്തിയത്.

അയ്യനടികൾ തിരുവടികൾ പ്രഭാതകൃത്യങ്ങൾ നിർവഹിച്ച് കാര്യാലോചന മണ്ഡപത്തിൽ വന്നിരുന്നു. അപ്പോൾ, ചേരസാമ്രാജത്ത്രിലെ രാജകുമാരി, ആ വിശാലമായ മുറിയിലേക്ക് കടന്നുചെന്നു. അയ്യനടികൾ എഴുന്നേറ്റു, വണങ്ങി. കീഴാനടികൾ പ്രത്യേകമൊരുക്കിയ ഇരിപ്പിടത്തിലിരുന്നു.

അപ്പോൾ ഒരു ഭടൻ വന്നറിയിച്ചു:

"സപീർ വലിയ പാതിരി, ചേരസാമ്രാജ്യചക്രവർത്തിയുടെ തിരുമകളെ മുഖം പാർക്കാൻ വന്നിരിക്കുന്നു."

കീഴാനടികൾ, സപീറിന് അകത്തേക്കു വരുവാൻ അനുമതി നൽകി.

ഭടൻ താണുവണങ്ങി പിൻവാങ്ങി.

ഏതാനും നിമിഷങ്ങൾ.

ക്രിസ്തീയമര്യാദകളുടെയും ആധ്യാത്മിയതയുടെയും ഉന്നത രൂപമെന്നോണം ആ വയോധികനായ വൈദികൻ ആ മുറിയിലേക്കു കടന്നു നിന്നു. പുറത്തുനിന്ന് ജാലകങ്ങളിൽക്കൂടി വീശിയ വെളിച്ചം ഒരു പുതിയ ചൈതന്യം അവിടെ വിതറിയിരുന്നു. വെളുത്ത താടിയും നീണ്ട കുപ്പായവും അതിൽ വയറിനുമീതേ അലസമായിക്കിടന്ന കുരിശുരൂപവും അവിടെ സവിശേഷമായ ഒരു ഭാവം പകരുവാൻ പര്യാപ്തമായിരുന്നു.

കീഴാനടികൾ പതിവിനു വിപരീതമായി പൊടുന്നനെ എഴുന്നേറ്റു. അവർ താണുവണങ്ങിനിൽക്കുന്ന സപീറിനെ അങ്ങോട്ടുചെന്നു സ്വീകരിച്ചു. വൃദ്ധനായ ആ വൈദികന്റെ മുഖം സ്നേഹം കൊണ്ടും അഭിമാനം കൊണ്ടും ഒന്നുകൂടി ചുവന്നു.

"അഭിവന്ദ്യനായ മരുവൻ സപീർ, ഇരുന്നാലും." കീഴാനടികൾ, ആ മുറിയുടെ വലതുഭാഗത്ത്, ചുവരിനോട് ചേർത്ത് ഒരുക്കിയിട്ടുള്ള ഇരിപ്പിടത്തിലേക്ക് പൊടുന്നനെ ക്ഷണിച്ചു.

"ചേരസാമ്രാജ്യ ചക്രവർത്തി സ്ഥാണുരവികുലശേഖരപ്പെരുമാൾ വിജയിക്കട്ടെ! ചേരസാമ്രാജൈശ്വര്യമായ കീഴാനടികൾ റാണി തിരുമനസു വിജയിക്കട്ടെ!.... തരിസാപ്പള്ളിയുടെ ദാതാക്കളും നായകരുമായ കോയിലധികാരി വിജയരാഗദേവനും വേണാട്ടധിപതി അയ്യനടികൾ തിരുവടികളും വിജയിക്കട്ടെ!"

ശക്തമായ ഒരു പ്രവാഹം കണക്കു വന്നുവീണ ആ വൈദികന്റെ സ്വരം അവിടെയാകെ ഏകാന്തമായ ഒരു ഗാംഭീര്യം പകർന്നു.

സപീർ നിന്നു. കീഴാനടികൾ തന്റെ ആസ്ഥാനത്തേക്ക് നീങ്ങി.

"ഇരിക്കൂ, സപീർ." അവർ വീണ്ടും അദ്ദേഹത്തെ ക്ഷണിച്ചു.

"അടിയൻ......" ആ വൈദികൻ ഒന്നുകൂടി രാജകുമാരിയെ വണങ്ങി.

"സപീർ." കീഴാനടികൾ സംസാരിച്ചു: "ചേരചക്രവർത്തിയായ സ്ഥാണുരവികുലശേഖരപ്പെരുമാളിന്റെ നിർദേശപ്രകാരം നാം അങ്ങയെ ക്ഷണിപ്പാൻ കാത്തിരിക്കുകയായിരുന്നു. അപ്പോഴാണ് അങ്ങ്, നമ്മെ കാണ്മാൻ ആഗ്രഹം പ്രകടിപ്പിച്ചുകൊണ്ടുള്ള ദൂതസന്ദേശം ലഭിച്ചത്."

"അടിയൻ." സപീർ പാതിരി ആ നിന്നനിലയ്ക്ക് അൽപ്പമൊന്നു തലകുനിച്ചു.

"പക്ഷേ—" കീഴാനടികളുടെ ചുണ്ടുകളിൽ ഒരു പുഞ്ചിരിയുടെ നേരിയ അല ഇളകി മാഞ്ഞു: "സപീർ, നാം ഒരു സ്വാതന്ത്ര്യം കൈക്കൊണ്ടിട്ടുണ്ട്."

സപീർ നോക്കി. കീഴാനടികൾ സൂചിപ്പിച്ചതെന്തെന്ന് ആ വൈദികനു മനസിലായില്ല.

"എന്താണാവോ തിരുവടികൾ?" അദ്ദേഹം രാജകുമാരിയെ ഉറ്റുനോക്കിനിന്നു.

"നാം മറ്റൊരാളെക്കൂടി ഈ സദസിലേക്കു ക്ഷണിച്ചിട്ടുണ്ട്." അവർ അതേ പുഞ്ചിരിയോടുകൂടി വേണാട്ടധിപതിയെ നോക്കി. അയ്യനടികൾ തിരുവടികൾ അതു നേരത്തെ മനസിലാക്കിയ മട്ടിൽ ശിരസനക്കി പുഞ്ചിരിച്ചു. ആരെയെന്ന് സപീർ ചോദിച്ചില്ല.

"സപീർ, അങ്ങേക്കിഷ്ടമെന്ന് നാം കരുതുന്നു. അബ്ദുല്ലാ ആയാസ്ഖാനെയാണ്, നാം ഈ സദസിലേക്ക് ക്ഷണിച്ചിരിക്കുന്നത്."

"അടിയൻ...." സപീർ തെളിഞ്ഞ മുഖത്തോടും ശബ്ദത്തോടും മറുപടി പറഞ്ഞു: "അബ്ദുല്ലാ ആയാസ്ഖാനാണെങ്കിൽ നമുക്ക് സന്തോഷം തന്നെ റാണി തിരുവടികൾ. അറേബ്യാക്കാരനായ ആയാസ്ഖാനെ അടിയനു വലിയ ഇഷ്ടം തന്നെ. ആയാസ്ഖാൻ അടിയന്റെ പ്രിയസുഹൃത്തുതന്നെ."

കീഴാനടികൾ ഒന്നുകൂടി പുഞ്ചിരിച്ചു.

"ഇരിക്കൂ." കീഴാനടികൾ സപീറിനോട് അഭ്യർഥിച്ചു.

"രാജകുമാരി തിരുവടികൾ ഇരുന്നാലും...." സപീർ വിനയപൂർവം അപേക്ഷിച്ചു.

"അതെ." കീഴാനടികൾ ഒരുവശത്തേക്കു നോക്കി. അവിടെ ഒരു രാജഭടൻ തലകുനിച്ചറിയിച്ചു.

"അടിയൻ ഇപ്പോൾതന്നെ ഇങ്ങോട്ടാനയിക്കാം."

അയാൾ അവിടെനിന്നും നിഷ്ക്രമിച്ചു.

കീഴാനടികൾ ഇരുന്നില്ല. സപീർ പാതിരി ഇരുന്നില്ല. അയ്യനടികൾ തിരുവടികളും അതേപടിനിന്നു. അൽപ്പനിമിഷങ്ങൾ. പുറത്തെ വാതിൽക്കൽ, ആ പ്രഭാതപ്രകാശത്തിൽ ഒരു നീണ്ട നിഴൽ കാണപ്പെട്ടു. കീഴാനടികളുടെ കണ്ണുകൾ അങ്ങോട്ടെത്തി.

അബ്ദുല്ലാ ആയാസ്ഖാന്റെ രൂപം ആ വാതിലിന് ഉള്ളിലേക്ക് കാണപ്പെട്ടു. അയാൾ ക്ഷീണിതനെങ്കിലും ആ രംഗത്തിന്റെ ഗൗരവത്തിനൊത്ത്

ശിരസ്സു വിനയപൂർവം അൽപ്പം താഴ്ത്തിപ്പിടിച്ച് വലതുകൈ വണക്കത്തോടെ നെഞ്ഞിനു കുറുകെ പിടിച്ച് ആ മുറിയിലേക്കു കടന്നുനിന്നു.

"ചേരസാമ്രാജ്യ രാജകുമാരി വിജയിച്ചാലും. വേണാട്ടധിപതി വിജയിച്ചാലും മരുവൻസപീർ അടികൾക്കു ശ്രേയസ്സുഭവിക്കട്ടെ!"

കീഴാനടികൾ പ്രതിവന്ദനം ചെയ്തു. അയ്യനടികൾ കൈകൾ നീട്ടി. സപീർ രണ്ടു ചുവട് മുൻപോട്ടുവച്ച് അബ്ദുല്ലാ ആയാസ്ഖാനെ ആദരിച്ച്, സ്വാഗതം ചെയ്തു. എന്തുകൊണ്ടോ ഏതാനും നിമിഷങ്ങളിലേക്ക് അവിടെ നിശ്ശബ്ദത കളിയാടി. കീഴാനടികളുടെ ശബ്ദം ആ മൗനത്തെ മുറിച്ചു കയറിച്ചെന്നു.

"ഇരുന്നാലും, അബ്ദുല്ലാ ആയാസ്ഖാൻ."

ആയാസ്ഖാൻ മടിച്ചുനിന്നു.

"ഇരുന്നാലും സപീർ അടികൾ."

രാജകുമാരി ഇരുന്നു. പുറകെ അയ്യനടികൾ തിരുവടികൾ ഇരുന്നു. അടുപ്പിച്ചിട്ട ഇരിപ്പിടങ്ങളിൽ സപീർ പാതിരിയും അബ്ദുല്ലാ ആയാസ്ഖാനും ഇരുന്നു.

"സപീർ അടികൾ, ബഹുമാനപ്പെട്ട അയ്യനടികൾ....." രാജകുമാരി പുതിയ എന്തോ പറയാൻ തുടങ്ങുകയായിരുന്നു. ആ അഭിസംബോധനകൾ സ്വീകരിക്കുന്ന മട്ടിൽ, സപീർ പാതിരിയും അയ്യനടികൾ തിരുവടികളും അൽപ്പം മുമ്പോട്ടൊന്നു ചാഞ്ഞു.

"സ്ഥാണുരവി കുലശേഖരപ്പെരുമാളിന്റെ അനുമതിപ്രകാരം നാം ഒരു വസ്തുത അറിയിപ്പാൻ ആഗ്രഹിക്കുന്നു. കൊല്ലം നഗരത്തിലും ചേരസാമ്രാജ്യ തലസ്ഥാനത്തും കച്ചവടം ചെയ്യുവാനുള്ള അനുമതി അറേബ്യാക്കാരായ കച്ചവടക്കാർക്കുകൂടി നൽകുവാൻ നാം തീരുമാനിച്ചിരിക്കുന്നു."

അബ്ദുല്ലാ ആയാസ്ഖാൻ ശിരസുയർത്തി കീഴാനടികളെ നോക്കി. മരുവൻസപീർ മിഴിച്ചിരുന്നു. അയ്യനടികൾ തിരുവടികൾ നിശ്ചലനായിരുന്നു.

"വേണാട്ടധിപതിയുമായി നാം ഇതേപ്പറ്റിആലോചിച്ചുകഴിഞ്ഞു. വേണാടിനും ചേരസാമ്രാജ്യത്തിനും അഭിവൃദ്ധിക്കുതകുന്ന ഒന്നുംതന്നെ അയ്യനടികൾ തിരുവടികൾക്ക് അപ്രിയകരമല്ലെന്ന് ബഹുമാനപ്പെട്ട തിരുവടികൾ നമ്മെ അറിയിച്ചിട്ടുണ്ട്."

അൽപ്പനേരത്തെ നിശ്ശബ്ദത അവിടെ തങ്ങിനിന്നു.

രാജകുമാരി സപീറിന്റെ നേർക്ക് നോക്കി.

"ക്രിസ്ത്യാനികൾ വേണാട്ടിന്റെയും ചേരസാമ്രാജ്യത്തിന്റെയും ഉത്തമസുഹൃത്തുക്കളാണ്. അവരുടെ അഭിമതത്തിനെതിരല്ല, അറേബ്യാക്കാർക്ക് നാം നൽകുന്ന ഈ അനുമതിയെന്ന് നാം വിശ്വസിക്കുന്നു."

സപീർ കീഴാനടികളിൽ മിഴികളർപ്പിച്ചിരുന്നു.

"അങ്ങനെതന്നെയോ സപീർഅടികൾ?" രാജകുമാരി ചോദിച്ചു.

സപീർ ശാന്തമായ സ്വരത്തിൽ അറിയിച്ചു:

"അടിയൻ......"

"ആയാസ്ഖാൻ ചേരസാമ്രാജ്യത്തിൽ വന്നത് അറേബ്യാരാജ്യവും വേണാടും തമ്മിലുള്ള ബന്ധത്തെ, ആ രാജ്യവും ചേരസാമ്രാജ്യവും തമ്മിലുള്ള ബന്ധത്തെ പുതിയ ഒരു നിലയിലേക്ക് ഉയർത്താൻ സഹായിക്കണമെന്ന് ചേരസാമ്രാജ്യാധിപതി ആഗ്രഹിക്കുന്നു."

"അടിയൻ...." അതിനും സപീറാണ് പ്രതികരണം നൽകിയത്.

സപീർ രണ്ടു നിമിഷങ്ങൾക്കുശേഷം അറിയിച്ചു:

"റാണിതിരുവടികൾ തരിസാപ്പള്ളി ശാസനമെഴുതിയനുവദിച്ച ചേരസാമ്രാജ്യാധിപതിയും, വേണാട്ടടികളും അറേബ്യായിലെ ജനങ്ങൾക്കുകൂടി ഈ മഹത്തായ രാജ്യത്തിന്റെ കവാടങ്ങൾ തുറന്നിടുന്നതിൽ അടിയനു സന്തോഷംതന്നെ. അതോടൊപ്പം ഒന്നുകൂടി അറിവിക്കട്ടെ...."

"എന്താണത്?" കീഴാനടികൾ അന്വേഷിച്ചു.

സപീർ എഴുന്നേറ്റു.

"അടിയൻ മറ്റൊരു കാര്യം അറിവിപ്പാനാണ്, റാണിതിരുവടികളെ മുഖംപാർക്കാൻ ആഗ്രഹിച്ചത്...."

"പറയൂ, എന്ത്?"

"അടിയൻ ദൈവവശാൽ, പരമകാരുണികനായ ഈശ്വരന്റെ കൃപയാൽ, അബ്ദുല്ലാ ആയാസ്ഖാന്റെ പ്രിയപ്പെട്ട പുത്രി ഹസ്രാ അൽറൂമിയെയും, വേണാട്ടടികളായ അയ്യനടികൾ തിരുവടികളുടെ പ്രിയപുത്രൻ നന്തൻ ഇളയടികളെയും രക്ഷിപ്പാൻ നമുക്ക് ഭാഗ്യം ലഭിച്ചു."

"എന്ത്?" കീഴാനടികൾ പൊടുന്നനെ ചോദിച്ചു.

അബ്ദുല്ലാ ആയാസ്ഖാൻ മിഴികൾ വിടർത്തി, സപീറിനെ നോക്കി. അയ്യനടികൾ തിരുവടികൾ അത്ഭുതം തിളങ്ങുന്ന മുഖവുമായി ഇരുന്നു.

"അതെ, റാണി തിരുവടികൾ." സപീർ തുടർന്നു പറഞ്ഞു: "അടിയനെ ദൈവം നിയോഗിച്ചില്ലായിരുന്നുവെങ്കിൽ അവർ തർക്കൊല ചെയ്യുമായിരുന്നു."

കനത്ത നിശ്ശബ്ദതയിലേക്കു വീണ ആ അന്തരീക്ഷത്തിൽ, അബ്ദുല്ലാ ആയാസ്ഖാനും സപീർ പാതിരിയും പരസ്പരം മുഖത്തോടു മുഖം നോക്കിനിന്നു. അയ്യനടികൾ തിരുവടികളും കീഴാനടികളും ആ വയോധികരായ വിദേശികളിൽ കണ്ണുകളർപ്പിച്ചു നിൽക്കുകയാണ്.

## 35

**ന**ങ്ങമ്മക്കാട്, രാത്രിയാണ്, പടിഞ്ഞാറേ പാതയിൽക്കൂടി രണ്ട് കുതിരവണ്ടികൾ വടക്കോട്ടു നീങ്ങിക്കൊണ്ടിരുന്നു. മുമ്പും പിമ്പും ഓരോ സംഘം രാജഭടന്മാർ കുതിരപ്പുറത്തു സഞ്ചരിച്ചിരുന്നു. നങ്ങമ്മക്കാട്ടിനു പടിഞ്ഞാറുപുറത്ത് ആ സംഘംനിന്നു. അതിൽനിന്നും രണ്ടുപേർ ഇറങ്ങി.

അത് നല്ലിയും മാതയ്യനുമായിരുന്നു.

നല്ലി, മാതയ്യന്റെ കൈയിൽ പിടിച്ചിരുന്നു. ക്ഷീണിതനായ അയാൾ പ്രാഞ്ചിനടന്നു.

പുനവരുടെ താവളങ്ങളിൽനിന്നും ആണുങ്ങളും പെണ്ണുങ്ങളും ആ യാത്രാസംഘത്തിന്റെ അടുക്കലേക്കു ചെന്നു. അവർ, നല്ലിയെയും മാതയ്യ നെയും കാത്തിരുന്നതുപോലെ. അവർ ആ കുതിരവണ്ടികൾക്കു ചുറ്റു മായി കൂടിനിന്നു. നിലാവെളിച്ചത്തിൽ അവരെല്ലാം ആ കാട്ടിലും പരി സരത്തും വന്നുകൂടിയ അലൗകികജീവികളായിത്തോന്നി.

നല്ലിയും മാതയ്യനും പുനവരെ കൈകളുയർത്തി തൊഴുതു. പുന വരുടെയും കുറത്തികളുടെയും ഇടയിൽനിന്ന് ആയിരം കൈകൾ മാന ത്തേക്കുയർന്നു.

നല്ലി മാതയ്യന്റെ കൈയ്ക്കു പിടിച്ചുകൊണ്ട് നടന്നു. നങ്ങമ്മക്കാട്ടി ലെ, ആറ്റുതീരത്തുള്ള പാതയിൽക്കൂടി, രണ്ടു പന്തവിളക്കുകൾ, ആ നിലാ വിനുകീഴിൽ കാട്ടിലകളുടെയും മരങ്ങളുടെയും മുഖങ്ങൾ തെളിയിച്ചു. അവയുടെ പിന്നാലെ നീങ്ങിയ നല്ലിയും മാതയ്യനും, തളർന്ന മിഴി കൾകൊണ്ട് ആ കാടിന്റെ ഉള്ളിൽ ആരെയോ തിരയുംപോലെ കാണ പ്പെട്ടു.

അവർ നീലമ്മയുടെ ഓർമയ്ക്കായി പുനവർ നാട്ടിയ കല്ലിനടു ത്തേക്ക് ചെന്നു........

രാജഭടന്മാർ നിശ്ചലരായി പിന്നിൽനിന്നു. പന്തവിളക്കുകൾ ഇരു പുറത്തും പിടിച്ചു. അൽപ്പം നീങ്ങി നൂറുകണക്കിനു പുനവരും കുറത്തി കളും ശ്വാസമടക്കിപ്പിടിച്ചു നിലകൊണ്ടു. മാതയ്യൻ സാവധാനം ആ കല്ലിനു മുമ്പിലേക്കു നീങ്ങി. നല്ലി അയാളെ താങ്ങിപ്പിടിച്ചിരുന്നു.

ഉലയുന്ന പന്തവെളിച്ചത്തിൽ, മൂകമായ ആ കല്ല് കിടന്നിളകുകയാ ണെന്നു തോന്നി. ആ നിശ്ചലതയിൽ നിന്നുകൊണ്ട് അതിന്റെ ഉള്ളിലെ ആയിരം തുടിപ്പുകൾ പുറത്തുകാട്ടാൻ ശ്രമിക്കുംപോലെ........

മാതയ്യന്റെ മിഴികൾ നിറഞ്ഞൊഴുകി. ആ ചെറിയ കാറ്റിൽ അയാ ളുടെ എണ്ണകാണാത്ത മുടി പറന്നുകിടന്നു. ഇലകൾ ദുഃഖത്തിന്റെ ഏതോ മന്ത്രം ചൊല്ലുകയായിരുന്നോ? ആത്മാവിൽനിന്നുയരുന്ന നിശ്വാ സങ്ങൾ എവിടെയോ നിന്നെല്ലാം കേട്ടു. കുറത്തികളും പുനവന്മാരും ഓർമകൾകൊണ്ട് വിമ്മിഷ്ടപ്പെടുകയായിരുന്നു......

"നീലമ്മേ...." മാതയ്യൻ ആ പേരു മന്ത്രിച്ചത് മറ്റാരും കേട്ടില്ല. നല്ലി മാത്രം മുഖം താഴ്ത്തി.

കുറച്ചു നിമിഷങ്ങൾ

"നമുക്കു പോവാം........."

അപ്പോഴാണ് മാതയ്യൻ ഉണർന്നത്. അയാൾ ഒന്നും മിണ്ടിയില്ല. മെല്ലെ തിരിഞ്ഞുനടന്നു.

കാട്ടിനുള്ളിൽനിന്നും എന്തോ ശബ്ദം കേട്ടാണ് അവർ പെട്ടെന്ന് നിന്നുപോയത്. മാതയ്യനും നല്ലിയും. രാജഭടന്മാർ ചെവിയോർത്തുനിന്നു. പുനവരും കുറത്തികളും എന്തെന്നറിയാതെ കാട്ടിനുള്ളിലേക്കു കണ്ണു കൾ നട്ടു നിന്നുപോയി. എല്ലാവരും നിശ്ശബ്ദം. കാട്ടിലെ ആ ശബ്ദം മാത്രം......

നങ്ങമ്മപ്പടിമയെപ്പറ്റി ഭക്തിയുള്ള പുനവന്മാരുടെ ഉള്ളിൽ നാനാ

തരം ചിന്തകളായിരുന്നു. ആ കാട്ടിനുള്ളിൽനിന്ന് അങ്ങനെയൊന്നും കേൾക്കാറില്ല. നരികൾ ഓടുന്നതും കൂമൻ കരയുന്നതും എല്ലാം കേട്ടിട്ടുണ്ട്. ഇത് അതൊന്നുമല്ല. മനുഷ്യർ ഓടുന്നതുപോലെ. ചില്ലകളും ഇലകളും ഒടിച്ചെറിയുന്നതുപോലെ.

രാജഭടന്മാർ കരുതലോടെ നല്ലിയുടെയും മാതയ്യന്റെയും ചുറ്റും നിന്നു.

മാതയ്യൻ ഭടന്മാരുടെ നായകനോടു പറഞ്ഞു:

"നോക്കിൻ, കാട്ടിൽ എന്തെന്നന്വേഷിപ്പിൻ?"

"നമുക്ക് വടക്കോട്ടു യാത്ര പുറപ്പെടുകയല്ലേ ഭേദം?" ഭടന്മാരുടെ നായകൻ സംശയം പ്രകടിപ്പിച്ചു.

"അല്ല." മാതയ്യൻ പറഞ്ഞു: "നാം ഉടനെ യാത്ര തുടർന്നാൽ, ഒരു പക്ഷേ, കാട്ടിനുള്ളിൽ പതുങ്ങിയ ഏതെങ്കിലും ശത്രുക്കൾ, വേണാട്ടു പ്രജകളായ പുനവരെ ഉപദ്രവിച്ചാലോ?"

ഭടന്മാരുടെ നായകൻ ആലോചിച്ചു. അയാൾക്ക് അപ്പോഴാണ് ആ ആലോചന ഉണ്ടായത്. അയാൾ അഭ്യർഥിച്ചു:

"അവിടുന്ന് നല്ലിയമ്മയുമായി കുതിരവണ്ടിയിൽ കയറണം. ഞങ്ങൾ കാട് തിരക്കും."

മാതയ്യൻ അൽപ്പനേരം മിണ്ടാതെ നിന്നു. അപ്പോൾ നല്ലി പറഞ്ഞു:

"അങ്ങനെതന്നെ. ശത്രുക്കളെ എതിർത്ത് നിൽക്കാൻ ശരീരശേഷി ഇല്ലാത്തപ്പോൾ അതുതന്നെ വേണ്ടത്. വണ്ടിയിൽ കയറണം. ഭടന്മാർ കാട്ടിലെന്തെന്നു തിരയട്ടെ."

മാതയ്യൻ സമ്മതിച്ചു. നല്ലി അയാളുടെ കൈയ്ക്കു പിടിച്ച് കുതിര വണ്ടിയിൽ കയറ്റി. അവളും അകത്തിരുന്നു.

അപ്പോഴും കാട്ടിലെ ശബ്ദങ്ങൾ കേട്ടുകൊണ്ടിരുന്നു.

പുനവന്മാർ വിളിച്ചുപറഞ്ഞു:

"എങ്ങളുണ്ട് കാടു തിരക്കാൻ. എങ്ങളും വരുന്നുണ്ട്!"

രാജഭടന്മാരുടെ പിന്നിലേക്കു പുനവന്മാർ ഓടിയടുത്തു. അവർ കാട്ടിലെ കമ്പുകൾ ഒടിച്ചെടുത്തു. കുറത്തികൾ താവളത്തിലേക്കോടി. മഴുവും കുന്തവും കത്തികളുമായി വന്നു. അവർ ആയുധങ്ങൾ പുരുഷന്മാർക്ക് നൽകി. രാജഭടന്മാർ നീട്ടിപ്പിടിച്ച കുന്തങ്ങളുമായി നങ്ങമ്മക്കാട്ടിനുള്ളിലേക്കു കയറി.

പന്തങ്ങളുടെ വെളിച്ചം അവിടെയെല്ലാം തിരയടിച്ചു.

## 36

**കാ**ട്ടിലനങ്ങിയത് വെറും ചില്ലകളും ഇലകളുമായിരുന്നില്ല. മനുഷ്യരായിരുന്നു. മനുഷ്യർ. ആയുധങ്ങളേന്തിയവർ, പുനവന്മാരും രാജഭടന്മാരും കാട്ടിനുള്ളിലേക്കു കടന്ന ഉടൻ, ആ അജ്ഞാതരായ മനുഷ്യർ നങ്ങമ്മക്കാട്ടിനുള്ളിൽനിന്ന് പുറത്തേക്കു വരാൻ തുടങ്ങി. പുനവന്മാർ അന്തിച്ചു. രാജഭടന്മാർ അന്ധാളിച്ചു നിന്നു.

“ശത്രുക്കളല്ലാ കൂട്ടരെ, ബന്ധുക്കൾതന്നെ—” കാട്ടിൽ നിന്നിറങ്ങി വന്ന മനുഷ്യർ വിളിച്ചു പറഞ്ഞു.

അൽപ്പം മാറി പാതയിൽ, കുതിരവണ്ടിയിൽ ഇരുന്നുകൊണ്ട് മാതയ്യനും, നല്ലിയും ഈ കാഴ്ച കണ്ടു. അജ്ഞാതരായ ആ മനുഷ്യർ വിളിച്ചു പറഞ്ഞ വാചകം മാതയ്യന്റെ കാതിൽപ്പെട്ടു. അയാൾ രാജഭടന്മാർക്കും പുനവന്മാർക്കും നിർദേശം നൽകി:

“ബന്ധുക്കളിൽ, ശല്യം ചെയ്യരുത്!”

കുറച്ചുനേരം, പുനവന്മാരും രാജഭടന്മാരും പിൻവാങ്ങി നിന്നു. അവർ പന്തവിളക്കുകൾ തെളിച്ചുപിടിച്ചു. എന്നിട്ട് കാട്ടിൽനിന്ന് ഊർന്നിറങ്ങുന്ന മനുഷ്യരെ നിർന്നിമേഷരായി നോക്കിനിന്നു. കുറത്തികൾ പരസ്പരം മന്ത്രിച്ചു: ‘എന്തത്ഭുതമാ പെണ്ണുങ്ങളേ! നങ്ങമ്മക്കാട്ടില് മനുഷ്യേര് പാർപ്പൊണ്ടോ?’ ആ അത്ഭുതം അർഥവത്താണ്. നൂറ്റാണ്ടുകളായി ആ കാട്ടിനുള്ളിൽ ആരും കയറിയതായി അറിവില്ല. അവിടെ, നങ്ങമ്മപ്പടിമയുടെ സ്ഥാനവും ചുറ്റുപാടുമൊഴിച്ചാൽ, മറ്റെല്ലാം ഇരുട്ടു താവളമടിച്ചിരിക്കുന്ന സ്ഥലങ്ങളാണ്. വെയിലും നിലാവും കടക്കാൻ വയ്യാതെ ഇടതൂർന്ന് വൃക്ഷങ്ങൾ വളരുന്നു. തേക്ക്, മരുത്, ഈട്ടി, വേങ്ങ, അയണ അങ്ങനെ ആയിരം വൃക്ഷങ്ങൾ. പിന്നെ കുറ്റിച്ചെടികൾ. യുഗങ്ങളായി വളർന്നു ചുറ്റിയ വള്ളികൾ. അവ, നങ്ങമ്മപ്പടിമയെ കാത്തുസൂക്ഷിച്ചുകൊണ്ട് വളരുന്നു. പുനവന്മാർപോലും ആറ്റുതീരത്തിൽക്കൂടി അൽപ്പദൂരം അകത്തേക്കുപോയിട്ടുള്ളതല്ലാതെ ആ കാനനാന്തർഭാഗങ്ങളിൽ കാലുകുത്താൻ ധൈര്യപ്പെട്ടിട്ടില്ല. എന്തെല്ലാം മൃഗങ്ങൾ അതിനുള്ളിലുണ്ടെന്ന് നിശ്ചയമില്ല. കാട്ടുകരടികൾ, ഭയങ്കരങ്ങളായ പാമ്പുകൾ, കാട്ടുപന്നികൾ, നരികൾ, വവ്വാലുകൾ, നരിച്ചീറുകൾ. എന്നിട്ട്, ആ ഇരുട്ടിൽ, ദുർഗമതയിൽ, എങ്ങനെ ഈ മനുഷ്യർ പാർത്തുപോന്നു?

അവർ ആരാണ്? പുനവന്മാർ കണ്ണുകൾ മിഴിച്ചുനോക്കി. കുറത്തികൾ മിഴികൾ ചിമ്മിച്ചിമ്മി നോക്കി. രാജഭടന്മാർ കരുതലോടെ നിൽക്കുകയാണ്.

പത്ത്, ഇരുപത്, മുപ്പത്, അമ്പത്, നൂറ്....... ഇറങ്ങിവന്നുകൊണ്ടിരിക്കുന്നവയുടെ എണ്ണം പിടിച്ചിട്ടു തീരുന്നില്ല. ഭടന്മാർ തമ്മിൽ കാതിൽ പറഞ്ഞു: “വളരെപ്പേരുണ്ടെന്നുതന്നെ തോന്നുന്നു.”

വളരെപ്പേർ, മുന്നൂറുപേർ കാട്ടിനു വെളിയിലേക്കു വന്നുകഴിഞ്ഞു.......

തലപ്പാവ്, കൈയിൽ വാള്, ഇടതുകൈയിൽ ഒരു വളയം, കഴുത്തിൽ രുദ്രാക്ഷമാല. എല്ലാവരും ഒരേ വേഷത്തിലാണ്. അവർ വിദേശികളല്ല. വേണാട്ടുകാർ തന്നെ. അതുകൊണ്ടാവണം അവർ ബന്ധുക്കളെന്നു പറഞ്ഞത്. അൽപ്പനേരത്തേക്ക് ആൾവരവു നിന്നു. അപ്പോൾ കാട്ടിനുള്ളിൽനിന്ന് ഒരു വെളിച്ചം....

എല്ലാവരും അങ്ങോട്ടുനോക്കി. പുനവന്മാരും രാജഭടന്മാരും കുറത്തികളും എല്ലാം. വെളിച്ചം കാട്ടിനുവെളിയിലേക്ക് നീങ്ങുകയാണ്. പുനവന്മാരും രാജഭടന്മാരും കുറത്തികളും അന്തിച്ചു നോക്കി നിന്നുപോയി. അകത്തുനിന്നുവന്ന പന്തവെളിച്ചത്തിനു പുറകെ തഴയുട ധരിച്ച, പെണ്ണു

ങ്ങൾ സാവധാനം ഇറങ്ങിവരുന്നു......

മാതയ്യൻ ദൂരെനിന്ന് അതുകണ്ടു. നല്ലി അതു കണ്ടു. അവർ പറഞ്ഞു: "എന്തത്ഭുതമാണിത് ചേട്ടാ?"

"അതെ. നങ്ങമ്മക്കാട്ടിൽ മനുഷ്യവാസമുണ്ടോ?" മാതയ്യനും അത്ഭുതത്തോടെ നോക്കിയിരുന്നു.

അവർ രണ്ടുപേരും സാവധാനം കുതിരവണ്ടിയിൽ നിന്നിറങ്ങി നിന്നു.

പെണ്ണുങ്ങൾ. കാതിൽ വളയം, മുടിയിൽ പൂവ്, കൈയിൽ വാള്, ഭംഗി ഉള്ള തഴയുടകൾ. അവർ ശിരസുയർത്തിപ്പിടിച്ചിരുന്നു.

നൂറ്, ഇരുന്നൂറ്, പെണ്ണുങ്ങൾ.........അവരുടെ മുമ്പിൽ ഒരാൾ, പന്തവിളക്കിനു തൊട്ടുമുമ്പിൽ നടന്നിരുന്നു. അയാൾ നിറമുള്ള തലപ്പാവു ധരിച്ചിട്ടുണ്ട്. കൈയിൽ നീണ്ടു തിളങ്ങുന്ന സ്വർണപ്പിടി ഉള്ള വാൾ പിടിച്ചിരുന്നു. ഇടതുകൈയിൽ പരിചയും. അയാൾ പട്ടുകൊണ്ട് ഏത്താപ്പു കെട്ടിയിട്ടുണ്ട്. കഴുത്തിൽ മാല, പടനായകനെപ്പോലെ.

പുരുഷന്മാരും സ്ത്രീകളും കാടിനു മുമ്പിൽ നിരന്നുകഴിഞ്ഞപ്പോൾ, അത് അസാധാരണമായ ഒരു രംഗമായിത്തോന്നി. വേണാട്ടിൽ അതുവരെ കണ്ടിട്ടില്ലാത്ത വ്യത്യസ്ത വേഷമണിഞ്ഞവർ. സ്ത്രീകളുടെ കാതിലെ വളയങ്ങൾ, പുറകെ പുറകെ ഇറങ്ങിവന്ന പന്തങ്ങളുടെ വെളിച്ചത്തിൽ വെട്ടിത്തിളങ്ങി. ഒരപൂർവസൈന്യം നിരന്നിരിക്കുന്നു.....

നായകനെന്നു തോന്നിക്കുന്ന ആൾ, അളന്നുവച്ച കാലടികളോടെ മുമ്പോട്ടു നീങ്ങിനിന്നു. രാജഭടന്മാരുടെ നായകന് അഭിമുഖമായിട്ട്.

"വേണാട്ടധിപതി അയ്യനടികൾ തിരുവടികൾ വിജയിക്കട്ടെ!" അയാൾ ഗംഭീരസ്വരത്തിൽ പറഞ്ഞു.

"വേണാട്ടടികൾ വിജയിക്കട്ടെ!" രാജഭടന്മാർ തങ്ങളറിയാതെന്നപോലെ വിളിച്ചുപോയി.

"വേണാട്ടുമകൾ ചീതമ്മയാൾ വിജയിക്കട്ടെ!" അയാൾ വിളിച്ചു.

എല്ലാവരും മിഴിച്ചുനോക്കിനിന്നു പോയി. എന്താണാവിളിയുടെ അർത്ഥം? വേണാട്ടുമകൾ ചീതമ്മാൾ! ആരാണീ പടയാളി? ആരാണ് അയാളുടെ അനുയായികളായ ആണുങ്ങളും പെണ്ണുങ്ങളും?

മാതയ്യൻ നല്ലിയെ നോക്കി.

നല്ലി ചോദിച്ചു: "എന്താണു ചേട്ടാ, ഇത്?"

മാതയ്യൻ മുമ്പോട്ടു നടന്നു. കൂടെ നല്ലിയും. കുറത്തികളും പുനവന്മാരും നോക്കിനിന്നു. കാട്ടിൽനിന്നിറങ്ങിവന്ന ആ പടനായകൻ മാതയ്യനെ കണ്ട ഉടനെ താണുവണങ്ങി!

"അടിയൻ. മാതയ്യനടികൾ വിജയിക്കട്ടെ!"

മാതയ്യൻ അയാളുടെ മുമ്പിൽ നിന്നു. എന്നിട്ട്, ആ മനുഷ്യരെയാകെ നോക്കി. അവരെല്ലാം ഒരുപോലെ താണുകുമ്പിട്ട് നിൽക്കുന്നു. അവർ നിവർന്നപ്പോൾ, ആ മുഖങ്ങൾ നോക്കി. മാതയ്യന്റെ മിഴികൾ വിടർന്നു പരിചയമുള്ള ചില മുഖങ്ങൾ. അതെ, അവർ വേണാട്ടുകാർ തന്നെയാണ്. മുമ്പ് വേണാട്ടുസൈന്യത്തിൽ ഉണ്ടായിരുന്ന ചിലർ......

അൽപ്പനേരത്തെ നിശ്ശബ്ദത.

നിലാവും ആ പന്തവിളക്കുകളുടെ പ്രകാശവും ഒരുമിച്ച് ഇഴുകിച്ചേർന്നതായി തോന്നി. നങ്ങമ്മക്കാട്ടിലെ ഇലകളും ചില്ലകളും നിശ്ചലമായി നിൽക്കുകയാണ്. കുറത്തികൾ കൈകൾകൊണ്ട് വായ്പൊത്തി, അത്ഭുതപ്പെട്ടു നിൽക്കുന്നു. പുനവന്മാർ തങ്ങളുടെ ആയുധങ്ങൾ താഴ്ത്തിപ്പിടിച്ചു. കാട്ടിൽനിന്നിറങ്ങിവന്ന ആ പെൺകൊടി മുഖം താഴ്ത്തിനിന്നു.

പാതയിൽ കുതിരകൾ ഒന്നിളകി അമറുന്ന ശബ്ദമുയർന്നു.

"നിങ്ങൾ ആര്? ചൊല്ലുവിൻ?" മാതയ്യൻ ആവശ്യപ്പെട്ടു.

കാട്ടിൽനിന്നു വന്ന പടനായകൻ ശിരസുതാഴ്ത്തി, ഉയർത്തി.

"അടിയൻ...... അടിയങ്ങൾ വേണാട്ടുരാജാവിന്റെ ബന്ധുക്കൾ തന്നെ, മാതയ്യനടികൾ. മൂന്നു വാരക്കാലമായി ഈ നങ്ങമ്മക്കാട്ടിൽ വന്നു കൂടിയവർ. അടിയങ്ങളുടെ നേതാവ്, നങ്ങമ്മക്കാട്ടിലെ ആറ്റിൽ മുങ്ങിമരിച്ച തേവടിയാളായ ചീതമ്മയാൾ തന്നെ. വേണാട്ടിന്, ഓടനാട്ടുനിന്ന് ആപത്തുവരാൻ പോകുന്നുവെന്നും, അതിൽനിന്നു വേണാട്ടിനെ രക്ഷിപ്പാൻ ഒരു പട ഉണ്ടാക്കണമെന്നും, ചീതമ്മയാൾ അടിയനോട് ആവശ്യപ്പെട്ടിരുന്നു. അടിയൻ നാടാകെ നടന്നുശേഖരിച്ച പടയാളികൾ, ഇവർ."

എല്ലാവരും പരസ്പരം നോക്കി, അത്ഭുതത്തിന്റെ അലകൾ ഒരു നൂറ്റുകണക്കിന് മിഴികളിൽ ഓടി എത്തുകയാണ്.

അയാൾ തുടർന്നു:

"വേണാട്ടുകൊട്ടാരത്തിൽ നടന്നതെല്ലാം അടിയങ്ങൾക്കും അറിവുണ്ട്. അബ്ദുല്ലാ ആയാസ്ഖാന്റെ വരവിനുശേഷം സംഭവിച്ചതെല്ലാം അടിയങ്ങൾ കണ്ടും കേട്ടുമാണ് കഴിഞ്ഞത്. വേണാട്ടിനോടും ലോകത്തോടും യാത്ര പറയാൻ തീരുമാനിച്ചാണ് അടിയനോടു പടയൊരുക്കുവാൻ ചീതമ്മയാൾ കൽപ്പിച്ചതെന്ന് അടിയൻ അറിഞ്ഞില്ല."

അയാൾ രണ്ടുനിമിഷനേരം നിറുത്തിയിട്ട് തുടർന്നു പറഞ്ഞു:

"അടിയൻ ആദ്യം പത്തൻപതാളെ ഒരുക്കി കിഴക്കൻ വഴിക്ക് ഇവിടെയെത്തിയപ്പോൾ ചീതമ്മയാൾ തർക്കൊല ചെയ്തുവെന്ന് അറിവായി. അപ്പോൾ അടിയന്റെ കടമ വലുതെന്ന് അടിയനു തോന്നി. അന്നുമുതൽക്ക് അഹോരാത്രം ശ്രമിച്ചു. അങ്ങനെ, അഞ്ഞൂറുവരുന്ന ഒരു പട അടിയൻ തയാറാക്കി."

മാതയ്യൻ നിർന്നിമേഷനായി നിന്നുപോയി. നല്ലി ഒരു പ്രതിമ കണക്ക് ആ മനുഷ്യനെ നോക്കി. പുനവന്മാരും കുറത്തികളും അയാളുടെ വാക്കുകൾ കേട്ട് അനങ്ങാതെ നിന്നു. എല്ലാ മനസുകളിലും ചീതമ്മയുടെ രൂപം ഉയർന്ന് തെളിഞ്ഞ് വരികയാണ്. ആ അത്ഭുത ചരിത്രമായ സ്ത്രീ അവരുടെ മുമ്പിൽ നിൽക്കുന്നതുപോലെ......

നെടുവീർപ്പുകൾ. രാജഭടന്മാരും കുറത്തികളും പുനവന്മാരും എല്ലാം ഓർമകളിൽക്കൂടി ഒഴുകി നടക്കുകയാണ്. വേണാട്ടു രാജസ്ഥാനത്തു വന്നു കയറിയ, ഒടുവിൽ നങ്ങമ്മക്കാട്ടിലെ ആറ്റിൽ ജീവിതമവസാനിപ്പിച്ച, ആ തേവടിയാളുടെ ശബ്ദവും രൂപവും അവരുടെ മനസുകളെ വീർപ്പുമുട്ടിക്കുകയാണ്....

കുറെ സമയം.

നല്ലിയുടെ കണ്ണുകൾ നിറഞ്ഞിരിക്കുന്നത് മാതയ്യൻ കണ്ടു. കുറത്തികൾ അടക്കിപ്പിടിച്ച് ഏങ്ങലടിക്കുന്നത് അയാൾ കേട്ടു......

“മാതയ്യനടികൾ....” ആ മനുഷ്യൻ സംസാരിച്ചു. “ഇനി, അടിയങ്ങൾ പടയൊരുങ്ങി പനങ്കാവിൽ കൊട്ടാരത്തിലേക്ക് വരേണ്ടതില്ലെന്ന്, രഹസ്യമായി അറിവു കിട്ടി. വേണാടും ഓടനാടും, ചേരചക്രവർത്തി സ്ഥാണുരവിതിരുവടികളുടെ പുത്രി കീഴാനടികളുടെ സാമർഥ്യം മൂലം ഇണങ്ങിക്കഴിഞ്ഞിരിക്കുന്നു. ഇനി അടിയങ്ങൾ എന്തു ചെയ്യണമെന്ന് കൽപ്പിച്ചാലും.”

“നിങ്ങൾ, വേണാട്ടു രാജസ്ഥാനത്തിനുവേണ്ടി എന്നും പ്രവർത്തിക്കുവാൻവേണ്ടി, കൊല്ലത്തേക്കു പോകണം.” മാതയ്യൻ നിർദേശിച്ചു.

“അതുതന്നെ, അടിയങ്ങളുടെയും നിശ്ചയം.” അയാൾ പറഞ്ഞു: ‘വടക്കോട്ടുള്ള യാത്രയ്ക്കിടക്ക് നല്ലി തിരുവടികളെയും മാതയ്യനടികളെയും വണങ്ങിയിട്ട്, വിവരമറിയിച്ചു. പനങ്കാവിൽ കൊട്ടാരത്തിലേക്കു പോകാമെന്ന് അടിയങ്ങൾ കരുതി. വേണാടു വാഴട്ടെ. വേണാട്ടടികൾ വാഴട്ടെ. ഓടനാടു വാഴട്ടെ. ചീതമ്മയാൾ വാഴട്ടെ.”

നിശ്ചലരായിനിന്ന എല്ലാവരും ഒന്നിളകി. മുഖം താഴ്ത്തിനിന്ന ആ സുന്ദരികളായ സ്ത്രീകളുടെ അടുക്കലേക്ക് കുറത്തികൾ ആവേശത്തോടെ ഓടിച്ചെന്നു.

## 37

സപീർപാതിരിയുടെ പള്ളിമേടയിലെ ഒരു മുറിയിൽ, ദീപങ്ങൾ തെളിഞ്ഞുനിന്നു. തറയിൽ വിലപിടിപ്പുള്ള പരവതാനി വിരിച്ചിരുന്നു. അതിൽ നാനാതരം പൂക്കളുടെ ചിത്രങ്ങൾ തിളങ്ങുന്ന നൂൽകൊണ്ട് തുന്നിച്ചേർത്തിരിക്കുന്നു. ഏതോ വിദേശരാജ്യത്തുനിന്നുവന്ന കമ്പളമാണത്. ദീപങ്ങളുടെ പ്രകാശത്തിൽ പൂക്കൾ മിന്നിത്തിളങ്ങി.

ആ വിശാലമായ മുറിയാകെ സുഗന്ധലേപനങ്ങളുടെ മണമാണ്. വലിയ ജനാലകളിൽനിന്ന് മനോഹരങ്ങളായ പട്ടുവിരികൾ തൂങ്ങിക്കിടന്നു. മുറിയുടെ നാലുമൂലയ്ക്കും തട്ടുകളിൽ പുതിയ പൂക്കൾ ഭംഗിയായി അലങ്കരിച്ചു വച്ചിരിക്കുന്നു. ഭിത്തികളിൽ പലതരം വിദേശചിത്രങ്ങൾ വച്ചിട്ടുണ്ട്.

മുറിയുടെ ഒരറ്റത്ത്, നീണ്ട ഒരിരിപ്പിടം തയാറാക്കിയിരിക്കുന്നു. മിനുങ്ങുന്ന ഒരു പട്ടുമെത്ത അതിനു മീതെ നിവർത്തിയിട്ടിട്ടുണ്ട്. അതിനു മീതെ പൂക്കൾവാരി വിതറിയിട്ടുണ്ട്. പനിനീർപ്പൂക്കൾ, പുറകിൽ, ഭിത്തിയോടു ചേർത്ത് പട്ടിൽപ്പൊതിഞ്ഞ രണ്ട് ഉരുളൻ തലയിണകൾ വച്ചിട്ടുണ്ട്. അവയിലും പൂക്കൾ വീണു കിടക്കുന്നു.

മുറിയുടെ ഒത്തനടുക്ക്, ഉയർന്ന മച്ചിൽനിന്ന് ഒരു ശരറാന്തൽ തൂങ്ങിക്കിടക്കുന്നു. അത് വേണാട്ടിലുണ്ടാക്കിയതല്ല. വിദേശരാജ്യങ്ങളിലെ പ്രഭുമന്ദിരങ്ങളിലും പള്ളികളിലും തൂക്കാറുള്ള ആയിരം ദീപാധാരങ്ങളുള്ള

വിളക്കാണ്. അവയിലെല്ലാം നീണ്ട മെഴുകുതിരികൾ നിന്നു കത്തുന്നു.

വെളുത്ത കുപ്പായങ്ങളണിഞ്ഞ സേവകന്മാർ ആ മുറിയുടെ വാതിൽക്കൽ കാവൽ നിൽക്കുന്നുണ്ട്! പള്ളിയങ്കണത്തിലൊക്കെയും അകത്തും അടക്കിപ്പിടിച്ച നിശ്ശബ്ദതയാണ്. ചില വൈദികന്മാരും കൈയാളുകളും അങ്ങോട്ടുമിങ്ങോട്ടും നടക്കുന്നുണ്ട്. ആരും സംസാരിക്കുന്നില്ല. സമയം രാത്രി ഏഴുമണിയാണ്.

പുറത്ത് നിലാവു പരന്നൊഴുകുന്നു. മകരമാസമാണ്. മഞ്ഞിന്റെ നേരിയ അല എങ്ങും കാണുന്നുണ്ട്. പള്ളിമതിലുകൾക്കപ്പുറത്തെ ഉയർന്ന വൃക്ഷത്തലപ്പുകൾ ആ മകരരാത്രിയുടെ പ്രകാശം ഏറ്റുവാങ്ങി ആഹ്ലാദിച്ചു നിൽക്കുകയാണ്. പള്ളിയുടെ പ്രധാനകവാടം തുറന്നു കിടക്കുന്നു. അകത്ത് ആളുകൾ കൂടിയിട്ടുണ്ട്.

അരമണിക്കൂർ നേരം കൂടിക്കഴിഞ്ഞു. ചേരസാമ്രാജ്യചിഹ്നം പതിച്ച കൊടികുത്തിയ ഒരു കുതിരവണ്ടി, മുൻപും പിൻപും ഏതാനും കുതിരപ്പടയാളികളോടുകൂടി പള്ളിയുടെ പ്രവേശനദ്വാരം കടന്ന് അകത്തേക്ക് ഓടിച്ചുപോയി. ആ കുതിരവണ്ടി കണ്ടിട്ടാവണം, അകത്തുനിന്ന് പള്ളിവാതിൽക്കലേക്ക് കുറെപ്പേർ തിടുക്കത്തിൽ വന്നെത്തി.

കുതിരവണ്ടി, പള്ളിവാതിലിനു തൊട്ടടുത്തു ചെന്നുനിന്നു. പള്ളിക്കകത്തുനിന്നു വന്നവർ, താണുതൊഴുതു. കുതിരവണ്ടിക്കു ചുറ്റും തൂക്കിയിട്ട പട്ടുമറ നീക്കപ്പെട്ടു. അപ്പോഴേക്കും സപീർപാതിരി പള്ളിക്കകത്തുനിന്നു വാതിൽക്കലെത്തി, നടപ്പടികളിറങ്ങിക്കഴിഞ്ഞു. കോയിലധികാരികളായ വിജയരാഗദേവൻ കുതിരവണ്ടിയിൽനിന്നിറങ്ങി.

സപീർ, വിജയരാഗദേവനെ താണുവണങ്ങി.

"ചേരസാമ്രാജ്യവും സ്ഥാണുരവികുലശേഖരപ്പെരുമാളും നീണാൾ വാഴട്ടെ!" സപീർ ആശംസാവചസു പറഞ്ഞു.

"സപീർ അടികൾക്കു സുഖംതന്നെയല്ലേ?" വിജയരാഗദേവൻ ചോദിച്ചു.

"സുഖം തന്നെ." ആ വൈദികൻ അറിയിച്ചു.

മുറ്റത്തെല്ലാം പള്ളിജീവനക്കാരും അന്തേവാസികളും കൂടിയിരുന്നു. ചില വൈദികന്മാർ സപീറിനു പിന്നിൽ, കോയിലധികാരികളായ വിജയരാഗദേവനെ വണങ്ങിനിന്നിരുന്നു.

സപീർ പറഞ്ഞു.

"അകത്തേക്ക് എഴുന്നള്ളാം."

വിജയരാഗദേവൻ പള്ളിനട കയറി. കുർബാന കൂടുന്ന ആ പ്രധാനാലയത്തിൽ വിരിച്ചിരുന്ന കമ്പളത്തിന്റെ ഒത്ത നടുവിൽക്കൂടി സാവധാനം നടന്നു. തൊട്ടുപിന്നാലെ സപീർ നടന്നു. അതിനു പുറകേ വൈദികരും മറ്റ് അന്തേവാസികളും. അൾത്താരയ്ക്കഭിമുഖമായി കോയിലധികാരികൾ നിന്നു.

അൾത്താരയുടെ ഒരു വശത്തു നിന്നിരുന്ന വിദേശികളായ മൂന്നു കന്യാമ്മമാർ സാവധാനം മുൻപോട്ടു വന്നു. അവർ കോയിലധികാരികളെ താണുവണങ്ങി. വിജയരാഗദേവൻ പ്രതിവന്ദനം ചെയ്തു.

"ഇവർ ഏതു നാട്ടുകാര്, സപീറേ?" അദ്ദേഹം ചോദിച്ചു.

"രണ്ടുപേർ പോർച്ചുഗീസുകാർ, ഒരുവൾ ഇത്തലിക്കാരിയും."

വിജയരാഗദേവൻ അൾത്താരയ്ക്കു പിന്നിലുള്ള വലിയ ക്രിസ്തു രൂപത്തിലേക്ക് നോക്കി അൽപ്പനേരം നിന്നു. അതിനരികിൽ മാറി വച്ചിരിക്കുന്ന കന്യകാമാതാവിന്റെ പ്രതിമ അദ്ദേഹത്തെ ആകർഷിച്ചതുപോലുണ്ട്. പിന്നെ, സന്യാസിയായ തെരിസായുടെ രൂപവും അദ്ദേഹം നോക്കി നിന്നു.

പിന്നെ, കോയിലധികാരികൾ തിരിഞ്ഞു നടന്നു.

സപീറിന്റെ പള്ളിമേടയിലെ സ്വീകാര്യമുറിയുടെ കവാടത്തിൽനിന്ന വൈദികരും കൈക്കാരനും അന്തേവാസികളും ചേർന്ന് വിജയരാഗദേവനെ സ്വാഗതം ചെയ്തു. കോയിലധികാരികളും സപീറും ആ മുറിക്ക് ഉള്ളിലേക്കു പ്രവേശിച്ചു. മറ്റുള്ളവർ പുറത്തുനിന്നു. സപീറും വിജയരാഗദേവനും ഒരുക്കിയിട്ടിരുന്ന ഇരിപ്പിടങ്ങളിലിരുന്നു.

"സപീർ, നമുക്ക് സന്തോഷമാണിന്ന്......" വെള്ളിപ്പാത്രത്തിൽ പകർന്ന പാല് കൈയിലെടുത്തു പിടിച്ചുകൊണ്ട് വിഴയരാഗദേവൻ പറഞ്ഞു.

"അടിയനും അങ്ങനെതന്നെ." സപീർ അറിയിച്ചു.

"ഒരുപക്ഷേ, ചേരചക്രവർത്തിയുടെ നിർദേശം സ്വീകരിച്ചെങ്കിലും വേണാട്ടടികൾക്ക് മനസിൽ കുണ്ഠിതം ഉണ്ടാവും." വിജയരാഗദേവൻ പാല് കുടിച്ച് പാത്രം തട്ടിൽവച്ചു.

"ഇതല്ലാതെ മറ്റെന്തു ചെയ്വാൻ കഴിയും. തിരുവടികൾ?" സപീർ കോയിലധികാരികളെ ഉറ്റു നോക്കി ഇരുന്നു.

"തന്നെ, സപീർ." വിജയരാഗദേവൻ ചിന്താധീനനായി: "പക്ഷേ, അബ്ദുല്ലാ ആയാസ്ഖാനും നമ്മുടെ തീരുമാനത്തിൽ ദുഃഖിതനാണ്."

"വേണാട്ടിനോടു സ്നേഹമുള്ള ആളാണ്, ആയാസ്ഖാൻ." സപീർ പറഞ്ഞു. "വേണാട്ടുരാജവംശത്തെയും അതിന്റെ പരിശുദ്ധിയെയും കുറിച്ച് ആ അറബിക്ക് വലിയ വിചാരമാണ്. വഴിതെറ്റി ഉണ്ടായ ആ ബന്ധം ആ മനുഷ്യനെ ആകെ ഉലച്ചുകളഞ്ഞു."

"സപീർ." വിജയരാഗദേവൻ അതേ ചിന്തയിൽ തുടർന്നു: "തരിസാപ്പള്ളി ശാസനം എഴുതി വൈദികനായ നിങ്ങളെ ഏൽപ്പിച്ചപ്പോൾ, ഇവിടം മറ്റൊരു വിദേശരാജ്യക്കാരുമായി ഈ വിധമൊരു ബന്ധത്തിന് അരങ്ങായിത്തീരുമെന്ന് നാം ഒരിക്കലും നിനച്ചില്ല."

"അടിയനു അതിൽ കൃതാർഥതയേ ഉള്ളൂ, തിരുവടികൾ." സപീറിന്റെ മുഖം തെളിഞ്ഞു.

"വേണാട്ടധിപതി വിജയിക്കട്ടെ! അയ്യനടികൾ തിരുവടികൾ നീണാൾ വാഴട്ടെ!" എന്നീ വിളികൾ പള്ളിയുടെ പ്രവേശന ദ്വാരത്തു നിന്ന് ഉയർന്നു.

വേണാടിന്റെ കൊടികൾ പറത്തി രാജകീയ പ്രൗഢിയോടെ ആ വാഹനം പള്ളിയങ്കണത്തിലേക്കു കടന്നുചെന്നു. വലിയ ഒരു സംഘം കുതിരപ്പട്ടാളക്കാർ അതിനു വഴി കാട്ടിയും അവ യാത്ര ചെയ്തും പള്ളി

യങ്കണത്തിലേക്കു കയറി. നിമിഷങ്ങൾകൊണ്ട് പള്ളിമുറ്റത്താകെ മെഴുകുതിരികൾ തെളിഞ്ഞു.

## 38

**അ**ലങ്കരിച്ചൊരുക്കിയിരുന്ന ആ മുറിയിലേക്ക് അയ്യനടികൾ തിരുവടികൾ കടന്നുചെന്നു. ഒപ്പം കോയിലധികാരികൾ വിജയരാഗദേവനും. സപീർപാതിരി അവരുടെ പിന്നിൽനിന്നു. വേണാട്ടധിപതിയുടെ മുഖം അൽപ്പം വാടിയിരുന്നു. അദ്ദേഹം എന്തോ ചിന്തയിലാണ്.

തരിസാപ്പള്ളിയിലെ ആ വിശാലമായ മുറിയിൽവച്ച് ഒരു വിവാഹം നടക്കാൻ പോകുന്നു. ഹസ്രാ അൽറൂമിയുടെയും നന്തന്റെയും വിവാഹം....

അത് സപീറിന്റെ നിർദേശമാണ്. അറബിപ്പെണ്ണായ ഹസ്രാ അൽറൂമിയെ വേണാട്ടു രാജാവിന്റെ പുത്രൻ വിവാഹം ചെയ്യുന്ന വാർത്ത അടക്കിപ്പിടിച്ച മനസുമായിട്ടാണ് കൊല്ലത്തെ ജനങ്ങൾ ശ്രവിച്ചത്. ആ നിശ്ചയത്തിനുശേഷം അയ്യനടികൾ തിരുവടികൾ, ജനങ്ങളുടെ മുൻപിലേക്കു കടന്നുചെല്ലാൻ ധൈര്യപ്പെട്ടില്ല.

പക്ഷേ, ചക്രവർത്തിയായ സ്ഥാണുരവികുലശേഖരപ്പെരുമാളിന്റെ അനുജ്ഞയോടെ, അവിടുത്തെ പുത്രി കീഴാനടികൾ തീരുമാനിച്ച വിവാഹമാണത്. സാമന്തനായ വേണാട്ടടികൾക്ക് അതു സമ്മതിക്കാതിരിക്കാൻ തരമില്ല. പ്രത്യേകിച്ചും വേണാടു രാജധാനി അസുഖകരമായ പല സംഭവങ്ങൾക്കും സാക്ഷ്യം വഹിച്ചുകൊണ്ടിരിക്കുന്ന ഈ വേളയിൽ.

എല്ലാവരും രാജകുമാരി കീഴാനടികളെ കാത്തിരിക്കുകയാണ്. മുറിയിലെ മെഴുകുതിരി വിളക്കുകളും തൂക്കുവിളക്കുകളുംകൂടി ആ ചേരരാജകുമാരിയെ പ്രതീക്ഷിക്കുന്നതുപോലെ ഉണ്ട്. കോയിലധികാരികളും അയ്യനടികൾ തിരുവടികളും, മുറിയുടെ ഒരറ്റത്ത് ഒരുക്കിയിരുന്ന ഇരിപ്പിടങ്ങളിൽ ഇരുന്നു. സപീർ അവരുടെ അടുക്കൽനിന്നു.

പുറത്ത്, മുറ്റത്ത്, രാജഭടന്മാരും പള്ളിയിലെ അനുചരന്മാരും നിന്നു. അറുനൂറ്റുവരും അഞ്ചുവർണക്കാരും മണിഗ്രാമക്കാരും പുറകെ പുറകെ വന്നെത്തി. പുന്നത്തലപ്പതികളും പോളക്കുടിപ്പതികളും കുതിരപ്പുറത്തു വന്നിറങ്ങിയപ്പോൾ സപീർപാതിരിതന്നെ അവരെ സ്വീകരിച്ച് മുറിയിലേക്ക് ആനയിച്ചിരുത്തി.

നിശ്ശബ്ദത. ഏതോ കൊടുങ്കാറ്റ് ആഞ്ഞടിക്കുന്നതിനുമുൻപുള്ള ശാന്തത കണ്ടിട്ടെന്നപോലെ എല്ലാവരും മിഴിച്ചുനിന്നു.

പുന്നത്തലപ്പതികൾ, പോളക്കുടിപ്പതികളുടെ കാതിൽ ഒരു ചോദ്യം മന്ത്രിച്ചു:

“ആയാസ്ഖാൻ വന്നില്ലേ?”

പോളക്കുടിപ്പതികൾ ചുറ്റും നോക്കി:

“ഇല്ല എന്നു തോന്നുന്നു.” അദ്ദേഹം അതേപടി പതിഞ്ഞ ശബ്ദത്തിൽ പുന്നത്തലപ്പതികളുടെ കാതിലേക്ക് മന്ത്രിച്ചു.

അവിടെ കൂടിയിരുന്ന രാജസേവകർ, പള്ളി അനുചരന്മാർ, മറ്റു ഭടന്മാർ എല്ലാവരും ആലോചിച്ചിരുന്ന ഒരു ചോദ്യമാണത്. രണ്ടു ദിവസങ്ങളായി ആ അറബിയെ ആരും കണ്ടിട്ടില്ല. കൊല്ലത്തെ തെരുവുകളിൽക്കൂടി നടന്നും ഇടയ്ക്കിടക്ക് കുതിരപ്പുറത്തും സഞ്ചരിച്ചു കാണാറുള്ള ആയാസ്ഖാൻ, എവിടെപ്പോയിരിക്കുന്നു?

അറബിയുടെ മകളും നന്തൻ ഇളയടികളും പള്ളിയുടെ പിന്നിലെ കെട്ടിൽ പാർക്കുന്നുവെന്നാണ് അറിവ്. രാത്രിയിൽ, എല്ലാവരും ഉറങ്ങുന്ന നേരത്ത്, പടിഞ്ഞാറെ കടലിന്റെ തീരത്തുനിന്ന്, സപീർ പാതിരി അവരെ വിളിച്ചുകൊണ്ടു വന്നുവെന്നാണ് കേൾവി. അവർ കടലിൽച്ചാടി ജീവിതമവസാനിപ്പിക്കാൻ തുനിഞ്ഞത്രേ.

വ്യക്തമായ വിവരമൊന്നും ആർക്കുമറിഞ്ഞുകൂടാ. പക്ഷേ, പള്ളിയിലെ അനുചരന്മാർ തമ്മിൽ അതേപ്പറ്റി അത്ഭുതം കലർന്ന ഒരു കഥ പറയുന്നുണ്ട്. സപീർ, രാത്രികാലങ്ങളിൽ കടപ്പുറത്തേക്ക് നടക്കാറുണ്ട്. അദ്ദേഹം ഒന്നുരണ്ടു നാഴികനേരം ആ മണൽപ്പരപ്പിൽ പടിഞ്ഞാറോട്ടു കണ്ണുംനട്ട് ഇരിക്കാറുണ്ട്.....

തന്റെ ജന്മഭൂമിയിലെ ആത്മാവുകളോട് അദ്ദേഹം അപ്പോഴൊക്കെ ധ്യാനനിരതനായി സംസാരിക്കുകയായിരിക്കും.......

അന്നും സപീർ അങ്ങനെ കടൽപ്പുറത്തുപോയി. ധ്യാനനിരതനായിരുന്നു. അൽപ്പം കഴിഞ്ഞപ്പോൾ കടലിൽ തിരകൾ പതിവിലധികം ഉയരുന്നതു കണ്ടു. അരണ്ട നിലാവുണ്ടായിരുന്നു. കടലിൽനിന്ന് അസാധാരണമായ എന്തോ ശബ്ദങ്ങൾ ഉയർന്നുവന്നു. സപീർ ശ്രദ്ധിച്ചു. ആയിരമായിരം ശബ്ദങ്ങൾ കേൾക്കായി........

അതു മനുഷ്യശബ്ദങ്ങൾപോലെ ഇരുന്നു. പക്ഷേ, ദൂരത്തുനിന്ന്, അഗാധതയിൽനിന്ന്, ആഞ്ഞു പൊന്തിവരുന്ന ശബ്ദങ്ങൾ പോലിരുന്നു. കുറച്ചുനേരം അദ്ദേഹം ശ്രദ്ധിച്ചു. അത് ഒട്ടേറെപ്പേർ ഒരുമിച്ചുപറയുന്ന ശബ്ദങ്ങളായി തോന്നി. അതു വാക്കുകളാണ്, വാക്യങ്ങളാണ്. കടലിൽനിന്ന്, ഉയർന്നലച്ചുവരുന്ന വാക്കുകൾ വാക്യങ്ങൾ..........

സപീർ എഴുന്നേറ്റുനിന്നു. എന്നിട്ടു ചോദിച്ചു:

"ആരത്? എന്റെ നാടിന്റെ ആത്മാക്കളാണോ?"

"അല്ലാ, അല്ലാ...." കടലിൽനിന്ന് തിരയടിച്ച് ഉയരുന്നപോലെ മറുപടി!

"പിന്നെ, നിങ്ങളാര്?" സപീർ ധൈര്യമവലംബിച്ച്, കാൽവരിയിൽ കുരിശിലേറിയ മഹാസത്യത്തെ ധ്യാനിച്ചുകൊണ്ട് ചോദിച്ചു.

"അറേബ്യാ! അറേബ്യാ!" സമുദ്രത്തിൽനിന്ന് ആയിരം കണ്ഠങ്ങൾ വിളിച്ചുപറഞ്ഞു.

സപീർ ആലോചിച്ചു. കഴിഞ്ഞ കുറേ മാസങ്ങളായി വേണാട്ടു രാജധാനിയിൽ നടക്കുന്ന സംഭവങ്ങൾ ഓർമിച്ചു. ആയാസ്ഖാനെ ഓർമിച്ചു. അയാളുടെ മകൾ ഹസ്രാ അൽറൂമിയെ ഓർമിച്ചു. ഹസ്രാ അൽറൂമിയും വേണാട്ടധിപതിയായ അയ്യനടികൾ തിരുവടികളുടെ പുത്രൻ നന്തനിളയടികളും തമ്മിലുള്ള പ്രേമബന്ധത്തെപ്പറ്റി ഓർമിച്ചു......

"അറേബ്യായ്ക്ക്, എന്തുവേണം? ഇവിടെ എന്തിനു വന്നു?" മരുവൻ

സപീർ ചോദിച്ചു.

കടൽ ഒന്നിരമ്പി. തിരകൾ ആകാശംമുട്ടെ ഉയർന്നു. ശബ്ദങ്ങൾ ആർത്തലച്ചുയർന്നു. അതു വ്യക്തമായി കേട്ടു:

"ഹസ്രാ അൽറൂമി. നന്തൻ ഇളയടികൾ. അറേബിയായിലെ ആത്മാവുകൾ അവരെ വീണ്ടെടുക്കുന്നു. അവരെ ഞങ്ങളുടെ ഭൂമിയിലേക്ക്, ഞങ്ങളുടെ മണ്ണിലേക്ക്, ഞങ്ങളുടെ കുടുംബത്തിലേക്ക് കൊണ്ടുപോകുന്നു!

ആ വൈദികൻ മിഴിച്ച കണ്ണുകളുമായി നിന്നു. കടലിലേക്ക് ഉറ്റുനോക്കി. തിരകൾ ഇളകിമറിയുന്ന തിരകൾ, അവ പൊട്ടിച്ചിരിക്കുന്നു. ആർത്തട്ടഹസിക്കുന്നു. അവ തമ്മിൽ കെട്ടിപ്പുണരുകയും പിരിയുകയും വീണ്ടും കെട്ടിപ്പുണരുകയും ചെയ്യുന്നു. ഇപ്പോഴും ശബ്ദങ്ങൾ അലച്ചുയരുന്നു. അപ്പോൾ....

അപ്പോൾ, കരയിൽ തിരകൾ വന്നലയ്ക്കുന്ന മണലിൽ, പടിഞ്ഞാറോട്ട് അഭിമുഖമായി രണ്ടു രൂപങ്ങൾ നിൽക്കുന്നു......

സപീർ പാതിരി നടുങ്ങി. അദ്ദേഹത്തിന്റെ കണ്ണുകൾ കുറേക്കൂടി മിഴിച്ചു. ഉറ്റുനോക്കി. രണ്ടു രൂപങ്ങൾ തന്നെ. മനസിലെന്തോ വിചാരങ്ങൾ ഞെട്ടിത്തുടിച്ചു. അദ്ദേഹം തിടുക്കത്തിൽ നടന്നു. കടലിനഭിമുഖമായിട്ട്. തിരകൾ ആർത്തുവിളിച്ച് കടന്നുവന്നുകൊണ്ടിരുന്നു. ശബ്ദങ്ങൾ അപ്പോഴും കേട്ടുകൊണ്ടിരുന്നു. അദ്ദേഹം വിളിച്ചു:

"ഹസ്രാ....! ഇളയടികൾ....!"

സപീറിന്റെ പാദങ്ങൾ കടൽപ്പുറത്തെ മണലിൽക്കൂടി പറന്നുനീങ്ങി.

"ഹസ്രാ....! ഹസ്രാ....! നന്തൻ ഇളയടികൾ....!"

കടൽക്കാറ്റിൽ ആ വിളികൾ ആയിരം വിളികളായി ആർത്തലച്ചു നടന്നു......

ആ രൂപങ്ങൾ തിരിഞ്ഞുനോക്കി.

"ഹസ്രാ....! ഹസ്രാ അൽറൂമി....! നന്തനിളയടികൾ.....! നാം സപീർ.... നാം സപീർ.... നാം വിളിക്കുന്നു....!"

ആ രൂപങ്ങൾ ആഞ്ഞടിക്കുന്ന വെള്ളത്തിൽ നനഞ്ഞിരുന്നു. അവർ സപീറിന് അഭിമുഖമായി നിന്നു. ആ വൈദികൻ അവരുടെ അടുക്കലെത്തിയിരുന്നു.

അത്ഹസ്രാ അൽറൂമിയും നന്തൻഇളയടികളും തന്നെയായിരുന്നു....

അദ്ദേഹം അവരുടെ കൈകളിൽ കടന്നുപിടിച്ചു. കടൽക്കരയിലേക്ക് വലിച്ചിഴച്ചുകൊണ്ടുവന്നു. അപ്പോൾ കടലിനുള്ളിൽനിന്ന് തുടർച്ചയായി അലർച്ചകൾ ഉയർന്നു.

"ഹസ്രാ, വരൂ. നന്തൻ, വരൂ. അറേബ്യായുടെ മണ്ണ്. അറേബ്യായുടെ കുടുംബം, അറേബ്യായുടെ ആത്മാവ് വരൂ, വരൂ, വരൂ!"

സപീർ പടിഞ്ഞാറോട്ട് തിരിഞ്ഞുനിന്നു. ഇരുവശത്തും നനഞ്ഞ വസ്ത്രങ്ങളുമായി ഹസ്രാ അൽറൂമിയും നന്തൻ ഇളയടികളും നിൽക്കുകയാണ്. മരുവൻ സപീർ ധ്യാനനിരതനായി അൽപ്പനിമിഷങ്ങൾ കഴിച്ചുകൂട്ടി. അപ്പോഴും കടലിൽനിന്ന് ആ വിളികൾ ഉയരുകയാണ്. സപീർ

ധ്യാനത്തിൽ നിന്നുണർന്ന്, കൈകൾ നീട്ടി, പറഞ്ഞു:

"അവർ വരുന്നില്ല. പോകൂ, നിങ്ങൾ പോകൂ. വേണാട് അവരെ ഏറ്റെടുത്തു!"

ആ വാക്കുകൾ കടൽക്കാറ്റിൽക്കൂടി പടിഞ്ഞാറോട്ട് അലച്ചുചെന്നു. കടലിലെ തിരകൾ പിൻവാങ്ങി. ശബ്ദങ്ങൾ അടങ്ങി.....

സപീർ ഹസ്രാ അൽറൂമിയെയും നന്തൻ ഇളയടികളെയും കൊണ്ട് തരിസാപ്പള്ളിയിലേക്കു പോന്നു.

ഇതാണ് കഥ.

രാജസേവകന്മാരും പള്ളിഅനുചരനും ഈ കഥകേട്ടറിഞ്ഞിരിക്കുന്നു. ആയാസ്ഖാന്റെ രൂപം അവരുടെ ഉള്ളിൽ തെളിഞ്ഞുനിന്നു. ആ അറബിക്ക് എന്തോ അത്ഭുതശക്തിയുണ്ടെന്ന് അവർക്കു തോന്നി. അതുകൊണ്ടല്ലേ, അയാളുടെ മകളെയും നന്തൻ ഇളയടികളെയും വീണ്ടെടുക്കാൻ അറബിക്കടൽ ഒരുങ്ങിവന്നത്? സപീർപാതിരി അവരെ രക്ഷിച്ചു....

കീഴാനടി രാജകുമാരിയുടെ കൂടെ ഒരുപക്ഷേ, ആയാസ്ഖാൻ വരുമെന്ന് കൂടിനിന്നവർ വിചാരിച്ചു.

ഒരുനാഴികനേരം കടന്നുപോയി. അയ്യനടികൾതിരുവടികൾ അസ്വസ്ഥനായി കാണപ്പെട്ടു. ഒരു ചെറിയ കാറ്റ് വീശി. മെഴുകുതിരിവിളക്കുകൾ തലയാട്ടി, ചുറ്റും നോക്കി. അപ്പോൾ പള്ളിയുടെ പുറംവാതിൽക്കൽ കുതിരക്കുളമ്പടിയൊച്ച കേട്ടു. രാജഭടന്മാർ വിളിച്ചുപറഞ്ഞു: "ചേരചക്രവർത്തി സ്ഥാണുരവികുലശേഖരപ്പെരുമാൾ നീണാൾ വാഴട്ടെ! രാജകുമാരി കീഴാനടികൾ നീണാൾ വാഴട്ടെ! വേണാട് നീണാൾ വാഴട്ടെ!"

രാജകുമാരിയുടെ വരവറിയിക്കുന്ന വിളികൾ കേട്ട്, രാജഭടന്മാരും പള്ളിയിലെ അനുചരരും ഒതുങ്ങിമാറി. മുറിക്കുള്ളിൽ അയ്യനടികൾ തിരുവടികൾ എഴുന്നേറ്റ് വാതിൽക്കൽ, രാജകുമാരിയെ സ്വീകരിപ്പാനായി നിന്നു. ചേരസാമ്രാജ്യത്തിന്റെ കൊടിയടയാളമുള്ള ആ കുതിരവണ്ടി, പള്ളിമുറ്റത്ത്, കല്യാണത്തിനൊരുക്കിയ മുറിയോടടുപ്പിച്ചുനിർത്തി. സപീർപാതിരി, രാജകുമാരി കീഴാനടികളെ താണുവണങ്ങി.

"ചേരസാമ്രാജ്യം നീണാൾ വാഴട്ടെ! രാജകുമാരി കീഴാനടികൾ നീണാൾ വാഴട്ടെ!" സപീർ അഭിവാദനങ്ങൾ അർപ്പിച്ചു.

കീഴാനടികൾ വണ്ടിയിൽനിന്നും പുറത്തിറങ്ങി. അവരുടെ മുഖം ഏതോ ഉൽക്കണ്ഠകൊണ്ട് കലുഷമായിരുന്നു. അവർ അയ്യനടികൾതിരുവടികളുടെ സമീപത്തേക്ക് ചെന്നു.

"തിരുവടികൾ...." കീഴാനടികൾ സാവധാനം വിളിച്ചുവെങ്കിലും അത് അസ്വസ്ഥമായ ഒരു ധ്വനി പകർന്നിരുന്നു: "ആയാസ്ഖാൻ എവിടെ?"

അയ്യനടികൾതിരുവടികൾ രാജകുമാരിയെ ഉറ്റുനോക്കി. എന്നിട്ട് സാവധാനം അറിയിച്ചു:

"രാജകുമാരിതിരുവടികളെ മുഖംപാർക്കാൻ കൊട്ടാരക്കെട്ടിലേക്ക് പോരുന്നുവെന്നാണ് നമ്മെ അറിയിച്ചത്. രാജകുമാരി തിരുവടികളുമൊത്ത് ഇങ്ങോട്ട് വരുമെന്ന് നാം പ്രതീക്ഷിച്ചു."

കീഴാനടികൾ അൽപ്പനേരം ആലോചിച്ചുനിന്നു. സപീർപാതിരി

രാജകുമാരിയെയും വേണാട്ടധിപതിയേയും നോക്കി.

"രാജകുമാരിതിരുവടികൾ, ആയാസ്ഖാനിൽനിന്നും ഇന്ന് അടിയന് ഒരു സന്ദേശം ലഭിച്ചിരുന്നു." ഒക്കത്തുനിന്നും സപീർ ഒരു കുറിമാനം വലിച്ചെടുത്തു: "ഈ വിവാഹത്തിന് നമ്മുടെ ഹൃദയപൂർവമായ പിന്തുണയുണ്ട്. ഒരുപക്ഷേ, അൽപ്പം വൈകിയാവും നാം തമ്മിൽ കാണുക. മംഗളം നേരുന്നു.... അബ്ദുല്ലാ ആയാസ്ഖാൻ.... ഒരുപക്ഷേ, വൈകിയേ കാണൂ എന്നു പറഞ്ഞിരിക്കുന്നതിന് മറ്റു വല്ലതുമായിരിക്കുമോ അർഥം?"

"ആയാസ്ഖാൻ സായാഹ്നത്തിൽ നമ്മെ വന്നുകണ്ടു." രാജകുമാരി കീഴാനടികൾ പറഞ്ഞു: "ഒന്നും പ്രത്യേകിച്ചു സംസാരിച്ചില്ല. സമാധാനപരമായും ശാന്തമായും ഇരിക്കണമെന്നു നാം അപേക്ഷിച്ചു. അങ്ങനെ തന്നെ, എന്ന് മറുപടി പറഞ്ഞു. ഇപ്പോൾ, അറബിയുടെ താമസസ്ഥലത്ത് അന്വേഷിച്ചപ്പോൾ, വൈകിട്ടു പോയി, മടങ്ങിവന്നില്ല, എന്ന് ആളുകൾ പറയുന്നു."

വിജയരാഗദേവൻ നിശ്ശബ്ദനായി ഇരുന്നു.

"ആയാസ്ഖാനെക്കൂടാതെ വിവാഹം നടത്തുന്നതു ഭംഗിയോ, രാജകുമാരിതിരുവടികൾ?" സപീർപാതിരി സംശയം പ്രകടിപ്പിച്ചു.

"അത് വേണാട്ടിലെ വഴക്കത്തിനും നമ്മുടെ കീർത്തിക്കും ചേർന്നതല്ല." രാജകുമാരി ആലോചനയ്ക്കിടയിൽ പറഞ്ഞു.

അവർ ഭടന്മാരുടെ നേർക്ക് തിരിഞ്ഞു.

"നിങ്ങൾ പുറപ്പെട്ടുകൊള്ളൂ. അബ്ദുല്ലാ ആയാസ്ഖാനെ അന്വേഷിച്ച് ഉടൻ തരിസാപ്പള്ളിയിൽ എത്തിക്കണം. വേഗമാകട്ടെ."

രാജഭടന്മാർ തിടുക്കത്തിൽ കുതിരപ്പുറത്തു കയറി. പള്ളിവാതിൽ കടന്ന് ഓടിച്ചുപോയി.

അരനാഴികകൂടി കഴിഞ്ഞുകാണും. അടക്കിപ്പിടിച്ച ശ്വാസവുമായി ആ പള്ളിയങ്കണം അത്ര നേരവും നിന്നു. അപ്പോൾ, രാജഭടന്മാരിൽ ചിലർ ഓടിയെത്തി, അവർ, കല്യാണത്തിനൊരുക്കിയ മുറിവാതിൽക്കലേക്കുവന്നു. അയ്യനടികൾ തിരുവടികളേയും രാജകുമാരിയേയും വിജയരാഗദേവനേയും വണങ്ങി. എന്നിട്ടറിയിച്ചു:

"സന്ധ്യാസമയത്ത് തുറമുഖം വിട്ട് ഒരു കപ്പലിൽ, അബ്ദുല്ലാ ആയാസ്ഖാൻ യാത്രതിരിച്ചതായി അറിവുകിട്ടി. തിരുവടികളെ."

രാജകുമാരി നിശ്ചലയായി നിന്നു. അയ്യനടികൾ തിരുവടികൾ മുഖം കുനിച്ചു. അതുവരെ മൗനംഭജിച്ചിരുന്ന വിജയരാഗദേവൻ പൊടുന്നനെ എഴുന്നേറ്റു. അദ്ദേഹം കീഴാനടികളുടെ സമീപത്തേക്കു ചെന്നു. അൽപ്പസമയം നിശ്ശബ്ദനായി നിന്നു. എന്നിട്ടു പറഞ്ഞു: "പുറകെ മറ്റൊരു യാനം അയക്കൂ."

ആ പള്ളിയങ്കണമാകെ ആളുകൾ ഇളകി. ഒരു കാറ്റൂതി, വൃക്ഷങ്ങൾ ഇളകിയത് വിജയരാഗദേവന്റെ ആ വാക്കുകൾ കേട്ടിട്ടാണെന്നു തോന്നി. സപീർപാതിരി, തന്റെ അനുചരന്മാരെ വിളിച്ചു: "പുറപ്പെടിൻ, എല്ലാവരും തുറമുഖത്തേക്ക് പുറപ്പെടിൻ." അയ്യനടികൾ തിരുവടികൾ

പള്ളിമുറ്റത്തേക്കിറങ്ങി, അസ്വസ്ഥനായി നടന്നു. പെട്ടെന്ന് തിരിഞ്ഞ് അദ്ദേഹം ഭടന്മാരോട് കൽപ്പിച്ചു. "തുറമുഖത്തേക്ക് ചെല്ലൂ."

# 39

**അ**റബിക്കടൽ ശാന്തമായിക്കിടന്നു. സന്ധ്യകഴിഞ്ഞിരിക്കുന്നു. കൊല്ലം തുറമുഖത്തിലെ എണ്ണവിളക്കുകളുടെവെളിച്ചം നീലജലപ്പരപ്പിലേക്ക് വീഴുന്നത്, തെളിഞ്ഞ നിലാവിന്റെ പ്രകാശത്തിൽ ലയിച്ചുപോകുന്നു. തിരകൾ, ഏതോ വിദേശരാജ്യത്തുനിന്ന് വാരിയെടുത്ത വെള്ളിനാണയങ്ങൾ ഇടവിടാതെ കരയിലേക്കു കൊണ്ടുവന്നു വിതറുംപോലെയുണ്ട്.

തുറമുഖവാതിൽക്കൽ ഇപ്പോൾ വലിയ തിരക്കായിരിക്കുന്നു. സന്ധ്യാവേളയിൽ എന്നും അങ്ങനെയാണ്. ചരക്കുകൾ കയറ്റിറക്ക് ധൃതഗതിയിൽ നടക്കുന്നു. ആളുകൾ നാനാഭാഷകളിൽ അങ്ങോട്ടുമിങ്ങോട്ടും വിളിച്ചുപറയുന്നു. കപ്പലുകളിലേക്കു കയറാനുള്ള പാലങ്ങളിൽ, ആളുകൾ വേഗം അങ്ങോട്ടുമിങ്ങോട്ടും നടക്കുന്നു.

പ്രകാശത്തിൽ നീന്തിയിളകുന്ന കടലിൽക്കൂടി, ഒരു കപ്പൽ വടക്കുപടിഞ്ഞാറോട്ടു നീങ്ങുന്നു. പായകെട്ടിയ ആ വലിയ നൗകയുടെ മുൻപിൽ നാട്ടിയ ഉയർന്ന കാലിൽ, ചീനാസാമ്രാജ്യത്തിന്റെ ചിഹ്നമായ കൊടി പറന്നുകൊണ്ടിരുന്നു. കപ്പൽത്തട്ടിൽ വിദേശികളായ ചീനന്മാരും മറ്റുപല നാട്ടുകാരും കടലിലേക്ക് നോക്കി നിന്നിരുന്നു.

തുറമുഖവാതിൽക്കൽ പൊടുന്നനെയാണ് രാജഭടന്മാരുടെ കുതിരക്കുളമ്പടിയൊച്ച കേട്ടത്. തീയമാനവന്റെ കിഴക്കേ മാളികയ്ക്കു വടക്കുകൂടി നിരവധി ഭടന്മാർ കുതിരകളെ ഓടിച്ചു കടന്നുവന്നു. തുറമുഖത്തെരുവുകളിൽ കൂടിയിരുന്ന ജനങ്ങൾ പൊടുന്നനെ അങ്ങോട്ടുനോക്കി. നിരത്തിലെ ആൾക്കാർ ഇരുപുറത്തേക്കും മാറി.

ചേരസാമ്രാജ്യം വക, അന്നു കൊല്ലത്തെത്തിയ ഒരു കപ്പൽ തുറമുഖത്തിനു വടക്ക് നൂറുവാര നീങ്ങി നങ്കൂരമുറപ്പിച്ചിട്ടുണ്ട്. പായ, കയറ്, അങ്ങാടികൾ തുടങ്ങിയവ ചേരതലസ്ഥാനത്തേക്ക് കയറ്റിക്കൊണ്ടുപോകാൻ വന്ന ചെറിയ കപ്പലാണിത്. ജോലിക്കാർ ചരക്കുകൾ അതിൽ കയറ്റിക്കൊണ്ടിരുന്നു.

തുറമുഖമാകെ ഇളകിവശായി. ഇരുന്നൂറോളം രാജഭടന്മാർ അവിടെ എത്തി. പുറകെ മറ്റു സേവകന്മാർ, അവരുടെ മുമ്പിൽ, തുറയധികാരിയും വേണാട്ടു പടയുടെ ഉപനായകനും വന്നിട്ടുണ്ട്! അവർ തുറമുഖവാതിൽക്കടന്ന്, കടൽപ്പാലത്തിനടുത്ത് ഇറങ്ങി. എല്ലാവരും തുറിച്ചുനോക്കിനിന്നു. തുറയിലെ മുക്കുവരും വണിക്കുകളുമെല്ലാം തുറമുഖവാതിൽക്കലേക്ക് ഓടിക്കൂടി. അത് അസാധാരാണ സംഭവമാണ്. സംഭ്രമിച്ചു നിൽക്കുന്ന തുറയധികാരി. തിടുക്കപ്പെട്ടു കുതിരയിൽനിന്നു ചാടിയിറങ്ങിയ ഉപനായകൻ. കൊല്ലം തുറമുഖത്ത് എന്താണു സംഭവി

ക്കാൻ പോകുന്നത്?

"കപ്പിത്താനെവിടെ, തുറയധികാരികൾ?" ഉപനായകൻ, തീയമാനവനോടു ചോദിച്ചു. അദ്ദേഹത്തിന്റെ ദൃഷ്ടികൾ, വടക്കുമാറിക്കിടന്ന ചേരസാമ്രാജ്യവക കപ്പലിലാണ് ഉറപ്പിച്ചിരുന്നത്.

തുറമുഖത്തടുക്കുന്ന കപ്പലുകളുടെ കപ്പിത്താന്മാർക്കു താമസിപ്പാനുള്ള കെട്ടുകൾ, തുറമുഖവാതിലിന് അൽപ്പം കിഴക്കുമാറിയിട്ടാണ്. തീയമാനവൻ അറിയിച്ചു:

"കപ്പിത്താന് ആളയച്ചിരിക്കുന്നു. ഇപ്പോൾ വരികയായി."

നിമിഷങ്ങൾ കിഴക്കുനിന്ന്, ദീർഘകായനായ ഒരു മനുഷ്യൻ ധൃതിപ്പെട്ടുവരുന്നത്, കൂടിയിരുന്ന ജനങ്ങൾ കണ്ടു. അയാൾ, ഉപനായകനെയും തീയമാനവനെയും വണങ്ങി.

"ഉടനെ കപ്പൽ പടിഞ്ഞാറോട്ടു വിടുക. തീയമാനവൻ നിങ്ങളുടെ കൂടെ വരുന്നു. നൂറു രാജഭടന്മാരും നിങ്ങൾക്ക് തുണയായുണ്ടായിരിക്കും. തുറമുഖം വിട്ടുനീങ്ങുന്ന ആ ചീനക്കപ്പൽ, തിരിച്ചു തുറയിലെത്തിക്കണം."

"അടിയൻ...." കപ്പിത്താൻ ആജ്ഞ ഏറ്റുവാങ്ങി.

ഒട്ടും സമയം വൈകാതെ അയാൾ കടൽപ്പാലത്തിലൂടെ നടന്ന് തോണിയിൽക്കയറി. തീയമാനവന്റെ നിർദേശമനുസരിച്ച് തോണികൾ വന്നു നിരന്നു. രാജഭടന്മാർ അതിൽക്കയറി. ഒരു തോണിയിൽ തീയമാനവനും കയറി. തോണികൾ വടക്കുമാറിക്കിടന്ന കപ്പലിനരികിലേക്കു തുഴഞ്ഞുപോയി.

ചേരസാമ്രാജ്യത്തിന്റെ കൊടി ആ നിലാവിൽ പാറുവാൻ തുടങ്ങി. ആ കപ്പൽ അതിവേഗം പടിഞ്ഞാറോട്ടു നീങ്ങി.

കുറേ നിമിഷങ്ങൾ കഴിഞ്ഞപ്പോൾ, അത് തിരമുറിച്ച് ആ ചീനക്കപ്പൽ നീങ്ങുന്ന ദിക്കിനെ ലാക്കാക്കി ഓടിത്തുടങ്ങി.

ഉപനായകനും രാജഭടന്മാരും തുറയിലെ ജനങ്ങളും കടലിലേക്കു തന്നെ കണ്ണുകളയച്ച് കാത്തുനിന്നു.

തുറമുഖംവിട്ട ചീനക്കപ്പലിനു പുറകെ, ചേരസാമ്രാജ്യം വക ചരക്കു കപ്പൽ വിട്ടതെന്തിനെന്ന് കൂടിനിന്ന ജനങ്ങൾക്കു മനസിലായില്ല. അങ്ങനെയൊരു സംഭവം ഒരിക്കലും നടന്നിട്ടില്ല. ചീനന്മാർ വേണാടിന്റെയും ചേരസാമ്രാജ്യത്തിന്റെയും സുഹൃത്തുക്കളാണ്. അവർ ഒരിക്കലും ഒരു കലാപമുണ്ടാക്കിയിട്ടില്ല.

കൊല്ലം തുറമുഖത്തും കിഴക്കൻ ഭാഗങ്ങളിലും ചീനക്കാരായ വണിക്കുകളും വ്യാപാരികളും കൂടിപ്പാർക്കുന്ന സ്ഥലങ്ങളുണ്ട്. അവിടെ ആളുകൾ പറഞ്ഞ് ഈ കഥ ഞൊടിയിടക്കുള്ളിൽ ചെന്നെത്തി. ചീനക്കാർ, പുരുഷന്മാരും സ്ത്രീകളും, തുറമുഖത്തേക്ക് ഓടിയെത്തി. അവർ, തുറമുഖവാതിലിനുപിന്നിൽ താണുവണങ്ങി നിന്നു. നിലാവിൽ, ഇപ്പോൾ ഒരു ചെറിയ ഓടിയുടെ മുഴുപ്പിൽ കാണപ്പെടുന്ന തങ്ങളുടെ നാട്ടിലെ ആ കപ്പലിലേക്ക് ഉറ്റുനോക്കിയാണ് അവർ നിന്നത്. തങ്ങളുടെ നാട്ടുകാർ തുറമുഖത്ത് അപമര്യാദയായി പെരുമാറിയോ? അതോ, വേണാട്ടു

തുറയധികാരികൾക്ക് അടയ്ക്കേണ്ട ദിനാറുകൾ അടയ്ക്കാതെ കപ്പൽ വിട്ടുകളഞ്ഞോ? അതോ, വേണാട്ടിന് അഹിതമായ എന്തെങ്കിലും വ്യാപാരം അവർ ഈ തുറമുഖത്തു വന്നു നടത്തിയോ?

തുറയിലെ ഒരു കച്ചവടക്കാരൻ പരിചയമുള്ള ഒരു രാജഭടനോടു രഹസ്യമായി അന്വേഷിച്ചു:

"എന്താണു കൂട്ടേ, ചീനക്കപ്പലിനു പുറകെ ഭടന്മാരെ അയപ്പാൻ സംഗതി?"

രാജഭടൻ തലയാട്ടി. അയാൾ മറുപടി പറഞ്ഞില്ല. അൽപ്പം കഴിഞ്ഞ്, കച്ചവടക്കാരന്റെ ചെവിയിൽ മന്ത്രിച്ചു.

"വേണാട്ടധിപതിയുടെ ആജ്ഞയാണ്."

എന്തെന്ന് അയാൾ പറഞ്ഞില്ല. വേണാട്ടധിപതിയുടെ നിർദേശമാണെന്നു മാത്രം വെളിപ്പെടുത്തി. യഥാർഥവിവരം രഹസ്യമായി സൂക്ഷിക്കുവാൻ അയ്യനടികൾതിരുവടികൾ തന്റെ ഉപനായകനു നിർദേശം നൽകിയിരുന്നു. കാരണമുണ്ട്, ഹസ്രാ അൽറൂമിയും നന്തൻ ഇളയടികളും തമ്മിൽ വിവാഹം നടക്കുന്നുവെന്ന് നാട്ടാരറിഞ്ഞിട്ടുണ്ട്. ആയാസ്ഖാൻ പോയത് അവരറിഞ്ഞാൽ......

തുറമുഖമാകെ നിശ്ശബ്ദത വ്യാപിച്ചിരുന്നു. കടകളിൽ പ്രവർത്തനം നടന്നില്ല. കമ്പോളത്തിലെ ആൾക്കാരെല്ലാം തുറമുഖവാതിൽക്കൽ കൂടിയിരിക്കുകയാണ്. അവരുടെയെല്ലാം കണ്ണുകൾ, അറബിക്കടലിലെ വെള്ളി വിതറിയ പരപ്പിൽക്കൂടി പടിഞ്ഞാറോട്ട് നീങ്ങുന്ന ആ രണ്ടു യാനപാത്രങ്ങളിലായിരുന്നു.....

അരനാഴിക സമയം കടന്നുപോയി. ചേരസാമ്രാജ്യംവക കപ്പൽ, ആ ചീനക്കപ്പലിനെ സമീപിക്കുന്നത് തുറയിൽ നിന്നവർ കണ്ടു.

രാജഭടന്മാർ കൈകൾ ഉയർത്തി വിളിച്ചു: "നിൽക്കിൻ, കപ്പൽ തിരിച്ചുവിടിൻ, ഇത് വേണാട്ടുരാജാവിന്റെ കൽപ്പന! അയ്യനടികൾതിരുവടികളുടെ തീട്ടൂരം!"

തിരമാലകളുടെ ആഞ്ഞടികൾക്കിടയിൽക്കൂടി ആ വിളികൾ ഉയർന്നു ചെന്നു. കുറേസമയം, ചീനക്കപ്പലിലെ കപ്പിത്താനും ആൾക്കാരും അതു കണ്ടു. അവർ ചേരസാമ്രാജ്യത്തിന്റെ കൊടിയടയാളം കണ്ടു. സാവധാനം തങ്ങളുടെ കപ്പലിന്റെ വേഗത നിയന്ത്രിച്ചു. അവർ, പുറകെ വരുന്ന കപ്പലിൽ അരികിലെത്താൻ സൗകര്യം കൊടുത്തു.....

കപ്പലുകൾ അടുത്തടുത്ത് കടലിൽക്കൂടി നീങ്ങിയപ്പോൾ, തീയമാനവന്റെ നിർദേശം ഒരു രാജഭടൻ, മറു കപ്പലിലെ കപ്പിത്താനെ വിളിച്ചറിയിച്ചു.

ചീനക്കപ്പലിലെ കപ്പിത്താൻ തീയമാനവനെ കണ്ടു. തങ്ങൾ, ആ തുറയധികാരിയുടെ മുമ്പാകെ ചെന്ന് അനുവാദം വാങ്ങി കപ്പലിൽക്കയറി യാത്രതിരിച്ചിട്ട് ഒരു നാഴികയേ ആയിട്ടുള്ളൂ. പുറകെ അധികാരി തന്റെ ചേരസാമ്രാജ്യംവക കപ്പലിൽ വന്നതു കണ്ടപ്പോൾ, എന്തോ ഗൗരവമുള്ള വിഷയമുണ്ടെന്ന് മനസിലാക്കി.

ചീനക്കപ്പലിന്റെ ചുക്കാൻ പ്രവർത്തിച്ചു. അതു സാവധാനം കടലിൽ

കുറച്ചുനേരം നൃത്തം ചവിട്ടി. തിരിഞ്ഞുവന്നു. തങ്ങൾ യാത്ര പറഞ്ഞു പിരിഞ്ഞ തുറമുഖത്തിനഭിമുഖമായി അതു നീങ്ങിത്തുടങ്ങി. കുലശേഖരപ്പെരുമാളിന്റെ നൗക, അതിനെ പിന്തുടർന്ന് സഞ്ചരിച്ചു......

രണ്ടു കപ്പലുകളും തങ്ങളുടെ നേർക്കു സഞ്ചരിക്കുന്നത് ഉപനായകനും രാജഭടന്മാരും തുറയിലെ ജനങ്ങളും നോക്കിനിന്നു. ചന്ദ്രനും നക്ഷത്രങ്ങളും നീലാകാശത്തിൽനിന്നുകൊണ്ട് ആ യാനപാത്രങ്ങളുടെ താളലയം നിറഞ്ഞ ഗതി നോക്കുന്നതായി തോന്നി. അവ അതിവേഗം തുറമുഖമടുത്തുകൊണ്ടിരുന്നു.....

# 40

**അ**ബ്ദുല്ലാ ആയാസ്ഖാൻ, തരിസാപ്പള്ളിയുടെ മുറ്റത്തേക്ക് കടന്നുവന്നു. ചേരരാജകുമാരിയായ കീഴാനടികളും അയ്യനടികൾതിരുവടികളും സപീർ പാതിരിയും ചേർന്ന് അറബിയെ സ്വീകരിച്ചു. ആയാസ്ഖാൻ വേണാട്ടടികളെ കണ്ടപാടെ ശിരസു നമിച്ചു പറഞ്ഞു:

“വേണാട്ടു രാജകുടുംബത്തെ സ്നേഹിപ്പാൻ പഠിച്ച അടിയന്, ആ രാജവംശത്തിന് കളങ്കം ചേർക്കുന്നതു കാണ്മാൻ മനസുവന്നില്ല. തിരുവടികൾ.”

“ആയാസ്ഖാൻ.....” അയ്യനടികൾ തിരുവടികൾ, അതുവരെക്കണ്ട മനോദൗർബല്യത്തിൽനിന്നു മുക്തനായതുപോലെ സംസാരിച്ചു: “നമ്മുടെ സുഹൃത്തായ അബ്ദുല്ലാ ആയാസ്ഖാൻ നമ്മോടു തെറ്റു ചെയ്തില്ല. വേണാട്ടു രാജകുടുംബത്തോടോ രാജ്യത്തോടോ പിഴയൊന്നും കാട്ടിയില്ല. പിന്നെന്തിന് ദണ്ഡിക്കുന്നു?”

ആയാസ്ഖാൻ മറുപടി പറഞ്ഞില്ല. നിശ്ചലനായി നിൽക്കുക മാത്രം ചെയ്തു.

കീഴാനടികൾ ആയാസ്ഖാന്റെ അടുക്കലേക്കു ചെന്നു. അറബി നിശ്ശബ്ദനായി താണുവണങ്ങി. പള്ളിമുറ്റത്തെ നിലാവിൽ രാജഭടന്മാരുടെ തലപ്പാവുകൾ അനങ്ങാതെ വരിയിട്ടുനിന്നു. അവർ ഊരിപ്പിടിച്ച വാളുകൾ തിളങ്ങി. ഏതാനും നിമിഷങ്ങൾ. കനത്ത നിശ്ചലതയെ, കീഴാനടികളുടെ വാക്കുകൾ പിടിച്ചുലച്ചു.

“ആയാസ്ഖാൻ വരൂ. നിങ്ങളുടെ മകൾക്ക് തിരുമണമൊരുക്കിയിരിക്കുന്നു. നിങ്ങളുടെ അനുഗ്രഹത്തോടെ അതു നടക്കണമെന്നു നാം ആഗ്രഹിക്കുന്നു. വരൂ.”

ആയാസ്ഖാൻ ഒരക്ഷരം മിണ്ടിയില്ല. കീഴാനടികൾ നടന്നു. പുറകെ അയ്യനടികൾതിരുവടികൾ, ആയാസ്ഖാൻ, സപീർ, ഭടന്മാർ, പള്ളിയുടെ പിന്നിൽ സന്യാസിനിമാർക്ക് പാർക്കുവാനുള്ള ഒരു കെട്ടിലേക്ക് അവർ നടന്നു. അവിടെ, ഹസ്രാ അൽറൂമിയെയും നന്തനിളയടികളെയും വിവാഹത്തിന് അണിയിച്ചിരുത്തിയിരിക്കുകയാണ്.

പാതിരാവോടടുക്കുകയാണ്. തരിസാപ്പള്ളിയിലെ വൃക്ഷശാഖകളി

ലിരുന്ന പക്ഷികൾ ഇനിയും ഉറങ്ങിയിട്ടില്ല. അവയും വേണാടു കണ്ടിട്ടില്ലാത്ത ആ പുതിയ തിരുമണം കണ്ട് മംഗളം പാടാൻ കാത്തിരിക്കുകയായിരിക്കണം. തണുത്ത കാറ്റ് വീശിത്തുടങ്ങിയിരുന്നു. നിലാവ് തെളിഞ്ഞുനിൽക്കുകയാണ്.

ഇടതൂർന്ന് വളരുന്ന വാകമരങ്ങൾ പന്തലിട്ട വഴിത്താരയിൽക്കൂടി, പിന്നിലെ കെട്ടിലേക്ക് അവർ നടന്നുചെന്നു. കീഴാനടികൾ കെട്ടിന്റെ തിണ്ണയിലേക്കു കയറി. അകത്തെ മുറിയിലേക്ക് നീങ്ങി. അയ്യനടികൾ തിരുവടികൾ അവരെ അങ്ങോട്ടനുഗമിച്ചു.

രാജകുമാരി ആ മുറിയുടെ ചാരിയിരുന്ന വാതിൽ സാവധാനം തുറന്ന് അകത്തേക്ക് കടന്നു. പുറകെ, അയ്യനടികൾ തിരുവടികളും. കീഴാനടികൾ മിഴിച്ചുനിന്നു. പൊടുന്നനെ അവർ മന്ത്രിച്ചുപോയി: "തിരുവടികൾ! ഹസ്രായും നന്തനിളയടികളും അവിടെയില്ല."

രാജകുമാരി പെട്ടെന്ന് പുറത്തേക്കിറങ്ങി.

തിണ്ണയിലേക്കെത്തി. അവരുടെ വരവുകണ്ട് സപീറും മറ്റാളുകളും പകച്ചുനിന്നു. അറബിമാത്രം മുഖം കുനിച്ച് നിൽക്കുകയാണ്, രാജകുമാരി ഭടന്മാരോടു കൽപ്പിച്ചു:

"ഹസ്രാ അൽറൂമിയെയും നന്തനിളയടികളെയും കാണ്മാനില്ല. നിങ്ങൾ നാലുപാടും തെരയുവിൻ, അരനാഴികയ്ക്കുള്ളിൽ അവരെ നമ്മുടെ മുമ്പാകെ കൊണ്ടുവരുവിൻ."

പള്ളിമുറ്റം കുളമ്പടിയൊച്ചകൾകൊണ്ടു നിറഞ്ഞു. അൽപ്പസമയത്തിനുള്ളിൽ അത് നാലുപാടേക്കും ചിതറിമാഞ്ഞു.

കെട്ടിന്റെ മുമ്പിൽ അവർ നിന്നു. മൗനം. ആ പള്ളിയുടെ ഓരോ മണൽത്തരിയും മൗനത്തിലേക്കു വീണുപോയി.

നിമിഷങ്ങൾ, തരിസാപ്പള്ളിയിലെ കൈക്കാരൻ ഓടിക്കിതച്ചുവന്ന് അറിയിച്ചു:

"പടിഞ്ഞാറോട്ടു ആരോ പോകുന്നത് കണ്ട് അടിയൻ പുറകെ ചെന്നു. പിന്നെ, അവരെ കണ്ടില്ല. വേണാട്ടധിപതിയുടെ മകനെന്നു തോന്നി. അടിയനു കണ്ടുപിടിപ്പാൻ കഴിഞ്ഞില്ല."

തരിസാപ്പള്ളിയിൽനിന്നു പടിഞ്ഞാറോട്ട് ഒരു പാത കിടക്കുന്നു. പള്ളിയധികാരികൾ കടൽപ്പുറത്തേക്ക് ആ വഴിക്കാണ് നടക്കുക. കാൽക്കാതം ദൂരം, ഇരുപുറത്തും മതിലുകൾ കെട്ടിയിട്ടുണ്ട്. പിന്നെ മണൽപ്പരപ്പാണ്. കടൽക്കരയിലെ മണൽപ്പരപ്പ്, പുരോഹിതന്മാർക്കും സന്യാസിമാർക്കും സായാഹ്നസവാരിക്കുള്ള പാതയാണത്.

അതിന്റെ പടിഞ്ഞാറേ അറ്റത്ത്, അറബിക്കടലിലേക്ക് അഭിമുഖമായി ഒരു കൂറ്റൻ കൽക്കുരിശ് നിൽപ്പുണ്ട്. നിത്യവും അവിടെ മെഴുകുതിരികൾ കത്തിനിൽക്കും. വിശേഷദിവസങ്ങളിൽ ആ കുരിശ് മെഴുകുതിരികളുടെ പ്രകാശത്തിൽ കുളിച്ചുനിൽക്കും.

ആ വഴിത്താരയിൽക്കൂടി ഹസ്രാ അൽറൂമിയും നന്തനിളയടികളും നീങ്ങിയെന്നാണ് കൈക്കാരൻ പറഞ്ഞത്.

"തിരുവടികൾ...." കീഴാനടികൾ വിളിച്ചു: "നമുക്ക് അവരെ അന്വേ

ഷിപ്പാൻ പുറപ്പെടാം."

കീഴാനടികൾ പടിഞ്ഞാറോട്ടു നടന്നു. എല്ലാം കേട്ട് നിശ്ചലനായി നിന്ന അബ്ദുല്ലാ ആയാസ്ഖാൻ സാവധാനം ആ സംഘത്തിന്റെ പിന്നിലൂടെ നീങ്ങി.

കടൽപ്പുറത്തെ കുരിശ് മൗനമായി നിന്നു. വൈകുന്നേരം കൊളുത്തിയ ഒരു മെഴുകുതിരി കാറ്റുകൊള്ളാതിട്ട കൂട്ടിനുള്ളിൽ, അപ്പോഴും കത്തിനിൽപ്പുണ്ട്. നിലാവെളിച്ചത്തിൽ കടലും കരയും മുങ്ങിക്കുളിക്കുകയാണെന്നു തോന്നി. രാജകുമാരിയും അയ്യനടികളും സപീറും കുരിശിന്റെ മുമ്പാകെ വന്ന് ചുറ്റും നോക്കി. അപ്പോൾ....

അപ്പോൾ സപീർപാതിരി പറഞ്ഞു:

"തിരുവടികൾ, ഇതാ അടിയൻ ശങ്കിച്ചതുതന്നെ."

അയ്യനടികൾ നോക്കി. കീഴാനടികൾ നോക്കി. ചുറ്റും നിന്ന ഭടന്മാർ നോക്കി.

കീഴാനടികൾ താണുകുനിഞ്ഞ് കുരിശിന്റെ കീഴിൽനിന്ന് ഒരു ഉത്തരീയം പൊക്കിയെടുത്തു. നന്തനിളയടികൾ കല്യാണത്തിനായി അൽപ്പം മുമ്പ് അണിഞ്ഞിരുന്ന ഉത്തരീയം.....

അയ്യനടികൾ ആ ഉത്തരീയത്തിൽനിന്ന് ഊർന്നുവീണ രത്നമാല കൈയിലെടുത്തു. ചേരരാജകുമാരി, ഹസ്രാ അൽറൂമിയെ പ്രത്യേകമായി അണിയിച്ച രത്നം പതിച്ച ഹാരമായിരുന്നു, അത്....അബ്ദുല്ലാ ആയാസ്ഖാന്റെ കണ്ണുകൾ അയ്യനടികൾ തിരുവടിയുടെ കൈകളിലിരുന്ന് നിലാവേറ്റു തിളങ്ങിയ ആ രത്നമാലയിൽ തിളങ്ങി നിന്നു. കീഴാനടികളുടെ കണ്ണുകൾ നിറഞ്ഞൊഴുകി. അയ്യനടികൾ, പ്രതിമയെപ്പോലെ നിലകൊണ്ടു.

അബ്ദുല്ലാ ആയാസ്ഖാൻ രണ്ടു ചുവട് മുമ്പോട്ടുവച്ചു. ആ അറബി, നീണ്ടുപരന്നുകിടക്കുന്ന കടലിലേക്ക് നോക്കിനിന്നു. നിശ്ചലമായ മറ്റൊരു കുരിശുരൂപത്തെപ്പോലെ, തിരകൾ അടിച്ചുകയറുകയും തിരിച്ചുപോവുകയും ചെയ്തുകൊണ്ടിരുന്നു. ആരുടെയോ പ്രേരണകൊണ്ടെന്നപോലെ കീഴാനടികൾ പടിഞ്ഞാറോട്ട് നടന്നു.

അയ്യനടികളുടെ കാലുകൾ മണൽപ്പുറത്തുകൂടി ധൃതവേഗം സഞ്ചരിച്ചു.

രാജഭടന്മാർ കടൽപ്പുറത്തെ മണൽത്തരികൾ പാദരക്ഷകൾകൊണ്ട് വാരിയെറിഞ്ഞു.

തിരകൾ വന്നലയ്ക്കുന്ന സ്ഥാനത്ത് അവരെല്ലാം നിന്നു. എല്ലാം നഷ്ടപ്പെട്ടവനെക്കണക്ക് അയ്യനടികളുടെ ദൃഷ്ടികൾ താണു. കീഴാനടികളുടെ കരിമിഴികൾ താണ് കീഴാനടികളുടെ കരിമിഴികൾ ആ കടലിലെ അലയ്ക്കുന്ന തിരകളാകെ പരതി. രാജഭടന്മാരുടെ കണ്ണുകൾ അറബിക്കടലിൽ എന്തിനോ വേണ്ടി തിരയുകയാണ്.

തുറയോരങ്ങളിലെ മുക്കുവർ ഓടിക്കൂടി. അയ്യനടികൾ അവരെ കണ്ടു. അടഞ്ഞ കണ്ഠത്തോടെ അവിടുന്ന് അപേക്ഷിച്ചു:

"മക്കളേ, എന്റെ മകളെയും മകനെയും കടല് കൊണ്ടുപോയി. അവ

രുടെ ജഡമെങ്കിലും നിങ്ങൾ എനിക്ക് കൊണ്ടുവന്നുതരുമോ?"

നൂറ്റുകണക്കിന് മുക്കുവർ കടലിലേക്ക് ഓടിയിറങ്ങി. കൈയിൽ വലകളും മുളകളുമായിട്ട് അവർ കടൽപ്പുറത്തിരുന്ന വഞ്ചികൾ തള്ളിയിറക്കി. കരയിലെ ഹൃദയങ്ങൾ ആ തോണികളുടെകൂടെ മുങ്ങിപ്പൊങ്ങി. ആർത്തലയ്ക്കുന്ന തിരകൾക്കിടയിൽക്കൂടി നീങ്ങുന്ന മനുഷ്യരോടൊപ്പം ഇളകിമറിഞ്ഞു..... നിലാവിന്റെ വെള്ളിച്ചിലമ്പുകൾ അറബിക്കടലിലാകെ കുത്തിപ്പാഞ്ഞുകൊണ്ടിരുന്നു. അകലെനിന്ന് ഓടിയെത്തുന്ന തിരകൾ കരയ്ക്കുവന്ന്, കാത്തുനിൽക്കുന്ന മനുഷ്യരുടെ മുമ്പിൽ മുട്ടുകുത്തിക്കരഞ്ഞിട്ട്, തിരിച്ചുപോയി. ആകാശത്ത് നക്ഷത്രങ്ങൾ ഇമവെട്ടാതെ നോക്കിനിന്നു. ചന്ദ്രൻ ഒരു വെളുത്ത മേഘക്കീറെടുത്ത് മുഖം തുടയ്ക്കുന്നു.

നാഴികകൾ, കടലിലിറങ്ങിയ മനുഷ്യരും ഓടികളും നിരാശരായി, അങ്ങുമിങ്ങും അലയാൻ തുടങ്ങി.

ആയാസ്ഖാൻ അപ്പോൾ നിന്നനിലയ്ക്കു നിൽക്കുകയാണ്.

രാജഭടന്മാർ അന്വേഷിച്ച് മടങ്ങിവന്നുകഴിഞ്ഞിരുന്നു. പള്ളിക്കാർ, തുറയിലെ കച്ചവടക്കാർ, സേവകന്മാർ, പോളക്കുടിപ്പതികൾ, പുന്നത്തലപ്പതികൾ, അറുനൂറ്റുവർ, അഞ്ചുവർണക്കാർ, മണിഗ്രാമക്കാർ എല്ലാവരും തരിസാപ്പള്ളിയുടെ പടിഞ്ഞാറേപ്പുറത്തെത്തി, കുരിശുകടവിൽ വന്നുകൂടിക്കഴിഞ്ഞിരുന്നു. ആയിരക്കണക്കിനാളുകൾ.....

അപ്പോഴും അറബിക്കടൽ കരയിലേക്കോടി ആയിരം ശബ്ദങ്ങൾകൊണ്ട് എന്തോ പുലമ്പുകയാണ്. അയ്യനടികൾ ശ്രദ്ധിച്ചു. എന്തോ ഒരു സന്ദേശം തന്റെ കാതുകളിലേക്ക് അലച്ചുവരുംപോലെ. അവിടുന്ന് ഒന്നുകൂടി ചെവി വട്ടംപിടിച്ചു. കടൽ മന്ത്രിച്ചു: "തിരുവടികൾ, തിരുവടികൾ..... നീലച്ച കടലിൽവച്ച്, നിത്യസഹായിയായ അറബിക്കടലിൽ വച്ച്, അവരുടെ തീരുമാനം നടന്നു....."

* * *

തരിസാപ്പള്ളിയുടെ പടിഞ്ഞാറുപുറത്ത്, നീലിമപൂണ്ട അറബിക്കടലിലേക്കു നോക്കി വിദൂരമായ അറേബ്യായിൽനിന്നു വന്ന അബ്ദുല്ലാ ആയാസ്ഖാൻ നിന്നത്, പിന്നീട് പലപ്പോഴും തരിസാപ്പള്ളിയിലെ അനുചരന്മാർ തമ്മിൽപ്പറഞ്ഞിരുന്നു. കൊല്ലം നഗരത്തിലെ ജനങ്ങൾ ആ അറബിക്ക് നാട്ടിലേക്കുള്ള മടക്കവേളയിൽ നൽകിയ ഹൃദയം നിറഞ്ഞ യാത്രയയപ്പ് ഒട്ടുകാലം മനുഷ്യമനസിൽ തങ്ങിനിന്നു. ധീരയെന്നും ചടുലയെന്നും വീരപുത്രിയെന്നും ചൊല്ലപ്പെട്ടിരുന്ന ചേരരാജകുമാരി കീഴാനടികൾ, ആയാസ്ഖാൻ കപ്പൽ കയറിനിന്ന് യാത്രയുരച്ചപ്പോൾ, കടൽപ്പാലത്തിൽ നിന്നുകൊണ്ട് കണ്ണീർ വീഴ്ത്തിയത്, തുറയിലെ മുക്കുവാരും കച്ചവടക്കാരും വളരെനാൾ ഓർമിച്ചിരുന്നു. ഒരു സംവത്സരക്കാലം വേണാട്ടിന്റെ ചരിത്രത്തിൽ ആ അറബി ഒരു ചോദ്യചിഹ്നമായിരുന്നു; ഒട്ടേറെ സംവത്സരങ്ങളിലേക്ക്, വേണാട്ടുകാർക്ക് സ്നേഹംനിറഞ്ഞ, വിഷാദം നിറഞ്ഞ, ഒരു സ്മരണയായിരുന്നു.....

കൊല്ലം നഗരത്തിന്റെ കിഴക്കുമാറി, പനങ്കാവിൽ കൊട്ടാരത്തിൽ

നിന്ന് അരക്കാതം ദൂരെ, അന്ന് ഒരു സ്മാരകസ്തംഭം നിന്നിരുന്നു. ചേര സാമ്രാജ്യാധിപതിയായ സ്ഥാണുരവികുലശേഖരപ്പെരുമാളിന്റെ പ്രത്യേക പ്രതിനിധിയായ കോയിലധികാരികൾ വിജയരാഗദേവന്റെ സാന്നിധ്യത്തിലാണ് ആ സ്തംഭം സ്ഥാപിച്ചത്.

അതിന്മേൽ ചെമ്പുതകിടിൽ ഇത്രയും വാക്യങ്ങൾ കുറിച്ചിരുന്നു:

"വേണാട്ടിനെ സ്നേഹിക്കുകയും അതിനുവേണ്ടി ജീവനർപ്പിക്കുകയും ചെയ്ത തേവടിയാൾ ചീതമ്മയുടെ സ്മരണയ്ക്ക്."

അതിനരികിൽ പണിഞ്ഞ ഒരു കൽത്തട്ടിൽ, "അറബിദേശവുമായി സൗഹൃദം" എന്നെഴുതിയിരുന്നു.

ഒട്ടുകാലം ആ സ്മാരകസ്തംഭത്തിനു മുമ്പിൽ വേണാട്ടുകാർ സ്നേഹത്തിന്റെ പൂക്കളർപ്പിച്ചിരുന്നു.

www.ingramcontent.com/pod-product-compliance
Lightning Source LLC
LaVergne TN
LVHW060609051026
849519LV00002B/544

* 9 7 8 9 3 8 3 9 0 3 6 8 9 *

9 789383 903689

www.ingramcontent.com/pod-product-compliance
Lightning Source LLC
LaVergne TN
LVHW060609051026
849519LV00002B/544
*9789383903689*
9 789383 903689